ರಾಗ ಬೃಂದಾವನ

AA000658

ಸಾಯಿಸುತೆ

ಸುಧಾ ಎಂಟರ್‌ಪ್ರೈಸಸ್

ನಂ. 761, 8ನೇ ಮುಖ್ಯರಸ್ತೆ, 3ನೇ ಬ್ಲಾಕ್,
ಕೋರಮಂಗಲ, ಬೆಂಗಳೂರು – 560 034

Raaga Brindavana (Kannada): a social novel written by Smt. Saisuthe; published by Sudha Enterprises, # 761, 8th Main, 3rd Block, Koramangala, Bangalore - 560 034.

ಮೊದಲನೆಯ ಮುದ್ರಣ	:	1983
ಎರಡನೆಯ ಮುದ್ರಣ	:	2006
ಮೂರನೆಯ ಮುದ್ರಣ	:	2016
ಪುಟಗಳು	:	184
ಬೆಲೆ	:	ರೂ. 190
ಉಪಯೋಗಿಸಿದ ಕಾಗದ	:	70 ಜಿ.ಎಸ್.ಎಂ. ಮ್ಯಾಪ್‌ಲಿಥೋ
ಮುಖಪುಟ ವಿನ್ಯಾಸ	:	ಶ್ರೀ ಚಂದ್ರನಾಥ ಆಚಾರ್ಯ
ಹಕ್ಕುಗಳು	:	ಲೇಖಕಿಯವರದು
ISBN	:	978–81–905755–1–5

ಸಗಟು ಮಾರಾಟಗಾರರು
ವಸಂತ ಪ್ರಕಾಶನ
360, 10ನೇ 'ಬಿ' ಮುಖ್ಯರಸ್ತೆ, 3ನೇ ಬ್ಲಾಕ್,
ಜಯನಗರ, ಬೆಂಗಳೂರು – 560 011
ದೂರವಾಣಿ : 080–22443996
email : vasantha_prakashana@yahoo.com
website: www.vasanthaprakashana.com

ಅಕ್ಷರ ಜೋಡಣೆ :
ವಸಂತ ಪ್ರಕಾಶನ

Printed by :
Sri Srinivasa Binding Works
Thunganagara, Magadi Main Road,
Bangalore-560 091.

ಮುನ್ನುಡಿ

ಆತ್ಮೀಯ ಓದುಗರಲ್ಲಿ

ಕಾದಂಬರಿಯ ಪ್ರತಿಗಳು ಸಿಗುತ್ತಿಲ್ಲ, ಯಾವಾಗ ಅಚ್ಚಾಗುತ್ತದೆ ಎಂದು ಪ್ರಶ್ನಿಸುತ್ತಿದ್ದ ಓದುಗರಿಗೆ ಉತ್ತರಿಸಿದ್ದಾರೆ ಸುಧಾ ಎಂಟರ್‌ಪ್ರೈಸಸ್ ಪ್ರಕಾಶನ ಸಂಸ್ಥೆಯವರು. ಅವರ ಉತ್ಸಾಹಕ್ಕೆ ಧನ್ಯವಾದಗಳು.

ಮುಖಚಿತ್ರ ಕಲಾವಿದರಾದ ಶ್ರೀ ಚಂದ್ರನಾಥ ಆಚಾರ್ಯ ಅವರಿಗೂ ಮತ್ತು ಅಚ್ಚುಕಟ್ಟಾಗಿ ಮುದ್ರಿಸಿರುವ ಮುದ್ರಣಕಾರರಿಗೂ ಕೃತಜ್ಞತೆಗಳು

ಅಭಿಮಾನದಿಂದ ನನ್ನ ಕೃತಿಗಳನ್ನು ಕೊಂಡು ಓದುವ ನಿಮಗೆ ಧನ್ಯವಾದಗಳು.

ಸಾಯಿಸುತೆ

"ಸಾಯಿಸದನ"
12, 2ನೇ ಮುಖ್ಯರಸ್ತೆ, 2ನೇ ಅಡ್ಡರಸ್ತೆ,
ಮಾರುತಿನಗರ, ಕೋಗಿಲೆ ಕ್ರಾಸ್, ಯಲಹಂಕ
ಓಲ್ಡ್ ಟೌನ್, ಬೆಂಗಳೂರು – 560064.

ನಮ್ಮಲ್ಲಿ ದೊರೆಯುವ ಸಾಯಿಸುತೆಯವರ ಇತರ ಕಾದಂಬರಿಗಳು

57. ಶ್ರೀರಸ್ತು ಶುಭಮಸ್ತು
58. ಗಂಧರ್ವಗಿರಿ
59. ಶುಭಮಿಲನ
60. ಸಪ್ತಪದಿ
61. ಚೈತ್ರದ ಕೋಗಿಲೆ
62. ಬೆಳ್ಳಿದೋಣಿ
63. ವಿವಾಹ ಬಂಧನ
64. ಮಂಗಳ ದೀಪ
65. ಡಾ॥ ವಸುಧಾ
66. ಮುಂಜಾನೆಯ ಮುಂಬೆಳಕು
67. ಸೊಬಗಿನ ಪ್ರಿಯದರ್ಶಿನಿ
68. ರಾಗಬೃಂದಾವನ
69. ಬಿಳಿ ಮೋಡಗಳು
70. ಅನುಬಂಧದ ಕಾರಂಜಿ
71. ಮಿಂಚು
72. ನಾಟ್ಯಸುಧಾ
73. ಪಸರಿಸಿದ ಶ್ರೀಗಂಧ
74. ಬೆಳದಿಂಗಳ ಚೆಲುವೆ
75. ಸಪ್ನ ಸಂಭ್ರಮ
76. ವರ್ಷಬಿಂದು
77. ನನ್ನ ಭಾವ ನಿನ್ನ ರಾಗ
78. ಸುಮಧುರ ಭಾರತಿ
79. ಮೌನ ಆಲಾಪನ
80. ಮತ್ತೊಂದು ಬಾಡದ ಹೂ
81. ಶಿಶಿರದ ಇಂಚರ
82. ಮುಂಗಾರಿನ ಹುಡುಗಿ
83. ಸಾಮಗಾನ
84. ಕಡಲ ಮುತ್ತು
85. ಆಡಿಸಿದಳು ಜಗದೋದ್ಧಾರನಾ
86. ಪಂಚವಟಿ
87. ಶ್ಯಾನುಭೋಗರ ಮಗಳು
88. ಮೂಡಿ ಬಂದ ಶಶಿ
89. ಜನನೀ ಜನ್ಮಭೂಮಿ
90. ಬಿರಿದ ನೈದಿಲೆ
91. ಶರದೃತುವಿನ ಚಂದ್ರ
92. ಮೋಹನ ಮುರಳಿ ಕರೆಯಿತು
93. ಮುಗಿಲ ತಾರೆ
94. ಅಗ್ನಿದಿವ್ಯ
95. ಧವಳ ನಕ್ಷತ್ರ
96. ಕಲ್ಯಾಣಮಸ್ತು
97. ದಂತದ ಗೊಂಬೆ
98. ಸುಭಾಷಿಣಿ
99. ಮಮತೆಯ ಸಂಕೋಲೆ
100. ಮಂತ್ರಾಕ್ಷತೆ
101. ಸಪ್ತಧಾರೆ
102. ಹೇಮಂತದ ಸೊಗಸು
103. ಬೆಳಕಿನ ಹಣತೆ
104. ಗ್ರೀಷ್ಮದ ಸೊಬಗು
105. ಗ್ರೀಷ್ಮ ಋತು
106. ಪ್ರಿಯ ಸಖೀ
107. ಚಿರಬಾಂಧವ್ಯ
108. ಅಗ್ನಿದಿವ್ಯ
109. ಆಶಾಸೌರಭ
110. ಗಿರಿಧರ

ಸಾಯಿಸುತೆಯವರ ಮುಂದಿನ ಕಾದಂಬರಿ

'ಆನಂದ ಯಜ್ಞ'

ವಿಜಯ ಮನೆಗೆ ಬಂದಾಗ ಆರು ಗಂಟೆಯಾಗಿತ್ತು. ರಂಗಸ್ವಾಮಿಗಳ ಕೈಯಲ್ಲಿ ಇನ್ನೂ ಪೇಪರಿತ್ತು. ಬೆಳಗಿನಿಂದ ಮಲಗುವವರೆಗೂ ಹೆಚ್ಚು ಕಡಿಮೆ ನ್ಯೂಸ್‌ಪೇಪರ್ ಇರುತ್ತಿತ್ತು. ಮನೆಯವರಿಗೆಲ್ಲ ಈ ವಿಷಯದಲ್ಲಿ ತಲೆಬಿಸಿ ಇದ್ದರೂ ಅವಳು ಮಾತ್ರ ತಲೆ ಕೆಡಿಸಿಕೊಳ್ಳುತ್ತಿರಲಿಲ್ಲ.

ವಿನೋದ ಕೂದಲು ಹರವಿಕೊಂಡು ಬಾಚಣಿಗೆ ಆಡಿಸುತ್ತಿದ್ದರೆ, ಸುಜಯ ಒಂದು ಕಾದಂಬರಿ ಹಿಡಿದು ಕೂತಿದ್ದಳು.

ಬಟ್ಟೆ ಬದಲಾಯಿಸಿ ಕೋಣೆಯ ಕಡೆ ಹೊರಟವಳು ಒಂದುಕ್ಷಣ ನಿಂತಳು. ನಾಲ್ಕು ಸೀರೆಗಳ ಪ್ಯಾಕೆಟ್‌ಗಳು. ಅವಳ ಕಣ್ಣುಗಳು ಕಿರಿದಾದವು. ವಿನೋದಳ ಬಟ್ಟೆಯ ಹುಚ್ಚು ಅವಳಿಗೇನು ತಿಳಿಯದಲ್ಲ.

ಅರಿತವಳಂತೆ ಸುಜಯ ಮುಖ ಮೇಲೆತ್ತಿ ತಿಳಿನಗೆ ಬೀರಿದಳು. ಕಣ್ಮುಚ್ಚಿ ತೆಗೆದಳು. ವಿಜಯ ಬಾತ್‌ರೂಂನತ್ತ ನಡೆದುಬಿಟ್ಟಳು. ಅವಳು ಇಂದು ಮಾನಸಿಕವಾಗಿ ಬಹಳ ದಣಿದಿದ್ದಳು. ಹತ್ತಾರುಫೈಲ್ ಹುಡುಕಿ, ಕಣ್ಣಾಡಿಸಿ ವಿವರಿಸುವ ವೇಳೆಗೆ ಬೆವರಿನಿಂದ ತೊಯ್ದುಹೋಗಿದ್ದಳು.

ಒದ್ದೆ ಮುಖವನ್ನೊತ್ತು ಹೊರಗೆ ಬಂದಾಗ ಅನ್ನಪೂರ್ಣಮ್ಮ ಸೀರೆ ಪ್ಯಾಕೆಟನ್ನು ಕೈಯಲ್ಲಿಡಿದು ತಿರುಗಿಸಿ ತಿರುಗಿಸಿ ನೋಡುತ್ತಿದ್ದರು.

"ಸುಮ್ನೆ ಯಾಕೆ ಸೀರೆಗಳಿಗೆ ದುಡ್ಡು ಸುರೀತೀಯಾ!" ಅಸಹನೆಯಿಂದ ನುಡಿದಾಗ ವಿನೋದ ಇತ್ತ ತಿರುಗಿದಳು. "ಅವ್ವಾ, ಈ ವಿಷ್ಯದಲ್ಲಿ ನೀವುಗಳು ತಲೆಕೆಡಿಸಿಕೊಳ್ಳೋದೇನು ಬೇಡ.... ಮನೆಗೆ ಕೊಡೋ ದುಡ್ಡು ನಾನು ಕೊಟ್ಟೇ ಕೊಡ್ತೀನಿ. ಯಾವ ಸೌಭಾಗ್ಯವಿಲ್ದಿದ್ರೂ.... ಕಣ್ಣಿಗೆ ಕಂಡ ಬಟ್ಟೆ ಹಾಕೋಕು ನಿಮ್ಮ ನಿಬಂಧನೆನಾ!"

ಮಗಳ ಕಟುವಮಾತುಗಳು ಅವರಿಗೆ ಹೊಸದಲ್ಲದಿದ್ದರೂ ಕಣ್ಣಂಚು ಒದ್ದೆಯಾಯಿತು.

"ನಾನ್ಯಾಕೆ ಕೇಳ್ಲಿ. ಇಷ್ಟ ಬಂದಂಗೆ ಮಾಡ್ಕೋ" ಕೈಯಲ್ಲಿನ ಪ್ಯಾಕೆಟ್ ಜಾರಿ ನೆಲ ಕಚ್ಚಿದಾಗ ವಿಜಯ ತೆಗೆದು ಸ್ವಸ್ಥಳದಲ್ಲಿಟ್ಟಳು. "ಸ್ವಲ್ಪ ಮೃದುವಾಗಿ ಮಾತಾಡೋದ್ನ ಕಲೀಬಾರ್ದ!"

ತೆಳುವಾಗಿ ಪೌಡರ್ ಹಾಕಿ ಹಣೆಗಿಟ್ಟು ಅಡುಗೆಯ ಮನೆಗೆ ನಡೆದಳು. ತನ್ನ ಅವಶ್ಯಕತೆಗಳಿಗೆ ಬೇರೆಯವರ ನೆರವನ್ನು ಅಪೇಕ್ಷಿಸಲು ಅವಳು ಸಿದ್ಧಳಿಲ್ಲ.

ಡಿಕಾಕ್ಷನ್ ಬಗ್ಗಿಸಿ ಹಾಲು ಸಕ್ಕರೆ ಸೇರಿಸಿ ಬಿಸಿ ಮಾಡಿ ಐದು ಕಪ್‌ಗಳಿಗೆ ಬಗ್ಗಿಸಿಕೊಂಡು ಬಂದದ್ದು ಸಹಜವಾಗಿ.ಇದು ದಿನದ ಅಭ್ಯಾಸ.

"ತಗೊಳ್ಳಿ" ರಂಗಸ್ವಾಮಿ ಮುಂದೆ ಹಿಡಿದಳು.

ಎಲ್ಲರಿಗೂ ಕೊಟ್ಟು ತಾನೂ ಕುಡಿಯುತ್ತ ಕೂತಳು. ತುಟಿಗೆ ಹಚ್ಚಿದ ಕಪ್‌ನ ಅತ್ತ ಸರಿಸುತ್ತ ವಿನೋದ ಮತ್ತೆ ಬಾಚಣಿಗೆ ತೆಗೆದುಕೊಂಡಳು. ಅವಳಿಗೆ ಕೂದಲಿನ ಮೇಲೆ ವಿಪರೀತ ಮಮತೆ. ದಿನ ಬಿಟ್ಟು ದಿನ ಶಾಂಪೂ ಹಚಿ ಸ್ನಾನ ಮಾಡುತ್ತಿದ್ದಳು. ಬಿಡುವಾಗಿದ್ದಾಗ ಕೂದಲನ್ನು ಬ್ರಷ್ ಮಾಡುವುದೇ ಅವಳ ಕೆಲಸ. ಮನೆಯವರೆಲ್ಲ ಹೇಳಿ ಸಾಕಾಗಿದ್ದರು.

ಮನೆಯಲ್ಲಿ ನೀರವತೆ ಬಿದ್ದುಕೊಂಡಿತ್ತು. ಸುಜಯ ಕತೆ, ಕಾದಂಬರಿಗಳಲ್ಲಿಯೇ ತನ್ನ ಪ್ರಪಂಚ ನಿರ್ಮಿಸಿಕೊಂಡಿದ್ದಳು. ಸದ್ಯಕ್ಕೆ ಒಂದೆರಡು ಲೈಬ್ರರಿಗಳಲ್ಲಿ ಮೆಂಬರು ಮಾತ್ರವಲ್ಲದೆ, ಅಲ್ಲಿ ಸಿಗದ ಕಾದಂಬರಿಗಳನ್ನು ಕೊಂಡು ಓದಿ ಕೋಣೆಯಲ್ಲಿ ಸಣ್ಣ ಲೈಬ್ರರಿಯನ್ನೇ ತೆರೆದಿಟ್ಟಿದ್ದಳು.

"ಅದೇನು ಹುಚ್ಚೋ! ಈ ಹುಡ್ಗೀಗೆ ಹಣದ ಬೆಲೇನೆ ಗೊತ್ತಿಲ್ಲ! ಕಣ್ಣಿಗೆ ಕಂಡ ಪುಸ್ತಕಗಳಿಗೆಲ್ಲ ದುಡ್ಡು ಸುರೀತಾಳೆ!" ಅನ್ನಪೂರ್ಣಮ್ಮನ ಗೊಣಗಾಟಕ್ಕೆ ಅವಳ ಮುಗುಳ್ನಗುವೇ ಉತ್ತರವಾಗುತ್ತಿತ್ತು. ಓದು ಅವಳ ಪ್ರಿಯವಾದ ಹವ್ಯಾಸ.

ವಿನೋದ ತಲೆಗೂದಲನ್ನು ಆಕರ್ಷಕವಾಗಿ ಸುತ್ತಿ ವಿಜಯಳನ್ನು ಎಬ್ಬಿಸಿಕೊಂಡು ಹೊರಗೆ ಹೊರಟಾಗ ಅನ್ನಪೂರ್ಣ ಧುಮುಗುಟ್ಟಿದ್ದರು.

"ಇನ್ನ ದುಡ್ಡಿಗೋಸ್ಕರ ಅವ್ಳಿಗೆ ಗಂಟುಬೀಳ್ತಾಳೆ. ಸ್ವಲ್ಪನಾದ್ರೂ ಮುಂದಾಲೋಚನೆ ಇಲ್ಲ. ಬರೀ ಸೀರೆಗಳ ಜೊತೆ ಜೀವನನಾ ಕಳೀಲಿ!" ಸುಜಯ ಕಾದಂಬರಿಯನ್ನು ಟೀಪಾಯಿ ಮೇಲಿಟ್ಟು ಎದ್ದು ತಾಯಿಯ ಕಡೆ ನಗೆ ಬೀರಿ ಹೊರಗೆ ನಡೆದಳು.

ಅಕ್ಕ, ತಂಗಿ ಕಾಂಪೌಂಡ್ ಮಗ್ಗುಲಿಗೆ ನಿಂತು ಮಾತಾಡುತ್ತಿದ್ದರು. ತಲೆ ಕೆರೆದುಕೊಳ್ಳುತ್ತ ಅತ್ತ ನಡೆದಳು.

"ಒಂದಿನ್ನೂರು ಸಾಕು. ಮುಂದಿನ್ತಿಂಗ್ಳು ಸಂಬ್ಳವಾದ ಕೂಡ್ಲೇ ಕೊಟ್ಟುಬಿಡ್ತೀನಿ." ವಿನೋದ ದುಂಬಾಲು ಬಿದ್ದಾಗ ವಿಜಯಳ ಕಣ್ಣಲ್ಲಿ ಗಾಂಭೀರ್ಯ ಇಣುಕಿತು. "ಪ್ಲೀಸ್ ನಂಗೆ ಬೇಕೇಬೇಕು ಹಣ. ಕಡ್ಮೆ ಕೊಟ್ರೆ.... ಅಣ್ಣ ಬೇಜಾರು ಮಾಡ್ಕೋತಾರೆ. ಹಾಲಿಗೆ ಸಾಲ್ದೂ.... ತರಕಾರಿಗೆ ಸಾಲ್ದೂಂತ ಅಮ್ಮ ಗೊಣಗಾಡೋದ್ನ ನಂಗೆ

ಕೇಳೋಕಾಗೋಲ್ಲ."

ಯೋಚಿಸುತ್ತ ನಿಂತ ವಿಜಯ ಗಂಭೀರವಾಗಿ ಹೇಳಿದಳು.

"ಇಷ್ಟೆಲ್ಲ ಯಾಕೆ ಪಾಡು ಪಡ್ಬೇಕೂ? ಆ ಸೀರೆಗಳ್ನ ವಾಪ್ಸು ಕೊಟ್ಬಿಡು."

ವಿನೋದ ಕಣ್ಣುಗಳು ಕಿರಿದಾದವು. ಆ ಸೀರೆಗಳ ಅಂಚು, ಒಡಲು, ಬಣ್ಣವೆಲ್ಲ ಅವಳ ಕಣ್ಮುಂದೆ ಹರಡಿಕೊಂಡಿತು. ಹಿಂದಕ್ಕೆ ಕೊಡಲು ಸುತರಾಂ ಅವಳ ಮನಸ್ಸು ಒಪ್ಪಲಿಲ್ಲ.

"ಏಯ್... ವಿಜೀ, ಅದ್ನ ಮಾತ್ರ ಹೇಳ್ಬೇಡ. ತುಂಬ ಚೆನ್ನಾಗಿದೆ, ಅಂಥ ಕಲರ್‌ಗಳು ಸಿಕ್ಕೋದೇ ಕಷ್ಟ. ನೀನೇ ಬೇಕಾದ್ರೆ ಎರಡು ಸೀರೆ ಇಟ್ಕೋ; ಆಸೆಯಾದಾಗ ಉಡ್ತೀನಿ." ವಿಜಯಳ ತುಟಿಯಂಚಿನಲ್ಲಿ ನಗು ಇಣುಕಿತು. ಸುಜಯ ಕೈಯಲ್ಲಿದ್ದ ಮುರಿದ ರೆಂಬೆಯನ್ನು ಅಷ್ಟು ದೂರಕ್ಕೆ ಎಸೆದಳು. ಇಂಥ ದೃಶ್ಯ ಅಪರೂಪವಲ್ಲ; ಸಾಲಕ್ಕೆ ಕೈ ಚಾಚುವುದು ಇದ್ದೇ ಇತ್ತು. ಎಷ್ಟೇ ಕೊಸರುಕೊಂಡರೂ ಕೊಡುವ ಅನಿವಾರ್ಯತೆ ವಿಜಯಗೆ ಇತ್ತು.

"ವಿಜೀ, ಇವ್ರು ಬಿಡೋಲ್ಲ ಕಣೆ. ಒಂದು ತರಹ ಜಿಗುಣೆ ಸ್ವಭಾವದವ್ರು!" ಸುಜಯ ನಿಲ್ಲದೆ ಅತ್ತ ಹೊರಟಾಗ ವಿನೋದಳ ಕಣ್ಣುಗಳು ಕೋಪದಿಂದ ಕೆಂಪಾದವು. "ಹೋಗ್ಲಿ ಬಿಡೇ...." ಅಷ್ಟು ದೂರ ಚಿಮ್ಮಿ ನಡೆದಾಗ ವಿಜಯಳ ಕೈ ಅವಳ ಭುಜದ ಮೇಲೆ ಬಿತ್ತು. ಇಂಥ ದೃಶ್ಯ ಅಪರೂಪವಲ್ಲ. ಸಾಲಕ್ಕೆ ಕೈ ಚಾಚುವುದು ಇದ್ದೇ ಇತ್ತು. ಎಷ್ಟೇ ಕೊಸರಿಕೊಂಡರೂ ಕೊಡುವ ಅನಿವಾರ್ಯತೆ ವಿಜಯಗೆ ಇತ್ತು.

"ಕೊಡ್ತೀನಿ ಬಿಡು. ಸದ್ಯಕ್ಕೆ ನಂಗೇನು ಸೀರೆಗಳು ಬೇಡ. ಪದೇಪದೇ ಇದೇ ಪುನರಾವರ್ತನೆಯಾಗೋದ್ಬೇಡ" ಮೃದುವಾಗಿ ಹೇಳಿದಾಗ ವಿನೋದಳಿಗೆ ತಲೆ ತಗ್ಗಿಸುವಂತಾಯಿತು. "ಸಾರಿ..." ಅಷ್ಟೇ.

ವಿಜಯ ಅವಳು ಹೋದತ್ತಲೇ ನೋಡಿದಳು. ತುಟಿಗಳ ಮೇಲೆ ಕಿರುನಗೆ ಅರಳಿತು. ಅವಳ ದುರ್ಬಲತೆಯ ಅರಿವು ವಿಜಯಳಿಗಿತ್ತು. ಭಾರವಾದ ಉಸಿರನ್ನು ದಬ್ಬಿದಳು.

ಕತ್ತಲು ಮುಸುಕತೊಡಗಿತು. ಬೀದಿಯ ದೀಪಗಳು ಹತ್ತಿಕೊಂಡವು. ಕಾಲೆಳೆಯುತ್ತ ಒಳಗೆ ನಡೆದಳು. ಆ ಕತ್ತಲು ಮುಸುಕಿದ ವರಾಂಡದಲ್ಲಿಯೇ ಕೂತು ದಿನಪತ್ರಿಕೆಯಲ್ಲಿ ಅಕ್ಷರಗಳನ್ನು ಹುಡುಕುವ ಸಾಹಸ ಮಾಡುತ್ತಿದ್ದರು ರಂಗಸ್ವಾಮಿಗಳು. ಸದ್ಯಕ್ಕೆ ಅವರ ಜಗತ್ತು ಪೇಪರ್‌ನಲ್ಲಿ ಹುದುಗಿಹೋಗಿತ್ತು.

ಲೈಟು ಹಾಕಿ ಒಳಗೆ ನಡೆದಳು. ಪುನಃ ಸುಜಯ ಅರ್ಧ ಮುಗಿಸಿದ ಕಾದಂಬರಿಯನ್ನು ಹಿಡಿದು ಕೂತಿದ್ದಳು. ಆಫೀಸಿನಿಂದ ಹಿಂದಿರುಗಿದವಳು ಮುಖ ಕೂಡ ತೊಳೆದ ಹಾಗೆ ಇರಲಿಲ್ಲ.

ಹರಡಿದ್ದ ಪತ್ರಿಕೆಗಳನ್ನು ವಿಜಯ ಒಂದೆಡೆ ಸೇರಿಸತೊಡಗಿದಾಗ ಸುಜಯ ಮುಖ ಮೇಲೆತ್ತಿದಳು. ಮುದ್ದಾದ ಮುಖದಲ್ಲಿದ್ದ ಕಣ್ಣುಗಳಲ್ಲಿ ವಯಸ್ಸಿಗೆ ಮೀರಿದ ಗಂಭೀರ ಭಾವವೆನಿಸಿತು. ತುಟಿಗಳಂಚಿನಲ್ಲಿ ಮಿನುಗುತ್ತಿದ್ದ ಮಾಸದ ಮುಗುಳ್ನಗು

ಆಕರ್ಷಕವೆನಿಸಿತು.

"ವಿಜೀ, ಹೇಗಾದ್ರೂ ಮಾಡಿ ವಿನೋದ ಸೀರೆ ಹುಚ್ಚು ಬಿಡ್ಸಬೇಕಲ್ಲ!" ಸುಜಯ ಹೇಳಿದಾಗ ವಿಜಯ ಹಗುರವಾಗಿ ನಕ್ಕುಬಿಟ್ಟಳು. "ಅವ್ಳ ಸೀರೆ ಹುಚ್ಚು, ನಿನ್ನ ಕಾದಂಬರಿಗಳ ಹುಚ್ಚು ಬಿಡ್ಸೋಕ್ಕಂತೂ ನಮ್ಮೈಲ್ಲಾಗೋಲ್ಲ. ಮುಂದೆ ಕಾದು..... ನೋಡ್ಬೇಕು" ಕೈ ಮೇಲೆತ್ತಿದಳು. ಸದ್ಯಕ್ಕೆ ದೇವರ ನೆರವು ಅಗತ್ತವಿತ್ತು.

ಒಂದುಕ್ಷಣ ಸುಜಯಳ ಕೆನ್ನೆಗಳು ಓಕುಳಿಯಲ್ಲಾಡಿದರೂ ಮರುಕ್ಷಣ ಬಿಳಿಚಿಕೊಂಡಿತು.

"ನಂಗೆ ಒಂದು ತರಹ ನಿರಾಸೆಯಾಗಿಬಿಟ್ಟಿದೆ!"

ತಕ್ಷಣ ವಿಜಯಳ ಮುಖದ ಮೇಲೆ ಆತಂಕದ ನೆರಳಾಡಿತು. ಗಂಟಲು ಹಿಡಿದಂತಾಯಿತು. ವಿನೋದ ಬಗ್ಗೆ ಕಟುವಾಗಿ ಮಾತನಾಡುತ್ತಿದ್ದಳೇ ವಿನಃ ಎಂದೂ ಸುಜಯಳ ಧ್ವನಿಯಲ್ಲಿ ಇಂತಹ ನಿರಾಶೆ ಇಣುಕಿರಲಿಲ್ಲ.

ರಂಗಸ್ವಾಮಿಗಳು ಒಳಗೆ ಬಂದವರೇ ಅಕ್ಕ-ತಂಗಿಯರ ನಡುವೆ ಕೂತರು. ಕನ್ನಡಕ ತೆಗೆದೊರೆಸಿ ಮತ್ತೆ ಹಾಕಿಕೊಂಡರು. ಗಂಟಲು ಸರಿಮಾಡಿಕೊಂಡರು. ಸುಜಯ ಕಾದಂಬರಿಯ ಪುಟಗಳಲ್ಲಿ ಮುಳುಗಿಹೋದರೇ, ವಿಜಯ ಕಿಟಕಿಯಿಂದ ಹೊರಗೆ ನೋಡತೊಡಗಿದಳು. ಇಬ್ಬರಿಗೂ ಮಾತನಾಡಲಿಷ್ಟವಿಲ್ಲವೆಂದು ಅರಿತವರೇ ಬಾಯಿಗೆ ಕೈ ಅಡ್ಡ ಇಟ್ಟು ಕೆಮ್ಮಿದರು.

ಸುಜಯ ಕಾದಂಬರಿಯಿಂದ ತಲೆಯೆತ್ತಲಿಲ್ಲ. ಮೊದಮೊದಲು ತಂದೆಯ ಧೋರಣೆ ಬಗ್ಗೆ ಗೌರವವಿದ್ದರೂ ಈಚೆಗೆ ಬೇಸರವಾಗಿ ಕಾಡತೊಡಗಿತ್ತು.

"ಲೇ ಪೂರ್ಣ, ಕಾಫಿ ಮಾಡ್ಕೊಂಡ್ಬಾ" ಕೂಗಿದಾಗ, ಸುಜಯ ವಾರೆಗಣ್ಣಿಂದ ತಂದೆಯ ಕಡೆ ನೋಡಿದವಳೇ ಎದ್ದು ಹೋದಳು. "ವಿಪರೀತ ಕಾಫಿ ಕುಡೀತೀರಣ್ಣ. ಸುಮ್ನೇ ಆರೋಗ್ಯ ಕೆಡುತ್ತೆ; ಸ್ವಲ್ಪ ಕಮ್ಮಿ ಮಾಡಿ" ವಿಜಯ ಕೆಳಸ್ವರದಲ್ಲಿ ಹೇಳಿದಾಗ, ಛಾವಣಿ ಹಾರುವಂತೆ ನಕ್ಕರು. ತಮ್ಮ ದೃಢ ಆರೋಗ್ಯದ ಬಗ್ಗೆ ಅವರಿಗೆ ಅಪರಿಮಿತವಾದ ವಿಶ್ವಾಸ.

"ನಾನಂತೂ ಏನೂ ಕಮ್ಮಿ ಮಾಡೋಲ್ಲ. ಈಗ್ಲೂ ಯುವಕರ್ನ ನಾಚಿಸೋಂಥ ದೇಹದಾರ್ಢ್ಯ ನಂಗಿದೆ!" ಎದೆಯ ಮೇಲೆ ಕೈಯಿಟ್ಟು ಕೇಳಿದಾಗ ವಿಜಯ ಎದ್ದು ಬಂದು ಹೊರಗೆ ನಿಂತಳು.

ತಂಗಾಳಿಗೆ ಮುಖವೊಡ್ಡಿದಾಗ ಹಾಯೆನಿಸಿತು. ತೀರಾ ಮೃದುವಾಗಿದ್ದ ವಿನೋದ, ಸುಜಯ ಕೂಡ ಈಚೆಗೆ ಕಠಿಣಮನಸ್ಕರಾಗಿದ್ದರು. ಸೇಡು ತೀರಿಸಿಕೊಳ್ಳುವಂತೆ ಮಾತನಾಡುತ್ತಿದ್ದರು.

"ನಾನಂತೂ ಗಂಡುಗಳ್ನ ಹುಡುಕೋಕೆ ಹೋಗೋಲ್ಲ. ಕೈಲಾದ ವಿದ್ಯಾಭ್ಯಾಸ ಕೊಡ್ಸಿದೀವಿ. ಸ್ವತಂತ್ರವಾಗಿ ದುಡಿದು ತಿನ್ಲೀ. ಹೊರ್ಗೇ ಓಡಾಡೋವಾಗ ಸರಿಯಾದವ್ರು ಸಿಕ್ರೆ ಮದ್ವೆಯಾಗ್ಲಿ. ಇಲ್ಲಿದ್ರೆ ಆರಾಮವಾಗಿ ಇರಲಿ!" ಇದನ್ನು ಸ್ಪಷ್ಟವಾಗಿಯೇ ರಂಗಸ್ವಾಮಿಯವರು ಹತ್ತಾರು ಬಾರಿ ಹೇಳಿದ್ದರು. ಹಾಗೆಯೇ ನಡೆದುಕೊಳ್ಳುತ್ತಿದ್ದರು.

ಇಂದು ಬೇಸರದಿಂದ ಅವಳ ತಲೆ ಸಿಡಿಯತೊಡಗಿತು. ವಿನೋದ ಈಚೆಗೆ ಹಂಗಿಸಿ ಮಾತನಾಡುತ್ತಿದ್ದರೂ ಮನಸ್ಸಿಗೆ ಹಚ್ಚಿಕೊಳ್ಳದಂತೆ ಆರಾಮಾಗಿದ್ದರು. ಅದು ಅವರ ಜವಾಬ್ದಾರಿಗಳನ್ನು ತಲೆಯ ಮೇಲೆ ಹಾಕಿಕೊಂಡು ಪರದಾಡುವುದು ಬೇಕಿರಲಿಲ್ಲ. ಆಗಾಗ ಇದಕ್ಕಾಗಿ ಘರ್ಷಣೆಗಳು. ಹೆಣ್ಣುಮಕ್ಕಳು ಉರಿದುಬೀಳುತ್ತಿದ್ದರು ತಂದೆಯ ಮೇಲೆ.

"ನೋಡಿ, ಒಂದು ಜಾತ್ಕ ಬಂದಿದೆ, ಸ್ವಲ್ಪ ಚುರುಕಾಗಿ ಓಡಾಡಿ ಮಗುಮ್ಮಾಗಿ ಕೂತ್ರೆ... ಹೆಣ್ಣುಮಕ್ಳಿಗೆ ಮದ್ವೆ ಆಗುತ್ತಾ!" ತಾಯಿಯ ದೃಢವಿಲ್ಲದ ತೆಳುಸ್ವರ ಕಿವಿಗೆ ಬಿದ್ದಾಗ ವಿಜಯ ಒಳಗೆ ಬಂದಳು.

ಸಾಧಾರಣಕ್ಕೆ ತುಟಿ ಬಿಚ್ಚಿದವಳು ಇಂದು ನಾಲ್ಕು ಮಾತುಗಳನ್ನು ಆಡಬೇಕೆನಿಸಿ ಅಲ್ಲಿಯೇ ಕೂತಳು.

"ನನ್ನ ಸ್ವಭಾವ ನಿಂಗೆ ಗೊತ್ತಲ್ಲ ಪೂರ್ಣ. ನಾನು ಅವರಿವ್ರ ಮನೆ ಹೊಸಲು ತುಳಿಯೋಲ್ಲ. ಗಂಡುಮಕ್ಕು ತರಹ ವಿದ್ಯೆ ಕೊಡ್ಸಿದ್ದೀನಿ. ಅದೃಷ್ಟವಿದ್ರೆ ಮದ್ವೆಯಾಗ್ಲಿ... ಇಲ್ದಿದ್ರೆ ಆರಾಮವಾಗಿ ಇದ್ಕೊಳ್ಳಿ. ಗಂಡ, ಮಕ್ಳುಮರಿ ಅಂತ ತಾಪತ್ರಯ ಹೊತ್ಕೊಂಡ್ ಜೀವನ ಪೂರ್ತ ಅಳೋ ಬದ್ಲು.... ಹೀಗೇ ಇದ್ಕೊಳ್ಳಿ."

ವಾರೆಗಣ್ಣಿಂದ ವಿಜಯ ತಂದೆಯ ಕಡೆ ನೋಡಿದಳು. ಕೆಳತುಟಿಯನ್ನು ಹಲ್ಲಿನಡಿ ಕಚ್ಚಿ ಯೋಚಿಸತೊಡಗಿದಳು. ಇದು ಸರಿಯಲ್ಲವೆನಿಸಿತು.

"ಅಣ್ಣಾ, ನಿಮ್ಮ ಧೋರಣೆ ಬದ್ಲಿಸಿಕೊಳ್ಳೋದು ಒಳ್ಳೇದು. ಹೇಗೂ ಜಾತ್ಕ ಬಂದಿದೆ ಅಂತ ಅಮ್ಮ ಹೇಳ್ತಾ ಇದ್ದಾರೆ. ಸ್ವಲ್ಪ ವಿಚಾರ್ಸಿ."

ರಂಗಸ್ವಾಮಿಗಳು ದಿಗ್ಭ್ರಮೆಗೊಂಡರು. ಅವರು ಚೇತರಿಸಿಕೊಳ್ಳಲು ಕ್ಷಣಗಳೇ ಬೇಕಾಯಿತು.

"ಹಾಗೇ ಅಲ್ಲಮ್ಮ.... ಗಂಡು ಹೆತ್ತೋರ ಬಾಗ್ಲಿಗೆ ಹೋದ್ರೆ ಅವ್ರಿಗೆ ಕೊಬ್ಬು ಜಾಸ್ತಿ. ವರದಕ್ಷಿಣೆ, ವರೋಪಚಾರ ಅಂತ ನೂರೆಂಟು ಕಂಡೀಷನ್ ಹಾಕ್ತಾರೆ. ವಿದ್ಯೆ ಇದೆ, ರೂಪ ಇದೆ, ಬೇಕಾದ್ರೆ ನಮ್ಮ ಬಾಗ್ಲಿಗೇ ಬರ್ಲಿ!" ದೃಢ ಸ್ವರದಲ್ಲಿ ಹೇಳಿದರು. 'ಭೇಷ್' ಎನಿಸಿತು.

ಅವಳಿಗೆ ಅಳಬೇಕೋ ನಗಬೇಕೋ ಅರ್ಥವಾಗಲಿಲ್ಲ. ಜೀವನವನ್ನು ಅರ್ಥೈಸಿಕೊಳ್ಳುವುದೇ ಅವಳಿಗೆ ಕಷ್ಟವೆನಿಸಿತು. ಬಲವಂತವಾಗಿ ಉಗುಳು ನುಂಗಿ ತಾಯಿಯ ಪ್ರತಿಕ್ರಿಯೆಗಾಗಿ ಕಾದಳು.

"ಅದೇ ಹಳೇ ರಾಗ. ಇದ್ವರ್ಗೂ.... ಒಬ್ಬರಾದ್ರೂ ಬರ್ಲಿಲ್ಲ. ಈಗೆಲ್ಲ ಕಾಯೋದ್ರಲ್ಲಿ ಅರ್ಥವಿಲ್ಲ. ಮೊದ್ಲು... ವಿಚಾರ್ಸಿ. ನೀವು ಹೀಗೇ ದಿನಗಳ್ನ ತಳ್ತಾಯಿದ್ರೆ ಅವ್ರುಗಳು ಮುದ್ಕಿಯರಾಗಿ ಬಿಡ್ತಾರೆ" ಸಮಾಧಾನವಾಗಿ ಹೇಳಿದಾಗ ವಿಜಯಳ ಹುಬ್ಬೇರಿತು.

"ಮದ್ವೆಯಾದ್ರೆ.... ವಯಸ್ಸಾಗೋಲ್ವ! ಹಾಯಾಗಿದ್ದರೆ ಬಿಡು" ಮುಕ್ತಾಯ ಹಂತಕ್ಕೆ ಮಾತನ್ನ ರಂಗಸ್ವಾಮಿ ಒಯ್ದಾಗ ವಿಜಯ ಪೆಚ್ಚಾದಳು. "ಅಮ್ಮ ಹೇಳ್ದಂಗೆ ಮೊದ್ಲು ವಿಚಾರ್ಸಿ – ಆಮೇಲೆ ಮುಂದಿನದು ಯೋಚ್ಸೋಣ."

"ಅವ್ರು ಕೇಳೋ ವರದಕ್ಷಿಣೆ ನಿಮ್ಮಮ್ಮ ಸುರೀತಾಳ? ಹೆತ್ತಳು ಮೂರು ಹೆಣ್ಣು...." ವ್ಯಂಗ್ಯವಾಗಿ ಇರಿದು ಕೈಕೊಡವಿ ಎದ್ದಾಗ ವಿಜಯ ಕೂತಲ್ಲಿಯೇ ಕಲ್ಲಾದಳು. ಇಂಥ ಕುಟುಕು ಮಾತು ಸದಾ ಇದ್ದೇ ಇರುತ್ತಿತ್ತು.

ಅವಳ ಕಣ್ಣುಗಳು ಕಿರಿದಾಗಿ ಹುಬ್ಬುಗಳು ಸಂಕುಚಿಸಿದವು. ಸ್ವತಂತ್ರ ಬದುಕು, ಹೆಣ್ಣಿನ ವಿದ್ಯಾಭ್ಯಾಸ ಪ್ರೋತ್ಸಾಹಿಸುವ ತಂದೆಯ ಮನಸ್ಸನ್ನು ಇಂದು ಸ್ಪಷ್ಟವಾಗಿ ಅರಿತಂತಾಗಿತ್ತು. ವಿಭಿನ್ನವಾದ ಯೋಚನೆ ಅವರದು ಸಾಧ್ಯವೇ?

ಉಗುರಿಗೆ ಹಚ್ಚಿದ ಬಣ್ಣವನ್ನೇ ನೋಡಿದಳು.

ಅಂದು ರಾತ್ರಿ ಅವಳಿಗೆ ಊಟ ಸೇರಲಿಲ್ಲ. ಎಂದಿಗಿಂತ ಬೇಗ ಮಲಗಿಬಿಟ್ಟಳು. ಅಷ್ಟೋ ಇಷ್ಟೋ ಮನೆಗೆಲಸದಲ್ಲಿ ಸಹಾಯ ಮಾಡುತ್ತಿದ್ದ ಮಗಳು ಮಲಗಿದಾಗ ಅನ್ನಪೂರ್ಣಮ್ಮ ಸಿಡಿಮಿಡಿಗುಟ್ಟಿದರು.

ಊಟ ಮಾಡಿದ ತಟ್ಟೆ ಎತ್ತಿಕೊಂಡು ಹೋಗುತ್ತಿದ್ದ ವಿನೋದ ನಿಂತು ಹೇಳಿದಳು.

"ಈ ತಿಂಗ್ಳಿನಿಂದ ನಾವು ಉಳ್ಸಿದ್ದನ್ನು ಬ್ಯಾಂಕ್‌ಗೆ ಹಾಕ್ಕೋತೀವಿ. ಸುಮ್ನೇ ಇನ್ಮೇಲೆ ಆ ತರಲೆ ಹಚ್ಚಿಕೊಳ್ಳೋದೇನೂ ಬೇಡಾಂತ ಅಣ್ಣನಿಗೆ ಹೇಳ್ಬಿಡು."

ಅವಳ ಸ್ವರದಲ್ಲಿ ದೃಢತೆಗೆ ಬೆಚ್ಚಿದರು. ಆಕಾಶವೇ ಕಳಚಿ ತಲೆಯ ಮೇಲೆ ಬಿದ್ದವರಂತೆ ಕುಸಿದು ಕೂತರು.

ಬರೀ ಉಪ್ಪಿನ ಕಾಯಿಯನ್ನು ಬೆರಳಿನಲ್ಲಿ ಅದ್ದಿ ನೆಕ್ಕುತ್ತಿದ್ದ ಸುಜಯ ವಾರೆಗಣ್ಣಿನಿಂದ ತಾಯಿಯ ಕಡೆ ನೋಡಿದಳು. ಅರ್ಥವಾಗದ ತೊಳಲಾಟದಲ್ಲಿ ಮುಳುಗಿದಂತೆ ಕಂಡರು.

"ನೋಡಿದ್ಯಾ ಹೆತ್ತ ತಾಯ್ತಂದೆ ಬಗ್ಗೆ ಸ್ವಲ್ಪವಾದ್ರೂ ಗೌರವ ಬೇಡ್ವಾ! ಅವ್ಳ ಹಣಾನ ಅವ್ಳೇ ಬ್ಯಾಂಕ್‌ಗೆ ಹಾಕ್ಕೋತಾಳಂತೆ. ನಾವು ಇನ್ಯಾಕೆ ಇರ್ಬೇಕೂ ಮಣ್ಣು ಹೊಯ್ದುಕೊಳ್ಳೋಕೆ!" ಹುಳಿ ಪಾತ್ರೆಗೆ ಸೌಟು ಕುಕ್ಕಿದಾಗ ಅಷ್ಟು ದೂರಕ್ಕೆ ಸಿಡಿಯಿತು. ಉಳಿದ ಮಜ್ಜಿಗೆ ಅನ್ನವನ್ನ ಒಂದೇ ತುತ್ತಿಗೆ ತಿಂದ ಸುಜಯ ತಟ್ಟೆ ಎತ್ತಿಕೊಂಡು ನಡೆದಳು.

ಕೋಣೆಗೆ ಬಂದಾಗ ವಿನೋದ ಅಂಗಾತವಾಗಿ ಮಲಗಿ ಯೋಚಿಸುತ್ತಿದ್ದಳು. ಕೆಲಸಕ್ಕೆ ಸೇರಿದಾಗ ಇಡೀ ಸಂಬಳವನ್ನ ತಂದೆಯ ಮುಂದಿಟ್ಟು ವಿಧೇಯ ವಿದ್ಯಾರ್ಥಿಯಂತೆ ನಿಲ್ಲುತ್ತಿದ್ದಳು. ಅವರು ಕೈಯೆತ್ತಿ ಕೊಟ್ಟಿದ್ದನ್ನ ಖರ್ಚಿಗೆ ಉಪಯೋಗಿಸುತ್ತಿದ್ದಳು. ಒಂದೆರಡು ವರ್ಷದ ನಂತರವೇ ಅವಳ ಉಡುಪಿನ ಖಯಾಲಿ ಶುರುವಾದದ್ದು. ಅವಳು ಸೀರೆ ತೆಗೆದಾಗಲೆಲ್ಲ ಮನೆಗೆ ಕೊಡೋ ಹಣದಲ್ಲಿ ಖೋತಾ ಆಗುತ್ತಿತ್ತು.

ತಾಯಿಯ ಒದರಾಟ, ತಂದೆಯ ಬೇಸರಕ್ಕೆ ಮೀರಿ ಬೆಳೆದುನಿಂತಿತ್ತು. ಅವಳ ಆಸೆ ಮೊದಮೊದಲು ತಂದೆ ತಮಗೊಂದು ಗಂಡು ಹುಡುಕಿ ಮದುವೆ ಮಾಡಬಹುದೆಂಬ ಆಸೆಯಿದ್ದರೂ ಈಚೆಗೆ ಅವಳನ್ನ ಗಾಢವಾದ ನಿರಾಶೆ ಮುಸುಕಿಬಿಟ್ಟಿತ್ತು.

ತಲೆ ತಿರುಗಿಸಿ ನೋಡಿದ ವಿನೋದ ಬೇಸರದಿಂದ ಹೇಳಿದಳು.

"ಇನ್ನ ಕಾದಂಬರಿ ಹಿಡ್ದು ಕೂತುಬಿಡ್ಬೇಡ. ಲೈಟು ಆರ್‍ಸು, ನಿದ್ರೆ ಬರ್‍ತಾ ಇದೆ" ಹೊದಿಕೆಯನ್ನು ಎದೆಯವರೆಗೂ ಎಳೆದುಕೊಂಡಳು.

"ಅಮ್ಮ ಸುಮ್ನೇ ಬೇಜಾರು ಮಾಡ್ಕೊಂಡ್ಳು. ನಂಗೆ ಕತೆ, ಕಾದಂಬರಿ, ನಿಂಗೆ ಸೀರೆಗಳು ಇಷ್ಟೇ ನಮ್ಮ ಜೀವನ ಅಂತ ತಿಳ್ಕೊಂಡ್, ಉಳ್ದ ಹಣಾನ ಅವ್ರ ಕೈಗೆ ಕೊಟ್ಟುಬಿಡೋಣ!" ಅವಳ ಸ್ವರದಲ್ಲಿ ಸೋಲು ಇಣುಕಿದಾಗ ವಿನೋದ ಇವಳತ್ತ ಬೆನ್ನು ಹಾಕಿ ಮಲಗಿದಳು.

* * *

ರಂಗಸ್ವಾಮಿಗಳಿಗೆ ಮೂರು ಹೆಣ್ಣೇ ಆದಾಗ ಬಂಧುಗಳಲ್ಲದೇ ನೆರೆಹೊರೆಯವರೂ ಕೂಡಾ ಸಹಾನುಭೂತಿಯ ಮಾತುಗಳನ್ನಾಡಿದರು. ಚಾಲಾಕಿನ ಮನುಷ್ಯ. ತಲೆ ಕೆಡಿಸಿಕೊಳ್ಳಲು ಹೋಗಲಿಲ್ಲ. ಅವರ ಅದೃಷ್ಟಕ್ಕೆ ಮಕ್ಕಳು ಬುದ್ಧಿವಂತರಾಗಿದ್ದರು. ಅವರ ಓದಿನ ಬಗ್ಗೆ ತಲೆ ಕೆಡಿಸಿಕೊಳ್ಳಬೇಕಿರಲಿಲ್ಲ. ಎದೆಯುಬ್ಬಿಸಿಯೇ ಓಡಾಡಿದ್ದರು.

ಕೆಲಸದ ಬೇಟೆ ನಡೆಸಿದಾಗಲೂ ತಮಗೆ ಸಂಬಂಧಪಟ್ಟ ವಿಷಯವೇ ಅಲ್ಲವೆನ್ನುವಂತೆ ಆರಾಮವಾಗಿದ್ದರು. ಅವರುಗಳಿಗೆ ಕೆಲಸ ಸಿಕ್ಕುವ ವೇಳೆಗೆ ವಿಶ್ರಾಂತಿವೇತನ ಪಡೆದು ಮನೆಯಲ್ಲಿ ಕೂತರು. ಬಂದ ಹಣದಲ್ಲಿ ಅರ್ಧ ಭಾಗ ಸಾಲಗಾರರಿಗೆ ಹೋಯಿತು. ಮಕ್ಕಳ ಮದುವೆಯ ಯೋಚನೆಯನ್ನೇ ಮಾಡದೆ ಹೆಂಡತಿಗೆ ಸರ, ಬಳೆ ಮಾಡಿಸಿ ನಿಶ್ಚಿಂತೆಯಾಗಿದ್ದುಬಿಟ್ಟರು. ಇಡೀ ರಾತ್ರಿ ಪೂರ್ತ ಅಕ್ಕತಂಗಿಯರು ಯೋಚಿಸುತ್ತಲೇ ಕಳೆದರು. ಆಲೋಚನೆಯ ದಿಕ್ಕುಗಳು ಬೇರೆಯಾಗಿದ್ದರೂ ವಿಷಯ ಒಂದೇ ಆಗಿತ್ತು. ತಾಯಿತಂದೆಯರ ಮೇಲಿನ ಅಕ್ಕರೆ ಪ್ರೀತಿಯ ಮಧ್ಯೆ ಉದಾಸೀನತೆ ಇಣುಕತೊಡಗಿತು. ಇದು ಎಲ್ಲಿಗೆ ಮುಟ್ಟಬಹುದು?

* * *

"ವಿಜೀ, ನಿನ್ನ ಸೀರೆ ಉಟ್ಕೊಂಡು ಹೋಗ್ತಿನಿ" ತಲೆ ಕೂದಲಿಗೆ ಎಣ್ಣೆ ಸವರುತ್ತಿದ್ದ ವಿಜಯಳ ತುಟಿಗಳ ಮೇಲೆ ಕಿರುನಗೆ ಇಣುಕಿತು. ಕತ್ತು ತಿರುಗಿಸಿ ವಿನೋದಳತ್ತ ನೋಡಿದಳು. "ಯಾರು ಬೇಡಾ ಅಂದಿದ್ದು!"

ವಿನೋದ ಹುಬ್ಬೆತ್ತಿ ತಂಗಿಯ ಕಡೆ ನೋಡಿದಳು. ಸೊಂಪುಗೂದಲು ಅಲೆಅಲೆಯಾಗಿ ಹೆಗಲ ಮೇಲಿನಿಂದ ಇಳಿಬಿದ್ದಿತ್ತು. ಮುದ್ದಾಗಿ ಕಂಡಳು. ತನಗಿಂತ ಸ್ವಭಾವದಲ್ಲಿ ಭಿನ್ನವೆಂದು ಕೊಂಡಳು.

"ಅಮ್ಮ, ನಿನ್ಹತ್ರ ಏನಾದ್ರೂ ಹೇಳಿದ್ಲಾ? ಮನೆ ದಳ್ಳಾಳಿಯತ್ರ ಮಾತಾಡ್ತಾ ಇದ್ರು ಅಣ್ಣ. ಸದ್ಯಕ್ಕೆ ಮನೆ ಖರೀದಿಸುವ ಯೋಚ್ನೆ ಅವ್ರಿಗೆ." ಅರ್ಥಗರ್ಭಿತವಾಗಿ ವಿನೋದ ಹೇಳಿದಾಗ ಅವಳ ಕಣ್ಣುರೆಪ್ಪೆಗಳು ನಿಶ್ಚಲವಾಗಿ ನಿಂತವು.

"ನಾಲ್ಕು ದಿನದ ಹಿಂದೆ ಅಣ್ಣ ಸುಜೀಗೆ ಸಾಲಕ್ಕೆ ಬರ್‍ದುಕೊಳ್ಳಲು ತಿಳ್ಸಿದ್ರಂತೆ" ವಿನೋದ ಮೆಲುಧ್ವನಿಯಲ್ಲಿ ಉಸುರಿದಾಗ ವಿಜಯ ಭಾರವಾದ ಉಸಿರನ್ನು ಹೊರಗೆ ದಬ್ಬಿದಳು. "ನಂಗೇನು... ಅರ್ಥವಾಗೋಲ್ಲ!" ಕೈಯೆತ್ತಿದಳು.

ಮೌನವಾಗಿ ನಿಂತ ವಿನೋದಳ ಮುಖದ ಮೇಲೆ ವೇದನೆಯ ನೆರಳಾಡಿದಾಗ ಅವಳೆದೆಗೆ ಚೂರಿ ಹಾಕಿದಂತಾಯಿತು. ಚೆಲುವೆ ವಿನೋದಳನ್ನು ಮೆಚ್ಚಿ ತಂದುಕೊಳ್ಳ ಇಚ್ಛಿಸಿದವರನ್ನು ಮುಖಭಂಗಿತರನ್ನಾಗಿ ಮಾಡಿ ಕಳುಹಿಸಿದ್ದರು ರಂಗಸ್ವಾಮಿಗಳು.

"ಅರ್ಥವಾಗ್ದೇ ಇರೋಕೆ ಏನಿದೆ? ಆರಾಮವಾಗಿ ಹೆಣ್ಣುಮಕ್ಳು ಕೈಯಲ್ಲಿ ದುಡ್ಸಿಕೊಂಡು... ಸುಖವಾಗಿರೋದ್ನ ಕಲಿತಿದ್ದಾರೆ!" ಅವಳ ಸ್ವರದಲ್ಲಿ ಕಠಿಣತೆ ಮಿನುಗಿದಾಗ ವಿಜಯ ಬೆಚ್ಚಿದಳು.

ಗೋಡೆಯಲ್ಲಿನ ಗಡಿಯಾರ ಎಂಟು ಬಡಿದಾಗ ವಿನೋದ ಸೀರೆ ಹಿಡಿದು ಓಡಿದಳು. ಹತ್ತು ಗಂಟೆಯ ವೇಳೆಗೆ ಅವಳು ಆಫೀಸಿನಲ್ಲಿರಬೇಕು.

ನವಿರಾಗಿ ಬಾಚಿ ಒಂದು ಜಡೆ ಹೆಣೆದ ವಿಜಯ ಮುಖಾಲಂಕಾರ ಮುಗಿಸಿ ಪರ್ಸ್ ತೆಗೆದು ನೋಡಿದಳು. ಬರೀ ಇಪ್ಪತ್ತು ರೂಪಾಯಿ ಇತ್ತು. ಈ ತಿಂಗಳು ವಿಜಯ ಐವತ್ತು ರೂಪಾಯಿ ಇಸಿದುಕೊಂಡಿದ್ದಳು. ವಿನೋದ ಐದು ಹತ್ತು ತೆಗೆದಿದ್ದಳು.

ಪರ್ಸ್‌ನ ಜಿಪ್ ಎಳೆದು ಒಂದೆಡೆ ಇಟ್ಟು ಅಡುಗೆಯ ಮನೆಗೆ ಓಡಿದಳು. ಆಗಲೇ ತಟ್ಟೆ ಹಾಕಿತ್ತು. ಉಪ್ಪು, ಉಪ್ಪಿನಕಾಯಿ ಬಡಿಸಿಕೊಂಡು ಕೂತೇಬಿಟ್ಟಳು.

"ಇನ್ನೂ ತಿಂಡಿ ಆಗಿಲ್ವಲ್ಲ!" ತಾಯಿಯ ಸ್ವರದಲ್ಲಿ ಬೇಸರ ಇಣುಕಿದಾಗ ಮುಖವೆತ್ತಿದಳು. "ಪರ್ವಾಗಿಲ್ಲ, ಹೊಟ್ಟೆಯಲ್ಲಿ ಏನಾದ್ರೂ ಇದ್ರೆ ಆಯ್ತು!"

ಬಿಸಿ ಸಾರಿನಲ್ಲಿ ಸೇರಿದಷ್ಟು ಊಟ ಮಾಡಿ ತಟ್ಟೆ ಎತ್ತಿಕೊಳ್ಳುವ ವೇಳೆಗೆ ವಿನೋದ ಬಂದಳು. ಅವಳು ಊಟ ಮಾಡಿ ಡಬ್ಬಿಗೆ ತಿಂಡಿ ತುಂಬಿಸಿಕೊಂಡು ಹೋಗುತ್ತಿದ್ದಳು. ಸುಜಯ ಹತ್ತೂವರೆಗೆ ಆರಾಮಾಗಿ ಊಟ ಮುಗಿಸಿ ನಡೆದುಕೊಂಡೇ ಹೋಗುತ್ತಿದ್ದಳು ಹತ್ತಿರದ ಕಾಲೇಜಿಗೆ. ಅಲ್ಲಿ ಅವಳು ಕ್ಲರ್ಕ್ ಕಂ–ಟೈಪಿಸ್ಟ್. ಇವರುಗಳಷ್ಟು ಟೆನ್ಸನ್‌ನಿಂದ ಅವಳು ಕೆಲಸ ಮಾಡಬೇಕಾದ ಅಗತ್ಯವಿರಲಿಲ್ಲ.

ವಿಜಯ ಹೊರಬಾಗಿಲಿಗೆ ಬಂದಾಗ ಸುಜಯ ಕಾಂಪೌಂಡ್ ಗೋಡೆಗೊರಗಿ ಕಾದಂಬರಿಯಲ್ಲಿ ಮಗ್ನಳಾಗಿದ್ದಳು.

"ಸುಜೀ, ಅಮ್ಮನಿಗೊಂದಿಷ್ಟು ಹೆಲ್ಪ್ ಮಾಡು. ಸುಮ್ನೇ ಒಬ್ರೇ ಒದ್ದಾಡ್ತಾರೆ!" ಮೆಲ್ಲಗೆ ಮುಖ ಮೇಲೆತ್ತಿ ನೇರವಾಗಿ ದಿಟ್ಟಿಸಿದಳು. "ಹೇಗೂ ಮೂರು ಮಂದಿ ಸಂಪಾದಿಸ್ತೀವಿ ಒಬ್ಬ ಅಡ್ಗೆಯವ್ಳನ್ನ ಇಟ್ಕೊಳ್ಳಿ. ಲಕ್ಷಗಳ ಮನೆಯ ತಾಪತ್ರಯವೇಕೆ?" ವಿಜಯಳ ಕಣ್ಣುಗಳು ಕಿರಿದಾದವು.

ಮನೆಕೊಳ್ಳುವ ವಿಚಾರವೇನು ಅವಳಿಗೆ ಗೊತ್ತಿಲ್ಲ. ಕೂದಲು ಕೊಡವಿಕೊಳ್ಳುತ್ತ ಒಳಗೆ ನಡೆದಳು. ಇವರುಗಳ ಪ್ರತಿಭಟನೆಗೆ ಇದೊಂದು ಕಾರಣವಿರಬೇಕೆಂದುಕೊಂಡಳು.

ಎರಡು ದಿನದಿಂದ ಕೆಲಸದವಳು ಬಂದಿರಲಿಲ್ಲ. ನೆನಸಿಟ್ಟ ಬಟ್ಟೆಗಳು ಹಾಗೆಯೇ ಇದ್ದವು. ಆತುರಾತುರವಾಗಿ ಒಗೆದು ಹರವಿದಾಗ ಬೆಳಗಿನ ಚುರುಕು ಬಿಸಿಲಿಗೆ ಅವಳ ಮುಖ ಬೆವರಿಟ್ಟಿತು. ಒದ್ದೆ ಕೈನಿಂದ ಮುಖ ಸವರಿಕೊಂಡಳು.

ತಟ್ಟೆ ತಗೊಂಡು ಬಂದ ವಿನೋದ ರೇಗಿದಳು.

"ಅಮ್ಮ ಯಾರ ಕೈಯಲ್ಲಾದ್ರೂ ಒಗಿಸ್ತಾ ರೇಗಿದಳು.

ಸಣ್ಣಗೆ ನಕ್ಕು ಕೈ ಕೊಡವಿಕೊಳ್ಳುತ್ತ ಒಳನಡೆದಳು. ಮತ್ತೆ ಮುಖಕ್ಕೆ ಸೋಪು ಹಚ್ಚಿ ತೊಳೆದು ಉಡುಪು ಬದಲಾಯಿಸಿ ಹೊರಗೆ ಬಂದಿದ್ದು.

ದಸ್ತಗೀರ್ ಸಾಹೇಬರ ಮುಖ ಎದುರು ಬಂದು ನಿಂತಿತು. ಐವತ್ತ ಐದರಲ್ಲೂ ಎಂತಹ ಉತ್ಸಾಹಿ, ಸಂಭಾವಿತ ಮನುಷ್ಯ. ಸ್ಟೆನೋಯಿಂದ ಆಪ್ತ ಕಾರ್ಯದರ್ಶಿ ಪಟ್ಟಕ್ಕೆ ನೆಗೆದಾಗ ಅವಳ ಜೀವ ಹಾರಿಹೋದಂತಾಗಿತ್ತು. ಧೈರ್ಯ ತುಂಬಿ, ರೀತಿನೀತಿಗಳ ಪರಿಚಯ ಮಾಡಿಕೊಡುವುದಲ್ಲದೆ ಆ ಹುದ್ದೆಯ ಮಹತ್ವವನ್ನು ತಿಳಿಸಿ ಹೇಳಿದ್ದಳು.

"ನೀನೇನು ಹೆದರ್ಬೇಡ ವಿಜಯ! ನಿನ್ನ ಬಗ್ಗೆ ನಮಗೆ ನಂಬಿಕೆ ಇದೆ" ಆತ್ಮವಿಶ್ವಾಸ ತುಂಬಿದ್ದರು.

ಮೊದಮೊದಲು ಉಸಿರು ಹಿಡಿದಂತಾದರೂ ಈಚೆಗೆ ಕೆಲಸದ ರೀತಿನೀತಿಗಳನ್ನು ಅಭ್ಯಾಸ ಮಾಡಿಕೊಂಡಿದ್ದಳು. ಬೇಸರ ಇಣುಕದ ಮುಖ ಸದಾ ನಗುವಿನಲ್ಲಿ ಅದ್ದಿದಂತಿತ್ತು. ಚಟುವಟಿಕೆಯ ಕೇಂದ್ರವಾಗಿದ್ದಳು.

ಈಚೆಗೆ ಕೆಲವು ಸೌಲಭ್ಯಗಳು ಲಭ್ಯವಾಗಿದ್ದವು. ಸಂಜೆ ಹೊತ್ತು ಮೀರಿದಾಗ ಆಫೀಸ್ ಕಾರಿನಲ್ಲಿ ಮನೆಗೆ ಬಿಡುತ್ತಿದ್ದರು. ಕೆಲವೊಮ್ಮೆ ಬೆಳಗಿನ ಹೊತ್ತು ಕರೆದೊಯ್ಯಲು ಕಾರು ಬರುತ್ತಿತ್ತು. ಆಫೀಸಿನಲ್ಲಿ ಅವಳಿಗೆ ವಿಶೇಷ ಮನ್ನಣೆ ಸಿಗುತ್ತಿತ್ತು. ಅವರುಗಳ ಅಹವಾಲು ತಲೆ ಚಿಟ್ಟೆನ್ನಿಸಿಬಿಡುತ್ತಿತ್ತು.

ಇಂದು ವಿನೋದ ಜೊತೆಯಲ್ಲಿಯೇ ಬಸ್‌ಸ್ಟಾಪ್‌ನತ್ತ ಹೆಜ್ಜೆ ಹಾಕಿದಳು. ವಿನೋದ ದಾರಿಯುದ್ದಕ್ಕೂ ಚಿಟಗುಟ್ಟಿದಾಗ ಮೌನ ಅವಳದಾಗಿತ್ತು.

"ನಾನಂತೂ ಇನ್ಮೇಲೆ ಮನೆ ಖರ್ಚಿನ ಹಣ ಬಿಟ್ಟು ಇನ್ನೊಂದು ನಯಾ ಪೈಸೆನೂ ಕೊಡೋಲ್ಲ. ಉಳ್ದ ಹಣ ಬ್ಯಾಂಕ್‌ಗೆ ಹಾಕಿ ನಮ್ಮ ಉದ್ಧಾರ ಮಾಡ್ತಾರೇಂತ ಅಂದ್ಕೊಂಡ್ರೆ.... ಬಂಗ್ಲೆ ಖರೀದಿ ಮಾಡ್ತಾರಂತೆ!"

ಮೌನವಹಿಸಿದ್ದ ವಿಜಯ ತುಟಿ ಬಿಚ್ಚಿದಳು.

"ಎಷ್ಟು ಬಾಡ್ಗೇ ಮನೇಂತ ಬದಲಾಯಿಸೋದು! ಇರೋಕೆ ಒಂದ್ಮನೆ ಬೇಡ್ವಾ! ಬೀದಿಯಲ್ಲಿ ನಿಲ್ಲೋಕಾಗುತ್ತ! ಆ ಯೋಚ್ನೆ ಅಣ್ಣಂದು ಇರ್ಬಹ್ದು."

ವಿನೋದ ತಂಗಿಯತ್ತ ದುರದುರನೆ ನೋಡಿದಳು. ಆ ಕಣ್ಣುಗಳಲ್ಲಿನ ಶುಭ್ರ ಕಾಂತಿ ಅವಳನ್ನು ತಣ್ಣಗೆ ಮಾಡಿತು. ಆದರೆ ಸುತರಾಂ ಒಪ್ಪಲು ಸಿದ್ಧವಿಲ್ಲ.

ಏನಾದರೂ ಹೇಳುವ ಮುನ್ನ ಬಸ್ಸು ಬಂದಿದ್ದರಿಂದ ಓಡಿದಳು. ನಿಸ್ಸಹಾಯಕಳ ನೋಟ ಬೀರಿ ವಿಜಯ ಭಾರವಾದ ಉಸಿರನ್ನು ದಬ್ಬಿ ಹೆಜ್ಜೆಯ ವೇಗ ಹೆಚ್ಚಿಸಿದಳು.

ಸಣ್ಣ ಉಕ್ಕಿನ ಉಪಕರಣ ತಯಾರಿಕೆಯ ಹೆಡ್ ಆಫೀಸಿನಲ್ಲಿ ಅವಳ ಕೆಲಸ. ಗೌರವಾನ್ವಿತ ಸಂಸ್ಥೆಯಲ್ಲದ ಔದ್ಯಮಿಕ ಕ್ಷೇತ್ರದಲ್ಲಿ ತನ್ನದೇ ಆತ ಪ್ರತಿಷ್ಠೆಯನ್ನು ಬೆಳೆಸಿಕೊಂಡಿತ್ತು.

ಆಫೀಸಿಗೆ ಬರುವ ವೇಳೆಗೆ ಹತ್ತಾರು ಬಾರಿ ಗಡಿಯಾರದ ಕಡೆ ನೋಡಿದ್ದಳು.

ಅಧಿಕಾರಿಯ ಆಗಮನಕ್ಕೆ ಮೊದಲು ಆಪ್ತ ಸಹಾಯಕಿಯ ಆಗಮನ ಅನಿವಾರ್ಯ.

ತನ್ನ ಕುರ್ಚಿಯ ಬಳಿಗೆ ಹೋಗುವ ವೇಳೆಗೆ ಪೂರ್ತಿ ಬೆವತು ಬಿಟ್ಟಿದ್ದಳು. ಕರ್ಚೀಫ್‌ನಿಂದ ಮುಖವನ್ನೊತ್ತಿ ಮುಂಗೂದಲನ್ನು ಸರಿಪಡಿಸಿಕೊಂಡು ಫೋನ್‌ನತ್ತ ನೋಡಿದಳು. ಮುಖದ ಮೇಲೆ ತೆಳುವಾದ ನಗೆ ಹರಡಿಕೊಂಡಿತ್ತು. ಬೆರಳಿನಿಂದ ಮೃದುವಾಗಿ ಸವರಿದಳು.

ಟೈಪಿಸ್ಟ್ ಮೇರಿ ಒಳಬಂದವಳೇ ಅವಳ ಕುರ್ಚಿಯ ಹಿಡಿಯ ಮೇಲೆ ಕೈಯೂರಿ ಕೆನ್ನೆಯ ಬಳಿ ಬಗ್ಗಿ ಪಿಸುಗುಟ್ಟಿದಳು.

"ವಿಜೀ, ಒಂದ್ಮಾತು ಹೇಳಮ್ಮ ರಜೆ ಸಿಕ್ಕದಿದ್ದರೆ ತುಂಬ ತಾಪತ್ರಯವಾಗುತ್ತೆ." ಮೆಲ್ಲಗೆ ತಲೆಯೆತ್ತಿ ಅವಳತ್ತ ನೋಡಿದಳು. ಮೇರಿ ಅವಳಿಗಿಂತ ಸೀನಿಯರ್. ಅವಳು ಇಲ್ಲಿ ಕೆಲಸಕ್ಕೆ ಬರುವುದಕ್ಕೆ ಮೂರು ನಾಲ್ಕು ವರ್ಷದ ಮುನ್ನವೇ ಟೈಪಿಸ್ಟ್ ಆಗಿ ಸೇರಿದ್ದಳು. ಅವಳ ಸರಳ ಸ್ವಭಾವ ವಿಜಯಳಿಗೆ ಮೆಚ್ಚು. ಆದರೆ... ತೆರೆದ ಪೆನ್ನಿನ ಕ್ಯಾಪ್ ಸಿಕ್ಕಿಸಿದಳು. ಗದ್ದಕ್ಕೆ ಕೈಯೂರಿ ಕೆಳತುಟಿಯನ್ನು ಹಲ್ಲಿನಡಿ ಕಚ್ಚಿ ಕೂತಳು.

"ಪ್ಲೀಸ್ ಹೇಳಮ್ಮ" ಸ್ವರದಲ್ಲಿ ಗೋಗರೆತವಿತ್ತು.

"ಮೇರಿ ಸ್ವಲ್ಪ ಅರ್ಥಮಾಡ್ಕೋ. ಇದು ಪ್ರೈವೇಟ್ ಫರ್ಮ್. ಸುಮ್ನೇ ಕೆಲ್ಸ ಕಳ್ಕೋತೀಯಾ!" ಎಚ್ಚರಿಸಿದಾಗ ಮೇರಿಯ ಕಣ್ಣುಗಳಲ್ಲಿ ನಿಸ್ಸಹಾಯಕತೆ ಇಣುಕಿತು.

ಬಾಗಿಲಿನ ಸದ್ದಿಗೆ ಸರಿಯಾಗಿ ನಿಂತಳು. ಕ್ಲರ್ಕ್ ಮಧುಸೂದನ್ ಫಕಫಕ ನಕ್ಕಾಗ ವಿಜಯಳ ಕೈ ಫೋನ್‌ನತ್ತ ಚಲಿಸಿತು. ಡಯಲ್ ತಿರುವಿ ಹಲೋ ಎಂದಾಗ ಇಬ್ಬರು ಹೊರಬಿದ್ದರು. ಫೋನನ್ನ ಹುಕ್‌ನ ಮೇಲಿಟ್ಟು ಫೈಲನ್ನು ಹತ್ತಿರಕ್ಕೆಳೆದುಕೊಂಡಳು.

ಟಕಟಕ ಷೂ ಸದ್ದಿಗೆ ಎದ್ದು ನಿಂತಳು. ಒಳಗೆಬಂದ ದಸ್ತಗೀರ್ ಸಾಹೇಬರು ಮುಗುಳ್ನಕ್ಕು ಪ್ರತಿವಂದಿಸಿ ತಮ್ಮ ಸೀಟಿನತ್ತ ನಡೆದರು.

ಇನ್ನ ಉಸಿರಾಡಲು ಪುರುಸೊತ್ತು ಇಲ್ಲದ ಕೆಲಸ. ಪ್ರತಿಯೊಂದಕ್ಕೂ ತಲೆ ತೂರಿಸಲೇಬೇಕು. ಆಗಾಗ ಬರುವ ಫೋನ್ ಕಾಲ್‌ಗಳಿಗೆ ಉತ್ತರಿಸಬೇಕು. ಅಗತ್ಯವೆನಿಸಿದರೆ ಮಾತ್ರ ಅವರಿಗೆ ಕೊಡುವುದು.

"ಇದು ಸ್ವಲ್ಪ ಡಿಕ್ಟೇಟ್ ಮಾಡ್ಕೋ. ಇಂದೇ ಟೈಪ್ ಆಗಿ ಹೋಗ್ಬೇಕೂ" ಫೈಲ್‌ನಿಂದ ಎದ್ದು ಹೋಗಿ ಅವರ ಮುಂದೆ ನಿಂತಳು.

ಇಂದು ಮಧ್ಯಾಹ್ನ ತಂದಿದ್ದ ಡಬ್ಬಿ ಸಹ ತೆಗೆಯಲು ಪುರುಸೊತ್ತು ಆಗಲಿಲ್ಲ. ಬಂದವರೊಡನೆ ವ್ಯವಹರಿಸಿ ವ್ಯಾಪಾರ ಕುದುರಿಸಲು ಇವಳ ಅಗತ್ಯ ಬೇಕೇ ಬೇಕು....

ಐದೂವರೆಗೆ ಆಫೀಸ್ ಮುಗಿದರೂ ಅವಳಿಗಂತೂ ಬಿಡುಗಡೆ ಇಲ್ಲ.

ಸಾಹೇಬರ ಕಾರಿನಲ್ಲಿಯೆ ಬಂದು ಇಳಿದಾಗ ರಂಗಸ್ವಾಮಿಗಳು ಹೊರಗಡೆ ನಿಂತು ನೆರೆಯುವರೊಂದಿಗೆ ಜೋರಾಗಿ ಮಾತನಾಡುತ್ತಿದ್ದರು. ಅವರು ಬೇರೆಯವರಂತಲ್ಲ. ಗಂಡಿನಂತೆ ದುಡಿದು ತರುವ ಹೆಣ್ಣುಮಕ್ಕಳ ಬಗ್ಗೆ ಅವರಿಗೆ ಹೆಮ್ಮೆ. ಎದೆಯುಬ್ಬಿಸಿ ಓಡಾಡುತ್ತಿದ್ದರು.

ಎರಡೆಜ್ಜೆ ಮಗಳ ಕಡೆ ಬಂದರು.

"ಮುಗೀತಾ? ನಿನ್ನ ಕೆಲ್ಸದ ಬಗ್ಗೆ ನಂಗೆ ಗೊತ್ತಿಲ್ವಾ! ನಿಮ್ಮಮ್ಮ ಪೇಚಾಡ್ತಾ ಇದ್ಲು. ನಾನು ರೇಗಿಬಟ್ಟೆ."

ತುಟಿ ಬಿಚ್ಚದೆ ಮುಖದ ಮೇಲೆ ನಸುನಗು ಅರಳಿಸಿ ಒಳಗೆ ನಡೆದಳು. ಎರಡು ಕಾಲನ್ನು ಮೇಲಕ್ಕೆತ್ತಿ ಪದ್ಮಾಸನ ಹಾಕಿ ಕೂತ ಸುಜಯ ದೊಡ್ಡ ಧ್ವನಿಯಲ್ಲಿ ತಾನು ಓದಿದ ಕಾದಂಬರಿಯ ವಿವರಣೆಯನ್ನು ವಿನೋದಗೆ ನೀಡುತ್ತಿದ್ದಳು. ಒಂದು ಗಳಿಗೆ ನಿಂತು ನೋಡಿದಳು. ಸುಜಯನ ಮುಖದಲ್ಲಿ ಗೆಲುವಿತ್ತು. ಸ್ವರದಲ್ಲಿ ಉತ್ಸಾಹವಿತ್ತು.

"ವಿಜೀ, ಈ ಹಾಳು ಕೆಲಸಕ್ಕೆ ಕೈ ಮುಗ್ದುಬಿಡೆ. ಈ ಪಿ.ಎ. ಕೆಲ್ಸ ಯಾರ್ಗೂ ಬೇಡ. ಅದ್ರಿಂದ ದೊರೆಯೋ ಸವಲತ್ತು ಸಾಕು. ಅದ್ರ ಕಿರಿಕಿರೀನೂ ಬೇಡ" ಸುಜಯ ಮಾತಿನ ಧಾಟಿ ಬದಲಿಸಿ ಇವಳತ್ತ ಎದ್ದು ಬಂದಳು.

ವಿನೋದ ಕೂಡ ಕರುಣೆಯಿಂದ ಅವಳತ್ತ ನೋಡಿದಳು. ಎದ್ದು ಹೋಗಿ ಅವಳು ಮುಖ ತೊಳೆದು ಬರುವಷ್ಟರಲ್ಲಿ ಕಾಫಿ ಹಿಡಿದು ಬಂದಳು.

"ನಾನೇ, ತಗೋತಾ ಇದ್ದೆ...." ಸೋತ ಸ್ವರದಲ್ಲಿ ಉಸುರಿದಾಗ ವಿನೋದ ರೇಗಿದಳು. "ನಾನು ತರಬಾರ್ದಿತ್ತ. ಅಮ್ಮ ಹಳೇ ಫ್ರೆಂಡ್ ಮನೆಗೆ ಹೋಗಿದ್ದಾರೆ. ಸದ್ಯಕ್ಕೆ ಅಡ್ಗೇ ಮನೆ ಇನ್ಚಾರ್ಜ್ ನಂದೇ."

ಕಾಫಿ ಲೋಟಕ್ಕೆ ಕೈ ಹಚ್ಚುವ ವೇಳೆಗೆ ರಂಗಸ್ವಾಮಿಗಳು ಒಳಗೆ ಬಂದರು. ಮುಖದಲ್ಲಿ ಉಲ್ಲಾಸವಿತ್ತು. ಇನ್ನೊಂದು ಲೋಟ ಕಾಫಿ ತಂದು ಅವರ ಮುಂದಿಟ್ಟ ವಿನೋದ ಗೋಡೆಗೊರಗಿ ನಿಂತಿದ್ದಳು.

"ನಮ್ಮ ದೂರದ ನೆಂಟರು ಅಚ್ಚುತರಾಯರು ಇಂದು ಸಿಕ್ಕಿದ್ರು ಡಿಗ್ರಿ ಮುಗಿದ್ರೂ ಅವ್ರ ಮಗನಿಗೆ ಕೆಲ್ಸ ಸಿಕ್ಕಲಿಲ್ವಂತೆ. ನಿಮ್ಮ ಸಾಹೇಬರಿಗೆ ಹೇಳಿ ಫ್ಯಾಕ್ಟರಿಯಲ್ಲೋ, ಆಫೀಸಿನಲ್ಲೋ ಒಂದ್ಕೆಲ್ಸ ಕೊಡ್ಸು" ವಿಜಯಳ ಕೈಯಲ್ಲಿದ್ದ ಲೋಟ ಕೆಳಗಿಳಿಯಿತು. ಅವಳ ಕಣ್ಣುಗಳಲ್ಲಿ ಕಳವಳ ಇಣುಕಿತು. ಹೀಗೇ ಮುಂದುವರಿದರೆ ನನ್ನ ಗತಿಯೇನು?

"ಅಣ್ಣ, ನಾನು ಇಂತ ವಿಷ್ಯಗಳಲ್ಲಿ ತಲೆ ಹಾಕೋದು ಸರಿಯಲ್ಲ. ನನ್ನ ಸ್ಥಾನ ಅರಿತು ಕೆಲ್ಸ ಮಾಡೋದು ಒಳ್ಳೇದು" ಮೆಲುಸ್ವರದಲ್ಲಿ ಹೇಳಿದಾಗ ರಂಗಸ್ವಾಮಿಗಳ ಹುಬ್ಬುಗಳು ಗಂಟಾದವು. "ನೀನು ಕಳ್ದುಕೊಳ್ಳೋದೇನಿದೆ! ಅವ್ರ ಹತ್ರ ಓಡಾಡಿಕೊಂಡಿರ್ತೀಯಾ! ನಿನ್ನ ಮಾತನ್ನೇನು ತೆಗ್ದು ಹಾಕೋಲ್ಲ."

ಕೂತಿದ್ದ ವಿನೋದಳಿಗೆ ರೇಗಿತು. ಒಂದಲ್ಲ ಒಂದು ಕಿರಿಕಿರಿ ವಿಜಯಳಿಗೆ ಹಚ್ಚುತ್ತಿದ್ದುದು ಅವಳಿಗೆ ಗೊತ್ತಿದ್ದಿದೆ.

"ಅಣ್ಣ, ನಿಮ್ಗೇ ಸುಮ್ನೇ ಕೂತು ಬೇಜಾರಾದ್ರೆ- ರಾಮಾಯಣನೋ, ಮಹಾಭಾರತನೋ ಓದಿ. ಇಲ್ಲ ಕ್ಲಬ್‌ಗೆ ಹೋಗಿ ಅಥವಾ ನಿವೃತ್ತಿದಾರರ ಹರಟೆ ಕಟ್ಟೆಗೆ ಹೋಗಿ; ಸುಮ್ನೇ ಇಲ್ಲದ್ದೆಲ್ಲ ಅವ್ಳ ತಲೆಗೆ ಯಾಕೆ ಹಚ್ಚುತ್ತೀರಾ! ಅವ್ಳು ಪಿ.ಎ. ಆದ ಮಾತ್ರಕ್ಕೆ ನೀವು ಹೇಳಿದವ್ರಿಗೆಲ್ಲ ಕೆಲ್ಸ ಕೊಡಸೋಕಾಗುತ್ತಾ?" ವಿನೋದಳ ಸ್ವರದಲ್ಲಿದ್ದ ಆಕ್ರೋಶ ಗುರ್ತಿಸಿ ರಂಗಸ್ವಾಮಿಗಳು ತೆಪ್ಪಗಾದರು.

ಲೋಟ ಗಲಬರಿಸಿಟ್ಟ ವಿಜಯ ಹೊರಗೆ ಹೋಗಿ ನಿಂತಳು. ಕುಳಿರ್ಗಾಳಿಗೆ 'ಹ್ಹಾ' ಎಂದರೂ ಒಳಗೆ ಬರುವ ಮನಸ್ಸು ಮಾಡಲಿಲ್ಲ.

ಹಿಂದೆ ಮ್ಯಾನೇಜರ್ ದಸ್ತಗೀರ್ ಅವರು ಇವಳ ಮಾತಿಗೆ ಬೆಲೆ ಕೊಟ್ಟು ದೂರದ ಸಂಬಂಧಿಯೊಬ್ಬನಿಗೆ ಕೆಲಸ ಕಲ್ಪಿಸಿಕೊಟ್ಟಿದ್ದರು. ಆಮೇಲೆ ರಂಗಸ್ವಾಮಿಯ ಅಹವಾಲನ್ನು ಗಮನಕ್ಕೆ ತಂದುಕೊಂಡು ಇಬ್ಬರನ್ನ ದಿನಗೂಲಿಯ ಮೇಲೆ ಫ್ಯಾಕ್ಟರಿಗೆ ತೆಗೆದುಕೊಳ್ಳಲು ಹುಕುಂ ಹೊರಡಿಸಿದ್ದರು. ಅದೇ ಅವಳ ಪಾಲಿಗೆ ಕಿರಿಕಿರಿಯಾಗಿತ್ತು!

ವಿನೋದ, ಸುಜಯ ಕೂಡ ಹೊರಗೆ ಬಂದು ನಿಂತರು. ಅಷ್ಟು ದೂರದಲ್ಲಿ ತಾಯಿಯ ಛಾಯೆ ಕಂಡಾಗ ವಿನೋದಳ ಹುಬ್ಬುಗಳೇರಿದವು.

"ಸೀಮೆಗಿಲ್ದ ಹಳೇ ಫ್ರೆಂಡ್ಸ್!" ಅಸಹನೆ ವಿನೋದ ಕಕ್ಕಿದಾಗ ಸುಜಯ, ವಿಜಯಳ ಕಣ್ಣುಗಳಲ್ಲಿ ಬೆರಗು ಇಣುಕಿತು. "ಬೇಜಾರಾದಾಗ ಒಂದ್ಗಳಿಗೆ ಹೋದ್ರೆ ನಿಂಗೇನು ನಷ್ಟ?" ಸುಜಯ ರೇಗಿದಳು.

ಗೇಟು ತೆರೆದುಕೊಂಡು ಬಂದ ಅನ್ನಪೂರ್ಣಮ್ಮ ಅಲ್ಲಿಯೇ ಮೆಟ್ಟಿಲಿನ ಮೇಲೆ ಕೂತರು. ನೋಡಿಬಂದ ಮನೆಯೇನೋ ಚೆನ್ನಾಗಿತ್ತು. ಎರಡು ಲಕ್ಷದಂಥ ಮೊತ್ತ ಕೊಟ್ಟು ಕೊಂಡುಕೊಳ್ಳಲು ತಮ್ಮಿಂದ ಸಾಧ್ಯವೇ? ಹಿಂಜರಿಕೆಯಿಂದ ಒದ್ದಾಡತೊಡಗಿದರು.

ಪರಿಚಿತರು, ಬಂಧುವರ್ಗ ಸಿಕ್ಕಿದಾಗಲೆಲ್ಲ ಕುಹಕವಾಡುತ್ತಿದ್ದರು.

"ಹೆಣ್ಣುಮಕ್ಳು ದುಡಿಯೋಕೆ ಹತ್ತಿದ ಮೇಲೆ ಚಿನ್ನ ಮಾಡ್ಸಿಕೊಂಡ್ರಿ. ಈ ಕಾಲಕ್ಕೆ ನೀವೇ ಪುಣ್ಯಾತ್ಮರು. ಇಬ್ರು ಗಂಡುಮಕ್ಳು ದುಡಿದ್ರೂ ಚಿನ್ನಯಾಕೆ, ಒಂದೊಳ್ಳೇ ಸೀರೆ ತಗೊಳ್ಳೋಕು ನಮ್ಮ ಕೈಯಲ್ಲಿ ಆಗೋಲ್ಲ!"

ಆಗ ಕೈಯಲ್ಲಿದ್ದ ಬಳೆ, ಕುತ್ತಿಗೆಯಲ್ಲಿದ್ದ ಸರ ಹಾವು, ಚೇಳುಗಳಾಗಿ ಮೈಮೇಲೆ ಹರಿದಾಡಿದಂತೆ ಭಾಸವಾಗುತ್ತಿತ್ತು. ಮುದುರಿ ಕೂರುತ್ತಿದ್ದರು.

ಇನ್ನು ಸ್ವಲ್ಪ ಹಿರಿಯರಾದವರು ಮೂದಲಿಸಿ ಪ್ರಶ್ನಿಸುತ್ತಿದ್ದರು.

"ಅನ್ನಪೂರ್ಣ ಹೆಣ್ಣುಮಕ್ಳಿಗೆ ಮದ್ವೆ ಮಾಡೋ ಯೋಚ್ನೇ ಇಲ್ವೇನೇ? ವಿನೋದ ವಾರಿಗೆಯ ನನ್ನ ಮೊಮ್ಮಗಳಿಗೆ ಮೂರು ಮಕ್ಳು ಮುಖಕ್ಕೆ ಸುಕ್ಕು ಬಂದ್ಮೇಲೆ ಗಂಡು ಹುಡುಕ್ತೀಯಾ!"

ಅಂಥ ಸಮಯಗಳಲ್ಲಿ ಅವರ ದೇಹ ಹಿಡಿಯಾಗಿ ಬಿಡುತ್ತಿತ್ತು. ನಾಲಿಗೆ, ಗಂಟಲು ಒಣಗಿ ಮಾತನಾಡಲಾರದ ಸ್ಥಿತಿಗೆ ಬಂದುಬಿಡುತ್ತಿದ್ದರು.

ಮನೆಗೆ ಬಂದು ರಂಗಸ್ವಾಮಿಗಳ ಮುಂದೆ ತೋಡಿಕೊಂಡಾಗ ಅವರು ಜೋರಾಗಿ ನಕ್ಕುಬಿಡುತ್ತಿದ್ದರು.

"ನೀನೊಂದು ಗುಗ್ಗು! ಅವ್ರಿಗೆ ನಿನ್ಮೇಲೆ ಹೊಟ್ಟೆಯುರಿ. ಅದಕ್ಕೇ ಏನೇನೋ ಆಡ್ತಾರೆ. ಅದ್ನೆಲ್ಲ ನೀನ್ಯಾಕೆ ತಲೆಗೆ ಹಚ್ಚಿಕೊಳ್ಳಿ!" ತಮ್ಮ ಮಾಮೂಲಿ ಧೋರಣೆಯಲ್ಲಿ ಗಂಡ ಉಸುರಿದಾಗ ದಿಕ್ಕು ತೋಚದಂತಾಗುತ್ತಿತ್ತು.

ಎಲ್ಲಾ ನೆನಪಾಗಿ ಅವರೆದೆ ಭಾರವಾಯಿತು. ಕಲ್ಲಿನಂತೆ ಕೂತರು.

ವಿಜಯ ಆತಂಕದಿಂದ ತಾಯಿಯ ಬಳಿಗೆಹೋದಳು. ಸೆರಗನ್ನು ಕಣ್ಣಿಗೊತ್ತಿದಾಗ ಅವಳ ಹೃದಯ ಕಿತ್ತು ಬಾಯಿಗೆ ಬಂದಂತಾಯಿತು.

"ಅಮ್ಮ..." ಅವಳ ಸ್ವರದಲ್ಲಿ ಕಂಪನವಿತ್ತು.

"ಏನಿಲ್ಲ. ಕಣ್ಣಲ್ಲಿ ಏನೋ ಬಿತ್ತು!" ಎದ್ದು ಒಳಗೆ ಹೋದರು. ವಿಜಯ ಗೊಂಬೆಯಂತೆ ನಿಂತಳು.

ಸುಜಯ ಅದನ್ನು ಮರೆಸಿ ತನ್ನ ಕಾದಂಬರಿಯೊಳಕ್ಕೆ ಅವರನ್ನು ತೆಗೆದುಕೊಂಡು ವಿಶ್ಲೇಷಿಸತೊಡಗಿದಳು. ಮಾತಿನ ನಡುವೆ ವೇಳೆ ಸರಿದಿದ್ದೇ ಗೊತ್ತಾಗಲಿಲ್ಲ.

"ಒಳ್ಗಡೆ ಬರೋ ಯೋಚ್ನೆ ಇಲ್ವಾ?" ಅನ್ನಪೂರ್ಣಮ್ಮ ಸಿಡಿದಾಗಲೇ ಎಲ್ಲರೂ ಒಳಗೆ ಬಂದಿದ್ದು.

ವಿಜಯ ಹೋಗಿ ತಾನೇ ತಟ್ಟೆ ಹಾಕಿದಳು. ಊಟದ ನಡುವೆ ಮಾತನಾಡುತ್ತ ರಂಗಸ್ವಾಮಿ ಮನೆಯ ಸುದ್ದಿಯನ್ನು ಅವರುಗಳ ಮುಂದೆ ಇಟ್ಟರು.

"ಈ ಬಾಡ್ಗೇ ಮನೆ ಸಹವಾಸ ಸಾಕಾಗಿದೆ. ಮನೆ ಇಲ್ಲದೋರಿಗೆ ಮಾನ ಇಲ್ಲಾಂತ. ಎಷ್ಟು ದಿನ ಈ ಬವಣೆಪಡೋದು. ಅದ್ಕೇ ಒಂದ್ಮನೆ ನೋಡಿ ವ್ಯಾಪಾರ ಕುದುರಿಸಿದ್ದೀನಿ. ಹಣದ ಬಗ್ಗೆನೇ.... ಯೋಚ್ನೆ ಆಗಿದೆ."

ವಿನೋದ ಇಡೀ ಲೋಟದ ನೀರನ್ನು ಕುಡಿದಳು. ಸುಜಯ ಬೆರಳಿಗಂಟಿದ ಉಪ್ಪಿನಕಾಯಿಯನ್ನು ನೆಕ್ಕಿದಳು. ವಿಜಯ ಮಾತ್ರ ತುತ್ತು ಎತ್ತಲಾರದಾದಳು.

"ಮೂರು ಬೆಡ್‌ರೂಂ, ಹಾಲ್, ವರಾಂಡ ಎಲ್ಲಾ ಇದೆ. ಹೊರ್ಗಡೆ ಕಾರಿನ ಶೆಡ್ ಕೂಡ ಇದೆ. ಅವ್ರು ತೀರಾ ಅರ್ಜೆಂಟ್‌ನಲ್ಲಿರೋದ್ರಿಂದ ನಮ್ಗೆ ಕಡ್ಮೆ ಬೆಲೆಗೆ ಮನೆ ಸಿಗುತ್ತೆ."

ಮೂವರು ಊಟ ಮುಗಿಯುವವರೆಗೂ ತುಟಿ ಬಿಚ್ಚಲಿಲ್ಲ. ಆದರೆ ಯಾರೂ ಹೊಟ್ಟೆ ತುಂಬ ಊಟ ಮಾಡಲಿಲ್ಲ. ಮಾಡಿದ ಅನ್ನ ಪಾತ್ರೆಯಲ್ಲೇ ಉಳಿದಾಗ ಅನ್ನಪೂರ್ಣಮ್ಮನ ಕರುಳು ಚುರುಕ್ ಎಂದಿತು.

ತಟ್ಟೆಗಳನ್ನೆತ್ತಿಕೊಂಡು ಹೊರಟಾಗ ಅನ್ನಪೂರ್ಣಮ್ಮ ಮನದ ಬೇಸರ ಹೊರಗೆ ಹಾಕಿದರು.

"ಸುಮ್ನೇ ಯಾಕೆ ಪ್ರಸ್ತಾಪ ಮಾಡೋಕ್ಹೋದ್ರಿ? ಒಬ್ರೂ ಸರ್‍ಯಾಗಿ ಊಟ ಮಾಡ್ಲಿಲ್ಲ. ಬಾಡ್ಗೇ ಮನೆಯಲ್ಲೇ ಇಷ್ಟು ಆಯಸ್ಸು ಕಳ್ದುಹೋಯ್ತು. ಮುಂದೇನು.... ಹೀಗೇ ನಡ್ದು ಹೋಗುತ್ತೆ!"

ರಂಗಸ್ವಾಮಿಗಳ ಕಣ್ಣುಗಳು ಕೆಂಪಗಾದವು. ಹೆಂಡತಿಗೆ ತೀರಾ ವಿವೇಕ ಕಡಿಮೆಯೆಂದುಕೊಂಡರು.

"ನೀನು ತೆಪ್ಪಗಿದ್ಬಿಡು!" ಉಳಿದ ಅನ್ನಕ್ಕೆ ನೀರು ಸುರಿದು ಎದ್ದುಹೋದರು.

ಈ ಪ್ರಕರಣದ ನಂತರ ಮನೆಯಲ್ಲಿ ಒಂದು ತರಹ ಬಿಗುವು ಶುರುವಾಯಿತು. ಗಂಭೀರವಾಗಿ ಕೊಡುತ್ತಿದ್ದ ತಂದೆ, ಮುಖ ತಿರುಗಿಸಿ ಓಡಾಡುತ್ತಿದ್ದ ಅಕ್ಕಂದಿರು,

ಸೋತ ಮುಖದಲ್ಲಿ ಓಡಾಡುತ್ತಿದ್ದ ತಾಯಿ ಸಮಸ್ಯೆಯಾದರು. ತಿಳಿಸಿ ಹೇಳುವುದು ಪ್ರಯಾಸವೆನಿಸಿತು.

ಅಂದು ವಿಪರೀತ ಕೆಲಸ. ಡೈರೆಕ್ಟರ್‌ಗಳ ಮೀಟಿಂಗ್ ಇದ್ದುದ್ದರಿಂದ ಮನೆಗೆ ಬಂದಾಗ ರಾತ್ರಿಯ ಹತ್ತು. ಅನ್ನಪೂರ್ಣಮ್ಮ ಹೊರಬಾಗಿಲಿನ ಮೆಟ್ಟಲು ಮೇಲೆ ಕೂತಿದ್ದರು. ಸುಜಯ, ವಿನೋದ ಕಾಂಪೌಂಡ್‌ನಲ್ಲಿ ವಾಕ್ ಮಾಡುತ್ತಿದ್ದರು. ಮಧ್ಯಾಹ್ನವೇ ಎದುರು ಮನೆಗೆ ಫೋನ್ ಮಾಡಿ ತಡವಾಗುತ್ತೆ ಎನ್ನುವ ಸುದ್ದಿ ತಿಳಿಸಿದ್ದಳು. ಆದರೂ ಎಲ್ಲರ ಮುಖದ ಮೇಲೂ ಬೇಸರದ ನೆರಳು

ಇಳಿಸಿಹೋದ ಕಾರಿನತ್ತಲೇ ದುರುದುರು ನೋಡಿದಳು ಸುಜಯ. ವಿನೋದ ರೇಗಿಯೇ ಬಿಟ್ಟಳು.

"ನೀನು ಬಾಯ್ಮುಚ್ಕೊಂಡು ರಾಜೀನಾಮೆ ಕೊಟ್ಬಿಡು. ಇದೆಂಥ ಕತ್ತೆಚಾಕರಿ! ಈ ಪಿ.ಎ. ಕೆಲ್ಸ ನಮ್ಮಪ್ಪನಾಣೆಗೂ ಯಾರ್‍ಗೂ ಬೇಡ!"

ವಿಜಯ ಹಗುರವಾಗಿ ನಕ್ಕುಬಿಟ್ಟಳು.

ಜನರಲ್ ಮ್ಯಾನೇಜರ್ ದಸ್ತಗೀರ್ ಅವರಿಗೆ ಬಲಗೈ. ಪ್ರತಿಯೊಂದಕ್ಕೂ ಅವಳ್ನೇ ಅವಲಂಬಿಸಿದ್ದರು. ಕೆಲಸದ ವೇಳೆಯಲ್ಲಿ ವಿಜಯ ಇಲ್ಲದಿದ್ದರೆ ಅವರಿಗೇನು ತೋಚದಂತಾಗಿಬಿಡುತ್ತಿತ್ತು.

"ಮೊದ್ಲಿನ ಕೆಲ್ಸನೇ ಸಾಕಾಗಿತ್ತು. ಆರು ಗಂಟೆ ಹೊತ್ಗೆ ಮನೆಯಲ್ಲಿ ಇರ್ತಾಯಿದ್ದೆ!" ಅನ್ನಪೂರ್ಣಮ್ಮ ಗೊಣಗಿದಾಗ ಮೌನವಾಗಿ ಕೋಣೆಯತ್ತ ನಡೆದಳು.

ಒಮ್ಮೊಮ್ಮೆ ಅವಳಿಗೂ ಬೇಜಾರಾಗಿಬಿಡುತ್ತಿತ್ತು. ಆಫೀಸರ್ ಅವಳ ಮೇಲಿಟ್ಟ ನಂಬಿಕೆ. ವಿಶ್ವಾಸ ಅವಳನ್ನು ಉಳಿಸಿಕೊಂಡಿತ್ತು.

ರಂಗಸ್ವಾಮಿಗಳನ್ನು ಬಿಟ್ಟು ಯಾರೂ ಊಟ ಮಾಡಿರಲಿಲ್ಲ. ದಸ್ತಗೀರ್ ಮಗಳಿನಂತೆ ಅವಳನ್ನು ಜೋಪಾನ ಮಾಡುತ್ತಿದ್ದರು. ಕುಹಕಿ, ಲಂಪಟರಿಗೆ ಅವರ ಉರಿಗಣ್ಣು ಕಾವಲು.

"ನನ್ಗೆ ಊಟ ಬೇಡ" ಬಟ್ಟೆ ಬದಲಾಯಿಸಿ ಹಾಸಿಗೆಗೆ ಜಾರಿದಳು. ದಣಿದ ಮೈ ಮನ ವಿಶ್ರಾಂತಿ ಬಯಸಿತ್ತು.

ವಿನೋದ ಕರುಳು ಚುರುಗುಟ್ಟಿತು. ಪಕ್ಕದಲ್ಲಿ ಕೂತು ಮುಂಗೂದಲಲ್ಲಿ ಬೆರಳಾಡಿಸಿದಾಗ ಅವಳ ತೊಡೆಯ ಮೇಲೆ ತಲೆಯಿಟ್ಟು ಕಣ್ಮುಚ್ಚಿದಳು.

"ವಿಜೀ, ಎರಡು ತುತ್ತಾದ್ರೂ ಊಟ ಮಾಡು" ಅವಳ ಸ್ವರದಲ್ಲಿ ವಾತ್ಸಲ್ಯವಿತ್ತು. ಕಣ್ಣು ಮುಚ್ಚಿಯೇ ಬೇಡವೆನ್ನುವಂತೆ ತಲೆಯಾಡಿಸಿದಳು.

"ನನ್ಮಾತು ಕೇಳು! ಈ ಕೆಲ್ಸಕ್ಕೆ ನಮಸ್ಕಾರ ಹಾಕ್ಬಿಡು. ಸ್ಟೆನೋ ಆಗಿ ಬೇಕಾದ್ರೆ ಇಟ್ಕೊಳ್ಳಿ.... ಇಲ್ದಿದ್ರೆ ಬೇಡವೇ ಬೇಡ. ಹೇಗೂ ಹಣಕಾಸಿಗೆ ತಾಪತ್ರಯವಿಲ್ಲ. ಎಂ.ಎಸ್‌ಸಿಗೆ ಸೇರ್ಕೋ." ಅವಳ ತೊಡೆಯ ಮೇಲೆ ತಾಳ ಹಾಕುತ್ತಿದ್ದ ವಿಜಯಳ ಕೈ ಬೆರಳುಗಳು ತಟಸ್ಥಗೊಂಡವು. ಮೆಲ್ಲಗೆ ಕಣ್ತೆರೆದಳು. "ಇಷ್ಟರಲ್ಲೇ ನಮ್ಮ ಸಾಹೇಬ್ರು ನಿವೃತ್ತಿ ಆಗ್ತಾರೆ.

ಆಗ ನಾನು ಮೊದ್ಲಿನ ಜಾಬ್‌ಗೆ ವಾಪಸ್ಸು. ಅದ್ವರ್ಗೂ ಹೇಗೋ ಅನುಸರಿಸ್ಕೋಬೇಕು."

ವಿನೋದ ಆ ಪುಣ್ಯಾತ್ಮ ಬೇಗ ನಿವೃತ್ತಿ ಹೊಂದಲೆಂದು ದೇವರಿಗೆ ಮನದಲ್ಲಿಯೇ ಹರಕೆ ಕಟ್ಟಿ ಇಟ್ಟಳು.

ಮನೆಗಳ ದಲ್ಲಾಳಿ ಎಡತಾಕತೊಡಗಿದಾಗ ಒಳಗೆ ಹಬೆ ಶುರುವಾಯಿತು. ತಾಯಿ, ತಂದೆಯರ ಗುಸುಗುಸು, ಪಿಸಿಪಿಸಿಯ ನಡುವೆ ರೇಗಾಟ, ಗೊಣಗಾಟ ಕೇಳಿಸತೊಡಗಿತು.

ಸುಜಯ ಖಡಾಖಂಡಿತವಾಗಿ ಹೇಳಿದಳು.

"ನಾನಂತೂ ಸಾಲ ತೆಗ್ಯೋದಕ್ಕೆ ಸಿದ್ಧವಿಲ್ಲ. ಕೇಳ್ದ ತಕ್ಷಣ ಕೊಡೋಕೆ ಅದೇನು ನನ್ನ ಸೋದರಮಾವನ ಮನೆನಾ! ಈಗ ಮನೇನೂ ಬೇಡ, ಮಠನೂ ಬೇಡ. ಸದ್ಯಕ್ಕೆ ಬಾಡ್ಗೇ ಮನೆಯಲ್ಲೇ ಇರೋಣ."

ಈ ಮಾತುಗಳು ರಂಗಸ್ವಾಮಿಯವರ ಕಿವಿಗೆ ಬಿದ್ದಾಗ ರೋಷಾವಿಷ್ಟರಾದರು.

"ಯಾರ್ಗೋಸ್ಕರ ಇಷ್ಟೆಲ್ಲ ಮಾಡ್ತ ಇರೋದು! ನಾಳೆ ಇರೋಕೆ ಒಂದ್ಮನೆ ಬೇಡ್ವಾ? ಫುಟ್‌ಪಾತ್‌ನಲ್ಲಿ ವಾಸಮಾಡೋಕಾಗುತ್ತಾ? ಸ್ವಲ್ಪ ಸಾಲನೋ, ಸೋಲನೋ ಮಾಡಿ ಕಷ್ಟಪಟ್ರೆ.... ಸ್ವಂತದ್ದು ಅಂತ ಒಂದ್ಮನೆ ಆಗುತ್ತೆ."

ಅವರ ಕೂಗಾಟಕ್ಕೆ ಯಾವ ಬೆಲೆನೂ ಬರಲಿಲ್ಲ. ಸರ್ಕಾರಿ ಉದ್ಯೋಗದಲ್ಲಿದ್ದ ಅವರಿಗೆ ಸಾಲ ಸಿಗೋಲ್ಲ. ಅಂದಮೇಲೆ ಇವಳಿಗಂತೂ ಸಿಗುವುದು ಕನಸ್ಸಿನ ಮಾತು.

ರಾತ್ರಿಯ ತಣ್ಣನೆಯ ಗಾಳಿಗೆ ಮೈಯೊಡ್ಡಿ ನಿಂತ ತಂದೆಯ ಬಳಿ ಬಂದಳು. ಬಲವಂತವಾಗಿ ಉಗುಳು ನುಂಗಿದಳು. ಕೆಮ್ಮಿ ಗಂಟಲು ಸರಿಪಡಿಸಿಕೊಂಡಳು.

"ಯಾಕಣ್ಣ ಇನ್ನೂ ನಿದ್ದೆ ಬರ್ಲಿಲ್ವಾ?" ಮುಂದಿನ ವಿಷಯಕ್ಕೆ ಪೀಠಿಕೆ ಹಾಕಿದಳು. ಸೋಲುವ ಅಗತ್ಯ ಅವರಿಗಿತ್ತು.

"ತಲೆ ಕೆಟ್ಟುಹೋಗಿದೆ. ಆ ಮನೆ ದಲ್ಲಾಳಿ ಬೆಳಗಾದ್ರೆ ಬಂದು ಜೀವ ತಿಂತಾನೆ!

ವಿಜಯ ಕೆಳತುಟಿಯಲ್ಲಿ ಹಲ್ಲಿನಡಿ ಕಚ್ಚಿ ಹಿಡಿದಳು. ಸಾಲಕ್ಕೆ ಸಕಾರಣ ಬೇಕಾಗಿತ್ತು. ತಂದೆಯ ಕೇಳಿಕೆಯ ಹಾಸ್ಯಾಸ್ಪದವಾಗಿತ್ತು.

"ಒಂದೇ ಮನೆಗೆ ಇಬ್ರಿಗೆ ಹೇಗೆ ಲೋನ್ ಕೊಡ್ತಾರೆ? ಅದೆಲ್ಲ ತುಂಬಾ ತಾಪತ್ರಯ ಕಣಣ್ಣ. ನಮ್ಗೇ ಬೇಡಾಂತ ಹೇಳ್ಬಿಡು." ಮೃದುವಾಗಿ ವಿಜಯ ಹೇಳಿದರೂ ಅವರಿಗೆ ಚಾಟಿಯೇಟಿನಂತಿತ್ತು. ಎರಡು ಸಲ ಮಾತಾಡಲು ಪ್ರಯತ್ನಪಟ್ಟರೂ ಮಾತಾಡಲಿಲ್ಲ.

ದುಮುಗುಟ್ಟುತ್ತಿದ್ದವರು ಮುಖ ಕಹಿ ಮಾಡಿ ಹೇಳಿದರು.

"ಹೆಣ್ಣು ಮಕ್ಳೂಂತ ನಾನು ಕೀಳರಿಮೆ ತೋರ್ದೇ ಸಾಕ್ದೆ.... ಏನು ಪ್ರಯೋಜನ!" ಕೈ ಜಾಡಿಸಿ ಒಳಗೆಹೋದಾಗ ಅವಳ ತಲೆಯಲ್ಲಿನ ನರಗಳು ಸಿಡಿಯತೊಡಗಿತು.

ವಿರಳವಾಗಿ ಅಡ್ಡಾಡುತ್ತಿದ್ದ ಬೀದಿಯಲ್ಲಿನ ಜನರನ್ನೇ ನೋಡುತ್ತ ನಿಂತಳು. ಎಲ್ಲಾ ಅಸ್ಪಷ್ಟ.... ಸ್ಪಷ್ಟತೆಗಾಗಿ ವ್ಯರ್ಥ ಹೋರಾಟವೆನಿಸಿತು.

"ವಿಜೀ, ಯಾಕೆ ಈ ಏಕಾಂತ!" ಸುಜಯ ಸ್ವರದಲ್ಲಿ ಹಾಸ್ಯವಿತ್ತು. ನಿಂತಭಂಗಿಯಲ್ಲೇ ಕತ್ತು ತಿರುಗಿಸಿದಳು. "ಅಣ್ಣ ತುಂಬ ಬೇಜಾರು ಮಾಡ್ಕೊಂಡಿದ್ದಾರೆ"

ಸುಜಯಳ ಮುಖದ ಗೆಲುವು ಅಳಿಸಿಹೋಯಿತು. ಭಾರವಾದ ನಿಟ್ಟುಸಿರನ್ನು ಚಿಮ್ಮಿದಳು.

ಮೌನವಾಗಿ ಬಂದು ಮೆಟ್ಟಿಲು ಮೇಲೆ ಕೂತಳು. ಬಿಗುವಿನ ವಾತಾವರಣ ಸಹಿಸಲಾರದಾಗಿದ್ದಳು. ಗದ್ದಕ್ಕೆ ಕೈಯೂರಿ ಯೋಚಿಸತೊಡಗಿದ್ದಳು.

"ಅಣ್ಣನೇ ಈ ವಿಷ್ಯನ ಕೈಬಿಡ್ತಾರೆ. ಸಾಲ ಸಿಕ್ಕೋದು ಇಲ್ಲ. ಇದು ಅವ್ರ ಆತುರದ ನಿರ್ಣಯ ಅಂತ ಕಾಣುತ್ತೆ. ಬೇರೆ ಏನಾದ್ರೂ ಯೋಚಿಸ್ತಾರೆ. ನಮ್ಮ ಭವಿಷ್ಯಕ್ಕಿಂತ ಅವ ಭವಿಷ್ಯದ ಬಗ್ಗೆ ಅವ್ರಿಗೆ ಆತಂಕ!" ನೋವಿನ ನಗೆ ತುಟಿಗಳ ಮೇಲೆ ಚಿಮ್ಮಿ ಅಳಿಸಲಾರದ ಮುದ್ರೆಯನ್ನೊತ್ತಿತ್ತು.

"ನನಗೊಂದು ಅರ್ಥವಾಗೋಲ್ಲ!" ವಿಜಯಳ ಕೈ ಬೆರಳುಗಳು ಕ್ರೋಟಿನ್ ಗಿಡದ ಎಲೆಗಳನ್ನು ಮೃದುವಾಗಿ ಸವರುತ್ತಿತ್ತು.

"ಅರ್ಥ ಮಾಡಿಕೊಳ್ದೇ ಇರೋದೇ ಒಳ್ಳೇದು. ಇಲ್ದಿದ್ರೆ ಎದೆಯೊಡ್ದು ಹೋಗುತ್ತೆ. ಅಂತಃಕರಣದ ಮೇಲೆ ದೊಡ್ಡ ಚಪ್ಪಡಿ ಎಳ್ದು ಸಂಬಂಧಗಳ ಬಗ್ಗೆ ಯೋಚ್ಸಿ ಕಲ್ಲಾಗಬೇಕಾಗುತ್ತೆ!" ಸುಜಯ ಅರ್ಥಗರ್ಭಿತವಾಗಿ ಹೇಳಿದಾಗ ವಿಜಯಳ ಕಣ್ಣುಗಳಲ್ಲಿ ವಿಸ್ಮಯ. ಇಣುಕಿತು.

ವಿಜಯಳ ಕೈಹಿಡಿದು ಒಳಗೆ ಎಳೆದೊಯ್ದಳು. ಅಪ್ಪ, ಅಮ್ಮ ಎದುರು ಬಂದು ಕೂತಿದ್ದರು. ಸೋತ ಕಳೆ ಮುಖದ ಮೇಲಿತ್ತು. ಇಬ್ಬರು ಬೆಂಕಿಗೆ ಕರಗಿದ ಮೇಣದಂತಾದರು.

"ನಿಮ್ಮ ಬಿಗುವು ನಮ್ಮನ್ನು ಕಂಗೆಡಿಸುತ್ತೆ. ಸಾಲದ ಬಗ್ಗೆ ನಂಗೆ ಗೊತ್ತಿಲ್ಲ. ನಮ್ಮ ಡಿಪಾರ್ಟ್‌ಮೆಂಟಿನಲ್ಲಿ ಸೀನಿಯರ್ ಅಲ್ದ ನಂಗೆ ಸಾಲ ಸಿಕ್ಕುತ್ತಾ? ಅದ್ನ ನೀವ್ಯಾಕೆ ಯೋಚ್ನೆ ಮಾಡಿಲ್ಲ. ವಿನೋದಾಗೆ ತಾನೇ ಎಲ್ಲಿ ಸಿಕ್ಕೀತೂ?" ಸುಜಯಳ ಸ್ವರ ರಂಗಸ್ವಾಮಿಗಳನ್ನು ಬಡಿದೆಬ್ಬಿಸಿತು. ತಲೆತಗ್ಗಿಸಿಕೊಂಡು ಕೂತುಬಿಟ್ಟರು.

ಕೆಲವು ದಿನ ಈ ವಿಷಯ ಮರೆತಂತಿದ್ದರೂ ಬ್ಯಾಂಕ್‌ನಲ್ಲಿದ್ದ ಹಣದ ಜೊತೆ ಅಷ್ಟಿಷ್ಟು ಸಾಲ ಮಾಡಿ ಒಂದು ಮನೆ ಖರೀದಿಸಿಯೇ ಬಿಟ್ಟರು.

ಮನೆಗೆ ಹೋದ ದಿನ ಮಕ್ಕಳಿಗೆ ಖಡಾಖಂಡಿತವಾಗಿ ಹೇಳಿದರು.

"ಸದ್ಯಕ್ಕೆ ಸೀರೆ, ಪುಸ್ತಕಾಂತ ಹಾಳು ಮಾಡ್ಬೇಡಿ. ಸಾಲ ಇದೆ, ಬೇಗ ತೀರ್‍ಸಬೇಕು. ಅಗತ್ಯಕ್ಕೆ ಮೀರಿ ಖರ್ಚು ಮಾಡ್ಬೇಡಿ."

ಅಕ್ಕತಂಗಿಯರು ಒಬ್ಬರ ಮುಖವನ್ನೊಬ್ಬರು ನೋಡಿಕೊಂಡರು.

ವಿನೋದ ಕೋಪದಿಂದ ಕುದಿದರೇ ಸುಜಯ ಬೇಸರಗೊಂಡಳು. ಆದರೆ ವಿಜಯ ನಿರ್ಲಿಪ್ತಳಂತೆ ಇದ್ದುಬಿಟ್ಟಳು.

ವಿಜಯ ಕೋಣೆಗೆ ಬಂದಾಗ ವಿನೋದ ಮೇಜಿನ ಮೇಲೆ ತಲೆಯೊತ್ತಿ ಕೂತಿದ್ದಳು. ಕಣ್ಣಿಂದ ಹರಿದ ಕಂಬಿ ಕೆನ್ನೆಯ ಮೇಲಿಳಿದು ಟೇಬಲ್ ಕ್ಲಾತ್‌ನ ತೋಯಿಸುತ್ತಿತ್ತು.

"ವಿನೋದ...." ವಿಜಯಳ ಸ್ವರದಲ್ಲಿ ಆತಂಕ ಮಿಡಿಯಿತು.

"ಏನಾಯ್ತು? ಯಾಕೆ ಕಣ್ಣೀರು?" ಭುಜದ ಮೇಲೆ ಕೈಯಿಟ್ಟಾಗ ಅವಳ ಕೈಹಿಡಿದು

ಬಿಕ್ಕಿದಳು.

ನಿಧಾನವಾಗಿ ವಿಜಯಳ ಆತಂಕ ಕರಗಿ ನಿರಾಶೆಯು ಹೊಂಡದಲ್ಲಿ ತೇಲತೊಡಗಿತು. ಸದ್ಯಕ್ಕೇನು, ವಿನೋದಳ ಮದುವೆಯ ವಿಷಯ ದೂರವೇ ಉಳಿಯಿತು.

ಸಂಬಂಧಗಳ ಸೂಕ್ಷ್ಮತೆಯ ದಟ್ಟ ನೆರಳಿನಿಂದ ಮುಕ್ತವಾಗದ ಪರಿಸರದಲ್ಲಿ ಎಲ್ಲಿಂದಲೋ ಬಂದ ಸ್ವಾರ್ಥದ ಛಾಯೆ ಮುಸುಕಿದ ಅನುಭವವಾಯಿತು.

"ವಿನೋದ, ಸಮಾಧಾನ ಮಾಡ್ಕೋ" ಅವಳ ಕಣ್ಣಂಚಿನ ಕಂಬನಿ ತೊಡೆಯುವ ವೇಳೆಗೆ ಇವಳೆದೆಯಲ್ಲಿ ವೇದನೆ ಹೊಂಡವಾಗಿತ್ತು. "ಅಣ್ಣನ್ನ, ಅರ್ಥಮಾಡಿಕೊಳ್ಳೋದು ಕಷ್ಟವಾಗಿದೆ. ನಮ್ಮ ಭವಿಷ್ಯಕ್ಕಿಂತ ಅವರ ಮುಂದಿನ ಜೀವನದ ಬಗ್ಗೆಯೇ ಅವ್ರಿಗೆ ಯೋಚ್ನೆಯಾದಂತಿದೆ" ವಿನೋದ ಬಿಕ್ಕುವ ಸ್ವರದಲ್ಲಿ ಹೇಳಿದಾಗ ವಿಜಯಳ ನೋಟ ಕಿಟಕಿಯಾಚೆ ಹರಿದಾಡಿತು.

ಒದ್ದೆಯ ಸೀರೆಯನ್ನು ಹಿಡಿದು ಬಂದ ಸುಜಯ ಗರಬಡಿದವಳಂತೆ ನಿಂತುಬಿಟ್ಟಳು ಅರ್ಥಮಾಡಿಕೊಳ್ಳಲು ನಿಮಿಷಗಳು ಸಾಕಾದವು.

ಅವಳ ಮುಖದ ಮೇಲೆ ಬೇಸರಕ್ಕೆ ಮೀರಿದ ಭಾವವೊಂದು ಸ್ಪಷ್ಟವಾಗಿತ್ತು. ಸೀರೆ ಕೊಡವುತ್ತ ಹೊರಗೆ ನಡೆದುಬಿಟ್ಟಳು.

ದೊಡ್ಡ ಧ್ವನಿಯಲ್ಲಿ ರಂಗಸ್ವಾಮಿಗಳು ಪತ್ರಿಕೆಯ ಹುಡುಗನಿಗೆ ಹೇಳುತ್ತಿದ್ದರು.

"ಇನ್ಮೇಲೆ ಇಂಗ್ಲಿಷ್, ಕನ್ನಡ ದಿನಪತ್ರಿಕೆ ಬಿಟ್ಟು ಬೇರೇನೂ ಕೊಡೋದ್ಬೇಡ."

ಸುಜಯ ಬಂದ ಕೋಪವನ್ನು ನುಂಗಲು ಕೆಳತುಟಿಯನ್ನು ಕಚ್ಚಿ ಹಿಡಿದಳು. ಅವಳು ಮಹಾ ಪುಸ್ತಕ ಪ್ರೇಮಿ. ಬರ್ನಾಡ್ ಷಾ, ಷೆಲ್ಲಿ, ಕೀಟ್ಸ್, ಷೇಕ್ಸ್‌ಪಿಯರ್ ಬಗ್ಗೆ ಅವಳ ಹೃದಯದಲ್ಲಿ ಅಸಾಧಾರಣ ಅಭಿಮಾನ ಬೆಳೆದುನಿಂತಿತ್ತು. ಅವಳ ಸಾಹಿತ್ಯ ಪ್ರೇಮ ಅಸಾಧಾರಣವಾದದ್ದು. ಪತ್ರಿಕೆ, ಪುಸ್ತಕಗಳಿಗೆ ಹಾಕಿದ್ದ ಹಣ ಎಂದೂ ದಂಡವೆಂದು ತಿಳಿಯುತ್ತಿರಲಿಲ್ಲ. ವ್ಯಕ್ತಿಯ ಅಗತ್ಯಗಳಲ್ಲಿ ಅದೊಂದೆಂದು ಅವಳ ಭಾವನೆ.

ಆ ಹುಡುಗ ಹೋಗುವವರೆಗೂ ಸುಮ್ಮನಿದ್ದು ಗುಡುಗಲು ತುಟಿ ತೆರೆದವಳ ಬಾಯನ್ನು ವಿಜಯಳ ಕೈಮುಚ್ಚಿತು.

"ಆ ಹುಡ್ಗ ತಂದು ಕೊಡ್ದಿದ್ರೆ ಬೇಡ. ಅಂಗಡಿಯಲ್ಲೇ ಕೊಂಡ್ಕೊಂಡ್ಬಾ. ವ್ಯರ್ಥ ಹಾರಾಟ ಯಾಕೆ?"

ಸುಜಯ ಸಿಡಿಮಿಡಿಗುಟ್ಟುತ್ತ ನಡೆದಳು. ವಿಜಯ ಭಾರವಾದ ಉಸಿರನ್ನು ಹೊರದಬ್ಬಿದಳು.

ಒಂದು ವಿಧವಾದ ಶೀತಲ ಯುದ್ಧ ಪ್ರಾರಂಭವಾಗಿದೆಯೆನಿಸಿತು. ತಮ್ಮ ಗೆಳೆಯರನ್ನು, ನೆಂಟರನ್ನು ಕರೆತಂದು ರಂಗಸ್ವಾಮಿಗಳು ಮನೆಯ ಒಂದೊಂದು ಭಾಗವನ್ನೂ ತೋರಿಸಿದರು.

ಅಂದು ಸಂಜೆ ಸುಜಯ ಬರುವಾಗ ಒಂದೆರಡು ಕನ್ನಡ ಪುಸ್ತಕಗಳ ಜೊತೆ

ಪತ್ರಿಕೆಗಳನ್ನು ಹಿಡಿದು ಬಂದವಳು ಟೀಪಾಯಿ ಮೇಲಿಟ್ಟು ಮುಖ ತೊಳೆಯಲು ಹೋದಳು.

ಒದ್ದೆಯ ಮುಖವನ್ನು ಟವಲಿನಿಂದ ಒತ್ತುತ್ತ ಹೊರಗೆ ಬರುವ ವೇಳೆಗೆ ರಂಗಸ್ವಾಮಿಗಳು ತಿರುವಿ ಹಾಕುತ್ತಿದ್ದವರು ಅಸಹನೆಯಿಂದ ಟೀಪಾಯಿ ಮೇಲೆ ಕುಕ್ಕಿದರು.

"ಇವೆಲ್ಲ ತರಬೇಡಾಂತ ನಾನು ಹೇಳಿಲ್ವಾ?" ಸಿಡಿದರು. ಬಲವಂತದಿಂದ ಸುಜಯ ಉಗುಳು ನುಂಗಿದಳು. ಸಮರ ಅವಳಿಗೆ ಬೇಡವಾಗಿತ್ತು. "ಒಳ್ಳೇ ಪುಸ್ತಕಗಳು. ನಾನಾಗ್ಲೇ ಹೇಳಿದ್ದೆ. ಕರ್ದು ತರ್ಸಿದ್ದೀನಿ ಹೇಗೆ ಬೇಡ ಅನ್ನೋಕಾಗುತ್ತೆ!"

"ಬೇಡ ಅಂದಿದ್ರೆ ಏನಾಗುತ್ತಾ ಇತ್ತು!"

ಅವಳಿಗೆ ಉಸಿರು ಸಿಕ್ಕಿಹಾಕಿಕೊಂಡಂತಾಗಿತ್ತು. ಮಾತಾಡಿ ಪ್ರಯೋಜನವಿಲ್ಲವೆನಿಸಿತು.

ಕೈಯಲ್ಲಿದ್ದ ಟವಲು ಸೋಫಾದ ಮೇಲೆ ಬಿತ್ತು. ಪುಸ್ತಕ, ಪತ್ರಿಕೆಗಳು ಕೈ ಸೇರಿದಾಗ ಉದಾಸೀನವಾಗಿ ಕೋಣೆಯತ್ತ ನಡೆದಳು.

ರಂಗಸ್ವಾಮಿ ಸ್ವರವೇರಿಸಿ ಕೂಗಾಡತೊಡಗಿದರು.

"ಹೇಳಿದ ಮಾತು ಕೇಳಲಾರದಷ್ಟು ದುರಹಂಕಾರ! ಈ ಮೋಜುಗಳ ಮಧ್ಯೆ ಸಾಲ ಹೇಗೆ ತೀರೋದು? ಮುಪ್ಪಿನ ಕಾಲಕ್ಕೆ ಬೀದಿಯಲ್ಲಿ ಬೀಳೋದು ಬೇಡಾಂತ ಮನೆ ಮಾಡ್ದೆ!"

ಸುಜಯ ನಿಧಾನವಾಗಿ ಹೊರಗೆಬಂದಳು.

ರಂಗಸ್ವಾಮಿಗಳ ಮುಖ ಕೋಪದಿಂದ ಧುಮುಗುಟ್ಟುತ್ತಿತ್ತು. ಮೂಗಿನ ತುದಿ ಕೆಂಪಾಗಿತ್ತು. ಸಹಾನುಭೂತಿಯಿಂದ ನೋಡಿದಳು.

"ಅಣ್ಣ, ಸುಮ್ನೇ ಎಕ್ಸೈಟ್ ಆಗ್ಬೇಡಿ; ಸಾಲ ಹೇಗೋ ತೀರುತ್ತೆ. ಅದ್ನೆಲ್ಲ ನಮ್ಗೇ ವಹಿಸಿಕೊಟ್ಟು ನಈವು ಆರಾಮಾಗಿದ್ಬಿಡಿ" ಮೆಲುವಾಗಿ ಹೇಳಿದಳು.

ಉರಿಯುವ ಗಾಯಕ್ಕೆ ರಂಗಸ್ವಾಮಿಗಳಿಗೆ ಉಪ್ಪು ಎರಚಿದಂತಾಯಿತು. ಅವರ ನೆತ್ತಿ ಹತ್ತಿ ಉರಿಯಿತು.

"ಇನ್ನ, ನಾವು ಯಾಕೆ ಇರ್ಬೇಕೂ! ಈ ಸಂಪತ್ತಿಗೋಸ್ಕರನೇ.... ಓದಿಸಿದ್ದು!"

ಸುಜಯಳಿಗೆ ತಲೆ ಚಚ್ಚಿಕೊಳ್ಳಬೇಕೆನಿಸಿತು. ಹೆಣ್ಣಿಗೆ ಅಧಿಕ ಸ್ವತಂತ್ರ ಸಿಕ್ಕರೆ ಉಳಿದೆಲ್ಲ ಸಮಸ್ಯೆಗಳನ್ನೂ ಪರಿಹರಿಸಿಕೊಳ್ಳುತ್ತಾಳೆ – ಅವಳ ತುಟಿಗಳ ಮೇಲೆ ನೋವಿನ ನಗೆ ಮಿನುಗಿತು.

ಈ ಘರ್ಷಣೆಗಳು ಮನೆಯಲ್ಲಿ ಮಾಮೂಲಾದ ಮೇಲೆ ಮೊದಲು ಕಿರಿಕಿರಿಯಾದರೂ ಆಮೇಲೆ ಒಗ್ಗಿಕೊಂಡರು. ಈಗ ಪ್ರತಿಯೊಂದು ರೂಪಾಯಿ ಖರ್ಚಿಗೂ ವಿವರಣೆ ನೀಡಬೇಕಾಗಿತ್ತು. ಬಿಸಿ ವಾತಾವರಣದಲ್ಲಿ ದಿನಗಳು ದೂಡಬೇಕಾಯಿತು.

ಆಫೀಸ್‌ನಿಂದ ಮನೆಗೆ ಬಂದ ವಿಜಯ ಮಂಕಾಗಿ ಕೂತುಬಿಟ್ಟಳು. ದಸ್ತಗೀರ್ ಅವರು ತಮ್ಮ ಸೇವೆಯಿಂದ ಒಂದೆರಡು ದಿನಗಳಲ್ಲಿಯೆ ನಿವೃತ್ತಿಯಾಗಲಿದ್ದರು. ಅವರ ಸ್ಥಾನಕ್ಕೆ ಸಂತೋಷ್‌ಕುಮಾರ್ ಎಂಬ ಯುವಕ ನೇಮಿಸಲ್ಪಟ್ಟಿದ್ದ.

ಸರಾಗವಾಗಿ ಹರಿದುಹೋಗುತ್ತಿದ್ದ ನೀರಿಗೆ ದೊಡ್ಡ ಕಲ್ಲು ಬಿದ್ದಂತಾಗಿತ್ತು. ವಿಜಯ ಪೆಚ್ಚಾಗಿಬಿಟ್ಟಳು.

ದಸ್ತಗೀರ್ ಹಗುರವಾಗಿ ನಕ್ಕು ಹೇಳಿದ್ದರು.

"ವಿಜಯ ನೀನ್ಯಾಕೆ ಯೋಚ್ನೆ ಮಾಡ್ತೀಯಾ! ನೀನು ಸ್ಟೆನೋ ಆಗಿಯೇ ಮುಂದುವರಿಯಬಹುದ್ದು. ಅವ್ರಿಗೆ ಇಷ್ಟವಾದವರನ್ನ ಪಿ.ಎ. ಆಗಿ ನೇಮಕ ಮಾಡ್ಕೋಬಹುದ್ದು. ನಾನೆಲ್ಲ ಏರ್ಪಾಟು ಮಾಡಿ ಹೋಗ್ತೀನಿ" ಅವಳ ಭುಜ ತಟ್ಟಿದ್ದರು.

ಆದರೂ ಅವಳಿಗೆ ಧೈರ್ಯ ಬರಲೊಲ್ಲದು. ಒಮ್ಮೊಮ್ಮೆ ಅವಳಿಗೆ ತಲೆ ಚಿಟ್ಟುಹಿಡಿದು ಹೋಗುತ್ತಿತ್ತು. ಕೆಲವರಂತೂ ಪ್ರತಿಯೊಂದು ಕೆಲಸ ಕಾರ್ಯಗಳಿಗೂ ಅವಳಿಗೆ ದುಂಬಾಲು ಬೀಳುತ್ತಿದ್ದರು. ಅದೆಲ್ಲ ಒಂದು ತರಹ ಬಿಸಿಯೆನಿಸಿತ್ತು.

ವಿನೋದ ಕೈ ಅವಳ ಭುಜದ ಮೇಲೆ ಬಿದ್ದಾಗ ನಾಲಿಗೆಯಿಂದ ತುಟಿ ಸವರಿಕೊಂಡಳು.

"ಏನು ವಿಷ್ಯ?" ಹುಬ್ಬೇರಿಸಿ ಕೇಳಿದಳು. ನಿಧಾನವಾಗಿ ವಿಷಯ ವಿವರಿಸಿದಾಗ ವಿನೋದಳ ಮುಖದ ಮೇಲೆ ಗೆಲುವು ಮೂಡಿತು. "ಗುಡ್‌ಲಕ್, ತಲೆ ಬಿಸಿಯಾಗೋ ಆ ಕೆಲ್ಸನೇ ಬೇಡ ಬಿಡು."

"ತಕ್ಷಣಕ್ಕೆ ಇನ್ನೂರೈವತ್ತು ಸಂಬಳದಲ್ಲಿ ಕಮ್ಮಿ ಆಗುತ್ತೆ, ಅಣ್ಣನ ಗೊಣಗಾಟ, ಅಮ್ಮನ ಪೇಚಾಟ ಹೇಗೆ ನೋಡೋದು? ಅದೂ ಅಲ್ದೇ ಪಿ.ಎ. ಆಗಿ ಮುಂದುವರಿಯಿರಿ ಅಂದ್ರೆ ಏನ್ಗತಿ?" ಬೆಟ್ಟ ತಲೆಯ ಮೇಲೆ ಬಿದ್ದವಳಂತೆ ವಿಜಯ ಚಡಪಡಿಸಿದಳು.

"ಅಣ್ಣ ಅಮ್ಮನ ಗೊಣಗಾಟ ಈಚೆಗೆ ಮಾಮೂಲು ಆಗಿಬಿಟ್ಟಿದೆ. ಅದೇ ಜಾಬ್.... ಅಂದ್ರೆ ಆರಾಮಾಗಿ ಮನೆಯಲ್ಲಿದ್ದುಬಿಡು. ನಾವಿಬ್ರೂ ದುಡಿದು ನಿನ್ನ ಮದ್ವೆಯಾದ್ರೂ ಮಾಡ್ತೀವಿ" ಸ್ವರದಲ್ಲಿನ ದುಗುಡ, ಕಣ್ಣಂಚಿನಲ್ಲಿ ಮಿನುಗಿದ ಕಂಬನಿಯನ್ನು ವಿಜಯಳಿಂದ ಬಚ್ಚಿಡಲಾಗಲಿಲ್ಲ.

ಅವಳ ಹೊಟ್ಟೆಯಲ್ಲಿ ಚೂಪಾದ ಅಲಗು ಆಡಿಸಿದಂತಾಯಿತು. ಹನಿಗಣ್ಣಿನಿಂದ ವಿನೋದಳತ್ತ ನೋಡಿದಳು. ಅವಳ ಕಣ್ಣು ಸುತ್ತಿನ ಕಪ್ಪು ಅವಳನ್ನ ಅಣಕಿಸಿತು. ನಿರಾಶೆಯ ದೊಡ್ಡ ಪರ್ವತವೇ ಬೆಳೆದುನಿಂತು ಉಲ್ಲಾಸ, ಗೆಲುವನ್ನು ನಿರ್ನಾಮ ಮಾಡಲು ಹೊರಟಿತ್ತು.

"ವಿನೋದ ಇಷ್ಟೊಂದು ನಿರಾಸೆ ಒಳ್ಳೇದಲ್ಲ." ವಿಜಯಳ ಮಾತಿಗೆ ಅವಳು ಬೇರೆಡೆ ಮುಖ ತಿರುಗಿಸಿಕೊಂಡಳು.

ಅವಳು ಏನಾದರೂ ನಿರ್ಣಯ ತೆಗೆದುಕೊಳ್ಳುವ ಮುನ್ನವೇ ಸಂತೋಷಕುಮಾರ್ ಬಂದು ತನ್ನ ಸ್ಥಾನ ಸ್ವೀಕರಿಸಿದ್ದ. ಮುಜುಗರ, ಸಂಕೋಚದಿಂದಲೇ ಛೇಂಬರ್‌ನೊಳಕ್ಕೆ

ಕಾಲಿಟ್ಟಳು.

ದಸ್ತಗೀರ್ ಸಾಹೇಬರು ಅವಳ ಕಡೆ ನೋಡಿ ಮುಗುಳ್ನಕ್ಕರೂ ಅವಳ ಎದೆಯ ಬಡಿತ ಸಹಜ ಸ್ಥಿತಿಗೆ ಬರಲಿಲ್ಲ. ಬಲವಂತವಾಗಿ ಉಗುಳು ನುಂಗಿದಳು.

"ಬೈದಿ ಬೈ ಮಿಸ್ಟರ್ ಸಂತೋಷ್‌ಕುಮಾರ್, ವಿಜಯ ನನ್ನ ಅಪ್ಪ ಸಹಾಯಕಿ ಆಗಿದ್ರು ಇಷ್ಟು ದಿನ. ಮುಂದೆ ಅವ್ರು ಸ್ಟೆನೋ ಆಗಿ ಮುಂದುವರಿಸ್ತಾರೆ. ನೀವು ಆ ಸ್ಥಾನಕ್ಕೆ ಬೇರೆಯವ್ರನ್ನ ಭರ್ತಿ ಮಾಡ್ಕೋಬಹ್ದು."

ಸಂತೋಷಕುಮಾರ್ ತನ್ನ ಸೀಟಿನ ಬೆನ್ನ ಬಿಟ್ಟು ಮುಂದಕ್ಕೆ ಬಂದು, ಹುಬ್ಬೆತ್ತಿ ಅವಳತ್ತ ನೋಡಿದ. ಪ್ರಥಮ ಪರಿಚಯದಲ್ಲಿ ವಿಷಯದ ಅರಿವಿರಲಿಲ್ಲ. ಈಗ ಯೋಚಿಸಬೇಕಾಗಿತ್ತು. ಹೊಸಬರನ್ನ ತಗೊಂಡರೇ ಕಷ್ಟವೆನಿಸಿತು.

"ಅವ್ರು ಮುಂದುವರಿಯೋದ್ರಲ್ಲಿ.... ಏನಾದ್ರೂ ಅಭ್ಯಂತರನಾ?" ಸಂತೋಷ್‌ಕುಮಾರ್ ಹುಬ್ಬೇರಿಸಿ ಪ್ರಶ್ನಿಸಿದಾಗ ಅವಳ ಎದೆಯಬಡಿತ ನಿಂತಂತಾಯಿತು. ತಕ್ಷಣ ದಸ್ತಗೀರ್ ಸಾಹೇಬರು ಅವಳ ಸಹಾಯಕ್ಕೆ ಬಂದರು. "ಪಿ.ಎ. ಮೂರ್ತಿ ರಾಜೀನಾಮೆ ಕೊಟ್ಟಾಗ ಸ್ಟೆನೋ ಆಗಿದ್ದ ವಿಜಯನ್ನ ತಾನೇ ಅಪಾಯಿಂಟ್‌ಮೆಂಟ್ ಮಾಡ್ಕೊಂಡೆ. ಆಮೇಲೆ ತೀರಾ ಬಲಗೈ ಆಗ್ಬಿಟ್ಳು. ಬಿಟ್ಟು ಕೊಡೋಕೆ ಇಷ್ಟಪಡ್ಲಿಲ್ಲ. ಈಗ..." ಮಧ್ಯದಲ್ಲಿಯೇ ಸಂತೋಷಕುಮಾರ್ ಅವರ ಮಾತನ್ನು ತುಂಡರಿಸಿ ಹೇಳಿದ, "ಸಧ್ಯಕ್ಕೆ.... ಇರಲಿ, ತಕ್ಷಣಕ್ಕೆ ಬೇರೆಯವ್ರನ್ನ ಮಾಡಿಕೊಳ್ಳೋ ಧೈರ್ಯ ನಂಗಿಲ್ಲ."

ವಿಜಯ ಮುಖದ ಮೇಲೆ ಬೆವರೊಡೆಯಿತು. ಸೆಖೆಯೆನಿಸಿತು. ದಸ್ತಗೀರ್ ನಿಸ್ಸಹಾಯಕತೆಯಿಂದ ಅವಳತ್ತ ನೋಡಿದರು. "ನೀವು ಆದಷ್ಟು ಬೇಗ ಬೇರೆಯವ್ರನ್ನ ಅಪಾಯಿಂಟ್ ಮಾಡ್ಕೊಳ್ಳಿ" ತೆಳುಸ್ವರದಲ್ಲಿ ದಸ್ತಗೀರ್ ಹೇಳಿದಾಗ ಸಂತೋಷ್‌ಕುಮಾರ್ ನಕ್ಕುಬಿಟ್ಟ.

ವಿಜಯ ಕೆಳತುಟಿಯನ್ನು ಕಚ್ಚಿ ಹಿಡಿದಳು. ಅವಳ ಹೃದಯ ತುಂಬಿಬಂತು. ಸ್ವಂತ ಮಗಳಂತೆ ದಸ್ತಗೀರ್ ಜೋಪಾನ ಮಾಡಿದ್ದರು. ಲೇಟಾದ ದಿನಗಳಲ್ಲಿ ತಮ್ಮೊಂದಿಗೆ ಕಾರಿನಲ್ಲಿ ಕರೆದೊಯ್ದು ಮನೆಗೆ ಡ್ರಾಪ್ ಮಾಡಿಹೋಗುತ್ತಿದ್ದರು.

ಆ ಸೀಟ್, ಫೋನ್, ಟೈಪ್‌ರೇಟರ್ ಕಡೆ ನೋಡಿದಳು. ಒಡನಾಟದ ಒಲವು ಚಿಮ್ಮಿದಾಗ ಆಪ್ಯಾಯಮಾನವೆನಿಸಿತು. ಬತ್ತಿದ ಉತ್ಸಾಹ ಚಿಗುರೊಡೆಯಿತು.

ದಸ್ತಗೀರ್ ಅವರ ಬೀಳ್ಕೊಡುಗೆಯ ಸಮಾರಂಭದಲ್ಲಿ ಫ್ಯಾಕ್ಟರಿಯ ಕಾರ್ಮಿಕರು ಸಹ ಭಾಗವಹಿಸಿ ತಮ್ಮ ಕೃತಜ್ಞತೆ ವ್ಯಕ್ತಪಡಿಸಿದರು. ಎಲ್ಲರ ಕಷ್ಟಸುಖಗಳಲ್ಲಿ ಒಂದಾಗಿದ್ದ ವ್ಯಕ್ತಿ ಎಂತಹ ಪರಿಸ್ಥಿತಿಯಲ್ಲೂ ಉದ್ವೇಗಗೊಳ್ಳದೆ ವಿವೇಚನೆಯಿಂದ ಅವರ ಕಷ್ಟಸುಖಗಳ ಕಡೆ ಸಹಾನುಭೂತಿಯಿಂದ ನೋಡಿದ್ದರು. ಎಲ್ಲರೂ ಹುಬ್ಬೇರಿಸುವಂತೆ ಕಾರ್ಮಿಕರ ಪರ ಮಾತಾಡುತ್ತಿದ್ದರು.

ಜಾತಿಗಳ ಬಗ್ಗೆ ಯಾರಾದರೂ ಮಾತಾಡಿದರೆ ಛಾವಣಿ ಹಾರುವಂತೆ ನಗುತ್ತಿದ್ದರು. ಯಾವುದೇ ಅಂಧಾಭಿಮಾನಕ್ಕೆ ಅವರು ಬಲಿ ಬಿದ್ದಿರಲಿಲ್ಲ.

ಧೈರ್ಯವಾಗಿ ತಮ್ಮ ಮತಬಾಂಧವರಲ್ಲಿಯೇ ಹೇಳುತ್ತಿದ್ದರು.

"ಯಾವುದೇ ವ್ಯಕ್ತಿ ಇಂಥ ಜಾತಿಯಲ್ಲೇ ಹುಟ್ಟಬೇಕೆಂದು ಪ್ರತಿಜ್ಞೆ ಮಾಡಿರುವುದಿಲ್ಲ. ಎಲ್ಲರ ಮೈಯಲ್ಲೂ ಹರಿಯುವುದು ಒಂದೇ ರಕ್ತ. ಪುಟಿಯುವ ಭಾವನೆಗಳು ಕೂಡ ಒಂದೇ. ಸಹವಾಸ, ಸನ್ನಿವೇಶ, ಸಂದರ್ಭ ಸ್ವಭಾವಗಳು ವ್ಯತ್ಯಾಸ ಕಾಣ್ಬಹ್ದು. ಹಾಗೆಂದು ಮನುಷ್ಯನಿಂದ ಮನುಷ್ಯನನ್ನು ದೂರವಾಗಿರಿಸುವ ಹಿಂಸೆಗಳಿಗೆ ಎಡೆಮಾಡಿಕೊಡುವ ಈ ಜಾತಿಗಳ ಬಗ್ಗೆ ನಂಗೆ ದ್ವೇಷವಿದೆ."

ಕಾರಿನವರೆಗೂ ಬಂದ ವಿಜಯ ಶಿಲೆಯಂತೆ ನಿಂತಳು. ಮಾತನಾಡಲಾರದ ಸ್ಥಿತಿ ಅವಳದು.

ಕಾರಿನಲ್ಲಿ ಕೂತ ದಸ್ತಿಗೀರ್ ಸಾಹೇಬರು ತಲೆ ಹೊರಗೆ ಹಾಕಿದರು. ಅವರ ಕಣ್ಣಂಚು ಒದ್ದೆಯಾಯಿತು. ಕನ್ನಡಕ ತೆಗೆದು ಕರ್ಚೀಫ್‌ನಿಂದೊತ್ತಿದರು.

"ವಿಜಯ, ಮದ್ವೆಗೆ ಕರ್ಯೋದು ಮರೀಬೇಡ."

ಏನೂ ಹೇಳದ ಸ್ಥಿತಿ ಅವಳದು. ಬಾಯಿಗೆ ಕರ್ಚೀಫ್ ಅಡ್ಡ ಹಿಡಿದಳು. ಕಾರು ದೂರವಾದಾಗ ತೀರಾ ಆತ್ಮೀಯ ವ್ಯಕ್ತಿ ದೂರವಾದ ಅನುಭವವಾಯಿತು.

ಮನೆಗೆ ಬಂದವಳೇ ಕೈಯಲ್ಲಿದ್ದ ಪರ್ಸ್ ಒಂದು ಕಡೆ ಎಸೆದು ಸುಮ್ಮನೆ ಕೂತುಬಿಟ್ಟಳು. ಸುಜಯ, ವಿನೋದರ ಸುಳಿವಿರಲಿಲ್ಲ. ರಂಗಸ್ವಾಮಿಗಳು ಇನ್ನೂ ಕ್ಲಬ್‌ನಿಂದ ಬಂದಿರಲಿಲ್ಲ. ಅನ್ನಪೂರ್ಣಮ್ಮ ಮಾತ್ರ ಬತ್ತಿ ಮಾಡುತ್ತ ಕೂತಿದ್ದರು.

"ಕಾಫಿ ಕೊಡ್ತೀನಿ" ಎದ್ದುಹೋದರು.

ತಾಯಿ ಹೋದ ಕಡೆನೇ ನೋಡಿದಳು. ಓಲೆ, ಮಾಂಗಲ್ಯದ ಸರದ ವಿನಃ ಇನ್ನೊಂದು ಚೂರು ಚಿನ್ನವಿಲ್ಲದ ಆಕೆ ಸರ, ಬಳೆಗಳಿಂದ ಶ್ರೀಮಂತಿಕೆಯ ಗಾಂಭೀರ್ಯಕ್ಕೆ ಹೊಂದಿಕೊಂಡಿದ್ದರು.

ಕಾಫಿ ಲೋಟ ಮುಂದಿಡಿದಾಗ ಮೆಲ್ಲಗೆ ತಲೆಯೆತ್ತಿ ಆಕೆಯ ಕಣ್ಣುಗಳಲ್ಲಿ ಇಣುಕಿದಳು.

"ಅಮ್ಮ, ಅವ್ರು ಜಾತ್ಕ ಕೊಟ್ಟಿದ್ರಲ್ಲ. ಏನ್ಮಾಡ್ದೆ?" ಲೋಟಕ್ಕೆ ಕೈಹಚ್ಚಿದಳು. ಆಕೆಯ ಮುಖ ಗಂಭೀರವಾಯಿತು. "ಜಾತ್ಕಾನುಕೂಲವಿತ್ತು. ಪ್ರಯತ್ನಪಟ್ಟಿದ್ರೆ ಆಗ್ತಾ ಇತ್ತು. ಸಾಲ–ಸೋಲ ಮಡ್ಕ್ಯಾಂಡಾಯ್ತು. ಕೈಯಲ್ಲಿ ಕಾಸು ಎಲ್ಲಿದೆ?" ಅರ್ಥಗರ್ಭಿತವಾಗಿ ಹೇಳಿದಾಗ ಸಮಾಧಾನದ ಹೆಣ್ಣಾದ ಅವಳೆದೆಯಲ್ಲೂ ರೋಷ ಉಕ್ಕಿತು.

"ನಮ್ಗೇ ಯಾಕೆ ಬೇಕಿತ್ತು, ಮನೆ!" ಮಗಳ ಮಾತು ಚಾಟಿ ಏಟಿನಂತಿತ್ತು. ಕಹಿ ಉಗುಳನ್ನು ಬಲವಂತವಾಗಿ ನುಂಗಿದರು.

"ನಿಮ್ಗೆ ಬೇಕಾಗಿಲ್ಲ. ಆದ್ರೆ ನಮ್ಗೆ ಬೇಕಲ್ಲ" ರಂಗಸ್ವಾಮಿಗಳು ಒಳಗೆ ಬಂದು ಎದುರಿನಲ್ಲೇ ಕೂತರು.

"ನಾವು ಮುಪ್ಪಿನ ಕಾಲದಲ್ಲಿ ಎಲ್ಲಿ ಹೋಗೋಣ? ಬರೋ ಪೆನ್‌ಷನ್‌ನಲ್ಲಿ ಬಾಡ್ಗೆ ಕೊಟ್ಕೊಂಡು ಜೀವನ ಮಾಡೋಕೆ ಆಗುತ್ತಾ? ತಾಳಿ ಕುತ್ತಿಗೆ ಬಿತ್ತೂಂದ್ರೆ ನಿಮ್ಮ ನಿಮ್ಮ ಸಂಸಾರ ನಿಮ್ಮದಾಗುತ್ತೆ. ನಾವೆಲ್ಲ ಎಲ್ಲಿ ಬೇಕಾಗ್ತೀವಿ?"

ಬೆಂಕಿಯಲ್ಲಿ ಬಿದ್ದವಳವಂತೆ ವಿಜಯ ಚಡಪಡಿಸಿಬಿಟ್ಟಳು. ಅವಳ ಮಿದುಳು ಸ್ತಬ್ಧವಾಯಿತು. ಸುಮ್ಮನೆ ಕೂತುಬಿಟ್ಟಳು.

* * *

ಸಂತೋಷ್‌ಕುಮಾರ್ ಮಾತು ಕಮ್ಮಿಯಾದರೂ ಕ್ರಿಯಾಶೀಲ ವ್ಯಕ್ತಿ. ಪ್ರತಿಯೊಂದು ಸಣ್ಣ ವಿಷಯವನ್ನೂ ವಿವೇಚಿಸಿಯೇ ತೀರ್ಮಾನಕ್ಕೆ ಬರುತ್ತಿದ್ದ.

"ವಿಜಯ, ಆ ಲೆಟರ್ಸ್ ಎಲ್ಲಾ ಇವತ್ತೇ ಪೋಸ್ಟ್‌ಗೆ ಹೋಗ್ಬೇಕು" ಹಿಂದಕ್ಕೆ ವಾಲಿದ. ತಲೆ ಹಚ್ಚಿ ಕಣ್ಮುಚ್ಚಿದ. ಆಡಿಟ್ ರಿಪೋರ್ಟ್ಸ್‌ನ ಪರಿಶೀಲನೆಯಲ್ಲಿ ತುಂಬ ಸೋತಿದ್ದ. "ಅದ್ನೆಲ್ಲ ಕಳ್ಸಿಕೊಡ್ತೀನಿ. ನೀವು ಮನೆಗೆ ಹೋಗಿ ವಿಶ್ರಾಂತಿ ತಗೊಳ್ಳಿ, ಸಾರ್" ಮೃದುಸ್ವರ ಅವನನ್ನು ಬಡಿದೆಬ್ಬಿಸಿದಾಗ ಮೆಲ್ಲಗೆ ಕಣ್ತೆರೆದ. ಸ್ನಿಗ್ಧ ಶಾಂತ ಮುಖ, ಬೇಸರದ ಛಾಯೆಯೇ ಇಲ್ಲ. ಚಿಮ್ಮಿ ಮುಂದಕ್ಕೆ ಬಂದ "ನಂಗೇನು ಪರ್ವಾಗಿಲ್ಲ" ವಾಚ್ ಕಡೆ ನೋಡಿ ಮೇಲೆದ್ದ.

ಮೂರನ್ನು ದಾಟಿ ಮೂವತ್ತೈದು ನಿಮಿಷಗಳನ್ನು ಹಿಂದಕ್ಕೆ ಹಾಕಿ ಹೊರಟಿತ್ತು.

"ನೀವು ಊಟ ಮುಗ್ಸಿ, ಒಂದು ರೌಂಡ್ ಕೆಳ್ಗಡೆ ಹೋಗಿ ಬಂದ್ಬಿಡ್ತೀನಿ." ಬಾಗಿಲವರೆಗೂ ಹೋದವನು ಹಿಂದಕ್ಕೆ ಬಂದ. ಇಂದಿನ ತಲೆಬಿಸಿ ಸಾಕಾಗಿತ್ತು. ಹಾಯಾಗಿ ಸೀಟ್‌ನ ಮೇಲೆ ಮೈಚೆಲ್ಲಿದ.

ಟೈಪ್‌ರೈಟರ್ ಸದ್ದು ಅವ್ಯಾಹತವಾಗಿ ಹರಿದುಬಂದಾಗ ಆ ಮುಖ ಬಂದು ಎದುರು ನಿಂತಿತು. ಕೆಲವು ವಿಷಯಗಳಲ್ಲಿ ಇವನಿಗೆ ಸಲಹೆ ಕೊಡುವಷ್ಟು ಮೆಚ್ಚುಗೆ ಕಣ್ಣುಗಳಲ್ಲಿಯೇ ತೇಲಿತು.

ಪೇಪರ್ ಹಿಡಿದು ಬಂದ ವಿಜಯ ಅಚ್ಚರಿಯಿಂದ ನಿಂತಳು. ಅರಿತವನಂತೆ ನುಡಿದ.

"ಈಗಾಗ್ಲೇ ನಾಲ್ಕು ಗಂಟೆಯಾಯ್ತು. ಹೋಗಿಬರೋದು ಅಂದ್ರೆ ಬೇಸರದ ಕೆಲ್ಸ."

"ಇನ್ನೇನು ನೀವು ಬರೋದು ಬೇಡ, ಸಾರ್. ನಾನೆಲ್ಲ ಮುಗ್ಸಿಹೋಗ್ತೀನಿ" ಏರುಪೇರಿಲ್ಲದ ಮೃದು ಧ್ವನಿ.

"ಓ.ಕೆ...." ಎಂದು ಬಾಗಿಲತ್ತ ಹೋಗಿ ಹಿಂದಕ್ಕೆ ತಿರುಗಿ ನೋಡಿದ. ಬಗ್ಗಿದ ಕತ್ತು. ಪೇಪರುಗಳಲ್ಲಿ ನೆಟ್ಟ ಕಣ್ಣುಗಳು 'ವೆರಿ ಲಕ್ಕೀ' ಎಂದುಕೊಂಡ.

ಕಾರು ಬಂದು ಬಂಗ್ಲೆಯ ಮುಂದೆ ನಿಂತಾಗ ಇಳಿದು ಡ್ರೈವರ್‌ಗೆ ಶೆಡ್‌ಗೆ ತಳ್ಳಿ ಹೋಗುವಂತೆ ಸನ್ನೆ ಮಾಡಿದ.

ಕೋಟು ಬಿಚ್ಚಿ ಆಳು ಚಂದ್ರನ ಕೈಗೆ ಕೊಟ್ಟು ಷೂಬಿಚ್ಚಿ ಹಿಂದಕ್ಕೆ ತಳ್ಳಿ ಮೇಲಕ್ಕೆದ್ದ. ಈಗ ಊಟಕ್ಕಿಂತ ವಿಶ್ರಾಂತಿ ಮುಖ್ಯವೆನಿಸಿತು. ಬಟ್ಟೆ ಬದಲಾಯಿಸಿ ಹಾಸಿಗೆಯ ಮೇಲೆ ಉರುಳಿಕೊಂಡ. ಹಾಯೆನಿಸಿತು. ಜೊಂಪು ಹತ್ತಿದಂತಾಯಿತು. ಫೋನ್ ಹಿಡಿದು ನಿಂತ ವಿಜಯ, ಟೈಪ್‌ರೈಟರ್ ಮುಂದೆ ಹಸನ್ಮುಖಳಾಗಿ ಕೂತ ವಿಜಯ,

ಇವನ ಮುಂದೆ ನಿಂತು ಮೃದು ಮಧುರವಾಗಿ ಸಂಭಾಷಿಸುವ ವಿಜಯ ಎಲ್ಲಾ ರೂಪಗಳು ಚೇತೋಹಾರಿಯೆನಿಸಿತು.

ಮರುದಿನ ಆಫೀಸಿಗೆ ಹೊರಟಾಗ ಹೊಸ ಚೈತನ್ಯ ತುಂಬಿ ಕೊಂಡಂತಾಯಿತು. ಬಾಗಿಲಲ್ಲಿಯೇ ಎದುರಾದ ಇಂಜಿನಿಯರ್ ಫ್ಯಾಕ್ಟರಿಯೊಳಗೆ ಕರೆದೊಯ್ದರು. ಕೆಟ್ಟು ನಿಂತ ಮಿಷನ್ ಬಗ್ಗೆ ಹೇಳುವ ಅಗತ್ಯವಿತ್ತು.

ಈಚೆಗೆ ತರಿಸಿಕೊಂಡ ಮಿಷನ್‌ಗಳು ಕೆನ್ನೆಯುಜ್ಜಿ. ಇಂಜಿನಿಯರ್ ಅತ್ತ ತಿರುಗಿದ.

"ಎರಡು ಮೂರುಸಲ ರಿಪೇರಿಯಾಯ್ತು. ಆದ್ರೂ ಸರ್ರ್ಯಾಗಿ ಕೆಲ್ಸ ಮಾಡೋಲ್ಲ. ಸುಮ್ನೇ ತಲೆ ನೋವಾಗಿದೆ."

ಸಂತೋಷ್‌ಕುಮಾರ್ ಸುಮ್ಮನೆ ತಲೆಯಾಡಿಸಿದ. ಪೂರ್ಣ ಮಾಹಿತಿಯ ಅಗತ್ಯವಿತ್ತು. ಇಂಜಿನಿಯರ್‌ರೊಂದಿಗೆ ಛೇಂಬರ್‌ಗೆ ಬಂದಾಗ ಫೋನ್‌ನಲ್ಲಿ ಸಂಭಾಷಿಸುತ್ತಿದ್ದ ವಿಜಯ ವಂದಿಸಿದಳು.

"ವಿಜಯ, ಕಟ್ಟಿಂಗ್ ಸೆಕ್ಷನ್‌ನಲ್ಲಿ ಕೆಟ್ಟು ನಿಂತಿರೋ ಮಿಷನ್‌ಗಳ ಪೂರ್ಣ ಮಾಹಿತಿ ಬೇಕು, ಈಗ ಹೊಸ್ದು ತರ್ಸಬೇಕೂಂದ್ರೆ ಖರ್ಚು ಬೀಳುತ್ತೆ. ನಾಳೆ ಡೈರೆಕ್ಟರ್ ಮೀಟಿಂಗ್‌ನಲ್ಲಿ ಸಮರ್ಥಿಸಿಕೊಳ್ಳಬೇಕಾಗುತ್ತೆ. ಆದಾಯದಲ್ಲಿ ಇಂಥದ್ದನ್ನೆಲ್ಲ ಕಡಿತ ಮಾಡಿದ್ರೆ ಕಷ್ಟಪಟ್ಟು ದುಡ್ಯೋ ಜನರಿಗೆ ಬರೋ ಬೋನಸ್ಸಿಗೆ ಕುತ್ತು ಬರುತ್ತೆ."

ಕೆನ್ನೆಯುಜ್ಜಿ ತನ್ನ ಸೀಟ್‌ನ ಮೇಲೆ ಕೂತಾಗ ಒಂದುಕ್ಷಣ ವಿಜಯ ಸುಮ್ಮನೆ ನಿಂತರೂ ಅದಕ್ಕೆ ಸಂಬಂಧಪಟ್ಟ ಫೈಲ್‌ನಲ್ಲಿ ಒಮ್ಮೆ ಕಣ್ಣಾಡಿಸಿದಳು.

"ನಾಲ್ಕು ದಿನ ಕೆಲ್ಸ ನಿಂತ್ರೂ ಪರ್‍ವಾಗಿಲ್ಲ. ಕೊಂಡ ಕಂಪನಿಗೆ ಬರ್‍ಯೋಣ. ಅವ್ರು ತಮ್ಮ ಜನನ ಕಳ್ಸಿ ರಿಪೇರಿ ಮಾಡ್ಸಿ ಕೊಡ್ತಾರೆ. ತೊಂದ್ರೆಯಾಗುತ್ತೇಂತ ತಾತ್ಕಾಲಿಕ ರಿಪೇರಿಯಿಂದ ಪ್ರಯೋಜನವಿಲ್ಲ" ವಿಜಯ ನಿಧಾನವಾಗಿ ಹೇಳಿದಾಗ ಒಂದು ಕ್ಷಣ ಇಂಜಿನಿಯರ್ ಮುಖ ಬಿಳಿಚಿಕೊಂಡಿತು.

"ಗುಡ್ ಅದೇ ಸರಿ" ಇಂಜಿನಿಯರ್ ಕಡೆ ತಿರುಗಿದ. ಉಗುಳು ಬಲವಂತದಿಂದ ನುಂಗಿದಂತೆ ಕಂಡಿತು. "ಹಾಗೇ.... ಮಾಡ್ಬಹ್ದು. ಆದ್ರೆ ಕೆಲ್ಸ ನಿಂತು ತುಂಬ ತೊಂದರೆ ಆಗುತ್ತಲ್ಲ" ಸ್ವರದಲ್ಲಿ ಅನುಮಾನ ಇಣುಕಿತು.

"ಪರ್‍ವಾಗಿಲ್ಲ, ಆ ನಷ್ಟಗಳ್ಗಿಂತ ಇದೇನು ದೊಡ್ಡ ನಷ್ಟವಲ್ಲ" ಎರಡು ಅಂಗೈ ಸೇರಿಸಿ ಉಜ್ಜಿದಾಗ ಇಂಜಿನಿಯರ್ ರಾಮನಾಥ್ ಈ ಮುಖಭಂಗ ಸಹಿಸಲು ಇಷ್ಟಪಡಲಿಲ್ಲ.

"ಅದೆಲ್ಲ ಪ್ರಯೋಜನವಿಲ್ಲ. ಹಿಂದೆ ಪ್ರಯತ್ನಿಸದಾಗಿದೆ; ಹೊಸ ಮಿಷನ್‌ಗಳು ತರ್‍ಸೋದು ಒಳ್ಳೇದು. ಕೆಟ್ಟಾಗಲೆಲ್ಲ ಕೆಲ್ಸ ನಿಲ್ಸೋದು ಸಮಂಜಸವಾಗಿ ಕಾಣೋಲ್ಲ."

ಈ ಮಾತುಗಳೇನು ವಿಜಯಳಿಗೆ ಹೊಸದಲ್ಲ. ಈ ಜಿಗುಟುತನಕ್ಕೆ ಬೇಸತ್ತು ರಿಪೇರಿಯನ್ನು ದಸ್ತಗೀರ್ ಅವರು ಇವರಿಗೆ ಒಪ್ಪಿಸಿದ್ದರು.

ಸಂತೋಷ್‌ಕುಮಾರ್ ಹುಬ್ಬುಗಳು ಗಂಟಾದವು.

"ಐ ಷಲ್ ಥಿಂಕ್ ಓವರ್ ದಿಸ್ ಮ್ಯಾಟರ್."

ಇಂಜಿನಿಯರ್ ಎದ್ದು ಹೋದಮೇಲೆ ವಿಜಯಳತ್ತ ತಿರುಗಿದ.

"ವಿಜಯ, ಈ ವಿಷ್ಯದಲ್ಲಿ ನಿಮ್ಮ ಸಲಹೆ ಏನು?" ಅವಳ ತುಟಿಗಳು ಅಲುಗಾಡಲಿಲ್ಲ. "ಯಾಕೆ ಹಿಂಜರಿತೀರಾ?" ಹುಬ್ಬೆತ್ತಿ ಕೇಳಿದಾಗ ಪ್ರಯಾಸದಿಂದ ಹೇಳಿದಳು.

"ಇವ್ರ ಅನುಭವ, ವಿದ್ಯಾರ್ಹತೆ ಆ ಮಿಷನ್‌ಗಳ ಮುಂದೆ ಪ್ರಯೋಜನಕ್ಕೆ ಬಂದ ಹಾಗೆ ಕಾಣ್ಸೋಲ್ಲ. ತಮ್ಮ ಪ್ರಿಸ್ಟಿಜ್ ಉಳಿಸಿಕೊಳ್ಳಲು...."

ಸಂತೋಷಕುಮಾರ್ ಜೋರಾಗಿ ನಕ್ಕುಬಿಟ್ಟ.

"ಓ.ಕೆ. ಕಂಪನಿಗೆ ಬರ್‍ಯೋಣ. ಆಮೇಲೆ ಮುಂದಿಂದು" ಕೈ ಕೊಡವಿದಾಗ ತನ್ನ ಸೀಟ್‌ಗೆ ಬಂದಳು.

ಸಂಜೆ ವಿನೋದ ಆಫೀಸ್ ಬಳಿ ಬಂದಾಗ ವಿಜಯಳಿಗೆ ಆಶ್ಚರ್ಯವಾಯಿತು. ಬಾಸ್ ಆಫೀಸಿನಲ್ಲಿಯೇ ಇದ್ದುದರಿಂದ ಅವಳು ಸೀಟ್ ಖಾಲಿ ಮಾಡುವ ಹಾಗೆ ಇರಲಿಲ್ಲ. ಅನುಮಾನಿಸುತ್ತ ವಿಸಿಟರ್ಸ್ ರೂಮಿನಿಂದ ಹೊರಗೆ ಬಂದಳು.

ಸ್ಪ್ರಿಂಗ್ ಡೋರ್ ಹಿಂದಕ್ಕೆ ತೆರೆದಾಗ ಸಂತೋಷ್‌ಕುಮಾರ್ ತಲೆಯೆತ್ತಿದ. ಆ ಕಂಗಳಲ್ಲಿಯ ಪ್ರತಿರೋಧವನ್ನು ಅರಿಯುವ ಶಕ್ತಿ ತನ್ನ ಮನಕ್ಕಿದೆಯೆಂದುಕೊಂಡ.

"ನೀವ್ಹೋಗಿ ಪರ್ವಾಗಿಲ್ಲ" ಎಂದಾಗ ಅವಳ ಕಣ್ಣುಗಳಲ್ಲಿ ಅಚ್ಚರಿ ಮೂಡಿತು. "ಐ ನೋ.... ನೀವ್ಹೋಗಿ" ಆ ಕಣ್ಣುಗಳು ಪ್ರಜ್ವಲಿಸಿದಾಗ ವಿಜಯಳ ಮುಖ ಬಾಗಿತು.

"ಥ್ಯಾಂಕ್ಸ್" ಅವಳ ಸ್ವರ ಕಂಪಿಸಿತು.

ವಿಸಿಟರ್ಸ್ ರೂಮಿಗೆ ಬಂದಾಗ ವಿನೋದ ಯೋಚನಾಮಗ್ನಳಾಗಿದ್ದಳು.

"ಹೋಗೋಣ ನಡೀ. ನಮ್ಮ ಬಾಸ್ ಕೇಳ್ದೇ ಪರ್ಮಿಷನ್ ಕೊಟ್ರು." ಅವಳ ಸ್ವರದಲ್ಲಿ ಇಣುಕಿದ ಉತ್ಸಾಹವನ್ನು ವಿನೋದ ಗಮನಿಸುವ ಸ್ಥಿತಿಯಲ್ಲಿರಲಿಲ್ಲ. ಗಾಢ ಮಗ್ನತೆ ಅವಳನ್ನು ಕೊರೆಯುತ್ತಿತ್ತು.

ಇಬ್ಬರು ಹೊರಗೆಬಂದರು. ಅಷ್ಟು ದೂರ ಹೋಗುವವರೆಗೂ ಯಾರೂ ತುಟಿ ಬಿಚ್ಚಲಿಲ್ಲ.

ವಿಜಯಳ ಕಣ್ಣುಗಳಲ್ಲಿ ಪ್ರಶ್ನೆ ಮೂಡಿದಾಗ ಅವಳಿಗೆ ಹೇಳುವುದು ಅನಿವಾರ್ಯವೆನಿಸಿತು.

"ಅಲ್ಲಿ ಪಾರ್ಕ್‌ನಲ್ಲಿ ಕೂತುಕೊಳ್ಳೋಣ. ನಿಂಗೊಂದು ಹೊಸ ವಿಷ್ಯ ತಿಳಿಸ್ಬೇಕು. ಒಬ್ರನ್ನ ಪರಿಚಯ ಮಾಡಿಕೊಡ್ಬೇಕು" ವಿಜಯ ಬೆಚ್ಚಿಬಿದ್ದಳು.

ಸಂಯಮ ಅವಳನ್ನು ಪ್ರಶ್ನಿಸದೆ ತಡೆಯಿತು. ಮೌನವಾಗಿ ಹೆಜ್ಜೆ ಹಾಕಿದರು. ಸೂರ್ಯ ಪಶ್ಚಿಮಕ್ಕೆ ವಾಲಿದ್ದರೂ ಸಂಜೆಯ ಹೊಂಬಣ್ಣ ಮೂಡಿರಲಿಲ್ಲ.

ಪಾರ್ಕ್‌ನಲ್ಲಿ ಬಂದವರೆ ಕಲ್ಲುಬೆಂಚಿನ ಮೇಲೆ ಕೂತರು.

"ಆ ಹುಲ್ಲು ಮೇಲೆ ಕೂತುಕೊಳ್ಳೋಣ" ವಿನೋದ ಪರ್ಸ್ ಹುಲ್ಲು ಮೇಲೆ ಬಿತ್ತು, "ಓ.ಕೆ...." ವಿಜಯ ಕೂತು ಮೊಣಕಾಲಿನ ಮೇಲೆ ಗದ್ದವೂರಿ ವಿನೋದಳನ್ನೇ ದಿಟ್ಟಿಸಿದಳು. ಅವಳ ಮುಖದ ನಿರಾಶಾಛಾಯೆಯ ಮಧ್ಯೆ ಹೊಂಬಿಸಿಲಿತ್ತು.

ಒಂದೆರಡು ಸಲ ಕೈಯಲ್ಲಿದ್ದ ಗಡಿಯಾರವನ್ನು ನೋಡಿದ ವಿನೋದ ಗೇಟ್‌ನ ಉದ್ದಕ್ಕೂ ನೋಟ ಹಾಯಿಸಿದಳು. ವಿಜಯ ಮೌನವಾಗಿ ಕುಳಿತಿದ್ದಳು.

"ಬಂದ್ರು..." ವಿನೋದ ಕಂಗಳಲ್ಲಿ ಸಡಗರ ಮೂಡಿತು. ವಿಜಯ ನೋಟ ಹಾಯಿಸಿದಳು. ಸುಮಾರು ಎತ್ತರ, ನಸು ಬಿಳುಪು ಬಣ್ಣದ ಆಕರ್ಷಕ ವ್ಯಕ್ತಿ. ಕೈಯೆತ್ತಿ ಮುಗುಳ್ನಕು ನವರತ್ತ ಬಂದಾಗ ಅವಳ ಕೈಯಲ್ಲಿ ಹಿಡಿ ಹುಲ್ಲು ಕಿತ್ತು ಬಂತು. "ಇವ್ರು ಭೂಷಣ್... ಅಂತ" ಅರಿತವಳಂತೆ ವಿನೋದ ಹೇಳಿದಳು.

ಪರಸ್ಪರ ಪರಿಚಯಿಸಿದಾಗ ವಿಜಯ ಮಿದುಳು ಶೀಘ್ರವಾಗಿ ಕೆಲಸ ಮಾಡತೊಡಗಿತು.

"ಬನ್ನಿ, ಕಾಫಿ ಕುಡ್ದು ಬರೋಣ" ಭೂಷಣ್ ಆಹ್ವಾನಿಸಿದಾಗ ವಿಜಯಳ ಬಿಗಿದು ಕೂತ ತುಟಿಗಳು ಏನೋ ಹೇಳಲು ತವಕಿಸಿದವು. "ನಂಗೆ ಈ ವೇಳೆಗೆ ಕಾಫಿ ಬೇಕೇ ಬೇಕು. ಇಲ್ದಿದ್ರೆ ತಲೆ ಕೆಟ್ಟಂತೆ ಆಗುತ್ತೆ" ಭೂಷಣ್ ನಸುನಕ್ಕರು.

ಮೌನವಾಗಿ ಹೋಟಲಿಗೆ ಹೆಜ್ಜೆ ಹಾಕಿದರು. ಬರೀ ಕಾಫಿ ಮಾತ್ರವಲ್ಲ ಜಾಮೂನ್, ದೋಸೆಯೂ ಆಯಿತು. ಭೂಷಣ್ ಮಧ್ಯೆ ಮಧ್ಯೆ ನಗುತ್ತ ಮಾತನಾಡುತ್ತಿದ್ದರು. ಅದನ್ನು ಕೇಳಿಸಿಕೊಳ್ಳುವ, ಅರ್ಥೈಸಿಕೊಳ್ಳುವ ಸ್ಥಿತಿಯಲ್ಲಿ ವಿಜಯ ಇರಲಿಲ್ಲ.

ಬೀಳ್ಕೊಡುವ ಮುನ್ನ ಭೂಷಣ ಸಂಕೋಚದಿಂದ ಹೇಳಿದರು.

"ನೀವೇನು ಮಾತೇ ಆಡ್ಲಿಲ್ಲ. ನಿಮ್ಗೇನಾದ್ರೂ.... ಬೇಸರ ಇರ್ಬಹ್ದು. ಬೈ ದಿ ಬೈ... ಇದೆಲ್ಲ ಅನಿರೀಕ್ಷಿತವೇನು ಅಲ್ಲ."

ತಕ್ಷಣ ವಿನೋದ ಮಧ್ಯೆ ಬಂದಳು.

"ನಮ್ಮ ವಿಜಯಗೆ ಏನು ಗೊತ್ತಿಲ್ಲ. ಅಂಥದ್ದರಲ್ಲಿ ಹೀಗೆಲ್ಲ ಮಾತಾಡಿದರೆ ಖಂಡಿತ ಬೇಜಾರು ಮಾಡ್ಕೋತಾಳೆ."

"ಸೋ ಸಾರಿ... ಕ್ಷಮ್ಸಿಬಿಡಿ."

ಏನೂ ಅರ್ಥವಾಗದ ವಿಜಯಳ ಸ್ಥಿತಿ ವಿಚಿತ್ರವಾಗಿತ್ತು. ಗಂಭೀರವಾಗಿ ತುಟಿಗಳ ಮೇಲೆ ನಗು ತೇಲಿಸಿದಳು.

ಅಕ್ಕ ತಂಗಿಯರಿಬ್ಬರು ಮನೆ ಕಡೆ ಹಾದಿ ಹಿಡಿದರು. ವಿಜಯ ಮಾತಾಡಬಹುದೆಂದು ವಿನೋದ ಕಾದಳು. ತುಟಿ ಬಿಚ್ಚದಿದ್ದಾಗ ಅವಳಿಗೆ ನಿರಾಶೆಯಾಯಿತು.

ವಿಜೀ, ಏನಾದ್ರೂ ಹೇಳು. ಭೂಷಣ್ ಬಗ್ಗೆ ನಿನ್ನ ಅಭಿಪ್ರಾಯವೇನು? ಸಹನೆಗೆಟ್ಟು ಕೇಳಿದರು.

ವಿಜಯಗಳ ಕಣ್ಣುಗಳಲ್ಲಿ ನಿಸ್ಸಹಾಯಕತೆ ಮಿನುಗಿತು. ಭೂಷಣ್ ನೋಡಲು

ಚೆನ್ನಾಗಿದ್ದ. ಚೆನ್ನಾಗಿ ಮಾತನಾಡುತ್ತಿದ್ದ ಅಷ್ಟು ಬಿಟ್ಟು ಏನಾದರೂ ಹೇಗೆ ಹೇಳಿಯಾಳು?

"ಏನು ಹೇಳ್ಳಿ?" ತಲೆ ಕೆರೆದುಕೊಂಡಳು.

ವಿನೋದ ನಿಧಾನವಾಗಿ ತಾನು ಭೂಷಣ್‌ನ ಮದುವೆಯಾಗಬೇಕೆಂದಿರುವ ಸುದ್ದಿ ತಿಳಿಸಿದಳು. ವಿಜಯಳಿಗೆ ಸಂತೋಷವೇ ಆಯಿತು.

"ಬರೀ ಎಸ್.ಎಸ್‌ಎಲ್.ಸಿ. ಮಾಡ್ಕೊಂಡ್ ಜಾಬ್ ಟೈಪಿಸ್ಟ್ ಆಗಿದ್ದಾರೆ. ನಿಖರವಾದ ಆದಾಯವಿಲ್ಲ!" ವಿನೋದಳ ಸ್ವರದಲ್ಲಿ ಈಗ ಸೋಲು ಇಣುಕಿತು.

ವಿಜಯಳ ಕಣ್ಣುಗಳು ಕಿರಿದಾದವು.

"ಅಂದ್ರೂ ಅವ್ರಿಗೆ ಸಂಪಾದಿಸಬಲ್ಲೆನೆಂಬ ಛಲವಿದೆ." ಮತ್ತೆ ಅವಳ ಸ್ವರದಲ್ಲಿ ಉತ್ಸಾಹ ಇಣುಕಿದಾಗ ವಿಜಯ ಹಗುರವಾಗಿ ನಕ್ಕುಬಿಟ್ಟಳು. "ಕಂಗ್ರಾಟ್ಸ್. ಅಂತೂ ಭೂಷಣ ಈ ಎಂ.ಎ. ಮಾಡ್ದ ಹೆಣ್ಣನ್ನ ಸುಲಭವಾಗಿ ಬಲೆಯಲ್ಲಿ ಹಾಕ್ಕೊಂಡುಬಿಟ್ರು!" ವಿನೋದ ಗಾಬರಿಯಿಂದ ತಂಗಿಯ ಕಣ್ಣುಗಳನ್ನು ನಿಟ್ಟಿಸಿದಳು. ಅಲ್ಲಿ ವ್ಯಂಗ್ಯವಿರಲಿಲ್ಲ.; ಸಹಜವಾಗಿ ಮಿನುಗುತ್ತಿದ್ದವು.

ಇಬ್ಬರು ಮಾತನಾಡುತ್ತ ಮನೆಗೆ ಬಂದು ಸೇರಿದರು. ಭೂಷಣ್ ಮನೆಯವರಿಂದ ಯಾವ ಅಡ್ಡಿಆತಂಕಗಳೂ ಬರಲು ಅವಕಾಶವಿರಲಿಲ್ಲ. ಅವ್ನು ಅನಾಥನಾಗಿ ಸೋದರಮಾವನ ನೆರಳಲ್ಲಿ ಬೆಳೆದರೂ ಈಗ ಸ್ವತಂತ್ರವಾಗಿ ಹೊರಗೆ ಬಂದು ಜೀವನ ನಡೆಸಲು ಸಿದ್ಧವಿದ್ದ. ಆದರೆ... ತಾಯಿ, ತಂದೆ ಈ ಮದುವೆ ಸುತರಾಂ ಒಪ್ಪಲಾರರೆಂದು ಅಕ್ಕ ತಂಗಿಯರಿಬ್ಬರಿಗೂ ಗೊತ್ತು.

"ಅಣ್ಣ, ಅಮ್ಮ ಒಪ್ಪದಿದ್ರೆ ಏನ್ಮಾಡೋದು?" ವಿನೋದಳ ಸ್ವರದಲ್ಲಿ ಭಯ ಇಣುಕಿತು. ವಿಜಯಳ ಕಾಲುಗಳು ಭದ್ರವಾಗಿ ನೆಲದಲ್ಲೂರಿದವು. "ಈ ಪ್ರಶ್ನೆಗೆ ಭೂಷಣ್ ಸಮಾಧಾನ ಹೇಳಬಲ್ಲರು."

ಬಾಗಿಲಿನಲ್ಲಿ ನಿಂತ ಸುಜಯ ದೂರದಲ್ಲಿ ಮುಖಗಳನ್ನು ಕಂಡಾಗ ಕೈಬೀಸಿದಳು. ಮಾತು ನಿಲ್ಲಿಸಿ, ಮೌನವಾಗಿ ಹೆಜ್ಜೆ ಹಾಕಿದಳು.

ಮೇಲೆ ಧೈರ್ಯದ ಪ್ರದರ್ಶನ ಮಾಡಿದರೂ ವಿನೋದ ಒಳಗೊಳಗೇ ಭಯಗ್ರಸ್ತಳಾದಳು.

"ಮೊದ್ಲು ಸುಜಯಗೆ ವಿಷ್ಯ ತಿಳ್ಸೋಣ. ಕೆಲವು ವಿಷ್ಯಗಳಲ್ಲಿ ನಮ್ಮಿಬ್ರಿಗಿಂತ ಅವ್ಳೇ ಧೈರ್ಯಸ್ಥಳು." ವಿಜಯಳ ಮಾತು ಸರಿಯೆನಿಸಿತು.

ರಾತ್ರಿ ವಿಜಯ ಮೆಲುವಾಗಿ ಸುಜಯ ಮುಂದೆ ವಿಷಯ ತೆರೆದಿಟ್ಟಾಗ ಅವಳು ಹುಬ್ಬೇರಿಸಿದಳು. ಯೋಚಿಸುತ್ತ ಕೂತಳು. ವಿನೋದ ಹಿಡಿದ ದಾರಿ ಸರಿಯೆನಿಸಿತು.

"ಭೂಷಣ್ ಒಳ್ಳೆ ವ್ಯಕ್ತಿಯಾಗಿದ್ರೆ ಸರಿ. ಮಿಕ್ಕಿದ್ದೆಲ್ಲ ಯೋಚ್ಸೋದ್ಬೇಡ. ಭಾನುವಾರ ಮನೆಗೆ ಕರ್ಕಂಡ್ ಬಾ. ಮೊದ್ಲು ಪರಿಚಯ ಮಾಡ್ಸೋಣ. ಆಮೇಲೆ ಸಲಹೆ ಕೇಳೋಣ. ಮುಂದಿನದು ಯೋಚ್ಸಿದ್ರಾಯ್ತು." ಸುಜಯ ಖಡಾಖಂಡಿತವಾಗಿ ಹೇಳಿದಾಗ ಮೌನವಾಗಿ ಭಾರವಾದ ಎದೆಯೊತ್ತು ಕೂತಿದ್ದ ವಿನೋದ ಹಗುರವಾಗಿ ಉಸಿರಾಡಿದಳು.

ಊಟಕ್ಕೆ ಬಂದಾಗ ರಂಗಸ್ವಾಮಿ ಮಕ್ಕಳೊಂದಿಗೆ ನಾಲ್ಕು ಮಾತು ಹೆಚ್ಚಾಗಿಯೇ ಆಡಿದರು. ತಾರೀಖು ಇಪ್ಪತ್ತೆಂಟನ್ನ ನೆನಪು ಮಾಡಿಕೊಂಡು ಸುಜಯ ಕಿಸಕ್ಕನೆ ನಕ್ಕಳು.

ಎಂದೂ ಕೊಡುತ್ತಿದ್ದ ಹಣದಲ್ಲಿ ಅರ್ಧದಷ್ಟು ಕೂಡ ಈ ತಿಂಗಳು ಕೊಡಲು ಅವಳಿಗೆ ಸಾಧ್ಯವಿರಲಿಲ್ಲ. ಅವಳ ಖರ್ಚುಗಳ ಜೊತೆ ಒಬ್ಬ ಸಹೋದ್ಯೋಗಿಗೆ ಸಾಲವಾಗಿ ಒಂದಿನ್ನೂರು ಕೊಡುತ್ತೇನೆಂದು ಹೇಳಿದ್ದಳು.

ವಿನೋದ ಮೊಣಕೈನಿಂದ ಸೊಂಟ ತಿವಿದು ಪ್ರಶ್ನಿಸಿದಳು. "ಯಾಕೆ ನಗು?" ಸುಜಯ ಲೋಟದಲ್ಲಿದ್ದ ಮಜ್ಜಿಗೆಯನ್ನು ತಟ್ಟೆಗೆ ಸುರಿದುಕೊಂಡು ಕುಡಿದಿಟ್ಟಳು. "ಸಂಬ್ಳದ ದಿನ ಗೊತ್ತಾಗುತ್ತೆ, ಇರು" ವಿನೋದಳ ಕಣ್ಣುಗಳಿ ಕಿರಿದಾದವು. ಸುಜಯ ತಟ್ಟೆ ಎತ್ತಿಕೊಂಡು ಹೊರಗೆ ಹೋದಳು.

ವಿಜಯ, ಸುಜಯ ಇಬ್ಬರು ತಂದೆಯ ಮುಂದೆ ಬಂದು ಕೂತರು. ಚಿಗುರೆಲೆ ಅಡಿಕೆಪುಡಿ, ಬಣ್ಣ ಕಟ್ಟಿದ ಸುಣ್ಣ – ರಂಗಸ್ವಾಮಿಗಳು ಧಾರಾಳವಾಗಿ ತಾಂಬೂಲ ಮೆಲ್ಲತೊಡಗಿದರು.

"ಅಣ್ಣ, ವಿನೋದ ಮದ್ವೆ ವಿಷ್ಯ ಏನ್ಮಾಡಿದ್ರಿ?" ಸುಜಯ ಮೆಲ್ಲಗೆ ಪ್ರಶ್ನಿಸಿದಳು. ವಿಜಯ ತಲೆತಗ್ಗಿಸಿ ಕೂತಳು. ರಂಗಸ್ವಾಮಿಗಳು ತಾಂಬೂಲದ ಉಗುಳನ್ನು ನುಂಗಿ ನುಡಿದರು: "ಗಂಡು ಸಿಗಬೇಕಲ್ಲ! ಈಗ ತಾನೇ ಮನೆ ತಗೊಂಡಿದ್ದೀವಿ; ಅದ್ರ ಸಾಲ ತೀರಬೇಕು. ಹೆಣ್ಣು ಹೆತ್ತವರು ಸುಮ್ಮನೆ ಗಂಡಿನ ಮನೆಗಳಿಗೆ ಎಡತಾಕತೊಡಗಿದ್ರೆ.... ಅವ್ರುಗಳು ಹೋಗಿ ಅಟ್ಟದ ಮೇಲೆ ಕೂತ್ಕೋತಾರೆ! ಅಂಥ ಪಜೀತಿ ಕೆಲ್ಸ ನಾವು ಯಾಕೆ ಮಾಡ್ಕೋಬೇಕು!" ಒಂದುಕ್ಷಣ ಸುಜಯಳ ಮೈನ ರಕ್ತ ಬಿಸಿಯಾಯಿತು.

"ಅಂತು ಗಂಡು ಹುಡುಕೊಂಡು.... ಬಂದ್ರೆ ನೀವು ಮದ್ವೆ ಮಾಡೋಕೆ ಸಿದ್ಧ!" ಅರಿವಾಗದಂತೆ ಸುಜಯಳ ಸ್ವರದಲ್ಲಿ ಕಠಿಣತೆ ಮಿನುಗಿತು.

ರಂಗಸ್ವಾಮಿಗಳು ಛಾವಣಿ ಹಾರುವಂತೆ ಜೋರಾಗಿ ನಕ್ಕುಬಿಟ್ಟರು.

ಸುಜಯಳ ಉಗುಳು ನುಂಗಿದಾಗ ವಿಜಯ ಕಿಟಕಿಯಿಂದ ಹೊರಗಿನ ಕತ್ತಲನ್ನು ನಿಟ್ಟಿಸತೊಡಗಿದಳು.

ಇಂದು ಅವಳ ಮನವೇದನೆಯ ಹೊಂಡವಾಯಿತು. ಈ ಮನೆಯಲ್ಲಿ ನಿರ್ಮಿತವಾದ ವಿಚಿತ್ರ ಪರಿಸ್ಥಿತಿಗೆ ತತ್ತರಿಸುವ ಸ್ಥಿತಿಯಾಗಿತ್ತು.

ಕದಪುಗಳು ಕೆಂಪೇರಿ ನಾಚಿ ನಿಲ್ಲಬೇಕಾದ ಹೆಣ್ಣುಮಕ್ಕಳು ತಾಯಿತಂದೆಯರ ಮುಂದೆ ನಿಂತು ಮದುವೆಯ ಬಗ್ಗೆ ಪ್ರಶ್ನಿಸುವ ಅಗತ್ಯದ ಬಗ್ಗೆ ಯೋಚಿಸತೊಡಗಿದಳು.

"ಅಣ್ಣ, ನಿಮ್ಮ ನಗೂಗೆ ಏನರ್ಥ?" ಹುಬ್ಬು ಗಂಟಾಕಿಯೇ ಸುಜಯ ಪ್ರಶ್ನಿಸಿದಳು.

"ಮತ್ತೆ ಏನ್ಮಾಡ್ಲಿ? ಮನೆ ಬಾಗ್ಲಿಗೆ ಬಂದ ಗಂಡುಗಳಿಗೆ ಹೆಣ್ಣು ಕೊಡೋಕೆ ಆಗುತ್ತಾ? ಎಲ್ಲಾ.... ನೋಡ್ಬೇಕು! ಎಂ.ಎ. ಮಾಡ್ದ ನಮ್ಮ ವಿನೋದಾಗೆ ಪಿಎಚ್.ಡಿ ಮಾಡ್ದ ಗಂಡೇ ಬೇಕು!"

ಕೂತಲ್ಲಿಯೇ ಕಲ್ಲಾದರು. ಮುಖಮುಖ ನೋಡಿಕೊಂಡರು. ಈ ಮಾತುಗಳಿಗೆ ಕಿವಿಗೊಟ್ಟು ವರಾಂಡದಲ್ಲಿ ಕೂತಿದ್ದ ವಿನೋದಳಿಗಾದ ನಿರಾಶೆಯನ್ನು ಕಲ್ಪಿಸಿಕೊಂಡರು.

ತಣ್ಣಗಿದ್ದ ಸುಜಯಳ ಕೈಬಿಸಿಯಾಯಿತು. ಕೋಪದಿಂದ ಸಿಡಿದಳು.

"ನೀವಾಗಿ ಪಿಎಚ್.ಡಿ. ಮಾಡ್ದ ಗಂಡನ್ನು ಹುಡ್ಕೋಲ್ಲ. ನನ್ನ ಪಿಎಚ್.ಡಿ ಮಾಡ್ದ ಗಂಡು ನಿಮ್ಮ ಬಾಗ್ಲಿಗೆ ಬರೋಲ್ಲ. ಒಟ್ಟಿನಲ್ಲಿ ನಿಮ್ಗೆ ವಿನೋದ ಮದ್ವೆ ಮಾಡೋ ಇಷ್ಟವಿಲ್ಲ!"

ಸಿಡಿಲೆರಗಿದಂತಾಯಿತು ರಂಗಸ್ವಾಮಿಗಳಿಗೆ. ಚೇತರಿಸಿಕೊಳ್ಳಲು ನಿಮಿಷಗಳೇ ಬೇಕಾಯಿತು.

ಸುಜಯ ಬಿರುಗಾಳಿಯಂತೆ ಎದ್ದು ಹೊರಗೆ ಹೋದಳು. ಸಿಡಿಯುವ ತಲೆಯನ್ನು ತಂಗಾಳಿಗೆ ಒಡ್ಡಬೇಕೆನಿಸಿತು. ಹೊರಗಿನ ಹೊಸಲು ಬಳಿಯ ಮೆಟ್ಟಿಲಿನ ಮೇಲೆ ಕೂತು ಬಿಟ್ಟಳು.

ಕೋಪ ತಣ್ಣಗಾಗಿ ನಿಸ್ಸಹಾಯಕತೆ ಅರಿವಾದಾಗ ಅವಳಿಗೆ ಬಿಕ್ಕಿಬಿಕ್ಕಿ ಅಳಬೇಕೆನಿಸಿತು. ಪಕ್ಕದಲ್ಲಿ ಬಂದು ಕೂತ ವಿಜಯಳ ಕೈ ಅವಳ ಹೆಗಲ ಮೇಲೆ ಬಿತ್ತು.

"ಸಮಾಧಾನ ಮಾಡ್ಕೋ, ಇಲ್ದಿದ್ರೆ ವಿನೋದ ಪೂರ್ತಿ ಧೈರ್ಯ ಕಳ್ಕೋತಾಳೆ!" ಮೃದುವಾಗಿ ಹೇಳಿದಾಗ ಸುಜಯಳಿಗೆ ತಂಗಾಳಿ ತೀಡಿದಂತಾಯಿತು.

ಹೊರಗೆ ಬಂದ ಅನ್ನಪೂರ್ಣಮ್ಮ ಮಗಳಿಗೆ ಛೀಮಾರಿ ಹಾಕಿದರು.

"ನಿಂಗೆ ವಿಪರೀತ ಬಾಯಿ ಆಯ್ತು! ಸ್ವಲ್ಪ ಕೂಡ ವಿನಯ ಇಲ್ಲ; ದುಡಿದು ನಾಲ್ಕು ಕಾಸು ತಂದ ಮಾತ್ರಕ್ಕೆ ನೀವೇನು ಗಂಡು ಆಗೋಕೆ ಸಾಧ್ಯವಿಲ್ಲ. ಸ್ವಲ್ಪ ನಾಚ್ಕೆ, ಸಂತೋಷ ಇಟ್ಕೊಂಡು ಬಾಳೋದ್ನ ಕಲೀರಿ."

ಸುಜಯ ಫಕಫಕನೆ ನಕ್ಕುಬಿಟ್ಟಳು. ಅನ್ನಪೂರ್ಣಮ್ಮನ ಕೆನ್ನೆಗೆ ಬಾರಿಸಿದಂತಾಯಿತು. ಒಳಗೆ ಧುಮುಗುಟ್ಟಿದ್ದರು. ಬಾಯಿ ತೆರೆದು ಹಾರಾಡಲು ಅವರಿಂದಾಗಲಿಲ್ಲ.

ಸುಜಯಳ ಒತ್ತಡದಿಂದ ಭಾನುವಾರ ಭೂಷಣ್‌ಗೆ ವಿನೋದ ಆಹ್ವಾನಿಸಿದ್ದಳು. ವಿಜಯ ಸಡಗರದಿಂದ ಓಡಿಯಾಡಿದಳು.

"ಅಮ್ಮ, ಏನಾದ್ರೂ ಸಿಹಿ ಮಾಡು. ಯಾರೋ.... ಬರ್ತಾರೆ" ಸುಜಯ ಅಧಿಕಾರದ ಸ್ವರದಲ್ಲಿ ಹೇಳಿದಾಗ ಆಕೆ ಕಣ್ಣರಳಿಸಿದರು. ನಿಮ್ಮಗಳ ಆಫೀಸ್‌ನವರಾದ್ರೆ ಒಂದಿಷ್ಟು ಬಿಸ್ಕತ್ತು, ಬಾಳೆಹಣ್ಣು ತರ್ಸಿದ್ರೆ ... ಸಾಕು."

ಮತ್ತೆ ಹೇಳುವುದು ಸುಜಯಳಿಗೆ ಬೇಕಾಗಲಿಲ್ಲ. ಸೆರಗನ್ನು ಸೊಂಟಕ್ಕೆ ಸಿಕ್ಕಿಸಿ ಅಡುಗೆಯ ಮನೆಗೆ ದಾಳಿಯಿಟ್ಟಳು. ಲಕ್ಷಣವಾಗಿ ಕೇಸರಿ ಬಾತ್, ಉಪ್ಪಿಟ್ಟು ಮಾಡಿಟ್ಟು ಹೊರಗೆಬಂದಳು.

ಐದರ ವೇಳೆಗೆ ಭೂಷಣ್ ಬಂದರು. ಸಾಧಾರಣ ಉಡುಪು, ಬಿಳಿಫುಲ್ ತೋಳಿನ ಷರಟು, ಕಡುನೀಲಿ ಬಣ್ಣದ ಪ್ಯಾಂಟ್ ಹಾಕಿದ್ದರು. ಎತ್ತಿ ಬಾಚಿದ ಕೂದಲು.

ವಿಜಯ ಎದುರುಗೊಂಡು ಒಳಗೆ ಕರೆತಂದಾಗ ಟೀಪಾಯಿ ಮೇಲಿದ್ದ ರಂಗಸ್ವಾಮಿಗಳ ಕಾಲುಗಳು ಕೆಳಗೆ ಇಳಿದವು. ಸರಿಯಾಗಿ ಕನ್ನಡಕವೇರಿಸಿ ನೋಡಿದರು.

"ಕೂತ್ಕೊಳ್ಳಿ, ಯಾರೋ ಪರಿಚಯವಾಗ್ಲಿಲ್ಲ!" ಗಲ್ಲ ಉಜ್ಜಿದಾಗ ವಿಜಯ ಸಹಾಯಕ್ಕೆ ಓಡಿಬಂದಳು. "ನಮ್ಮ ವಿನೋದಗೆ ಗೊತ್ತಿರೋ ಜನ."

ರಂಗಸ್ವಾಮಿಗಳು ತಕ್ಷಣ ಬೆಚ್ಚಿದರು. ತಕ್ಷಣ ಪೆಚ್ಚಾಗಿ ನಕ್ಕು ಕೈಕೈ ಹೊಸೆದರು.

"ಸಂತೋಷ, ಏನ್ಮಾಡ್ಕೊಂಡಿದ್ದೀರಿ?"

ಭೂಷಣ್ ಸರಳ ಸ್ವಭಾವದ ವ್ಯಕ್ತಿಯಾದರೂ ಸ್ವಾಭಿಮಾನಿ. ಇಲ್ಲದ ಒಣಪ್ರತಿಷ್ಠೆಯನ್ನು ಮೆರೆಸಲು ಅವನಿಗಿಷ್ಟವಿಲ್ಲ.

"ನಾನೇನು ಡಿಗ್ರಿ ಹೋಲ್ಡರ್ ಅಲ್ಲ. ಸದ್ಯಕ್ಕೆ ಜಾಬ್ ಟೈಪಿಸ್ಟ್ ಆಗಿದ್ದೀನಿ."

ಅವರ ಮುಖದ ಅಳಿದುಳಿದ ಗೆಲುವು ಕೂಡ ಇಂಗಿಹೋಯಿತು. ಬಲವಂತದಿಂದ ನಾಲ್ಕು ಮಾತಾಡಿದರು. ಮಿದುಳು ಚುರುಕಾಗಿ ಕೆಲಸ ಮಾಡತೊಡಗಿತು. ವಿನೋದಗೂ, ಇವನಿಗೂ ಹೇಗೆ ಪರಿಚಯ? ಎಳೆ ಎಳೆಯನ್ನು ಮನದಲ್ಲಿಯೇ ಹಿಂಜಿ ನೋಡತೊಡಗಿದರು.

ಬಂದು ಕೂತ ಸುಜಯ ತಿಂಡಿ ಕೊಟ್ಟು ಬಾಯಿ ತುಂಬ ಮಾತನಾಡಿಸಿದರೂ ಭೂಷಣಗೆ ಹೆಚ್ಚು ಹೊತ್ತು ಕೂರಲು ಮುಜುಗರವೆನಿಸಿತು.

"ಬರ್ತೀನಿ...." ಎದ್ದು ಕೈ ಮುಗಿದು ವಿನೋದಳ ಕಡೆ ನೋಡಿದ. ಅವಳ ಕಣ್ಣಿನಾಳದಲ್ಲಿ ನಿರಾಶೆಯ ಸ್ಪಷ್ಟತೆ ಅರಿವಾದಾಗ ತುಟಿ ಕಚ್ಚಿದ. "ಬರ್ತೀನಿ.... ವಿನೋದ" ಹೊರಡುವ ಮುನ್ನ ಯಾವ ಅಂಜಿಕೆಗೂ ಒಳಪಡದೆ ಹೇಳಿದಾಗ ಸುಜಯಳ ಕೈಯೆತ್ತಿ ಮೆಚ್ಚುಗೆ ಸೂಚಿಸಿದಳು.

ರಂಗಸ್ವಾಮಿ ಕೋಪದಿಂದ ಧುಮುಗುಟ್ಟತೊಡಗಿದರು. ಎರಡು ಕೈಬೆರಳುಗಳನ್ನು ಬೆಸೆದು ಮುರಿದರು.

"ವಿಜಯ..." ಸ್ವರವೇರಿಸಿದರು.

ವಿಜಯ ಬದಲಾಗಿ ಸುಜಯ ಬಂದು ನಿಂತಳು. ದುರದುರನೆ ನೋಡಿದರು. ಕಣ್ಣುಗಳು ಕೋಪದ ಕಿಡಿಗಳನ್ನ ಕಕ್ಕತೊಡಗಿತು.

"ಬೀದಿಯಲ್ಲಿ ಹೋಗೋರ್‍ನ ಕರ್‍ದು ಉಪಚಾರ ಮಾಡೋ ಅವಶ್ಯಕತೆ ಏನಿತ್ತು? ನಿಮ್ಗೆ ಸಂಬಂಧಪಟ್ಟ ಆಫೀಸರ್ ಅಲ್ಲ. ಎಲ್ಲೋ ಅಂಗ್ಡಿ ಮಗ್ಗುಲಲ್ಲಿ ಕೂತು ಟೈಪ್ ಮಾಡೋ.... ನಾನ್ಸೆನ್ಸ್" ಅವರ ಸ್ವರದಲ್ಲಿ ಕೋಪದ ಕಂಪನವಿತ್ತು.

ಸುಜಯ ತುಟಿಗಳ ಮೇಲೆ ಕಿರುನಗು ಇಣುಕಿತು. ಇದು ನಿರೀಕ್ಷಿತವೇ. ಭೂಷಣ್ ಬಗ್ಗೆ ಅವಳಲ್ಲಿ ಒಳ್ಳೆಯ ಅಭಿಪ್ರಾಯ ಮೂಡಿತ್ತು. ಹಿಂಜರಿಕೆಯ ದೌರ್ಬಲ್ಯವನ್ನು ಬಲವಂತವಾಗಿ ಹತ್ತಿಕ್ಕಿದಳು.

"ಅಣ್ಣ, ನಿಮ್ಗೆ ಮೊದ್ಲೇ ವಿಷ್ಯ ತಿಳಿಸಬೇಕಿತ್ತು. ಮೊದ್ಲು ಪರಿಚಯಿಸಿ ತಿಳ್ಸೋದು ಒಳ್ಳೇದು ಅಂದ್ಕೊಂಡಿದ್ವಿ. ಭೂಷಣ್ - ವಿನೋದನ ಮದ್ವೆಯಾಗೋಕೆ

ಒಪ್ಪಿಕೊಂಡಿದ್ದಾರೆ. ಇಲ್ಲಿ ವರದಕ್ಷಿಣೆ ವರೋಪಚಾರದ ತೊಡಕಿಲ್ಲ. ಹೇಗೆ ಮದ್ವೆ ಮಾಡಿಕೊಟ್ರೂ.... ನಡೆಯುತ್ತೆ."

ರಂಗಸ್ವಾಮಿಯವರ ಅವುಡುಗಳು ಮೇಲಕ್ಕೂ ಕೆಳಕ್ಕೂ ಆಡತೊಡಗಿತು. ಸಿಟ್ಟಿನಿಂದ ತತ್ತರಿಸತೊಡಗಿದರು.

"ಬಾಯ್ಮುಚ್ಚು...." ಅಬ್ಬರಿಸಿದರು.

"ಅದ್ರಲ್ಲೇನಿದೆ, ಇರೋ ವಿಷ್ಯ ಹೇಳ್ದೆ. ಇನ್ನ ನಿಮ್ಮಿಷ್ಟ" ತಣ್ಣಗೆ ಹೇಳಿ ಅಲ್ಲಿಂದ ಕಾಲ್ತೆಗೆದಳು.

ಗುಡುಗು, ಸಿಡಿಲು, ಮಳೆ ಒಟ್ಟಿಗೆ ಅಪ್ಪಳಿಸತೊಡಗಿದಂತಾಯಿತು. ಇಡೀ ಮನೆಯ ವಾತಾವರಣದಲ್ಲಿಯೇ ಏರುಪೇರಾಯಿತು.

ವಿನೋದ ಎರಡು ಕೈಯಲ್ಲೂ ಕಿವಿ ಮುಚ್ಚಿಕೊಂಡಾಗ ವಿಜಯ ಎದ್ದು ಒಳಗೆ ಬಂದಳು.

"ಅಣ್ಣ, ಸುಮ್ನೇ ಈ ಕೂಗಾಟ ಬೇಡ. ದೊಡ್ಡವರಾಗಿ ನಿಂತು ಮದ್ವೆಮಾಡಿ ಇಲ್ದಿದ್ರೆ ಸುಮ್ಮನಿದ್ಬಿಡಿ. ಕಡ್ಡಿ ತುಂಡು ಮಾಡಿದಂತೆ ಹೇಳಿದಾಗ ಅವರ ಬಾಯಿಗೆ ಬೀಗಮುದ್ರೆ ಬಿತ್ತು."

ಹೆಚ್ಚಿಗೆ ಹಣವನ್ನು ಕೊಡುತ್ತಿದ್ದವಳು ವಿಜಯ ಒಬ್ಬಳೇ!

ಆಮೇಲೆ ನಾಲ್ಕು ದಿನದಲ್ಲಿ ಭೂಷಣ್, ವಿನೋದ ಮದುವೆ ಸರಳವಾಗಿ ದೇವಸ್ಥಾನದಲ್ಲಿ ನಡೆದುಹೋಯಿತು. ರಜ ಪಡೆದ ವಿಜಯ, ಸುಜಯ ಇಬ್ಬರೂ ಭಾಗವಹಿಸಿದರು. ವಿನೋದಳ ಕಣ್ಣೀರು ತೊಡೆದು ಶುಭಹಾರೈಸಿ ಭಾಗವಹಿಸಿದರು. ವಿನೋದಳ ಕಣ್ಣೀರು ತೊಡೆದು ಶುಭಹಾರೈಸಿ ಮನೆಯತ್ತ ಹೊರಟಾಗ ಅವರಿಬ್ಬರ ಹೃದಯಗಳು ಭಾರವಾಗಿದ್ದವು.

ಬಂದು ಬಾಗಿಲು ತೆರೆದ ಅನ್ನಪೂರ್ಣಮ್ಮನ ಮುಖ ಅತ್ತು ಅತ್ತು ಕೆಂಪಗಾಗಿತ್ತು. ಕೆನ್ನೆಗಳು ಊದಿಕೊಂಡಿದ್ದವು. ಹೆತ್ತ ಕರುಳಿನ ಸಂಕಟ.

ಒಳಗಡೆ ಬಂದರು. ಮನೆಯಲ್ಲಿ ಸ್ಮಶಾನ ಮೌನ. ಕೈಕಾಲು ತೊಳೆದು ವಿಜಯ ತಾನೇ ಹೋಗಿ ಕಾಫಿ ಮಾಡಿಕೊಂಡು ಬಂದಳು.

"ಕಾಫಿ ಬದ್ಲು ನೀರು ಮಜ್ಜಿಗೆ ಕುಡಿದಿದ್ರೆ ಚೆನ್ನಾಗಿತ್ತು. ನಮ್ಗೆ ಹೊಟ್ಟೆ ಉರಿಸೋಕೆ ಹುಟ್ಟಿದ್ದೀರಿ. ನೀವಿಬ್ರೂ ಅವ್ಳಿಗೆ ಸಹಾಯಕರಾಗಿ ನಿಲ್ದಿದ್ರೆ ಈ ಮದ್ವೆ ಹೇಗೆ ನಡೀತಾ ಇತ್ತು!" ಬಿಕ್ಕಳಿಕೆಯ ನಡುವೆ ಅನ್ನಪೂರ್ಣಮ್ಮ ಕೇಳಿದಾಗ ಮೌನ ವಹಿಸಿದರು.

"ಅವ್ನು ಅವ್ಳಿಗೆ ಸರಿಯಾ, ಸಾಟಿಯ! ಗೋತ್ರವಿಲ್ಲದೋನ್ನ ಮದ್ವೆಯಾಗೋಕೆ ಅವ್ಳಿಗೇನು ಬಂದಿತ್ತು ಧಾಡಿ!"

ಸುಜಯ ತಾಯಿಯ ಮಾತುಗಳನ್ನು ಕೇಳಲಾರದೆ ಎರಡು ಕೈಯಲ್ಲೂ ಕಿವಿ ಮುಚ್ಚಿಕೊಂಡಳು.

"ಅಮ್ಮ, ಸುಮ್ನೇ ಕೂಗಿ ಆಯಾಸ ಮಾಡ್ಕೋಬೇಡ. ಅವ್ಳಿಗೂ ಬದ್ಕು ಬೇಕಾಗಿತ್ತು.

ವರ ಹುಡುಕೋಲ್ಲ. ವರದಕ್ಷಿಣೆ ಕೊಡೋಲ್ಲ. ಪಿಎಚ್.ಡಿ ಗಂಡು ಬಂದು ನಿಮ್ಮ ಹೊಸಲಿನಲ್ಲಿ ಕಾದು ಕೂತ್ಕೋಬೇಕು. ಯಾವ್ದಾದ್ರೂ ಪವಾಡ ನಡೀಬೇಕು. ಅಷ್ಟರಲ್ಲಿ ಅವ್ಳು ಮುದ್ಕಿ ಆಗ್ತಾ ಇದ್ಳು ಅಷ್ಟೆ." ತಣ್ಣಗಿನ ಸ್ವರದಲ್ಲಿ ಹೇಳಿದರೂ ಬಿಸಿನೀರು ಸೋಂಕಿ ಅವರ ಮೈಮೇಲೆ ಬಾಸುಂಡೆ ಬಂದಂತಾಯಿತು.

ಮತ್ತೆ ಬಾಯಿ ತೆರೆಯುವುದು ವಿಜಯಳಿಗೆ ಬೇಕಿರಲಿಲ್ಲ.

"ಮತ್ತೆ ಆ ವಿಷ್ಯ ಮಾತಾಡೋದೇನು ಬೇಡ. ಅವಳ ಭವಿಷ್ಯದ ಬಗ್ಗೆ ನಿರಾತಂಕವಾಗಿರಿ. ಭೂಷಣ್ ಯಾವ ಪಿಎಚ್.ಡಿ ಮಾಡ್ದಿದ್ರೂ ಸಾಮಾಜಿಕ ಜವಾಬ್ದಾರಿ ಅರಿತವನು – ಸುಖವಾಗಿರ್ತಾರೆ."

ಅನ್ನಪೂರ್ಣಮ್ಮ ಬಾಯಿಗೆ ಭದ್ರವಾಗಿ ಬೀಗ ಬಿದ್ದಂತಾಯಿತು. ಮುಸಿಮುಸಿ ಅಳುತ್ತಲೇ ಕೋಣೆಯತ್ತ ಹೋದರು.

ಸುಜಯ, ವಿಜಯ ಅವಳ ಬಟ್ಟೆಬರೆಗಳನ್ನೆಲ್ಲ ತೆಗೆದು ಸೂಟ್‌ಕೇಸ್‌ಗಳಿಗೆ ಜೋಡಿಸಿಟ್ಟರು.

"ವಿಜೀ, ನಿನ್ಹತ್ರ ಏನಾದ್ರೂ ಹಣ ಇದ್ಯಾ?" ಸುಜಯ ಕಣ್ಣು ಕಿರಿದಾಗಿಸಿ ಕೇಳಿದಾಗ ಇಲ್ಲವೆನ್ನುವಂತೆ ತಲೆಯಾಡಿಸಿದಳು. "ಹೆಚ್ಚಿಗೆ ಹಣ ನಾನು ಯಾವಾಗ್ಲೂ ಉಳಿಸಿಕೊಳ್ಳೋಲ್ಲ. ನಿಂಗೆ ಗೊತ್ತೇ ಇದೆ."

ಸುಜಯಳ ಬೆರಳುಗಳು ಯಾವುದೋ ಲೆಕ್ಕ ಬರೆದು ಬರೆದು ಅಳಿಸಿ ಹಾಕುತ್ತಿತ್ತು.

"ಹೊಸ ಸಂಸಾರಕ್ಕೆ ಹಣದ ಅಗತ್ಯ ತುಂಬ ಇರುತ್ತೆ. ವಿಷ್ಯ ಗೊತ್ತಿದ್ರೂ ನಾವು ನಿಸ್ಸಹಾಯಕರು. ಎಲ್ಲಾದ್ರೂ ಸಾಲ ಮಾಡಿಯಾದ್ರೂ ಒಂದಿಷ್ಟು ಹಣ ಅವ್ಳಿಗೆ ಒದಗಿಸಬೇಕು" ಸುಜಯ ಕೆನ್ನೆಗೆ ಕೈಯೊತ್ತಿದಳು.

ಬೆಳಿಗ್ಗೆ ಸುಜಯ ಮೊದಲ ಕೆಲಸವಾಗಿ ಮಾಡಿದ್ದು ಮೂವರನ್ನು ಕೇಳಿ ಐನೂರು ಕೊಡಿಸಿ ಭೂಷಣ್‌ನನ್ನ ಹುಡುಕಿಕೊಂಡು ಹೋದಳು.

ಟೈಪ್ ಮಾಡುತ್ತಿದ್ದವನು ನಕ್ಕು ಎದ್ದುಬಂದ.

"ಒಂದ್ನಿಮ್ಷ.... ಈಗ್ಬರ್ತೀನಿ."

ಟೈಪಾದ ಹಾಳೆಗಳನ್ನ ಇತ್ತು ಹಣ ಪಡೆದು ಬರುವವರೆಗೂ ಸುಜಯ ಅಲ್ಲಿಯೆ ನಿಂತಳು.

ಬಂದವನೇ ಆಟೋ ಮಾಡಿ ಮನೆಗೆ ಕರೆದೊಯ್ದ. ಪುಟ್ಟ ಕೋಣೆಯಾದರೂ ಅಚ್ಚುಕಟ್ಟಾಗಿತ್ತು. ವಿನೋದ ಗಡದ್ದು ನಿದ್ದೆ ಮಾಡಿ ಎದ್ದ ಮುಖದಿಂದಲೇ ಆಹ್ವಾನಿಸಿದಳು. ನವೋದಯ ಬೆಳಕಿತ್ತು ಅವಳ ಮುಖದ ಮೇಲೆ.

"ವಿಜೀ, ಬರ್ಲಿಲ್ವಾ?" ವಿನೋದಲ ಮುಖ ಮೊರದಗಲವಾಯಿತು.

"ಅವ್ಳ ಕೆಲ್ಸದ ವಿಷ್ಯ ಗೊತ್ತಲ್ಲ. ನಂಗೂ, ನಿಂಗೂ ಸಿಕ್ಕದಷ್ಟು ಸರಾಗವಾಗಿ ಅವ್ಳಿಗೆ ರಜ ಸಿಕ್ಕಬೇಕಲ್ಲ!"

ಅಕ್ಕ–ತಂಗಿ ಹರಟಿದರು. ತಾಯಿ, ತಂದೆಯ ವಿಷ್ಯ ಬಂದಾಗ ವಿನೋದ

ಕಣ್ಣೀರು ಹಾಕಿದಾಗ ಭೂಷಣ್ ಸಮಾಧಾನ ಮಾಡಿದ. ಸಂಜೆಯವರೆಗೂ ಅಲ್ಲೇ ಇದ್ದ ಸುಜಯ ಹಗುರ ಮನದಿಂದ ಹಿಂದಿರುಗಿದಳು.

* * *

ಸಂತೋಷ್‌ಕುಮಾರ್ ಛೇಂಬರ್‌ನಲ್ಲಿ ಕಾಲಿಟ್ಟಾಗ ಬಿಕೋ ಎಂದಿತು. ಉತ್ಸಾಹ ಕಮರಿತು. ನಿಶ್ಶಕ್ತಿ ದೇಹದಲ್ಲಿ ಮುಸುಕಿ ಬೇಸರದಿಂದ ಸೀಟ್‌ನಲ್ಲಿ ಕುಸಿದ.

ಹಿಂದಿನ ದಿನವೇ ವಿಜಯ ರಜೆ ಪಡೆದಿದ್ದಳು. ಸಂಜೆಯ ವೇಳೆಗೆ ಮೈಯ ಶಕ್ತಿ ಪೂರ್ತಿ ವ್ಯಯವಾಗದವನಂತೆ ತಪ್ಪಿಸಿದ. ಕ್ಲರ್ಕ್ ಇಂಜಿನಿಯರುಗಳನ್ನು ಕರೆಸಿ ರೇಗಾಡಿದ.

ಸಂಜೆಯ ವೇಳೆಗೆ ಮಿದುಳಿನ ಸಮೂಹದ ನರಗಳೆಲ್ಲ ಸಿಡಿಯತೊಡಗಿತು. ಕೆಳಗಿಳಿದು ಬಂದ.

ಪ್ಯಾಂಟ್ ಜೇಬಿನಲ್ಲಿ ಕೈಗಳನ್ನು ಇಳಿಬಿಟ್ಟು ಕಾರಿಡಾರ್‌ನಲ್ಲಿ ಅಡ್ಡಾಡಿದ. ಎದೆಯಾಳದ ತಳಮಳ, ಮಿದುಳಿನ ಸಿಡಿತ, ಸ್ಪಷ್ಟತೆ ನೀಡಲು ಶ್ರಮಿಸುತ್ತಿತ್ತು. ಡ್ರೈವರ್ ಕಣ್ಣು ಸನ್ನೆಯಿಂದಲೇ ಬೇಡವೆಂದು ಕಾರು ಹತ್ತಿದ. ನಂಗೇನಾಗಿದೆ? ಒಂದು ರೀತಿಯ ದುರ್ಬಲತೆಯ? ಕಾರು ನಿತ್ಯದ ವೇಗಕ್ಕಿಂತ ಕಡಿಮೆ ಓಡುತ್ತಿತ್ತು.

ಮನೆಗೆ ಬಂದವನೇ ಮಲಗಿಬಿಟ್ಟ. ದೇಹದಲ್ಲಿ ಲವಲವಿಕೆಯೇ ಕಾಣದಾಯಿತು. ಒಂದುರೀತಿಯ ನಿತ್ರಾಣ. ಡಾಕ್ಟರಿಗೆ ಫೋನ್ ಮಾಡಲು ಹೊರಟವನು ಸುಮ್ಮನಾದ.

ಇಡೀರಾತ್ರಿ ಹೊರಳಾಡಿದರೂ ನಿದ್ದೆ ಅವನ ಕಣ್ಣಿಗೆ ಹತ್ತಲಿಲ್ಲ. ಕಂಗೆಡಿಸುತ್ತಿದ್ದ ಚಿತ್ರ ವಿಜಯಳದೇ. ದಢಕ್ಕನೆ ಎದ್ದು ಕೂತ. ಬೆವತು ಮೈಯಲ್ಲಿ ಉತ್ಸಾಹ ತುಂಬಿಕೊಂಡಿತು. ಒಂದುಕ್ಷಣ ಗಾಬರಿಯೂ ಆಯಿತು.

ವಾಟ್ ಈಸ್ ದಿಸ್? ಇದು ಪ್ರೀತಿಯ ಮೊದಲಹಂತ ಅನ್ನುವುದಕ್ಕಿಂತ ಕಡೆಯ ಘಟ್ಟವೆನಿಸಿತು. ಮುಖದ ಮೇಲೆ ಹಸನ್ಮುಖತೆ ನೆಲೆಸಿತು. ಮೈಮುರಿದು ಎದ್ದ.

"ಚಂದ್ರು, ಬೇಗ ಬ್ರೇಕ್‌ಫಾಸ್ಟ್‌ಗೆ ರೆಡಿಮಾಡು" ಬಾತ್‌ರೂಂನತ್ತ ಹೊರಟ. ಯಾವುದೋ ಹಳೆ ಚಿತ್ರಗೀತೆ ಗುನುಗುತ್ತ ಸ್ನಾನಮಾಡಿ ಬಂದ. ಎಂದಿಗಿಂತ ಒಂದು ಗಂಟೆ ಮೊದಲೇ ಆಫೀಸಿಗೆ ಹೊರಟ. ವಿಜಯಳ ಸೀಟ್ ಖಾಲಿಯಾಗಿತ್ತು. ಮುಜುಗರದಿಂದ ಹೋಗಿ ಕೂತ. ಟೇಬಲ್ಲು ಮೇಲಿದ್ದ ಫೈಲುಗಳೆಲ್ಲ ಎಳೆದಾಡಿ ಪದೇಪದೇ ಬಾಗಿಲಿನತ್ತ ನೋಡುತ್ತಿದ್ದ. ಬಾಗಿಲ ಸದ್ದಿಗಾಗಿ ಕಿವಿಗಳು ಹಂಬಲಿಸತೊಡಗಿದವು.

ಸದ್ದಿಗೆ ತಕ್ಷಣ ತಲೆ ಎತ್ತಿದ. ಆಫೀಸ್ ಬಾಯ್ ಕವರ್‌ಗಳನ್ನು ಹಿಡಿದು ಒಳಗೆ ಬಂದಿದ. ಕಣ್ಣುಗಳಲ್ಲಿ ಕಿಡಿ ಕಾಣಿಸಿಕೊಂಡಿತು. ಅಲ್ಲಿಟ್ಟು ಹೋಗುವಂತೆ ಸನ್ನೆಮಾಡಿದ.

ಸಹಿಸಲಸಾಧ್ಯವಾದ ಚಡಪಡಿಕೆ. ಅವನ ಕಣ್ಣೋಟ ಪ್ರತಿಯೊಂದು ವಸ್ತುವನ್ನೂ ಇರಿಯಿತು.

ಮೆಲ್ಲಗೆ ಒಳಗೆ ಬಂದ ವಿಜಯ ಗಾಬರಿಯಿಂದ ನಿಂತಳು. ಬಾಸ್ ಬರುವ ಮುನ್ನ ಅವಳು ಬಂದಿರಬೇಕಾದ್ದು ಅವಳ ಕರ್ತವ್ಯ. ಪಾದಗಳು ಚಲಿಸದಾದವು.

"ಗುಡ್ ಮಾರ್ನಿಂಗ್, ಸರ್" ಬಾವಿಯಾಳದಿಂದ ಬಂದಂತಿತ್ತು ಅವಳ ಸ್ವರ. ಕಿಟಕಿಯಿಂದ ಹೊರನೋಡುತ್ತಿದ್ದ ಸಂತೋಷ್ ಮುಖ ಇತ್ತ ತಿರುಗಿತು. ಅವಳ ಕಣ್ಣಲ್ಲಿ ಮಿಂಚೊಡೆಯಿತು. "ಗುಡ್ ಮಾರ್ನಿಂಗ್" ಸ್ವರದಲ್ಲಿ ಜೇನಿತ್ತು. ಹಗುರವಾಗಿ ಉಸಿರಾಡಿದಳು ವಿಜಯ.

ಆದರೆ ಆ ಪ್ರಜ್ವಲಿಸುವ ಕಣ್ಣುಗಳೇ ಫೈಲುಗಳನ್ನೆಲ್ಲ ಕಾಡತೊಡಗಿದಾಗ ಅವಳಿಗೆ ಗಾಬರಿಯಾಯಿತು. ಮೆಲ್ಲಗೆ ಹುಬ್ಬೆತ್ತಿ ಸಂತೋಷ್ ಕಡೆ ನೋಡಿದವಳೇ ತಲೆತಗ್ಗಿಸಿಬಿಟ್ಟಳು./ ಅನುರಾಗಪೂರಿತ ನೋಟ ಅವಳನ್ನು ತೋಯಿಸುತ್ತಿತ್ತು.

ತಲೆತಗ್ಗಿಸಿ ಕೂತುಬಿಟ್ಟಳು. ನೋಟ ಮೇಲೆತ್ತಲೇ ಅವಳಿಂದಾಗಲಿಲ್ಲ.

"ವಿಜಯ ತುಂಬ ತಲೆನೋವು" ಹಣೆ ಹಿಡಿದಾಗ ಸಂಕೋಚದಿಂದ ತಲೆ ಎತ್ತಿದಳು. ಮುಂದಿದ್ದ ಫೈಲನ್ನ ಅವಳತ್ತ ನೂಕಿದ. "ವರ್ಕ್ಸ್ ಬೇಡಿಕೆಯ ಪಟ್ಟಿ ದಿನದಿನಕ್ಕೆ ಬೆಳೀತಾ ಹೋಗ್ತಾ ಇದೆ. ನಮ್ಗೆ ಸಹಾನುಭೂತಿ ಇರ್ಬಹ್ದು..." ಮಾತನ್ನ ಅರ್ಧದಲ್ಲಿಯೇ ಕತ್ತರಿಸಿ ಭಾವಣಿಯತ್ತ ನೋಡಿದ.

ವಿಜಯ ಫ್ಲಾಸ್ಕ್‌ನಲ್ಲಿದ್ದ ಕಾಫಿಯನ್ನು ಕಪ್‌ಗೆ ಬಗ್ಗಿಸಿ ಅವನ ಮುಂದಿಟ್ಟಳು. ಭಾವನೆಗಳು ದಿನ ಕಳೆದಂತೆ ಹೃದಯದಲ್ಲಿ ಬಲವಾಗಿ ಬೇರುಬಿಟ್ಟಿದವು. ಬಾಯಿಗಳು ಏನ್ನೂ ಆಡದಿದ್ದರೂ ಹೃದಯಗಳು ನಿವೇದಿಸಿಕೊಳ್ಳುವಷ್ಟರಮಟ್ಟಿಗೆ ಸಮರ್ಥವಾಗಿದ್ದವು.

ಅಂದು ಆಫೀಸಿಗೆ ಬಂದತಕ್ಷಣ ಸಂತೋಷ್ ಉದ್ವೇಗದಿಂದ ಹೇಳಿದ.

"ಸಂಜೆ ಫ್ಲೈಟ್ ರಿಸರ್ವೇಷನ್ ಇದ್ಯೇನೋ ವಿಚಾರ್ಸಿ. ನಾನು ಆದಷ್ಟು ಬೇಗ ಹೈದರಾಬಾದ್ ತಲುಪಬೇಕು."

ಹಣೆಯ ಮೇಲೆ ಮೂಡಿದ ಬೆವರನ್ನು ಕರ್ಚೀಫ್‌ನಿಂದೊತ್ತಿದ. ತೀರಾ ಕೆಳಸ್ವರದಲ್ಲಿ ಆತ್ಮೀಯವಾಗಿ ಹೇಳಿದ.

"ನಮ್ಮ ಮದರ್‌ಗೆ ತುಂಬ ಸೀರಿಯಸ್ ಅಂತೆ. ತುಂಬ ಆರೋಗ್ಯವಾಗಿದ್ರು. ನಂಗೊಂದೂ ತೋಚ್ತಾ ಇಲ್ಲ."

ವಿಜಯಳ ಕಣ್ಣುಗಳಲ್ಲಿ ಅರ್ಥವಾಗದ ಭಾವವೊಂದು ಮಿನುಗಿತು. ಆ ಸಮಯದಲ್ಲಿ ಹೇಗೆ ಸಾಂತ್ವನಿಸಬೇಕೆಂದು ಅವಳಿಗೆ ತೋಚಲಿಲ್ಲ. ಉಗುಳು ನುಂಗಿ ಗೊಂಬೆಯಂತೆ ನಿಂತಳು.

ಬೆನ್ನು ಹಾಕಿ ಅಳ ಕಡೆ ನಿಂತಿದ್ದವನು ಇತ್ತ ತಿರುಗಿದ. ಆ ಕ್ಷಣದಲ್ಲಿ ವಿಜಯ ತೀರಾ ಆತ್ಮೀಯ ವ್ಯಕ್ತಿಯಾಗಿ ಕಂಡಳು. ಎರಡೆಜ್ಜೆ ಮುಂದಕ್ಕೆ ಬಂದ.

ಅವಳ ಉಸಿರಾಟದಲ್ಲಿ ಏರುಪೇರಾಯಿತು.

"ನಿಮ್ಮ ತಾಯಿ ಹುಷಾರಾಗ್ತಾರೆ. ಸುಮ್ನೇ ಆತಂಕಪಟ್ಕೋಬೇಡಿ ಸಾರ್." ತುಟಿಗಳ ಮಧ್ಯೆ ಅಡಗಿಹೋಯಿತು. ಅವನ ಕಣ್ಣಲ್ಲಿ ಹೊಳಪು ಪ್ರಜ್ವಲಿಸಿತು. "ಥ್ಯಾಂಕ್ಸ್"

ನವಿರಾಗಿ ಅಂದ.

ವಿಜಯ ಏರ್‌ಪೋರ್ಟ್‌ವರೆಗೂ ಹೋಗಿ ಅವನನ್ನು ಬೀಳ್ಕೊಟ್ಟು ಬಂದಳು. ಕಣ್ಣಂಚಿನ ಕಂಬನಿಯನ್ನು ಯಾರಿಗೂ ಕಾಣದಂತೆ ತೊಡೆದುಕೊಂಡಳು. ಎದೆಯಲ್ಲಿ ಎಂತಹುದೋ ತಳಮಳ. ಹೃದಯವನ್ನು ಸಮಾಧಾನಿಸುವುದು ಅವಳಿಂದ ಆಗಲಿಲ್ಲ.

ಯಾವ ಕೆಲಸವೂ ತೋಚದಾಗ ಸ್ವಲ್ಪ ಬೇಗನೇ ಆಫೀಸಿನಿಂದ ಹೊರಗೆ ಬಂದಳು. ಮನೆಗೆ ಹೋಗಲು ಮನಸ್ಸಾಗಲಿಲ್ಲ. ಸುಜಯಳ ಕಾಲೇಜು ಬಳಿಗೆ ಹೊರಟಳು.

ಹೊರಗೆ ನಿಂತು ಪ್ಯೂನ್ ಕೈಯಲ್ಲಿ ಹೇಳಿಕಳಿಸಿದಳು. ಎರಡನೇ ನಿಮಿಷದಲ್ಲಿ ಸುಜಯ ಬಂದಳು. ಪೆಚ್ಚಾದ ತಂಗಿಯ ಮುಖ ನೋಡಿ ಅವಳಿಗೆ ಆತಂಕವಾಯಿತು.

"ಯಾಕೆ, ವಿಜೀ? ಒಳ್ಗಡೆ ಬರಬಹುದಿತ್ತಲ್ಲ!" ಸುಜಯಳ ಕಣ್ಣುಗಳು ಕಿರಿದಾದಾಗ ಅವಳು ತುಟಿ ಬಿಚ್ಚಿದಳು. "ಆಫೀಸಿನಲ್ಲಿ ಏನು ಕೆಲಸ ಇರಲಿಲ್ಲ; ಮನೆಗೆ ಹೋಗೋಕೆ ಬೇಜಾರಾಯ್ತು, ಅದಕ್ಕೋಸ್ಕರ..... ಬಂದೆ."

"ಇಲ್ಲೇ ನಿಂತ್ಕೋ.... ಈಗ್ಬಂದೆ."

ವಿಜಯ ಅವಳು ಹೋದ ದಿಕ್ಕನ್ನೇ ನೋಡುತ್ತ ನಿಂತಳು. ಕಾಂಪೌಂಡುನಲ್ಲೆಲ್ಲ ನೋಟ ಹೊರಳಿಸಿದಳು. ಅಲ್ಲಲ್ಲಿ ಹುಡುಗರು ನಿಂತು ಮಾತಾಡುತ್ತಿದ್ದರು. ಅವಳ ತುಟಿಗಳ ಮೇಲೆ ವ್ಯಂಗ್ಯ ನಗು ಇಣುಕಿತು.

ಸುಜಯ ಮಾತಿನ ಸಂದರ್ಭದಲ್ಲಿ ಹೇಳಿದ್ದಳು.

"ಕಲಿಯೋ ಮನಸ್ಸು ಇಟ್ಕೊಂಡು ಶಾಲೆಗೆ ಬರೋವರ ಸಂಖ್ಯೆನೆ ಕಡ್ಮೆಯಾಗಿದೆ!"

"ವಿಜೀ.... ಹೋಗೋಣ" ಸುಜಯಳ ಸ್ವರ ಹತ್ತಿರದಲ್ಲಿ ಕೇಳಿಸಿದಾಗ ಬೆಚ್ಚಿಬಿದ್ದಳು. "ಹೋಗೋಣ...." ವಿಜಯಳ ಸ್ವರದಲ್ಲಿ ಇಣುಕಿದ ನಿರುತ್ಸಾಹದ ಅರಿವಾದಾಗ ಸುಜಯಳ ಕಣ್ಣುಗಳು ಕಿರಿದಾದವು. ತುಟಿಕಚ್ಚಿ ಯೋಚಿಸಿದಳು.

"ಯಾಕೋ ಒಂದು ತರಹ ಇದ್ದೀಯಲ್ಲ" ಅನುಮಾನಿಸುತ್ತ ಕೇಳಿದಾಗ ವಿಜಯಳಿಗೆ ಏನು ಹೇಳಬೇಕೋ ತಿಳಿಯಲಿಲ್ಲ. "ಸುಮ್ನೇ ಬೇಜಾರು ಅಣ್ಣ, ಅಮ್ಮನಿಗೆ ಇನ್ನು ವಿನೋದಳ ಮೇಲಿನ ಕೋಪ ಕಮ್ಮಿ ಆಗಿಲ್ಲ. ಅವಳ ಕಣ್ಣೀರು ನೋಡಿದ್ರೆ.... ಹೊಟ್ಟೆಯಲ್ಲಿ ಸಂಕಟ ಆಗುತ್ತೆ ಒಂದು ಅರ್ಥವಾಗೋಲ್ಲ."

ನಿಜವಾಗಿ ಅವಳ ತಲೆಯಲ್ಲಿದ್ದಿದ್ದು ಈ ವಿಷ್ಯವೇ ಅಲ್ಲ; ಅವಳ ಪೂರ್ಣ ಕಲ್ಪನೆಯ ಜಗತ್ತನ್ನು ಸಂತೋಷ್ ಆವರಿಸಿಬಿಟ್ಟಿದ್ದ.

"ಹೇಗೂ ಇಷ್ಟೊತ್ತಿಗೆ ಮನೆಗೆ ಹೋಗಿ ಮಾಡೋದೇನಿದೆ? ವಿನೋದನ ನೋಡ್ಕೊಂಡು ಒಂದೆರಡು ಗಂಟೆ ಅವ್ಳ ಜೊತೆಯಲ್ಲೇ ಕಳ್ದು ಹೋದರಾಯ್ತು" ಸುಜಯ ಹೇಳಿದಾಗ ಗೋಣು ಆಡಿಸಿದಳು.

ಅವಳ ಆಫೀಸ್ ಬಳಸಿಕೊಂಡು ಮನೆಗೆ ಬರುವ ವೇಳೆಗೆ ಅವಳ ಮನೆಯ ಬಾಗಿಲು ತೆರೆದಿತ್ತು. ಹೊರಗಿದ್ದ ಸೈಕಲ್ ನೋಡಿ ಭೂಷಣ್ ಮನೆಯಲ್ಲಿರಬೇಕೆಂದು ತೀರ್ಮಾನಿಸಿದರು.

ಒಬ್ಬರ ಮುಖವನ್ನೊಬ್ಬರು ನೋಡಿಕೊಂಡರು. ಇಬ್ಬರ ತುಟಿಗಳ ಮೇಲೂ ನಗು ಅರಳಿತು.

ಸುಜಯ ಹೊರಗಿದ್ದ ಸೈಕಲ್ ಬೆಲ್ ಮಾಡಿದಾಗ ಭೂಷಣ್ ಬಾಗಿಲಿಗೆ ಬಂದವನೇ ಜೋರಾಗಿ ನಕ್ಕುಬಿಟ್ಟ.

"ಧಾರಾಳವಾಗಿ ಒಳಗಡೆ ಬರ್ಬಹ್ದು!" ಹಿಂದಕ್ಕೆ ಸರಿದು ನಿಂತ. ಆದರೂ ಆ ಮುಖದ ಮೇಲಿನ ನಗು ಮಾಸಿಹೋಗಲಿಲ್ಲ. "ಆಫೀಸಿನಿಂದ ನೇರವಾಗಿ ದಾಳಿ ಇಟ್ಟಂಗೆ ಇದೆ."

ಅಷ್ಟರಲ್ಲಿ ವಿನೋದ ಹೊರಗೆ ಬಂದಳು. ಕಣ್ಣು, ಮೂಗಿನಲ್ಲಿ ನೀರು ತುಂಬಿಕೊಂಡಿದ್ದಳು. ಸೆರಗಿನಂಚಿನಿಂದ ತೊಡಿಸಿದಾಗ ಸುಜಯ ಫಕ್ಕನೇ ನಕ್ಕುಬಿಟ್ಟಳು.

"ಸದ್ಯ ನಮ್ಮ ವಿನೋದ ಇಲ್ಲಾದ್ರೂ ಈರುಳ್ಳಿ ಹಚ್ಚುತ್ತಾಳಲ್ಲ! ಅಲ್ಲಿದ್ದಾಗಂತೂ ಸೀರೆಗಳನ್ನು ಕೊಳ್ಳೋದು, ಕೂದಲನ್ನು ಬ್ರಷ್ ಮಾಡೋದು ಎರಡೇ ಕೆಲ್ಸ!"

ವಿನೋದ ತಂಗಿಯ ಬೆನ್ನಿಗೊಂದು ಗುದ್ದು ಕೊಟ್ಟಳು. ಭೂಷಣ್ ಕಣ್ಣರಳಿಸಿದ. ಇಂಥ ಸಂದರ್ಭಗಳು ಅವರ ಮನಕ್ಕೆ ಆಪ್ಯಾಯಮಾನ. ಇವರುಗಳ ಬರುವಿಕೆ ಯಾವ ವಿಶೇಷವೂ ಇಲ್ಲದೆ ಸಾಗಿಹೋಗುವ ನೀರಿಗೆ ಚೇತೋಹಾರಿ ಬೀರುವ ಅಲೆಗಳೋಪಾದಿಯಂತಿತ್ತು.

"ಮಾತಾಡ್ತಾ ಇರಿ. ಈಗ.... ಬಂದ್ಬಿಡ್ತೀನಿ" ಭೂಷಣ್ ಹೊರಗೆ ನಡೆದಾಗ ವಿನೋದ ಪುಟ್ಟ ಅಡುಗೆಯ ಮನೆಯೊಳಕ್ಕೆ ಓಡಿದಳು.

ಸ್ಟೌವ್ ಮೇಲಿಟ್ಟ ಎಣ್ಣೆ ಕಾದು ಹೊಗೆಯಾಡುತ್ತಿತ್ತು. ಸಾಸಿವೆ, ಕಳ್ಳೆಬೇಳೆ, ಉದ್ದಿನ ಬೇಳೆ ಹಾಕಿ ಹಚ್ಚಿಟ್ಟ ಈರುಳ್ಳಿ ಮೆಣಸಿನಕಾಯನ್ನು ಸುರಿದು ಕೈಯಾಡಿಸಿದಳು.

ವಿನೋದಳ ಸೊಂಟ ನೇರವಾಯಿತು. ಕೈಬೆರಳುಗಳು ಕಣ್ಣುಗಳ ಮೇಲೆ ಆಡಿತು.

"ಸುಜೀ, ಇವತ್ತು ನಾನೇ ಕಾಲೇಜು ಹತ್ರ ಬರೋಣಾಂತ ಇದ್ದೆ." ಸುಜಯ ಅಲ್ಲೇ ಇದ್ದ ಸ್ಟೂಲ್ ಮೇಲೆ ಕೂತಳು, "ಬರ್ಬೇಕಾಗಿತ್ತು."

ತಟ್ಟನೆ ವಿಜಯಳ ಕಡೆ ತಿರುಗಿದ ವಿನೋದ ಗಾಬರಿಯಾದಳು. ಅವಳ ಮುಖದ ಮೇಲೆ ಹೆಚ್ಚೆನಿಸುವಂಥ ಗಾಂಭೀರ್ಯದ ಜೊತೆ ಒಳನೋವಿನ ಮಿಡಿತವಿತ್ತು.

"ವಿಜೀ, ಏನ್ಸಮಾಚಾರ?" ಅವಳ ಕೆನ್ನೆಯ ಬಳಿ ಬಗ್ಗಿದಾಗ ವಿಜಯಳಿಗೆ ಕಕ್ಕಾಬಿಕ್ಕಿಯಾಯಿತು. "ಏನೂ ಇಲ್ವಲ್ಲ. ಆಫೀಸಿನಲ್ಲಿ ಉಸಿರಾಡೋಕೆ ಪುರಸೊತ್ತು ಇಲ್ದಂಗೆ ಕೆಲ್ಸ ಮಾಡಿ ಅಭ್ಯಾಸ. ಇವತ್ತು ನಮ್ಮ ಸಾಹೇಬ್ರು ಹೈದರಾಬಾದ್‌ಗೆ ಹೋದ್ರು, ಒಂದು ತರಹ ಬೇಸರ ಅಷ್ಟೆ."

ಇದನ್ನ ವಿನೋದ ಸುಲಭವಾಗಿ ನಂಬಿದರೂ ಸುಜಯ ಅನುಮಾನಿಸತೊಡಗಿದಳು.

"ಅಷ್ಟೇ ಆದ್ರೆ ಪರ್ವಾಗಿಲ್ಲ. ಮತ್ತೇನಾದ್ರೂ ವಿಶೇಷವಿದ್ರೆ ನಾನು ಒಂಟಿಯಾಗ್ಬೇಕಾಗುತ್ತೆ!" ನಗುವಿನ ಮಧ್ಯೆ ಹೇಳಿದಾಗ ವಿಜಯಳ ಮುಖದ ಮೇಲೂ

ಅರಳು ಬಂದಂಗೆ ನಗು ಇಣುಕಿತು. "ಸದ್ಯಕ್ಕೆ ಅಂಥದ್ದನ್ನೆಲ್ಲ ಯೋಚ್ನೋ ಪರಿಸ್ಥಿತಿ ಇಲ್ಲ."

ವಿನೋದ ಖುಷಿಯಿಂದ ಉಪ್ಪಿಟ್ಟು ಜೊತೆ ಒಂದಿಷ್ಟು ಬೋಂಡ ಮಾಡುವ ವೇಳೆಗೆ ಭೂಷಣ್ ಕೂಡ ಬಂದ. ಕೈಯಲ್ಲಿ ಹಣ್ಣು, ಹೂಹಿಡಿದು ಬಂದಿದ್ದ.

ಭೂಷಣ್ ಸರಳ ವ್ಯಕ್ತಿ. ಬಿಗುಮಾನ, ಸುಮ್ಮನಾಗಳಿಗೆ ಅವಕಾಶವಿರಲಿಲ್ಲ. ನಗುತ್ತಾ, ಹರಟುತ್ತಾ ತಿಂಡಿ ತಿಂದರು. ಮಾತಿನ ನಡುವೆ ಹಣ್ಣು ಮುಗೀತು. ಹೂಮುಡಿ ಸೇರಿತು.

ಹೊರಟಾಗ ಕತ್ತಲೆ ಆವರಿಸಿತ್ತು. ಭೂಷಣ್ ಸೈಕಲ್ ತಳ್ಳಿಕೊಂಡು ಅವರ ಜೊತೆ ನಡೆದ. ಮೆಯ ತಿರುವಿಗೆ ಬಂದಾಗ ಮೂವರ ಹೃದಯವೂ ಭಾರವಾಯಿತು.

"ದಯವಿಟ್ಟು ನಮ್ಮನ್ನು ಕ್ಷಮ್ಸಬೇಕು. ನಿಮ್ಮನ್ನು ಮನೆಗೆ ಕರೆದು ಉಪಚರಿಸೋ ಸ್ಥಿತಿಯಲ್ಲಿ ನಾವಿಲ್ಲ." ಸುಜಯಳ ಸ್ವರದಲ್ಲಿ ನಿಸ್ಸಹಾಯಕತೆ ಇಣುಕಿದಾಗ ಅವನ ತಪ್ತಮನಕ್ಕೆ ತಂಪೆರಚಿದಂತಾಯಿತು. "ಪರ್ವಾಗಿಲ್ಲ, ಎಷ್ಟೇ ಒಳಗಿನ ಹಿಂಸೆಯಿದ್ರೂ ಅನಿವಾರ್ಯವಾಗಿ ಅದುಮಿಡಬೇಕಾಯಿತು. ಒಂದಲ್ಲ ಒಂದು ದಿನ ಕ್ಷಮ್ಸಿಯಾರೆಂಬ ನಂಬಿಕೆ ಇದೆ" ಅವನ ಕಣ್ಣುಗಳಲ್ಲಿ ಭರವಸೆ ಇಣುಕಿದಾಗ ಇಬ್ಬರು ಕತ್ತಲಲ್ಲಿ ಗುರ್ತಿಸಲಾರದಾದರು.

ರಂಗಸ್ವಾಮಿ, ಅನ್ನಪೂರ್ಣಮ್ಮ ಕಾಂಪೌಂಡಿನಲ್ಲಿ ಹಾಕಿದ್ದ ಬೆತ್ತದ ಚೇರ್‌ಗಳ ಮೇಲೆ ಕೂತಿದ್ದರು. ಅವರು ಭೂಷಣ್‌ನ ನೋಡಿರುವ ಸಾಧ್ಯತೆ ಇತ್ತು. ವಿಜಯಳ ಹಣೆಯ ಮೇಲೆ ಬೆವರೊಡೆಯಿತು.

ಹಿಂದೆ ಒಮ್ಮೆ ಖಡಾಖಂಡಿತವಾಗಿ ಗುಡುಗಿದ್ದರು.

"ನೀವು ವಿನೋದ ಮನೆ ಕಡೆ ತಲೆ ಹಾಕ್ಬಾರ್ದು. ಇಷ್ಟು ವಿದ್ಯೆ ಕಲ್ತು ತನಗಿಂತ ಕಡ್ಮೇ ಕಲ್ತ ಅವನ್ನ ಮದ್ವೆಯಾಗೋಕೆ ಅವ್ಳಿಗೇನು ಕೇಡುಗಾಲ ಬಂದಿತ್ತು! ನಾವು ಕೊಟ್ಟ ಸ್ವಾತಂತ್ರ್ಯ ದುರುಪಯೋಗ ಮಾಡ್ಕೊಂಡ್ಳು. ನೀವುಗಳು ಮಾತ್ರ ಅತ್ತ ಇಣುಕಿಯೂ ನೋಡ್ಬಾರ್ದು."

ಇದನ್ನ ಅವರೇನು ಪಾಲಿಸಿರಲಿಲ್ಲ. ಆಗಾಗ ಹೋಗುತ್ತಿದ್ದರು. ಭೂಷಣ್ ಕೂಡ ಆತ್ಮೀಯ ವ್ಯಕ್ತಿಯಾಗಿದ್ದ.

ಗೇಟನ್ನ ತೆರೆದುಕೊಂಡು ಇಬ್ಬರು ಒಳಗೆಬಂದಾಗ ಇವರತ್ತಲೇ ರಂಗಸ್ವಾಮಿಗಳು ದುರದುರ ನೋಡುತ್ತಿದ್ದರು. ಸಣ್ಣ ಸ್ಟೂಲ್ ಮೇಲಿದ್ದ ಹುರುಗಾಳಿನ ತಟ್ಟೆಯ ಕಡೆ ಸುಜಯಳ ನೋಟ ಹರಿದಾಗ ಅವಳ ತುಟಿಗಳ ಮೇಲೆ ನಗು ಇಣುಕಿತು.

ಇಬ್ಬರು ಒಳಗೆ ನಡೆದರು. ಹಿಂದೆಯೇ ಕೇಳಿಬಂತು ರಂಗಸ್ವಾಮಿಗಳ ಒರಟು ಸ್ವರ.

"ಹೀಗೇ ಬಿಟ್ರೆ ಹಾಳಾಗ್ತಾರೆ. ಸ್ವಲ್ಪ ವಿಚಾರಿಸ್ತೀನಿ ಇರು" ಹಿಂದೆಯೇ ಕೇಳಿಬಂತು ತಾಯಿಯ ಆತಂಕದ ಧ್ವನಿ. "ದಯವಿಟ್ಟು ಸುಮ್ಮನಿರಿ. ದುಡಿಯೋ ಮಕ್ಳು ಅಂದ್ರೆ, ಕೇಳ್ತಾರಾ?"

ಆದರೂ ಇವರು ಉಡುಪು ಬದಲಾಯಿಸುವ ವೇಳೆಗೆ ರಂಗಸ್ವಾಮಿಗಳು ಒಳಗೆ ಬಂದು ಆಸೀನರಾಗಿದ್ದರು. ಸುಜಯ ಬಂದು ಅಲ್ಲಿ ಕುಳಿತವಳೇ ಅವರ ಮುಂದಿನ ಟೀಪಾಯಿ ಮೇಲಿದ್ದ ವಾರಪತ್ರಿಕೆಯನ್ನು ಎಳೆದುಕೊಂಡು ಗಾಳಿಯಲ್ಲಿ ಮೊಗಚತೊಡಗಿದಳು.

ಗಂಟಲು ಸರಿಮಾಡಿಕೊಂಡರು. ವಾರೆಗಣ್ಣಿಂದ ನೋಡಿದ ಸುಜಯ ಗಂಭೀರವಾಗಿ ಮೊಗಚತೊಡಗಿದಳು.

"ಯಾಕೆ ಇಷ್ಟು ಲೇಟು?" ರೆಪ್ಪೆಯೆತ್ತಿ ಅವರತ್ತ ನೋಡಿದವಳೇ ನಕ್ಕುಬಿಟ್ಟಳು. "ನಾನು ವಿಜೀ ಫ್ರೆಂಡ್ ಮನೆಗೆ ಹೋಗಿದ್ದೆ; ಸ್ವಲ್ಪ ಲೇಟಾಯ್ತು. ನಾವಿನ್ನು ಶಾಲೆಗೆ ಹೋಗೋ ಮಕ್ಳಾ ಅಣ್ಣ, ನೀವಿಷ್ಟು ಆತಂಕಪಟ್ಟುಕೊಳ್ಳೋದೆ!" ಅವರನ್ನು ರೇಗಿಸುವುದು ಅವಳಿಗೆ ಬೇಡವಾಗಿತ್ತು.

"ನಂಗೆ ಸುಳ್ಳು ಹೇಳೋರ್ನ ಕಂಡ್ರೆ ಮೈಯೆಲ್ಲ ಉರ್ದುಹೋಗುತ್ತೆ. ನೀವುಗಳು ಹೋಗಿದ್ದು ವಿನೋದ ಮನೆಗೆ" ಅವರ ಸ್ವರದಲ್ಲಿ ಸಿಡಿಲಿತ್ತು. ಘಟಸ್ಫೋಟವಾಗುವ ಮೊದಲೇ ವಿಜಯ ಓಡಿಬಂದಳು.

"ಹಾಗೇ ಬರೋವಾಗ ದಾರಿಯಲ್ಲಿ ವಿನೋದ ಸಿಕ್ಕಿದ್ಳು. ಹಾಗೇ ಹೋಗಿದ್ವಿ."

ಅನ್ನಪೂರ್ಣಮ್ಮ ಮೆಲ್ಲಗೆ ಅಂದರು.

"ಯಾಕೆ ಹೋದ್ರಿ? ನಮ್ಮ ಮಾತು ಕೇಳ್ದೆ ತಲೆಮೇಲೆ ಬಂಡೆ ಎಳ್ದುಕೊಂಡ್ಳು. ಈಗ ಅನುಭವಿಸ್ಲಿ, ನಾವು ಎಷ್ಟೋ ಆಸೆ ಇಟ್ಕೊಂಡಿದ್ವಿ? ಈಗ ದಿವಿನಾದ ಗಂಡು ಬಂದಿದೆ. ಅವ್ಳೇ ಕೈಕೊಟ್ಳು!"

ವಿಜಯ ಮುಖದಲ್ಲಿ ಗೆಲುವು ಮೂಡಿತು. ಮೆಲ್ಲಗೆ ತಾಯಿಯ ಬಳಿಗೆ ಸರಿದಳು.

"ಈಗ ವಿನೋದಳ ವಿಷ್ಯ ಮುಗೀತಲ್ಲ. ಅದೇ ಗಂಡೂನ ಸುಜಯಗೆ ಮತಾಡಿಬಿಡಿ. ಇನ್ನೊಂದಿಷ್ಟು ಸಾಲ ಮಾಡಿ ಮದ್ವೆ ಮಾಡೋಣ; ಸರಳವಾದ ವ್ಯಕ್ತಿಯಾದ್ರೆ...."

ಎಸೆದ ಬಾಣ ಹಿಂದಕ್ಕೆ ಬಂದಾಗ ಅನ್ನಪೂರ್ಣಮ್ಮನ ಮುಖ ಬಿಳಿಚಿಕೊಂಡಿತು.

ಇದ್ದಕ್ಕಿದ್ದಂತೆ ರಂಗಸ್ವಾಮಿಗಳು ಕೆರಳಿ ಕೆಂಡವಾದರು.

"ಆ... ಇಬ್ರೂ ಮದ್ವೆ ಮಾಡ್ಕೊಂಡು ಗಂಡನ ಮನೆಯಲ್ಲಿ ಆರಾಮಾಗಿದ್ಬಿಡಿ. ಸಾಲನ ನಾವು ಉರುಳು ಹಾಕ್ಕೊಂಡು ಪ್ರಾಣ ಕಳ್ಕೋತೀವಿ!"

ಸುಜಯ ಬಂದ ದುಃಖವನ್ನು ನುಂಗುತ್ತ ಮುಖ ತಿರುಗಿಸಿ ಕೂತಳು. ವಿಜಯಳ ಕಣ್ಣಂಚಿನಲ್ಲಿ ನೀರಾಡಿತು. ವಾತ್ಸಲ್ಯ, ಅಂತಃಕರಣದಿಂದ ಬೇರೆಯಾದ ಜಗತ್ತಿನಲ್ಲಿ ತಾವು ಬದುಕುತ್ತಿದ್ದೇವೆಯೇನೋ ಎಂದು ಸಂದೇಹಿಸಿದಳು.

ಬಹಳ ಹೊತ್ತು ಸುಜಯ, ವಿಜಯ ಮೂಕರಾಗಿ ಕೂತಿದ್ದರು.

ಹಿಂದೆ ರಂಗಸ್ವಾಮಿಗಳು ದುಡಿಯುವ ದಿನಗಳಲ್ಲಿ ತುಪ್ಪ ಕೊಳ್ಳಲು ಕೂಡ ಹಿಂಜರಿಯುತ್ತಿದ್ದರು. ತೀರಾ ಬಿಗಿಯಾಗಿ ಸಂಸಾರ ನಡೆಸುತ್ತಿದ್ದರು. ಆದರೆ ಈ ದಿನಗಳಲ್ಲಿ ಬಹಳ ಧಾರಾಳಿಗಳಾಗಿದ್ದರು. ಎಷ್ಟೇ ತುಟ್ಟಿಯಾದರೂ ಹಾಲು, ಹಣ್ಣು

ಹಂಪಲಿಗೆ ಕೊರತೆ ಮಾಡದಿದ್ದರೂ ಮಿತವ್ಯಯದ ಬಗ್ಗ ಮಕ್ಕಳಿಗೆ ಬೋಧಿಸುತ್ತಿದ್ದರು.

ಊಟವಾದ ಮೇಲೆ ಕುರುಕಲು ತಿಂಡಿ, ಹುರಿಗಾಳು ಬೇಕೇ ಬೇಕಿತ್ತು. ವಿನೋದಳ ಮದುವೆಯ ಸುದ್ದಿ ಏಳುವವರೆಗೂ ಯಾರಿಗೂ ಇತ್ತ ಗಮನವಿಲ್ಲ. ನೇರವಾಗಿ ಮನೆ ಕೊಳ್ಳುವಿಕೆಯ ಮಾತುಗಳಿಂದ ಅವರ ಧೋರಣೆ ವ್ಯಕ್ತವಾದಾಗ ಆಘಾತವಾಗಿತ್ತು.

ಸುಜಯ ಕಣ್ಣೀರು ತೊಡೆದುಕೊಂಡವಳೇ ನೇರವಾಗಿ ಹೇಳಿದಳು.

"ನಾವು ಮದ್ವೆ ಮಾಡ್ಕೊಂಡು ಹೊರಟುಹೋದರು....ಸಾಲ ನಿಮ್ಗೆ ಬಿಡೋಲ್ಲ!"

ನೇರವಾಗಿ ಅವರಿಗೆ ಮುಖಕ್ಕೆ ಅಪ್ಪಳಿಸಿದಂತಾಯಿತು. ಮೆಲುಧ್ವನಿಯಲ್ಲಿ ಗೊಣಗಿಕೊಂಡು ಸುಮ್ಮನಾದರು.

ಆಫೀಸ್‌ಗೆ ಬಂದಾಗ ದೊಡ್ಡ ಸುದ್ದಿ ಬಿತ್ತರವಾಗುವಂತೆ ಸಂತೋಷ್‌ಕುಮಾರ್ ಮದುವೆಯ ಸುದ್ದಿ ಕಿವಿಗೆ ಬಿದ್ದಾಗ ಇಡೀ ಶರೀರದಲ್ಲಿನ ಶಕ್ತಿಯೆಲ್ಲ ಕಾಲಬುಡದಲ್ಲಿ ಸೋರಿಹೋದ ಅನುಭವವಾಯಿತು ವಿಜಯಳಿಗೆ. ನಿಶ್ಚೇಷ್ಟಿತಳಾಗಿ ನಿಂತುಬಿಟ್ಟಿದ್ದಳು.

ತೂರಾಡುತ್ತಲೇ ಸೀಟಿಗೆ ಬಂದು ಕುಕ್ಕರಿಸಿದಳು, ಹಿಂಗಲಾರದ ಬಾಯಾರಿಕೆ. ಒಂದರ ಮೇಲೊಂದರಂತೆ ಮೂರು ಲೋಟ ನೀರನ್ನು ಗ್ಲಾಸ್‌ಗೆ ಬಗ್ಗಿಸಿಕೊಂಡು ಕುಡಿದಳು.

ಸೆಕ್ಷನ್ ಆಫೀಸರ್ ಒಳಗೆ ಬಂದವರೇ ದೊಡ್ಡ ಧ್ವನಿಯಲ್ಲಿ ಹೇಳಿದರು.

"ಮಿಸ್ ವಿಜಯ ಬಂದಕೂಡ್ಲೇ ದೊಡ್ಡ ಪಾರ್ಟಿ ಅರೇಂಜ್ ಮಾಡಿ, ಅವ್ರ ಮ್ಯಾರೇಜ್‌ನ ಸೆಲೆಬ್ರೇಟ್ ಮಾಡ್ಬೇಕು. ಈಗ ಬರೀ ಜನರಲ್ ಮ್ಯಾನೇಜರ್ ಅಲ್ಲ; ಇನ್ಮುಂದೆ ನಮ್ಗೆಲ್ಲ ಬಾಸ್."

ಅರ್ಥವಾಗದವಳಂತೆ ಮುಖ ಮಾಡಿದಳು.

"ಈ ಫ್ಯಾಕ್ಟರಿ ಅಳಿಯನಿಗೆ ಬಿಟ್ಟುಕೊಟ್ಟಿದ್ದಾರೆ!"

ಇನ್ನು ಬಿಡಿಸಿ ಹೇಳುವುದು ಅವಳಿಗೆ ಬೇಕಿರಲಿಲ್ಲ. ಮುಗುಳ್ನಕ್ಕು ತಲೆಯಾಡಿಸಿದಳು. ಎದೆಯ ತಳಮಳ ಅರ್ಥವಾಗದ ಆಂದೋಲನದ ಮೇಲೆ ಬಂಡೆ ಎಳೆಯಬೇಕಾಗಿತ್ತು!

ತೀರಾ ಗಂಭೀರವಾಗಿ ಕೆಲಸ ಮುಗಿಸಿ ಮನೆಗೆ ಬರುವವೇಳೆಗೆ ಅವಳಿಗೆ ಬವಳಿ ಬಂದಂತಾಗಿತ್ತು. ಊಟ ಬೇಡವೆಂದು ತಲೆನೋವಿನ ನೆಪವೊಡ್ಡಿ ಮಲಗಿಬಿಟ್ಟಳು.

ಮಂಪು ಸರಿದುಹೋದ ಮೇಲೆ ಮನ ನಿರಾಳವಾಯಿತು. ಬೆಳಗಿನ ಜಾವ ಹಾಯಾಗಿ ಹೊದ್ದು ನಿದ್ರಿಸಿದಳು.

ಎಂದಿಗಿಂತ ಹತ್ತು ನಿಮಿಷ ಮೊದಲೆ ಆಫೀಸಿಗೆ ಹೋದಳು. ಫ್ಯಾಕ್ಟರಿ ಮತ್ತು ಆಫೀಸಿನ ಮುಖ್ಯರೆಲ್ಲ ಏರ್‌ಪೋರ್ಟ್‌ಗೆ ಹೊರಟುನಿಂತಿದ್ದರು.

"ಬನ್ನಿ ಮಿಸ್.... ನಿಮಗೋಸ್ಕರ ಕಾಯ್ತಾ ಇದ್ದೀವಿ." ವರ್ಕ್ಸ್ ಮ್ಯಾನೇಜರ್ ಮುಂದಕ್ಕೆ ಬಂದು ಆಹ್ವಾನಿಸಿದಾಗ ಹತ್ತಿ ಕೂತಳು.

ಮೂರು ಕಾರುಗಳು ಮುಖ್ಯರನ್ನೊತ್ತು ವಿಮಾನ ನಿಲ್ದಾಣಕ್ಕೆ ಧಾವಿಸಿತು. ಒಂದು ಗಂಟೆ ಲೇಟಾದರೂ ಮುಖ ಒಣಗಿಸದೆ ಎಲ್ಲರೂ ಕಾದು ನಿಂತರು.

ಕಾರು ಡಿಕ್ಕಿಯಲ್ಲಿ ಹಾರದ ಬುಟ್ಟಿಗಳು ಹೊರಗೆ ಬಂದವು. ಹೂವಿನ ಕಂಪು ಎಲ್ಲೆಡೆ ಚೆಲ್ಲಾಡಿದಾಗ ವಾತಾವರಣಕ್ಕೊಂದು ಶೋಭೆ ಬಂತು.

ಎಸ್ಟಾಬ್ಲಿಷ್‌ಮೆಂಟ್ ಕ್ಲರ್ಕ್ ಮೋಹಿನಿ ದೊಡ್ಡ ಮಲ್ಲಿಗೆಯ ಹಾರದಿಂದ ಮೊದಲು ಮಡದಿಯೊಂದಿಗೆ ಬಂದ ಸಂತೋಷ್‌ಕುಮಾರ್‌ನ ಅಭಿನಂದಿಸಿದಳು. ತಾನು ಮುಂದು ನಾನು ಮುಂದು ಎನ್ನುವಂತೆ ಕೊರಳು ತುಂಬಿಸಿದಾಗ ಕಡೆಯಲ್ಲಿ ಹೋದ ವಿಜಯ ಹಾರವನ್ನು ಮಿಸೆಸ್ ಸಂತೋಷಕುಮಾರ್ ಕೊರಳಿನಲ್ಲಿ ಹಾಕಿ ಅಭಿನಂದಿಸಿದಾಗ ವಯಸ್ಸನ್ನು ಮರೆತು ಎಲ್ಲರೂ ಜೋರಾಗಿ ನಕ್ಕರು.

"ವಿಜಯ ಬುದ್ಧಿವಂತ್ರು!" ಜೋರಾಗಿಯೇ ಮೋಹಿನಿ ಹೇಳಿದರು.

ಅವರನ್ನು ಕಾರಿನಲ್ಲಿ ಕಳಿಸಿ ಮಿಕ್ಕ ಕಾರುಗಳು ಆಫೀಸ್-ಕಂ-ಫ್ಯಾಕ್ಟರಿಗೆ ಹಿಂದಿರುಗಿದವು. ಮೆಟ್ಟಿಲು ಹತ್ತುತ್ತಿದ್ದ ಮೋಹಿನಿ ನವಿರಾಗಿ ಹೇಳಿದಳು.

"ಮಿಸೆಸ್ ಸಂತೋಷ್‌ಕುಮಾರ್ ತುಂಬ ಹೆಚ್ಚು ಅನ್ನುವಂಥ ಬಿಳುಪಲ್ಲ! ಮುಖಕ್ಕೆ ರಾಚೋ ಅಂಥ ಬಣ್ಣ."

"ಆದ್ರೂ.... ತುಂಬ ಕಳಕಳೆಯಾಗಿದ್ದಾರೆ." ಮೋಹಿನಿ ತಕ್ಷಣ ಫಕಫಕನೇ ನಕ್ಕುಬಿಟ್ಟರು. ಯಾಕೆ ಎಂದು ಯೋಚಿಸಲು ಹೋಗಲಿಲ್ಲ.

ಒಂದು ಗಂಟೆ ತರುವಾಯ ಫೋನ್ ಮಾಡಿ ಆಫೀಸ್ ಫ್ಯಾಕ್ಟರಿಗೆ ಸಂಬಂಧಪಟ್ಟ ಕೆಲವು ವಿಷಯಗಳನ್ನು ವಿಚಾರಿಸಿಕೊಂಡರು.

"ಸಹಿ ಆಗ್ಬೇಕಾದ ಅರ್ಜೆಂಟ್ ಪೇಪರ್‌ಗಳು ಇದ್ರೆ ನೀವೇ ತಗೊಂಡ್ಬನ್ನಿ" ಏನಾದರೂ ಹೇಳುವ ಮುನ್ನ ಫೋನ್ ಡಿಸ್‌ಕನೆಕ್ಟ್ ಆಗಿತ್ತು.

ಪೇಪರ್‌ಗಳನ್ನು ಜೋಡಿಸಿಕೊಂಡಳು. ಎಂದೂ ಸಂತೋಷ್‌ಕುಮಾರ್ ಬಂಗ್ಲೆಗೆ ಹೋಗುವಂಥ ಸಂದರ್ಭ ಇದುವರೆಗೂ ಒದಗಿಬಂದಿರಲಿಲ್ಲ.

ಆಫೀಸ್ ಬಾಯ್ ಫೈಲ್ಸ್ ತಂದು ಕಾರಿನಲ್ಲಿಟ್ಟ. ಹತ್ತಿ ಕೂತ ವಿಜಯ ಮೃದುವಾಗಿ ಹೇಳಿದಳು.

"ಬಾಸ್.... ಮನೆಗೆ."

ಕಾರು ಕಾಂಪೌಂಡಿನಲ್ಲಿ ನಿಂತಾಗ ಮೆಲ್ಲಗೆ ಫೈಲ್ಸ್ ಎತ್ತಿಕೊಂಡು ಇಳಿದಳು. ಸುತ್ತಲೂ ಕಣ್ಣಾಡಿಸಿದಳು. ಆಹ್ಲಾದಕರವೆನಿಸಿತು.

ಆಳು ಒಳಗೆಹೋಗಿ ಸುದ್ದಿ ಮುಟ್ಟಿಸಿರಬೇಕು. ರಾತ್ರಿಯ ನಿಲುವಂಗಿ ತೊಟ್ಟ ಸಂತೋಷ್‌ಕುಮಾರ್ ಹೊರಗೆ ಬಂದರು. ಮುಖದಲ್ಲಿ ವಿಶಿಷ್ಟ ಕಳೆ ಪ್ರಸರಿಸಿದೆಯೆನಿಸಿತು. ಇದು ಕೇವಲ ಭ್ರಮೆಯೋ ಏನೋ!

ವಿಶ್ರಾಂತಿಯ ಮಂಪರಿನಲ್ಲಿಯೇ ತೂಗುತ್ತಿದ್ದ ಕಣ್ಣುಗಳಲ್ಲಿ ನೋವು ಬೆರೆತ ನಗು ಇಣುಕಿದಂತಾಯಿತು. ಬಲವಂತವಾಗಿ ಉಗುಳು ನುಂಗಿ ವಿಷ್ ಮಾಡಿದಳು.

"ಕೂತ್ಕೊಳ್ಳಿ...." ಸೋಫಾದತ್ತ ಕೈಚಾಚಿದ.

ಸಹಿಯಾಗಬೇಕಾದ ಪೇಪರ್‌ಗಳ ಬಗ್ಗೆ ವಿವರಿಸಿ ಫೈಲ್‌ನ್ನು ಮೃದುವಾಗಿ ಅವನ

ಮುಂದಕ್ಕೆ ಜರುಗಿಸಿದಳು. ಒಂದೆರಡು ಪ್ರಶ್ನೆಗಳ ನಡುವೆ ಲೀನಾ ಬಂದಳು. ಉದ್ದದ ಮ್ಯಾಕ್ಸಿ ತೊಟ್ಟು ಕೂದಲನ್ನು ಎತ್ತಿ ಕಟ್ಟಿದ್ದಳು. ಮಾಸದ ಮಂದಹಾಸ ತುಟಿಗಳ ಮೇಲೆ. "ಹಾಯ್...." ಎಂದಳು ಕೈಯೆತ್ತಿ.

ಥಸಕ್ಕನೇ ಅವನ ಪಕ್ಕ ಕೂತಳು. ಸಂತೋಷ್ ವಾರೆಗಣ್ಣಿಂದ ಮಡದಿಯ ಕಡೆ ನೋಡಿ ಮುಗುಳ್ನಕ್ಕರೂ ಮುಜುಗರ ಕಣ್ಣುಗಳಲ್ಲಿ ಸ್ಪಷ್ಟವಾಯಿತು.

"ನಾಳೆ ಇವೆಲ್ಲ ಮೊದ್ಲು ಪೋಸ್ಟ್‌ಗೆ ಕಳ್ಸಿಬಿಡಿ. ಈಗ ನಿಮ್ಮ ಇಂಜಿನಿಯರ್ ಸಾಹೇಬ್ರು ಏನ್ಹೇಳ್ತಾರೆ?" ಬೆರಳುಗಳಿಂದ ಜೊಂಪೆಯಾಗಿ ಹರಡಿದ ಕೂದಲನ್ನು ಹಿಂದಕ್ಕೆ ತಳ್ಳಿದ.

ಆ ಯಂತ್ರೋಪಕರಣಗಳನ್ನ ಅದರ ಮಾತೃಸಂಸ್ಥೆಯವರು ಬಂದು ರಿಪೇರಿ ಮಾಡಿಕೊಟ್ಟು ಹೋಗಿದ್ದರು. ಈಗ ಯಾವುದೋ ನ್ಯೂನತೆಗಳಿಲ್ಲದೇ ಚಾಲನೆಯಾಗುತ್ತಿತ್ತು.

"ಅವರೇನು ಬಾಯ್ಬಿಟ್ಟು ಹೇಳ್ಲಿಲ್ಲ! ಕೆಲವು ಲಕ್ಷಗಳ ಉಳಿತಾಯವೇನು ಸಣ್ಣ ವಿಷ್ಯವಲ್ಲ!" ಅವಳ ಮುಖದ ಗಂಭೀರತೆಯನ್ನೇ ದಿಟ್ಟಿಸಿದ.

ಪೇಪರುಗಳನ್ನು ಜೋಡಿಸಿಕೊಂಡ ವಿಜಯ ಮೇಲಕ್ಕೆದ್ದಳು. ಸ್ವರದಲ್ಲಿ ಹಾಡುತ್ತಿದ್ದ ಅವನ ಹೃದಯ ಒಂದುಕ್ಷಣ ನಿಂತಿತು.

"ಪ್ಲೀಸ್ ಕೂತ್ಕೊಳ್ಳಿ, ನಮ್ಮ ಜೊತೆ ಟೀ ತಗೊಂಡೇ ಹೋಗ್ಬೇಕು" ಲೀನಾಳ ಸ್ವರ ಅವಳನ್ನು ಹಿಡಿದು ನಿಲ್ಲಿಸಿತು. ಆಪ್ಯಾಯಮಾನ ನೋಟ ಮಡದಿಯತ್ತ ಹೊರಳಿಸಿದ. "ಟೀ ತಗೊಂಡು ಹೋಗಿ" ವಿಜಯ ಕೂತಳು.

ಟೀ ಜೊತೆ ಸ್ವಲ್ಪ ಉಪಾಹಾರನೂ ಆಯಿತು. ಲೀನಾ ಒಳ್ಳೆಯ ಮಾತುಗಾರಳು. ಸಂಗೀತ ಆಲಿಸುವಂತೆ ಸಂತೋಷ್‌ಕುಮಾರ್ ಕೇಳುತ್ತಿದ್ದಹಾಗಿತ್ತು.

"ನಾಳೆ ಬರ್ತೀನಿ" ಹೊರಟಾಗ ಹೇಳಿದ.

ಲೀನಾ ಎದುರಿಗಿರುವ ವಿಜಯಳನ್ನೇ ಮರೆತು ಅವನ ತೋಳಿಗೆ ಕೆನ್ನೆಯುಜ್ಜಿದಳು.

"ಇಂಪಾಜಿಬಲ್, ನಾಳೆ ಹೋಗೋಕೆ ಸಾಧ್ಯವಿಲ್ಲ" ಅವಳ ಸ್ವರದಲ್ಲಿ ಹಟವಿತ್ತು. ಸಂತೋಷ್ ಏನಾದರೂ ಹೇಳುವ ಮುನ್ನವೇ ವಿಜಯ ತುಟಿ ಬಿಚ್ಚಿದಳು. "ಪರ್ವಾಗಿಲ್ಲ, ಏನಾದ್ರೂ ಅರ್ಜೆಂಟ್ ಇದ್ರೆ ಮಾತ್ರ ಫೋನ್ ಮಾಡ್ತೀನಿ."

ವಿಜಯ ಫೈಲ್‌ನೊಂದಿಗೆ ಕಾರು ಹತ್ತಿದಾಗ ಲೀನಾ ಮೆಚ್ಚಿಗೆಯಿಂದ ಕೈಯಾಡಿಸಿದಳು. ಸಂತೋಷ್ ಕಣ್ಣುಗಳಲ್ಲಿನ ಉತ್ಸಾಹ ಕಮ್ಮಿಯಾಗಿ ನಿರಾಸಕ್ತಿ ತುಂಬಿಕೊಂಡಿತು.

"ನಿಮ್ಮ ಪಿ.ಎ. ಇಷ್ಟು ಬ್ಯೂಟಿಫುಲ್ ಆಗಿದ್ದಾರೇಂತ ನಂಗೆ ಹೇಳ್ಲೇ ಇಲ್ಲ!" ಅವಳು ತೋಳು ಹಾರವಾಗಿ ಅವನ ಕುತ್ತಿಗೆಗೆ ಬಿತ್ತು. ಮುಗುಳ್ನಕ್ಕ ಸಂತೋಷ್ ಮೃದುವಾಗಿ ಅವಳ ಕೆನ್ನೆ ತಟ್ಟಿದ. "ಮೊದ್ಲು ಒಳಗಡೆ ನಡಿ."

ಸಂತೋಷ್ ಸೋಫಾ ಮೇಲೆ ಮೈಚೆಲ್ಲಿದ. ಕೂಡಲೆ ಅವನ ತೊಡೆಯ ಮೇಲೆ

ತಲೆಯಿಟ್ಟು ಮಲಗಿದಳು. ಅವನ ಕೈ ಬೆರಳುಗಳು ಅವಳ ಕೂದಲಲ್ಲಾಡತೊಡಗಿತು.

"ನಿಮ್ಮ ಪಿ.ಎ.ಗೆ ನೋಡಿದರೆ ಹಾಗೆ ಅನ್ನಿಸೋದೇ ಇಲ್ಲ. ಹೇಗಿರಬೇಕು ಗೊತ್ತಾ? ಮೊಣಕಾಲಿನವರ್ರೂ ತುಂಡು ಲಂಗ, ತುಟಿಗೆ ಬಣ್ಣ" ಆಗಾಗ ಕೆನ್ನೆಗೆ ಮುತ್ತಿಕ್ಕುವ ಬಾಬ್‌ಕೂದಲು, ಸೇಂಟ್ ವಾಸನೆಯನ್ನ ಇಡೀ ವಾತಾವರಣಕ್ಕೆ ತುಂಬುತ್ತ ಹೈಹೀಲ್ಸ್ ಚಪ್ಪಲಿ ಮೆಟ್ಟಿ ಓಡಾಡುವ ಲಲನೇ!

ಸಂತೋಷ್ ಹಗುರವಾಗಿ ನಕ್ಕುಬಿಟ್ಟ.

"ವಿಜಯ ನನ್ನ ಸೆಲೆಕ್ಷನ್ ಅಲ್ಲ. ಹಿಂದೆ ಇದ್ದವ್ರೂ ಸ್ಟೆನೋ ಆಗಿದ್ದವಳಿಗೆ ಬಡ್ತಿ ಕೊಟ್ಟು ಪಿ.ಎ. ಆಗಿ ತಗೊಂಡಿದ್ರು, ನಾನು ಮುಂದುವರಿಸ್ಕೊಂಡು ಹೋಗ್ತಾ ಇದ್ದೀನಿ. ಮೊದ್ಲಿನ ಪೋಸ್ಟ್‌ಗೆ ಹಿಂದಿರುಗೊ ಆತುರವಿದೆ" ಅರ್ಧದಲ್ಲಿಯೇ ನಿಲ್ಲಿಸಿದ.

ಲೀನಾ ಒಂದು ಕೈಯಿಂದ ಅವನ ತಲೆ ಜಗ್ಗಿ ಕೂದಲನ್ನು ಕೆದರತೊಡಗಿದಳು. ಆ ಕ್ಷಣ ಅವನಿಗೆ ಹಿಂಸೆಯೆನಿಸಿತು.

"ಯೂ ನಾಟಿ!" ಅವಳ ಕೈಯನ್ನು ಹಿಂದಕ್ಕೆ ಸರಿಸಿದ.

ಸಂಜೆ ಒಂದು ಸುತ್ತು ಅಡ್ಡಾಡಿ ಬಂದರು. ಸೀರೆ ಬಗ್ಗೆ ಅಷ್ಟೇನೂ ವ್ಯಾಮೋಹವಿಲ್ಲದ ಲೀನಾ ಒಂದು ಅಂಗಡಿಯ ಮುಂದೆ ಕಾರು ನಿಲ್ಲಿಸಿ ಹತ್ತಾರು ಸೀರೆಗಳನ್ನು ಕೊಂಡಾಗ ಸಂತೋಷ್ ಹುಬ್ಬೇರಿಸಿದ.

ಕ್ಯಾಷ್ ಕೊಟ್ಟು ಹಿಂದಿರುಗಿದಾಗಲೂ ಅವನ ತೋಳಿಗೆ ಜೋತು ಬಿದ್ದೇ ಇದ್ದಳು.

"ನಾನೆಲ್ಲಿ ಓಡಿಹೋಗ್ತೀನಿ! ಹೊರಗಡೆ ಓಡಾಡೋವಾಗ್ಲಾದ್ರೂ ನನ್ನ ಕಾಲುಗಳಿಗೆ ಸ್ವತಂತ್ರ ಕೊಡು!" ಮೆಲುವಾಗಿ ಹೇಳಿದಾಗ ಅವಳ ಮೂತಿ ಉದ್ದವಾಯಿತೇ ವಿನಃ ಅವನಿಂದ ಒಂದಿಂಚೂ ಸರಿಯಲಿಲ್ಲ.

ಈ ಮಧುಚಂದ್ರನ ದಿನಗಳು ಒಂದು ತರಹ ಮೋಜು. ಒಂದೆರಡು ಹೋಟಲಿನಲ್ಲಿ ಅಷ್ಟಿಷ್ಟು ತಿಂದು, ಕುಡಿದು ಮನೆಗೆ ಬಂದರು.

ಊಟ ಬೇಕಿರಲಿಲ್ಲ. ಉಡುಪು ಬದಲಾಯಿಸಿ ಲೀನಾ ಮಂಚದ ಮೇಲೆ ಉರುಳಿಕೊಂಡರೇ ಸಂತೋಷ್ ಅಂದಿನ ಪತ್ರಿಕೆ ಮೊಗಚತೊಡಗಿದ.

"ನಂಗೆ ನಿದ್ದೆ ಬರ್ತಾ ಇದೆ" ಪತ್ರಿಕೆಯಿಂದ ನೋಟ ಕಿತ್ತು ಅವಳತ್ತ ಎಸೆದ. "ನೀನು ಮಲಕ್ಕೋ, ನಂಗೆ ನಿದ್ದೆ ಬರ್ತಾ ಇಲ್ಲ" ಮತ್ತೆ ನೋಟ ಪತ್ರಿಕೆಯಲ್ಲಿ ನೆಟ್ಟಿತು.

ಲೀನಾ ಅವನನ್ನು ನೋಡುತ್ತಲೇ ಮಲಗಿದಳು. ಎರಡು ಕುಟುಂಬಗಳ ಮಧ್ಯೆ ಅಚ್ಚರಿಯೆನಿಸುವಂಥ ಸ್ನೇಹವಿದ್ದರೂ ಸಂತೋಷ್ ಗಂಭೀರವಾಗಿಯೇ ಉಳಿದಿದ್ದ.

ಅವಳ ತಂದೆ ಸಂತೋಷನ ಇಲ್ಲಿಗೆ ಕಳಿಸುವಾಗ ಒಂದು ನಿರ್ಧಾರಕ್ಕೆ ಬಂದಿರಬಹುದು. ಆಮೇಲೆಯೇ ಅವನ ತಾಯಿತಂದೆಯರಲ್ಲಿ ತಿಳಿಸಿದ್ದು ಜಾತಿಗಳು ಬೇರೆಯಾದರೂ ಅವರಿಂದ ಏನು ನಿರಾಕರಣೆ ಬರಲಿಲ್ಲ.

ಮದುವೆ ಮಾತ್ರ ದಿಢೀರನೆ ನಡೆದಿತ್ತು. ಯೋಚಿಸುವುದಕ್ಕೂ ವ್ಯವಧಾನ ಇರಲಿಲ್ಲ.

ಸಂತೋಷನ ತಾಯಿಗೆ ಅಧಿಕ ರಕ್ತದಒತ್ತಡದಿಂದ ನರ್ಸಿಂಗ್‌ಹೋಂ ಸೇರಿದಾಗ ತಮ್ಮ ಸ್ಥಿತಿಯ ಬಗ್ಗೆ ಗಾಬರಿಗೊಂಡು ಮಗನ ಮದುವೆಗೆ ಪ್ರೇರಣೆಯಿತ್ತಿದ್ದರು.

"ಸಂತೋಷ್, ಲೈಟು ಆರ್ಸಿ ಮಲಕ್ಕೋ ಬನ್ನಿ" ಪುನಃ ಪತ್ರಿಕೆಯಿಂದ ನೋಟವೆತ್ತಿ ಅವಳತ್ತ ಹರಿಸಿದ. ಇಡೀ ಶರೀರವನ್ನು ಕರಗಿಸುವ ಪ್ರಜ್ವಲನೆ ಅವಳ ಕಣ್ಣುಗಳಿಗಿತ್ತು. "ಸ್ವಲ್ಪ ಮೊಗಚಿಬಿಡ್ತೀನಿ" ಎದ್ದು ಅವಳಿಗೆ ಹೊದ್ದಿಸಿದ ಹಣೆಯ ಮೇಲಿನ ಕೂದಲನ್ನು ಸರಿಸಿ ಎದ್ದು ಅವಳಿಗೆ ಹೊದ್ದಿಸಿದ ಹಣೆಯ ಮೇಲಿನ ಕೂದಲನ್ನು ಸರಿಸಿ ಮೃದುವಾಗಿ ಚುಂಬಿಸಿ ಲೈಟು ಆರಿಸಿ ಟೆರೇಸ್ ಮೇಲೆ ಬಂದುಕೂತ.

ನಿರಭ್ರ ಆಕಾಶದಲ್ಲಿ ರಾಶಿರಾಶಿ ನಕ್ಷತ್ರಗಳು ಮಿನುಗುತ್ತಿದ್ದವು. ಕೈಕಟ್ಟಿ ನಿಂತ. ತಂಗಾಳಿಗೆ ಹಣೆಯ ಮೇಲೆ ಕೂದಲು ಹಾರಾಡತೊಡಗಿತು.

ತಾಯಿ, ತಂದೆಯರಿಗೆ ಮೂವರು ಗಂಡುಮಕ್ಕಳಲ್ಲಿ ಇವನು ಚೆನ್ನಾಗಿದ್ದ ಕುಟುಂಬ. ಒಬ್ಬ ಅಮೆರಿಕಾದಲ್ಲಿದ್ದರೇ, ಇನ್ನೊಬ್ಬ ಹೈದರಾಬಾದ್‌ನಲ್ಲಿದ್ದ. ಚಂದ್ರಕಾಂತ್ ಅವರ ಇನ್ನೊಂದು ಫ್ಯಾಕ್ಟರಿಗೆ ಅವನು ಜನರಲ್ ಮ್ಯಾನೇಜರ್. ಸಮಸ್ಯೆಗಳು ಅವರ ಕುಟುಂಬದಿಂದ ದೂರವಾಗಿತ್ತೋ ಅಥವಾ ಸಮಸ್ಯೆಗಳನ್ನು ಕರಗಿಸಿಬಿಡುವ ಶಕ್ತಿ ಆ ಕುಟುಂಬಕ್ಕೆ ಇತ್ತೋ, ಅಂತು ಸುಖೀ ಕುಟುಂಬ.

ಆತಂಕದಿಂದ ಹೋದ ಅವನಿಗೆ ಎದುರಾಗಿದ್ದು ತಾಯಿಯ ಬಿಳಿಚಿಕೊಂಡ ಮುಖ.

ಮಗನ ಕೈಯನ್ನು ತಮ್ಮ ಕೈಯಲ್ಲಿ ತಗೊಂಡರು.

"ನಾನು ಹುಷಾರಾಗಿಬಿಡ್ತೀನಿ. ಸ್ವಲ್ಪ ಛೇಂಜ್ ಬೇಕು. ಮೈ ಮನಸ್ಸಿಗೆ ಸಂಭ್ರಮ ಬೇಕು. ಲೀನಾ ಜೊತೆ ನಿನ್ನ ಮದ್ವೆ ನಿಶ್ಚಯವಾಗಿದೆ."

ದುಗುಡಗೊಂಡ ಮನ ಮಾರ್ನುಡಿಯಲು ಪ್ರೋತ್ಸಾಹಿಸಲಿಲ್ಲ. ಎರಡು ದಿನದಲ್ಲಿ ಮದುವೆಯಾಯಿತು. ನರ್ಸಿಂಗ್ ಹೋಂಗೆ ಬಂದು ತಾಯಿಯ ಆಶೀರ್ವಾದವನ್ನು ಪಡೆದಿದ್ದಾಯಿತು.

ಮತ್ತೆ ಎರಡು ದಿನದಲ್ಲಿ ತಾಯಿ ತುಸು ಚೇತರಿಸಿಕೊಂಡು ಮನೆಗೆ ಬಂದರು. ಒಂದೆರಡು ದಿನದಲ್ಲಿಯೆ ಇಲ್ಲಿಯ ಪರಿಸ್ಥಿತಿ ನೆನೆದು ಹಾರಿಬಂದಿದ್ದ.

ಲೀನಾ ಕೈ ಹಿಡಿದ ಮಡದಿ. ಪ್ರೀತಿಸುವ, ಕಾಮಿಸುವ ಎಲ್ಲಾ ಹಕ್ಕುಗಳು ಅವಳದೇ. ಆದರೆ ಹೃದಯದ ಭಾವನೆಗಳ ಮಿಡಿತ ಯಾರಿಗು ಸೇರಿದ್ದಲ್ಲವೆನಿಸಿತು.

ಅರ್ಧ ರಾತ್ರಿ ಹೊರಗೆ ಕಳೆದು ಬಂದು ಮಲಗಿದ. ಬೆಚ್ಚಗಿನ ಸನಿಹ ಹಿತವೆನಿಸಿತು.

ಲೀನಾ ಒತ್ತಡಕ್ಕೆ ಮಣಿದು ಮೂರು, ನಾಲ್ಕು ದಿನ ಹತ್ತಿರದ ಸುಂದರ ಪ್ರೇಕ್ಷಣೀಯ ಸ್ಥಳಗಳನ್ನು ಸುತ್ತಿದರು.

ಅಂದು ಆಫೀಸಿಗೆ ಹೊರಟ ಸಂತೋಷನನ್ನ ಕಾರುವರೆಗೂ ಬಂದು ಬೀಳ್ಕೊಟ್ಟಳು. ಲೀನಾ ಬಗ್ಗಿ ಕೆನ್ನೆಯ ಬಳಿ ಪಿಸುಗುಟ್ಟಿದಳು.

"ಬೇಗ ಬಂದ್ಬಿಡು. ಇಲ್ದಿದ್ರೆ ನಾನೇ ಬಂದ್ಬಿಡ್ತೀನಿ!"

ಸಂತೋಷ್ ಎದೆಯ ಮೇಲೆ ಕೈಯಿಟ್ಟುಕೊಂಡ. ಅವನ ಮುಖದ ಮೇಲೆ ಗಾಬರಿಯ ನಟನೆ ಚಿಮ್ಮಿತು.

"ನಿಮ್ಮ ಡ್ಯಾಡಿಗೆ ರಾಜೀನಾಮೆ ಪತ್ರ ಕಳ್ಸಿ ಹಾಯಾಗಿ ಮನೆಯಲ್ಲಿದ್ದು ಬಿಡ್ತೀನಿ" ಎದೆಯ ಮೇಲೆ ಕೈ ಕಟ್ಟಿ ಸೀಟಿಗೆ ಒರಗಿ ಸುಮ್ಮನೆ ಕೂತುಬಿಟ್ಟ.

ಲೀನಾ ಬೆರಳುಗಳು ಸ್ಟೇರಿಂಗ್ ವೀಲ್ ಮೇಲೆ ತಾಳ ಹಾಕಿದವು. "ಡ್ಯಾಡಿ ತುಂಬ ಸ್ಟ್ರಿಕ್ಟ್. ಮೊದ್ಲು ನಂಗೆ ಛೀಮಾರಿ ಹಾಕ್ತಾರೆ, ಅಷ್ಟೆ. ನಿಮ್ಮ ದಮ್ಮಯ್ಯ ಹೋಗಿ" ಬಗ್ಗಿದ ಬೆನ್ನು ನೇರವಾಯಿತು. ಕಾರು ಮುಂದಕ್ಕೆ ಹೊರಟಾಗ ಕೈಬೀಸಿದಳು.

ಆ ಛೇಂಬರ್‌ಗೆ ಬಂದಕೂಡಲೇ ಅವನ ಕಿವಿಗೆ ಬಿದ್ದಿದ್ದು ವಿಜಯಳ ಹಿಡಿದು ಹಿಡಿದು ಬರುತ್ತಿದ್ದ ಕೆಮ್ಮು. ಎದ್ದು ನಿಂತ ವಿಜಯ ಬಾಯಿಗೆ ಕರ್ಚೀಫ್ ಅಡ್ಡ ಹಿಡಿದು ಕೆಮ್ಮಿದಳು.

"ಹುಷಾರಿಲ್ವಾ, ವಿಜಯ?" ಸ್ವರದಲ್ಲಿ ಅಂತಸ್ತಿನ ತಾರತಮ್ಯ ಅಳಿಸಿಹೋಯಿತು. ಸಂಕೋಚದಿಂದ ಮುದುರಿದಳು. "ಏನಿಲ್ಲ, ಸ್ವಲ್ಪ ಕೆಮ್ಮು."

ಕೆಲವು ವರದಿಗಳನ್ನು ಕೊಟ್ಟು ವಿಜಯ ರಜ ಚೀಟಿಯನ್ನು ಅವನ ಮುಂದಿಟ್ಟಳು.

"ಈ ಕೆಮ್ಮು ಕಾನ್ಸಟ್ರೇಷನ್ ಆಗಿ ಕೆಲ್ಸ ಮಾಡೋಕೆ ಬಿಡ್ತಾ ಇಲ್ಲ." ಅವಳ ಕಣ್ಣುಗಳಲ್ಲಿ ನಿಸ್ಸಹಾಯಕತೆ ಕಂಡಾಗ ಅವನೆದೆ ವೇದನೆಯಿಂದ ತೊಯ್ದು ಹೋಯಿತು. ಕಣ್ಣುಗಳಲ್ಲಿ ಕರುಣೆ ಚಿಮ್ಮಿತು.

"ಆಯ್ತು, ನೀವು ಮನೆಗೆ ಹೋಗ್ಬಿಡಿ. ಮೊದ್ಲು ಡಾಕ್ಟ್ರ ಹತ್ರ ಹೋಗಿ ಔಷ್ಧಿ ತಗೊಳ್ಳಿ, ಕೆಲ್ಸದ ಒತ್ತಡದ ಪರಿಣಾಮನ?" ಅವನ ಸ್ವರದಲ್ಲಿ ಆತ್ಮೀಯತೆ ಹರಿದುಬಂತು.

"ಅಂಥದ್ದೇನು ಇಲ್ಲ!" ಕೆಮ್ಮಿ ಗಂಟಲು ಸರಿಮಾಡಿಕೊಂಡಳು.

"ಕಾರಿನಲ್ಲಿ ಹೋಗ್ಬಿಡಿ" ಸಂತೋಷ್ ಧಾವಂತ ನೋಡಿ ಅವಳಿಗೆ ನಗು ಬಂತು. "ಆಯ್ತು ಸಾರ್."

ಛೇಂಬರ್‌ನಿಂದ ಹೊರಗೆ ಬಂದಳು. ಎದುರಾದ ಸೆಕ್ಷನ್ ಆಫೀಸರ್ ಏನೋ ಹೇಳಲು ಮೊದಲಿದ್ದರು.

"ಬಾಸ್ ಇದ್ದಾರೆ, ಸದ್ಯಕ್ಕೆ ಎರಡ್ದಿನ ಲೀವ್."

ನಿಲ್ಲದೆ ಹೊರಗೆ ನಡೆದುಬಿಟ್ಟಳು. ತಲೆ ಚಿಟ್ಟಿಡಿಸುವ ಕೆಲಸವೆನಿಸಿತು. ಪ್ರತಿಯೊಬ್ಬರೂ ತಮ್ಮ ಕೆಲಸಗಳಿಗಾಗಿ ಅವಳ ಮರ್ಜಿ ಕಾಯುತ್ತಿದ್ದರು.

"ಹತ್ರನೇ ಇರ್ತೀರಾ, ಒಂದ್ಮಾತು ಹೇಳಿ."

ಕಾರು ಹೋಗಿ ಮನೆಯ ಮುಂದೆ ನಿಂತಾಗ ಇಳಿದಳು. ತಲೆಯ ನರಗಳು ಪಟಪಟನೇ ಸಿಡಿಯುತ್ತಿತ್ತು. ಬಾಗಿಲ ಬಳಿ ಹೋದವಳಿಗೆ ವಿನೋದ ಎದುರಾದಳು. ಗಾಬರಿಯ ಜೊತೆ ಸಂತೋಷವೂ ಆಯಿತು. ವಿನೋದ ಎದುರಾದಳು. ಗಾಬರಿಯ ಜೊತೆ ಸಂತೋಷವೂ ಆಯಿತು.

"ಯಾವಾಗ್ಬಂದೆ?" ಅವಳ ಕೈ ಹಿಡಿದಳು.

ವಿನೋದ ಮುಖ ಪಕ್ಕಕ್ಕೆ ತಿರುಗಿಸಿಕೊಂಡು ಕಣ್ಣೀರು ತೊಡೆದುಕೊಂಡಾಗ ವಿಜಯಳ ಎದೆ ಹಾರಿತು.

"ಸಂಬ್ಳದ ಹಣ ಕೊಡೋಕೆ ಬಂದಿದ್ದೆ" ವಿಜಯಳ ಕಣ್ಣುಗಳಲ್ಲಿ ಗಲಿಬಿಲಿ ಕಾಣಿಸಿಕೊಂಡಿತು. "ಅದ್ರ ಅಗತ್ಯವೇನಿತ್ತು? ನೀನ್ಯಾಕೆ ಕೊಡೋಕೆ ಬಂದೆ? ನಾಳೆ ಭೂಷಣ್ ತಪ್ಪು ತಿಳಿದ್ರೆ.... ನೀನೇ ಹಿಂಸೆ ಅನುಭವಿಸ್ಬೇಕಾಗುತ್ತೆ." ಅತ್ತಿತ್ತ ಗಾಬರಿಯಿಂದ ಸರಿದಾಡಿದ ವಿಜಯಳ ನೋಟ ಒಂದು ಕಡೆ ನಿಂತಿತು. ಕಿಟಕಿಯಲ್ಲಿ ಮುಖವಿಟ್ಟು ನಿಂತ ಅನ್ನಪೂರ್ಣಮ್ಮ ಕಣ್ಣೀರು ತೊಡೆದುಕೊಳ್ಳುತ್ತಿದ್ದರು. ವಿಜಯಳ ತುಟಿಗಳಿಗೆ ಬೀಗ ಬಿತ್ತು.

ಸ್ವಲ್ಪ ಚೇತರಿಸಿಕೊಂಡ ವಿನೋದ ತಂಗಿಯ ಮುಖದಲ್ಲಿ ನೋಟ ನೆಟ್ಟಳು. ಅವಳ ಕಣ್ಣುಗಳು ಕಿರಿದಾಗಿ ಹುಬ್ಬುಗಳು ಸಂಕುಚಿಸಿದವು.

"ವಿಜೀ, ಹುಷಾರಿಲ್ವಾ?" ಅವಳ ಹಣೆ ಕತ್ತು ಮುಟ್ಟಿ ನೋಡಿದಳು. ಬೆಚ್ಚಗಿತ್ತು. "ಜ್ವರ ಬಂದಂಗೆ ಇದೆಯಲ್ಲ!" ವಿಜಯ ಅವಳ ಕೈಹಿಡಿದು ಒಳಗೆ ಕರೆದೊಯ್ದಳು. ಇದನ್ನು ಅರಿತಿದ್ದವರಂತೆ ಅನ್ನಪೂರ್ಣಮ್ಮ, ರಂಗಸ್ವಾಮಿ ಕೋಣೆಯಲ್ಲಿ ಉಳಿದರು. ವಿಜಯಳ ತುಟಿಗಳ ಮೇಲೆ ಕಿರುನಗೆ ತೇಲಿತು.

ಕೋಣೆಯಲ್ಲಿ ಕೂತರು. ವಿನೋದ ಬಾಯಿಗೆ ಕೈ ಅಡ್ಡವಿಟ್ಟುಕೊಂಡು ಬಿಕ್ಕಿದಳು.

"ಅಳೋಕೆ ಏನೋಯ್ತು? ಅಣ್ಣ, ಅಮ್ಮನ ಕೋಪ ಎಷ್ಟುದಿನ?" ವಿಜಯಳ ಕೈ ಬೆರಳು ಅವಳ ಕಣ್ಣೀರನ್ನು ತೊಡೆಯಿತು. ಕೆಮ್ಮುತ್ತಲೇ ಕಾಫಿ ಮಾಡಲು ಎದ್ದು ಹೋದಾಗ ವಿನೋದ ಅವಳನ್ನು ಹಿಂಬಾಲಿಸಿದಳು.

"ಅಣ್ಣ, ದುಡ್ಡು ತಗೊಂಡ್ರ?" ಮರಳುವ ನೀರನ್ನೇ ನೋಡಿ ಪ್ರಶ್ನಿಸಿದಾಗ ವಿನೋದಳ ಕಣ್ಣುಗಳಲ್ಲಿ ನಿರ್ಲಿಪ್ತತೆ ಇಣುಕಿತು. "ನಾನು ಬಂದಕೂಡ್ಲೇ ಮುಖ ಪಕ್ಕಕ್ಕೆ ತಿರುಗಿಸಿಕೊಂಡ್ರು, ನಾನು ಟೀಪಾಯಿ ಮೇಲಿಟ್ಟು ಹೊರಟೆ. ಸಾಲ ತೀರೋವರ್ಗೂ ಸ್ವಲ್ಪ ಹಣ ಕೊಡೋಕೆ ಅವರು ಒಪ್ಪೊಂಡಿದ್ದಾರೆ."

ಭೂಷಣ್ ದೊಡ್ಡ ವ್ಯಕ್ತಿಯಾಗಿ ಕಂಡ ವಿಜಯಳಿಗೆ.

"ಅವ್ರು ಒಪ್ಕೊಂಡ್ರು, ಇಲ್ಲಿಗಿಂತ ಅಲ್ಲಿಗೆ ಹೆಚ್ಚಿನ ಹಣದ ಅಗತ್ಯವಿದೆ. ವಾಸಕ್ಕೆ ಆ ಕೋಣೆ ತುಂಬ ಚಿಕ್ಕು. ಸ್ವಲ್ಪ ಸುಮಾರಾಗಿರೋದು ಹುಡ್ಕಿದ್ರಾಯ್ತು ನಾಳೆ ಅಡ್ವಾನ್ಸ್ – ಅದು ಇದು ಕೊಳ್ಳೋಕೆ ಹಣ ಬೇಕಾಗುತ್ತೆ. ಇನ್ಮೇಲೆ ಕೊಡೋದು ಬೇಡ. ನಾನು ಸುಜಯ ನೋಡ್ಕೋತೀವಿ. ನೀನು ಇಲ್ಲಿನ ತಾಪತ್ರಯ ಹಚ್ಕೋಬೇಡ!"

ವಿನೋದಳ ಕಂಠ ಉಬ್ಬಿತು. ಮಾತನಾಡಲಾರದ ಸ್ಥಿತಿ ತಲುಪಿದಳು. ಕಣ್ಣುಗುಡ್ಡೆಗಳು ನೀರಿನ ಕೊಳದಲ್ಲಿ ಈಜಾಡಿದವು.

ಪುಡಿಗೆ ಕುದಿಯುವ ನೀರು ಬಗ್ಗಿಸಿದಳು. ಫಿಲ್ಟರ್ ತೆಗೆದು ನೋಡಿದಳು ಡಿಕಾಕ್ಷನ್ ಇತ್ತು.

"ಬರೀ ಹಾಲು ಬೆರ್ಸಿ ಡಿಕಾಕ್ಷನ್ ಮಾಡ್ಕೊಂಡಿದ್ರೆ ಸಾಕಾಗಿತ್ತು."

ಹಾಲನ್ನು ಸ್ಟೌವ್ ಮೇಲಿಟ್ಟಳು.

ಎರಡು ಲೋಟ ಕಾಫಿ ಕುಡಿದು ಕೋಣೆಯತ್ತ ನಡೆದಳು. ಅವರ ಮುಖಭಾವನೆಗಳನ್ನು ಪರೀಕ್ಷಿಸಿ ನೋಡುವಷ್ಟು ಸಹನೆ ಇರಲಿಲ್ಲ. ಅಲ್ಲಿಟ್ಟು ಸಿಡಿಯುವ ತಲೆಯೊತ್ತುತ್ತ ಹೊರಗೆ ಬಂದಳು.

ಇಬ್ಬರು ಎದುರು ಬದುರಾಗಿ ಕೂತು ಕಾಫಿ ಕುಡಿದರು. ಮಧ್ಯೆ ಮಧ್ಯೆ ತಂಗಿ ಕೆಮ್ಮಿದಾಗ ವಿನೋದಳ ಕಣ್ಣುಗಳಲ್ಲಿ ಆತಂಕ ಇಣುಕಿತು.

"ಷಾಪ್‌ಗಾದ್ರೂ.... ಹೋಗ್ಬರೋಣ! ಸುಮ್ನೇ ತಲೆ ತಿನ್ನೋ ಕೆಲಸ ಬಿಟ್ಟು ಬಿಡು." ವಿನೋದಳ ಮಾತಿಗೆ ವಿಜಯ ನಕ್ಕುಬಿಟ್ಟಳು. ಹೃದಯ ಅದು ಸುಲಭ ಸಾಧ್ಯವಲ್ಲವೆಂದು ಒತ್ತಿ ಹೇಳುತ್ತಿತ್ತು. "ಬೇರೆ ಕೆಲ್ಸ ಸಿಕ್ದ ತಕ್ಷಣ ಬಿಡ್ಬೇಕೂ.... ಇಲ್ದೇ ಮನೆಯಲ್ಲಿ ಕೂತ್ರೆ.... ತುಂಬ ತೊಂದರೆ ಆಗುತ್ತೆ?"

ಅರ್ಥಮಾಡಿಕೊಂಡ ವಿನೋದ ಸುಮ್ಮನಾದಳು. ವಿಜಯ ಅಷ್ಟು ದೂರದವರೆಗೂ ಹೋಗಿಬಿಟ್ಟು ಬಂದ. ಟೀಪಾಯಿ ಮೇಲೆ ಅವಳು ಇಟ್ಟು ಹೋದ ನೋಟುಗಳು ಹಾಗೆಯೇ ಇದ್ದವು. ಬಿಡಿಸಿ ನೋಡುವ ತಂಟೆಗೆ ಹೋಗಲಿಲ್ಲ.

ಹಾಯಾಗಿ ಬೆಚ್ಚಗೆ ಹೊದ್ದು ಮಲಗಿಬಿಟ್ಟಳು. ಸಿಡಿಯುವ ಕಲೆ ನರಳುವಂತೆ ಮಾಡಿತು.

ಅನ್ನಪೂರ್ಣಮ್ಮ ಧಾವಂತಗೊಂಡರು. ಮಾತ್ರೆ ನುಂಗಿಸಿ ಹತ್ತಿರ ಕೂತು ಬಿಸಿ ಬಿಸಿ ಕಾಫಿ ಕುಡಿಸಿದರು.

"ಬೆಳಿಗ್ಗೆ ಎಂಟರಿಂದ ಸಂಜೆಯವರ್ಗೂ ಅದೆಂಥ ಕೆಲಸ. ಈ ಸುಡುಗಾಡು ಪ್ರೈವೇಟ್ ಫ್ಯಾಕ್ಟರಿಗಳೇ ಹಾಗೆ!" ಗೊಣಗಾಡಿದರು.

ಸುಜಯ ಬರೋ ವೇಳೆಗೆ ನಿದ್ದೆಯ ಜೋಂಪಿನಲ್ಲಿದ್ದಳು. ಹಣೆ, ಕತ್ತು ಮುಟ್ಟಿ ನೋಡಿದವಳೆ ಮುಖ ಕೂಡ ತೊಳೆಯದೆ ಡಾಕ್ಟರಲ್ಲಿಗೆ ಓಡಿದಳು.

ಡಾಕ್ಟರ್ ಒಂದು ಇಂಜಕ್ಷನ್ ಕೊಟ್ಟುಹೋದರು. ಮಧ್ಯ ರಾತ್ರಿಯ ವೇಳೆಗೆ ಜ್ವರ ಜಾಸ್ತಿಯಾಯಿತು. ನರಳತೊಡಗಿದಳು. ಸುಜಯ ಅವಳ ಪಕ್ಕ ಬಿಟ್ಟು ಅಲ್ಲಾಡಲಿಲ್ಲ. ಅನ್ನಪೂರ್ಣಮ್ಮ, ರಂಗಸ್ವಾಮಿಗಳು ಕೂಡ ನಿದ್ರಿಸಲಿಲ್ಲ.

ಬೆಳಿಗ್ಗೆ ಎರಡು ದಿನಕ್ಕೆ ರಜ ಚೀಟಿ ಬರೆದು ಸುಜಯ ಮನೆಯಲ್ಲಿಯೇ ಉಳಿದಳು. ನಾಲ್ಕು ದಿನ ಎಡೆಬಿಡದೆ ಬಂದ ಜ್ವರ ವಿಜಯಳನ್ನು ಬಳಲಿಸಿಬಿಟ್ಟಿತ್ತು. ಮರುದಿನ ಸ್ವಲ್ಪ ಚೇತರಿಸಿಕೊಂಡಳು.

"ಸುಜಯ, ರಜ ಚೀಟಿ ಕಳ್ಸಬೇಕಾಗಿತ್ತು" ನಾಲಿಗೆಯಿಂದ ಒಣಗಿದ ತುಟಿಗಳನ್ನು ಸವರಿಕೊಂಡಳು. ಅವಳ ಕೂದಲಲ್ಲಿ ಬೆರಳಾಡಿಸುತ್ತಿದ್ದ ಸುಜಯ ರೇಗಿದಳು. "ಏನಾದ್ರೂ ಮಾಡ್ಕೊಳ್ಳಿ ಬಿಡು."

ತಂಗಿಯ ಒತ್ತಾಯಕ್ಕೆ ಮಣಿದ ಸುಜಯ ರಜ ಚೀಟಿ ಹಿಡಿದು ಅವಳ ಆಫೀಸ್‌ನತ್ತ ನಡೆದಳು. ಸಂತೋಷ್‌ಕುಮಾರ್ ಬಂದಿರುವ ಕಾರಣ ವಿಸಿಟರ್ಸ್

ಕೋಣೆಯಲ್ಲಿ ಕಾದು ಕೂತಳು.

ಸುಸಜ್ಜಿತ ಆಸನಗಳನ್ನು ಕಣ್ಣರಳಿಸಿ ನೋಡಿದಳು. ಕಾಲೇಜು ಶಾಲೆಯಲ್ಲಿನ ಪೀಠೋಪಕರಣಗಳು ನೆನಪಾದ ಕೂಡಲೇ ನಿಡುಸುಯ್ದಳು.

"ಬರ್ಬೇಂಕಂತೆ" ಆಫೀಸ್ ಬಾಯ್ ಇಣುಕಿದ.

ಸುಜಯಳ ಕಾಲುಗಳು ಕೂಡ ಈ ಬಿಗುವಿನ ವಾತಾವರಣಕ್ಕೆ ಹೊಂದಿಕೊಳ್ಳಲಾರದೆ ಚಡಪಡಿಸಿದವು. ಬೆವತುಹೋದಳು. ಡೋರ್ ತಳ್ಳಿಕೊಂಡು ಒಳಗೆ ಕಾಲಿಟ್ಟವಳು ಮೌನವಾಗಿ ನಿಂತುಬಿಟ್ಟಳು. 'ಹ್ಯಾಂಡ್‌ಸಮ್' ಮನ ಪ್ರಶಂಸಿಸಿತು.

"ನಮಸ್ತೆ...." ಲೇಖನಿ ಹಾಗೇ ಉಳಿಯಿತು. ಸ್ವಲ್ಪ ತಲೆಯೆತ್ತಿ "ಕಮ್ ಇನ್.... ಪ್ಲೀಸ್ ಸಿಟ್ ಡೌನ್." ಲೇಖನಿ ಸ್ಟ್ಯಾಂಡಿನಲ್ಲಿ ಅಲಂಕರಿಸಿತು.

"ನಾನು ವಿಜಯ ಸಿಸ್ಟರ್" ಅವನ ಹೃದಯ ಮಧುರವಾಗಿ ಸಿಳ್ಳು ಹಾಕಿತು. ಸೀಟ್‌ನ ಬೆನ್ನುಬಿಟ್ಟು ಮುಂದಕ್ಕೆ ಬಂದ. "ಅವ್ಳಿಗೆ ಹುಷಾರಿಲ್ಲ." ಮಧ್ಯದಲ್ಲಿಯೇ ತುಂಡರಿಸಿ ಪ್ರಶ್ನಿಸಿದ, "ಏನಾಗಿತ್ತು? ಎಲ್ಲಿ ಟ್ರೀಟ್‌ಮೆಂಟ್ ಕೊಡ್ಸಿದ್ರಿ? ಈಗ ಹೇಗಿದ್ದಾರೆ?" ಸುಜಯ ಉಗುಳು ನುಂಗಿದಳು.

"ಡಾಕ್ಟ್ರು ಕಾಮನ್ ಫೀವರ್ ಅಂದ್ರು. ಈಗ ಜ್ವರ ಬಿಟ್ಟಿದೆ. ಆದ್ರೂ ರೆಸ್ಟ್ ಬೇಕು. ವಿಷ್ಯ ತಿಳ್ಸಿ, ನಿಮ್ಗೆ ಲೀವ್‌ಲೆಟರ್ ಕೊಟ್ಟು ಹೋಗೋಣಾಂತ್ಬಂದೆ" ವಿನಯದಿಂದ ಹೇಳಿದಳು.

ಆ ಏರ್‌ಕಂಡೀಷನ್ ಕೋಣೆಯಲ್ಲಿ ಸಂತೋಷ್ ಬೆವತುಹೋದ. ಪದಗಳಿಗಾಗಿ ಹುಡುಕಾಡತೊಡಗಿದ. ಇಡೀ ಕೋಣೆಯಲ್ಲಿನ ಸಾಮಾನುಗಳನ್ನೆಲ್ಲ ಹೊರಗೆ ಎತ್ತಿ ಎಸೆಯಬೇಕೆನಿಸಿತು.

"ಬರ್ತೀನಿ ಸರ್" ಮೇಲಕ್ಕೆದ್ದಳು.

ತುಟಿಗಳು ಬಿರಿಯಲಾರದ ಸ್ಥಿತಿ. ಅವಳು ಹೋದ ಮೇಲೆ ಉದ್ವೇಗಶಮನಕ್ಕಾಗಿ ಎದ್ದು ಅಡ್ಡಾಡಿದ. ಪ್ಯಾಂಟ್ ಜೇಪಿನಲ್ಲಿ ಕೈಗಳನ್ನು ಇಳಿಬಿಟ್ಟ, ಅವಳ ಸೀಟಿನ ಬಳಿಗೆ ಹೋಗಿ ನಿಂತ. ಮುಖ ಮೇಲೆತ್ತಿ ಭಾರವಾದ ಉಸಿರು ದಬ್ಬಿದ. ಫೋನನ್ನು ಮೆಲ್ಲಗೆ ಮೃದುವಾಗಿ ಬೆರಳಿನಿಂದ ಸವರಿದ.

ಫೋನಿನ ಸದ್ದಿಗೆ ಎತ್ತಿದ. ಅತ್ತ ಕಡೆಯಿಂದ ಲೀನಾಳ ಸ್ವರ ಕೇಳಿಸಿತು. ಮುಖ ಗಂಟಾಗದಿದ್ದರೂ ಉತ್ಸಾಹ ಮೂಡಲಿಲ್ಲ. "ಟಿಕೆಟ್ಸ್ ರಿಸರ್ವ್ ಆಗಿದ್ಯಾ" ತಡವರಿಸಿದ. ಅತ್ತ ಗಮನವೇ ಕೊಟ್ಟಿರಲಿಲ್ಲ. "ನಾನು ಆಗ್ಲೇ ರೆಡಿಯಾಗಿದ್ದೀನಿ. ಬೇಗ್ಬಾ" ಸಂತೋಷ್ ಉಗುಳುನುಂಗಿದ. "ಓ.ಕೆ...."

ಕೂದಲನ್ನು ಹಿಂದಕ್ಕೆ ತಳ್ಳಿ ಹೊರಗೆ ಬಂದ. ನಿರುತ್ಸಾಹಿತನಾಗಿ ಹೊರಗೆ ನಡೆದ. ಕಾರು ಮನೆಯತ್ತ ಧಾವಿಸಿತು. ಕಾಂಪೌಂಡ್‌ನಲ್ಲಿ ನಿಲ್ಲಿಸಿ ಒಳಗೆನಡೆದ. ಕಾಲುಗಳು ಸೋಲುತ್ತಿದ್ದ ಅನುಭವವಾಯಿತು.

"ಸಂತೋಷ್ ರಿಸರ್ವ್ ಮಾಡ್ಸಿದ್ರಾ?" ಸಂಭ್ರಮದ ಧ್ವನಿ ಅವನನ್ನು

ಎದುರುಗೊಂಡಿತು. "ಸಾರಿ, ಮೇಡಮ್..." ಮೃದು ಸ್ವರದಲ್ಲಿ ಅಂದ. ಕಣ್ಣುಗಳಲ್ಲಿ ನಿಸ್ಸಹಾಯಕತೆ ಇಣುಕಿತು.

"ಇನ್ನು ನಿಮ್ಮ ಪಿ.ಎ. ಕೆಲ್ಸಕ್ಕೆ ಬಂದಿಲ್ವಾ?" ಗಾಯದ ಮೇಲೆ ಉಪ್ಪೆರಚಿದಂತಾಯಿತು. "ಇಲ್ಲ, ಮತ್ತೆ ರಜ ಮುಂದುವರಿಸಿದ್ದಾರೆ. ತುಂಬ ಹುಷಾರಿಲ್ವಂತೆ. ವಿಜಯ ಸಿಸ್ಟರ್ ಬಂದು ತಿಳ್ಸಿ ಹೋದ್ರು."

"ಛೆ, ಛೆ.... ಹೀಗಾಗ್ಬಾರ್ದಿತ್ತು!"

ಹೊರಗೆ ಹೋಗಲು ಉತ್ಸಾಹವಿಲ್ಲ. ಟಿ.ವಿ.ಯ ಮುಂದೆ ಕೂತರು. ಯಾವುದೋ ಹಿಂದಿ ಚಿತ್ರ ಬೇಸರದ ಮಧ್ಯೆಯೇ ನೋಡಿ ಮುಗಿಸಿದ ಸಂತೋಷ್ ಆಕಳಿಸಿ ಮೈ ಮುರಿದ.

ವಿಜಯ ಆಫೀಸಿಗೆ ಬರುವ ವೇಳೆಗೆ ತಾನೇ ಕಾಯಿಲೆ ಬಿದ್ದವನಂತಾದ.

ಅಂದು ಸೀಟ್‌ನಲ್ಲಿ ಬಂದುಕೂತವನೇ ನೋಟವನ್ನು ಅವಳ ಸೀಟ್‌ನತ್ತ ಹೊರಳಿಸಿದ. ಗಂಭೀರ ಮುಖದ ಮೇಲೆ ಮಾಸದ ಮಾರ್ದವತೆ. ಆ ಕಣ್ಣುಗಳಲ್ಲಿ ನಿವೇದನೆ ಇದ್ದರೂ ನಡತೆಯಲ್ಲಿ ಸ್ವಲ್ಪವಾದರೂ ಬದಲಾವಣೆ ಇಲ್ಲ.

"ಗುಡ್ ಮಾರ್ನಿಂಗ್ ಸರ್" ಕಣ್ಣಿಗೆ ಅಡ್ಡ ಇಟ್ಟಿದ್ದ ಕೈತೆಗೆದ. ಇಡೀ ಮೈನಲ್ಲಿ ಚೇತನ ಪುಟಿದಂತಾಯಿತು. "ಗುಡ್.... ಮಾರ್ನಿಂಗ್, ಹೇಗಿದ್ದೀರಿ?" ಸ್ವಲ್ಪ ಸುಧಾರಿಸಿಕೊಂಡು "ಪರ್ವಾಗಿಲ್ಲ ಈಗ ಹುಷಾರಾಗಿದ್ದೀನಿ."

ಅವಳು ಕೆಲಸ ವಹಿಸಿಕೊಂಡ ಮೇಲೆ ಅವನು ನಿಶ್ಚಿಂತೆಯಿಂದ ಉಸಿರಾಡಿದ. ಗೆಲುವು ಅವನಲ್ಲಿ ಪುಟಿಯಿತು. ಲೀನಾಗೆ ತಾನೇ ಫೋನ್ ಮಾಡಿ ಛೇಡಿಸಿದ.

ಅತ್ತಲಿಂದ ಲೀನಾ ಧ್ವನಿ ತೇಲಿಬಂತು.

"ನಿಮ್ಮ ಪಿ.ಎ. ಕೆಲ್ಸಕ್ಕೆ ಬಂದ್ರಾ?" ಫೋನ್ ಹಿಡಿದು ಸಂತೋಷ್ ತುಟಿಗಳ ಮೇಲೆ ಕಿರು ನಗು ಇಣುಕಿತು. "ಬಂದ್ರು, ಅದ್ಕೇ ಸ್ವಲ್ಪ ತಲೆಬಿಸಿ ಕಮ್ಮಿ."

ಕೇಳಿಸಿದರೂ ಕೇಳದಂತೆ ವಿಜಯ ತನ್ನ ಕೆಲಸದಲ್ಲಿ ಮುಳುಗಿಹೋದಳು.

ಮಧ್ಯಾಹ್ನ ಸಂತೋಷ್‌ಕುಮಾರ್ ಊಟಕ್ಕೆ ಹೋದ ಮೇಲೆ ಮಿನಿಸ್ಟಿರಿಯಲ್ ಸ್ಟಾಫ್ ದಾಳಿ ಇಟ್ಟಿತು.

"ಇನ್ನೆಂಥ ಕಂಜೂಸ್ ರ‍್ರೀ, ಈ ಮಹಾರಾಯ! ಮದ್ವೆ ಜೊತೆ ಇಂತಹ ಫ್ಯಾಕ್ಟರಿಗೂ ಓನರ್ ಆದ್ರೂ ಒಂದು ಪಾರ್ಟಿ ಕೊಡೋ ಮನಸ್ಸು ಕಾಡಲಿಲ್ಲ. ನಾವಾದ್ರೂ ಫೇವರ್ ಆಗೋಹಾಗೆ ಒಂದು ಪಾರ್ಟಿ ಕೊಡ್ಬೇಕೂ.... ನೀವೇನು ಹೇಳ್ತೀರಾ?"

ವಿಜಯ ಕೈಯಲ್ಲಿದ್ದ ತೆರೆದ ಪೆನ್ನಿನ ಕ್ಯಾಪ್ ಸಿಕ್ಕಿಸಿದಳು.

"ನೀವೆಲ್ಲ ಹೇಳಿದ್ಮೇಲೆ ನಂದೇನು ಆಯ್ತು. ಮಿಕ್ಕದ್ದೆಲ್ಲ ನೀವೇ ಮಾಡಿಕೊಳ್ಳಿ. ಎಷ್ಟು ಕೊಡ್ಬೇಕು.... ಹೇಳಿ" ಪರ್ಸ್‌ನ ಜಿಪ್ ಎಳೆದಳು.

ಅಲ್ಲೇ ಸುಮಾರಾಗಿ ಲೆಕ್ಕ ಹಾಕಿದರು. ಮೊಬಲಿಗಿನ ಅಂಕೆಸಂಖ್ಯೆಗಳು ಗೋಚರವಾದಾಗ ಸಂಗ್ರಹಿಸಬೇಕಾದ ಹಣದ ವಿಷಯಕ್ಕೆ ಹೊರಳಿದರು.

"ಭರ್ಜರಿ ಪ್ರೆಸೆಂಟೇಷನ್ನೇ ಕೊಡ್ಬೇಕು." ಮೋಹಿನಿ ಸ್ವರ ಸೇರಿಸಿದಳು.

"ಅವ್ರಿಗೆ ಯಾವ್ದು ಕೊಟ್ರು ಭರ್ಜರಿ ಆಗೋಲ್ಲ. ನಮ್ಮ ಮನಸ್ಸಮಾಧಾನಕ್ಕೆ ಕೊಡ್ಬೇಕಷ್ಟೆ" ಇನ್ನೊಬ್ಬರು ರಾಗ ಹಾಡಿದಾಗ ಇನ್‌ಕ್ರಿಮೆಂಟ್ ಇಲ್ದೆ ಒದ್ದಾಡುತ್ತಿದ್ದ ಸದಾಶಿವ ಪಕ್ಕನೇ ಹೇಳಿದ. "ಎಲ್ಲರ ಮಾತಿನಿಂದ ಏನಾದ್ರೂ ಕೊಡಿ. ಬೇಕಾದವ್ರು ಸ್ವಂತ ಉಡುಗೊರೆ ಕೊಡೋ ಅವಕಾಶ ಇರ್ಬೇಕು" ಎಲ್ಲರೂ ಹಿರಿಯ, ಕಿರಿಯರೆನ್ನದೆ ಹುಯಿಲೆಬ್ಬಿಸುವಂತೆ ನಕ್ಕರು.

ಎಲ್ಲರೂ ಒಂದು ನಿರ್ಣಯಕ್ಕೆ ಬಂದರೂ ಯಾವ ದಿನ ಎನ್ನುವುದನ್ನು ಬಾಸ್‌ಗೆ ಕಾಯ್ದಿರಿಸಿದರು.

"ಅವ್ರು ಬೇಡ ಅನ್ನದಂಗೆ ಒಪ್ಪಿಸೋ ಜವಾಬ್ದಾರಿ ನಿಮ್ದೇ" ಮೋಹಿನಿ ಹೇಳಿದಾಗ ವಿಜಯಳಿಗೆ ಉಸಿರು ಸಿಕ್ಕಿಹಾಕಿಕೊಂಡಂತಾಯಿತು. ಸಂತೋಷ್ ಪ್ರೀತಿ ಸ್ಫುರಿಸುವ ಕಣ್ಣುಗಳು ಕಣ್ಮುಂದೆ ಇಣುಕಿದಾಗ ಯಾವುದೋ ಆಕರ್ಷಣೆಗೆ ಒಳಗಾದವಳಂತೆ ಕೂತುಬಿಟ್ಟಳು. ಮೋಹಿನಿ ಅಲ್ಲಿಗೂ ಬಿಡಲಿಲ್ಲ. "ನೀವು ಮೌನವಾಗಿ ಕೂತ್ರೆ ನಾವು ಬಿಡೋರಲ್ಲ. ನೀವು ಇನ್ನೆಂಥ ಪಿ.ಎ. ರ್‍ರೀ.... ವಿಜಯ ಒಬ್ಬೊಬ್ಬರು ಇಡೀ ಆಫೀಸ್‌ನೇ ತಮ್ಮ ಅಂಗೈನಲ್ಲಿ ಇಟ್ಕೋತಾರೆ." ವಿಜಯ ಎರಡು ಕೈಜೋಡಿಸಿದರು. "ಸದ್ಯಕ್ಕೆ ನಂಗೆ ಅಂಥ ಮಹತ್ವಾಕಾಂಕ್ಷೆಯೇನೂ ಇಲ್ಲ."

ಸಂತೋಷ್ ಸಂಜೆ ಐದು ಗಂಟೆಗೆ ನಾಮಕಾವಸ್ಥೆಗೆ ಆಫೀಸ್‌ಗೆ ಬಂದಂತಿದ್ದ. ಆಗಲೇ ಪೆನ್ನನ್ನು ತೆಗೆದು ಪರ್ಸ್‌ಗೆ ಸೇರಿಸಿದ್ದ ವಿಜಯ ಹೊರಡುವ ಸಿದ್ಧತೆಯಲ್ಲಿದ್ದಳು.

ಸೀಟ್‌ನಲ್ಲಿ ಒರಗಿ ಮುಂದಕ್ಕೆ ಕಾಲು ಚಾಚಿದ ಸಂತೋಷ್ ಭಾವಣಿಯತ್ತ ನೋಡಿದ. ತುಂಬ ಉಲ್ಲಾಸವಾಗಿದ್ದಂತೆ ಕಂಡ. ಯಾವ ಅಸೂಯೆಯೂ ಅವಳ ಹೃದಯದಲ್ಲಿ ಪುಟಿಯಲಿಲ್ಲ.

"ಯಾವುದಾದ್ರೂ ಲೆಟರ್ಸ್ ಇದ್ಯಾ?" ಭಾವಣಿಯತ್ತ ನೋಡುತ್ತಲೇ ಕೇಳಿದ. ಮುಚ್ಚಿದ ಫೈಲ್ ತೆರೆದ ವಿಜಯ ಒಂದು ಲೆಟರ್ ಅವನ ಕೈಗಿತ್ತಾಗ ಸಂತೋಷ್ ಹುಬ್ಬುಗಳು ಬೆಸೆದುಕೊಂಡವು. "ವಾಟ್.... ನಾನ್ಸೆನ್ಸ್...." ಅವನೆದೆ ಏರಿಳಿಯಿತು. ಬಿಸಿಯಾದ ತಲೆ ಒತ್ತಿದ. ಈ ಕಂಪನಿಯ ಹೆಸರಿನಲ್ಲಿ ಕೆಲವು ಖೋಟಾ ಕಂಪನಿಯವರು ಮಾಲು ಬಿಡುಗಡೆ ಮಾಡುತ್ತಿದ್ದರು. ಸತ್ವ ಕಡಿಮೆಯೆನಿಸಿ ಸಾರ್ವಜನಿಕರಿಂದ ಪ್ರತಿಕ್ರಿಯೆ ಬಂದಾಗ ಕಂಪನಿಗೆ ಕೊಟ್ಟ ಹೆಸರು.

ಮುಷ್ಟಿ ಹಿಡಿದು ಬಲವಾಗಿ ಟೇಬಲ್ಲು ಮೇಲೆ ಗುದ್ದಿದ. ವಿಜಯ ಬೆಚ್ಚಿಬಿದ್ದಳು. ಇಂಥ ಪ್ರಕರಣ ಹಿಂದೆಯೂ ಎದುರಾದಾಗ ಜಾಣತನದಿಂದ ದಸ್ತಗೀರ್‌ಸಾಹೇಬರು ನಿವಾರಿಸಿಕೊಂಡಿದ್ದರು. ಆದರೆ ಸಂತೋಷ್‌ದು ಬಿಸಿರಕ್ತ. ಅನುಭವ ಇನ್ನೂ ಪಕ್ವವಾಗಬೇಕಾಗಿದೆ.

ಉದ್ವೇಗಗೊಳ್ಳುವಂಥ ವಿಷಯವೇನೂ ಅಲ್ಲ. ಕೆಲವು ದಿನ ಕಾದು ನೋಡೋದು ಅದರ ಸುಳಿವು ಸಿಕ್ಕರೇ ಪೇಪರ್‌ನಲ್ಲಿ ಸತ್ಯಸಂಗತಿಯ ಬಗ್ಗೆ ಎಚ್ಚರಿಸಿ ಪ್ರಕಟಣೆ ಕೊಟ್ಟರೆ ಅರ್ಧ ಜವಾಬ್ದಾರಿ ಕಡಿಮೆಯಾಗುತ್ತೆ. ಈಗ ಸ್ವಲ್ಪ ದುಡುಕಿ ಪ್ರಚಾರಕ್ಕೆ

ಅವಕಾಶ ಕೊಟ್ಟರೇ ಬಳಕೆದಾರನ ಅನುಮಾನ ಈ ಕಂಪನಿ ಮೇಲೆ ಬೀಳುತ್ತೆ. ಆಗ ವ್ಯಾಪಾರದಲ್ಲಿ ಏರುಪೇರಾದಾಗ ನಷ್ಟ ಅನುಭವಿಸಬೇಕಾಗುತ್ತೆ. ಅನುಭವಯುಕ್ತ ಮಾತುಗಳು ತಣ್ಣನೆಯ ಸ್ವರದಲ್ಲಿ ಚಿಮ್ಮಿದಾಗ ತಂಪೆರಚಿದಂತಾಯಿತು ಸಂತೋಷ್‌ಗೆ.

ನಿಧಾನವಾಗಿ ಹಿಂದಿನ ಪ್ರಕರಣ ಕೂಲಂಕುಷವಾಗಿ ಅವನಿಗೆ ವಿವರಿಸಿದಳು. ಬೆವರಿನ ಬಿಂದುಗಳು ಅವಳ ಹಣೆಯ ಮೇಲೆ ಶೇಖರವಾದಾಗ ಗಾಬರಿಗೊಂಡ.

"ವಿಜಯ ನಿಮ್ಗೆ ಇನ್ನು ವಿಶ್ರಾಂತಿ ಬೇಕು!" ತಟ್ಟನೇ ಹೇಳಿದ.

ಅಷ್ಟರಲ್ಲಿ ಒಟ್ಟಿಗೆ ನುಗ್ಗಿದರು ಒಂದು ಹಿಂಡು. ಅವರುಗಳ ಬಲವಂತಕ್ಕೆ ಸಂತೋಷ್ ಸೋಲಲೇಬೇಕಾಯಿತು. ಭಾನುವಾರ ದಿನವೂ ನಿಶ್ಚಯವಾಯಿತು.

"ಥ್ಯಾಂಕ್ಸ್ ಸರ್" ಹೊರಟಾಗ ಉಸಿರು ದಬ್ಬಿದ.

"ಸದ್ಯಕ್ಕೆ ನೀವು ಫ್ಯಾಕ್ಟರಿ ವೆಹಿಕಲ್‌ನಲ್ಲೇ ಓಡಾಡಿ" ಅಧಿಕಾರ ಅವನ ಸ್ವರದಲ್ಲಿ ಮಿನುಗಿದಾಗ ವಿಜಯ ನಾಲಿಗೆಯಾಡಿಸಿದಳು.

ಮನೆಗೆ ಬರುವ ವೇಳೆಗೆ ಒಂದು ಹೊಸ ಸುದ್ದಿ ಕಾದಿತ್ತು. ಜಾತಕ, ಹುಡುಗನ ಫೋಟೋ ಹಿಡಿದು ರಂಗಸ್ವಾಮಿಗಳು ಗತ್ತಿನಿಂದ ಕೂತಿದ್ದಳು ಇನೋದ ಸಂಬಳದಲ್ಲಿ ಒಂದಿಷ್ಟು ಭಾಗ ತಂದು ಕೊಟ್ಟುಹೋಗಿದ್ದು ಅವರಿಗೆ ಸಮಾಧಾನದ ವಿಷಯವಾಗಿತ್ತು.

"ವಿಜಯ, ಇಲ್ಬಾ!" ಅವರ ಸ್ವರದಲ್ಲಿ ಸಂಭ್ರಮವಿತ್ತು.

ಬಳಲಿದಂತಿದ್ದ ವಿಜಯ ಸುಮ್ಮನೆ ಹೋಗಿ ಮಂಚದ ಮೇಲೆ ಉರುಳಿಕೊಂಡಳು. ಜ್ವರ ಬಂದಮೇಲೆ ಮೈಯಲ್ಲಿ ತುಂಬ ನಿಶ್ಶಕ್ತಿ ಕಾಣಿಸಿಕೊಂಡಿತ್ತು.

ಕಣ್ಮುಚ್ಚಿ ದಿಂಬಿನಲ್ಲಿ ಮುಖ ಹುದುಗಿಸಿದಳು. ಸಂತೋಷ್‌ನ ತುಂಬು ವ್ಯಕ್ತಿತ್ವ ಬಂದು ಎದುರು ನಿಂತಿತು. ಅಳಿಸಿಹಾಕಲು ಅತ್ತಿತ್ತ ಹೊರಳಾಡಿ ಸೋತಳು. ಪ್ರೀತಿ, ಆತ್ಮೀಯತೆಗಳಿಗೆ ಯಾವುದೋ ದೈಹಿಕ ಸಂಬಂಧಗಳು ಅಗತ್ಯವಿಲ್ಲವೆನಿಸಿತು. ಎದ್ದು ಕೂತಳು.

ಸುಜಯಳ ಗಡಸು ಸ್ವರಕ್ಕೆ ಬೆಚ್ಚಿಬಿದ್ದಳು.

"ನಂಗೆ ಸದ್ಯಕ್ಕೆ ಮದ್ವೆ ಬೇಡ. ನಾನು ವಿನೋದ ಹಾಗೆ ಗಂಡು ಹುಡ್ಕಿಕೊಳ್ಳೋಕೆ ಹೋಗೋಲ್ಲ. ನಿಮ್ಗೆ ಅಂಥ ಆತಂಕ ಬೇಡ. ಮೊದ್ಲು ಸಾಲ ತೀರ್ಲಿ. ಎಲ್ಲಾ ಭೂಷಣ್‌ನಂತೆ ಇರೋಲ್ಲ."

ಫೋಟೋದತ್ತ ಕಣ್ಣೆತ್ತಿಯೂ ನೋಡದೇ ಹೋದ ದಿಕ್ಕನ್ನೇ ಬೆರಗುಗಣ್ಣುಗಳಿಂದ ನೋಡುತ್ತ ಕೂತುಬಿಟ್ಟರು ರಂಗಸ್ವಾಮಿಗಳು.

ಅನ್ನಪೂರ್ಣಮ್ಮನ ಮುಖದ ಮೇಲೆ ಬೇಸರ ಇಣುಕಿತು.

"ಬಂದಕೂಡ್ಲೇ ಈ ಪ್ರಸ್ತಾಪ ಯಾಕೆ ಮಾಡೋಕ್ಹೋದ್ರಿ ವಿನೋದ, ವಿಜಯಗಿಂತ ಇವ್ಳಿಗೆ ಕೋಪ ಜಾಸ್ತಿ!"

ಸುಜಯ ಮುಖ ತೊಳೆದುಕೊಂಡು ಕೋಣೆಗೆ ಬಂದಾಗ ವಿಜಯ ಗದ್ದಕ್ಕೆ ಕೈಯೂರಿ ಕೂತಿದ್ದಳು. ಮುಖದಲ್ಲಿ ಬಳಲಿಕೆ ಸ್ಪಷ್ಟವಾಗಿತ್ತು.

"ಇಷ್ಟುದಿನದ ಕೆಲ್ಸನೂ ಒಂದೇ ದಿನಕ್ಕೆ ತೆಗೆದ್ರಾ?" ಅವಳ ಪಕ್ಕದಲ್ಲಿಯೇ ಕೂತಳು. ಕೈ ವಿಜಯಳ ಬೆನ್ನ ಮೇಲೆ ಬಿತ್ತು. "ಡಾಕ್ಟ್ರ ಬರೆದು ಕೊಟ್ಟ ಟಾನಿಕ್ ಅಣ್ಣ ತಂದ್ರೇನೋ ವಿಚಾರ್ಸಬೇಕು!" ಹೊರಗೆದ್ದು ಬಂದಳು.

ಇನ್ನೂ ಫೋಟೋ ಜಾತಕ ಅವರ ಮುಂದೇನೇ ಬಿದ್ದಿತ್ತು. ಅತ್ತ ನೋಟ ಹರಿಸಲೇ ಇಲ್ಲ.

"ಅಣ್ಣ, ವಿಜಯ್‌ಗೆ ಟಾನಿಕ್ ತಂದ್ರಾ?" ಅವರತ್ತ ನೋಟವರಿಸದೆ ಕೇಳಿದಳು ರಂಗಸ್ವಾಮಿಗಳು ಸ್ವಲ್ಪ ಮೆತ್ತಗಾದರು. "ನಾನು ಹೊರ್ಗಡೆ ಹೋಗ್ಲೇ ಇಲ್ಲ. ಸಂಜೆ ಹೊರಡೋಣಾಂತ ಇದ್ದೆ. ಮಳೆ ಬಂದುಬಿಡ್ತು" ನಿಸ್ಸಹಾಯಕತೆ ತೋಡಿಕೊಂಡಾಗ ಅವಳಿಗೆ ರೇಗಿತು.

ಬಿರುಗಾಳಿಯಂತೆ ಕೋಣೆಯೊಳಕ್ಕೆ ನುಗ್ಗಿ ಬಂದಳು. ಪರ್ಸ್ ಜಿಪ್ ಎಳೆದು ನೋಡಿದಳು.

"ಬೆಳಿಗ್ಗೆ ತಂದ್ರಾಗುತ್ತಿತ್ತು." ವಿಜಯ ಮೆಲುವಾಗಿ ಹೇಳಿದಳು. ಮಂಚದಿಂದ ಅವಳ ಕಾಲುಗಳು ಕೆಳಗಿಳಿದವು. "ಹೋಗ್ಲಿ, ನಾನು ಬರ್ತೀನಿ ಇರು."

ಸುಜಯ ಎರಡು ಹೆಜ್ಜೆ ಮುಂದಕ್ಕೆ ಹೋದವಳು ನಿಂತಳು. ಕತ್ತು ತಿರುಗಿಸಿದಳು. "ತುಂಬ ಸುಸ್ತಾಗಿದ್ದೀಯಾ! ನಾನು ಬೇಗ ಬಂದ್ಬಿಡ್ತೀನಿ."

ವಿಜಯ ಅವಳ ಜೊತೆ ಹೊರಟೇಹೊರಟಳು. ನಿಧಾನವಾಗಿ ಹೆಜ್ಜೆ ಹಾಕಿದರು. ತಂಗಾಳಿ ತೀಡಿದಾಗ ಮೈ ಮುದುರುವಂತಾಯಿತು ವಿಜಯಳಿಗೆ.

ಟಾನಿಕ್ ಔಷಧಿ ಜೊತೆ ಸುಮಾರು ಹಣ್ಣು ಕೂಡ ಖರೀದಿಸಿದಳು. ವಿಜಯ ಚಿಕ್ಕವಳೆಂತ ಮಮತೆ ಇಬ್ಬರಿಗೂ. ಜ್ವರ ಬಂದದ್ದು ತಿಳಿದ ವಿನೋದ ಭೂಷಣ್ ಎದೆಯ ಮೇಲೆ ಮುಖವಿಟ್ಟು ಬಿಕ್ಕಿದ್ದಳಂತೆ. ಭಂಡತನದಿಂದ ಎರಡು ಸಲ ಬಂದುಹೋಗಿದ್ದಳು.

"ಸುಮ್ನೇ ಇಷ್ಟೆಲ್ಲ ಖರ್ಚು." ಸುಜಯ ಕಣ್ಣಲ್ಲಿಯೆ ರೇಗಿ ಸುಮ್ಮನಾಗಿಸಿದಳು. "ಮುಖ ಹೇಗೆ ಬಿಳಚಿಕೊಂಡಿದೆ ಗೊತ್ತಾ!" ಯಾವುದೋ ನೆನಪು ಅವಳೆದೆಯನ್ನು ಭಾರವಾಗಿಸಿತು.

ಈಚೆಗೆ ಪುಸ್ತಕ, ಪತ್ರಿಕೆಗಳನ್ನು ಕೊಳ್ಳುವುದನ್ನು ನಿಲ್ಲಿಸಿದ್ದಳು. ಯಾರ ಕೈಯಲ್ಲಾದರೂ ಓದಿದ ಪುಸ್ತಕ ಪತ್ರಿಕೆ ಕಂಡರೆ ಅವಳೆದೆಗೆ ಸಲಾಕೆ ಹಾಕಿದಂತಾಗುತ್ತಿತ್ತು. ಸಣ್ಣ ಮಗು ಇಷ್ಟವಾದ ತಿಂಡಿಯನ್ನು ಬೇರೆಯವರ ಕೈಯಲ್ಲಿ ಕಂಡಾಗ ಆಸೆಯಿಂದ ಜೊಲ್ಲು ಸುರಿಸುವಂಥ ಪರಿಸ್ಥಿತಿ ಅವಳದಾಗುತ್ತಿತ್ತು. ಆಗ ಹಗುರವಾಗಿ ಚೈತನ್ಯಶೀಲವಾಗಿದ್ದ ಬದುಕು ಈಚೆಗೆ ವೈವಿಧ್ಯತೆ ಇಲ್ಲವಾಗಿ ಭಾರವಾಗಿದೆಯೆನಿಸುತ್ತಿತ್ತು.

"ವಿನೋದ ಸಿಕ್ಕಿದ್ಲು. ಭಾನುವಾರ ಇಬ್ರೂ ಬನ್ನೀಂತ ಗೋಗರೆದಳು. ಹೇಗೆ ಸಾಧ್ಯ? ಅಣ್ಣನ ಸಿಟ್ಟು ಸ್ವಲ್ಪ ಇಳಿಮುಖವಾಗಿದ್ದರೂ ರೇಗಾಡ್ತಾರೆ. ಅಮ್ಮ ಸಿಡಿಮಿಡಿಗುಟ್ಟುತ್ತಾಳೆ. ಅವ್ರು ಮಗಳನ್ನ ಧಾರಾಳವಾಗಿ ಕ್ಷಮಿಸಬಲ್ಲರು. ಆದ್ರೆ ಭೂಷಣ್‌ನ ಕಂಡ್ರೆ ಅವ್ರಿಗೆ ಮೈ ಎಲ್ಲಾ ಉರಿ. ಮೊನ್ನೆ ತರಕಾರಿಗೆ ಅಣ್ಣ ಹೋದಾಗ ಭೂಷಣ್

ಸೈಕಲ್ ಮೇಲೆ ಹೋಗುತ್ತಿದ್ದುದು ಕಣ್ಣಿಗೆ ಬಿದ್ರಂತೆ, ಮನೆಯಲ್ಲಿ ಬಂದು ಹಾರಾಡಿದ್ದೇ.... ಹಾರಾಡಿದ್ದು.... ಎಂ.ಎ. ಕಲಿತು ಸಾವಿರಕ್ಕೂ ಮಿಕ್ಕ ಸಂಬ್ಳ ತರೋ ತಮ್ಮ ಮಗ್ಳಿಗೆ ಇಂಥ ಗಂಡು! ಅವ್ರ ಮನ ನೋಯುವುದು ಸಹಜವೇನೋ!" ಭಾರವಾದ ಉಸಿರು ದಬ್ಬಿದಳು ಸುಜಯ.

ಮನೆಗೆ ಬಂದಕೂಡಲೇ ಅನ್ನಪೂರ್ಣಮ್ಮ ರೇಗಿದರು.

"ಮೊನ್ನೆ ತಾನೇ ಜ್ವರ ಬಂದು ಎದ್ದಿದ್ದಾಳೆ. ಅವ್ಳನ್ನ ಯಾಕೆ ಈ ಚಳಿಗಾಳಿಯಲ್ಲಿ ಕರ್ಕೊಂಡ್ಹೋದೆ!"

ಸುಜಯ ಬೆರಳಿನಿಂದ ತಲೆ ಕೆರೆದುಕೊಳ್ಳುತ್ತ ತಲೆ ಬಗ್ಗಿಸಿಕೊಂಡು ಒಳಗೆಹೋದಳು.

ಊಟ ಮುಗಿಸಿ ಮಲಗುವಾಗ ಸುಜಯ ತನ್ನ ಲೈಬ್ರರಿಯ ಮೇಲೆ ಕಣ್ಣಾಡಿಸುತ್ತಿದ್ದಳು. ಕೊಂಡ ಪುಸ್ತಕಗಳ ಮೇಲೆ ಅವಳಿಗೆ ಅಪಾರ ಪ್ರೀತಿ.

"ಸುಜೀ, ನಿಂಗೆ ಬೇಕಾದ ಪುಸ್ತಕ ಕೊಂಡ್ಕೊ" ವಿಜಯಳ ಗಂಟಲುಬ್ಬಿತು. ಬ್ಲ್ಯಾಂಕೆಟ್‌ನ ಕತ್ತಿನವರೆಗೂ ಎಳೆದುಕೊಂಡು ಗೋಡೆಯ ಕಡೆ ಮುಖ ಮಾಡಿ ಮಲಗಿದಳು. "ಪೂರ್ತಿ ಸಾಲ ಮುಟ್ಟವರ್ಗೂ.... ಹೀಗೆ ಕಳ್ದುಹೋಗ್ಲಿ ಸುಮ್ನೇ ಅಣ್ಣನ ಹಾರಾಟ ನೋಡ್ಲಾರೆ."

ವಿಜಯ ಮಲಗಿದ್ದಲ್ಲಿಯೇ ಯೋಚಿಸಿದಳು. ಮನೆಯಲ್ಲಿ ಯಾವುದಾದರೂ ಖರ್ಚು ಕಡಿಮೆಯಾಗಿದ್ಯಾ? ಒಂದೂವರೆ ಲೀಟರ್ ಹಾಲು ಕೊಳ್ಳೋದು ಕಡಿಮೆಯಾಗಿಲ್ಲ. ಹುರಿಗಾಳು, ಕುರುಕಲು ತಿಂಡಿ ತಪ್ಪಿಲ್ಲ. ಎದೆಯಮೂಲೆಯಲ್ಲಿನ ನೋವಿನ ಎಳೆ ಮೇಲೆದ್ದು ಭುಸುಗುಟ್ಟತೊಡಗಿತು.

ಕಣ್ಣುಗಳನ್ನು ಬಿಗಿಯಾಗಿ ಮುಚ್ಚಿಕೊಂಡು ನಿದ್ರಿಸಲು ಪ್ರಯತ್ನಿಸಿದಳು. ಸಂತೋಷ್‌ಕುಮಾರ್ ಪ್ರತಿಬಿಂಬ ಬಂದು ಎದುರು ನಿಂತಿತು. ಈ ಆತ್ಮೀಯತೆಯ ತಂತು ಎಲ್ಲಿನದು? ತುಳಿದಷ್ಟು ಪುಟಿಯುವ ಪ್ರೇಮ ಪ್ರಖರತೆ ಎಷ್ಟು ತೀಕ್ಷ್ಣವಾಗಿದೆ.

ತಟ್ಟನೇ ಬೆಚ್ಚಿದಳು. ಈ ಪ್ರವಾಹದಲ್ಲಿ ಬಿದ್ದರೆ ಎಲ್ಲಿಗೆ ಹೋಗಿ ಮುಟ್ಟುವೆನೋ! ತಟ್ಟನೆ ಯೋಚನಾಧಾಟಿ ಬದಲಾಯಿಸಲು ಪ್ರಯತ್ನಿಸಿ ಮಗ್ಗುಲಾದಳು.

ಕೋಣೆಯ ದೀಪ ಆರಿತು. ಸುಜಯ ಕತ್ತಲಲ್ಲಿ ಕಿಟಕಿಯ ಬಳಿ ನಿಂತು ಹೊರಗೆ ನೋಡುತ್ತಿದ್ದಳು. ವಿಜಯ ಎದ್ದುಕೂತಳು.

"ವಿನೋದ ಈ ತಿಂಗ್ಳು ಹಣ ತಂದುಕೊಟ್ಟು ಹೋಗಿದ್ದಾಳೆ. ಅವ್ಳಿಗೆ ಎಷ್ಟೂಂತ ಹೇಳೋದು? ಹೊಸ ಸಂಸಾರ.... ಬೇಕಾದಷ್ಟು ಹಣದ ಅಗತ್ಯವಿದೆ!" ಕತ್ತಲಲ್ಲಿಯೇ ಮೆಲುಸ್ವರದಲ್ಲಿ ಇತ್ತ ತಿರುಗಿ ಹೇಳಿದಳು. ವಿಜಯ ಭಾರವಾದ ಉಸಿರು ದಬ್ಬಿದಳು.

ಬೆಳಗಿನ ಸ್ನಾನ ಮುಗಿಸಿ ರೆಡಿಯಾಗುವ ವೇಳೆಗೆ ಆಫೀಸ್ ಕಾರು ಬಂದು ಮನೆಯ ಮುಂದೆ ನಿಂತಿತು. ಅವಳೆದೆ ಢವಗುಟ್ಟಿತು. ಬರೀ ಕಾಫಿ ಕುಡಿದು ರೆಡಿಯಾದಳು.

ಡ್ರೈವರ್ ವಂದಿಸಿ ಬಾಗಿಲು ತೆಗೆದ. ಹತ್ತಿ ಕೂತಳು. ಹೊರಗೆ ಬಂದು ನಿಂತಾಗ

ರಂಗಸ್ವಾಮಿಗಳ ಮುಖದ ಮೇಲೆ ಹೆಮ್ಮೆ ಮೂಡಿತು. ಬಿಗುಮಾನದಿಂದ ಕಾಂಪೌಂಡಿನಲ್ಲಿ ಅಡ್ಡಾಡಿದರು.

"ಯಾವ ಗಂಡುಮಕ್ಕಳ್ನ ಹೆತ್ತ ತಾಯಿ ತಂದೆಯರಾಗ್ಲಿ, ನಮ್ಮಷ್ಟು ನೆಮ್ಮದಿಯಾಗಿರಲು ಸಾಧ್ಯ?!" ಎದೆ ಉಬ್ಬಿಸಿದರು. ಶೋಷಣೆ ಮತ್ತೊಂದು ಮುಖವಾಗಿ ಇಲ್ಲಿ ಧ್ವನಿಸಿತು.

ಇವಳು ಬರುವ ವೇಳೆಗೆ ಸಂತೋಷ್‌ಕುಮಾರ್ ತನ್ನ ಚೇಂಬರ್‌ನಲ್ಲಿದ್ದ. ಅವಳ ಕಣ್ಣುಗಳು ಕಿರಿದಾದವು. ವಿಷ್ ಮಾಡಿ ಹೆಜ್ಜೆಗಳನ್ನು ನಿಧಾನವಾಗಿ ಎತ್ತಿಟ್ಟಳು.

ವರ್ಕರ್ಸ್‌ನ ಕೆಲವು ಸೌಲಭ್ಯಗಳ ಬಗ್ಗೆ ಅವಳಲ್ಲಿ ಚರ್ಚಿಸಿದ. ಸೆಕ್ಯೂರಿಟಿ ಸೆಕ್ಷನ್ ಜನರ ಬಗ್ಗೆ ಸ್ವಲ್ಪ ಬೇಸರ ವ್ಯಕ್ತಪಡಿಸಿದ.

ಫೋನ್ ರಿಂಗಾದ ಕೂಡಲೇ ವಿಜಯ ಎತ್ತಿಕೊಂಡಳು.

"ಸಂತೋಷ್ ನೀವು ನನ್ನೋ ಅಥ್ವಾ ಫ್ಯಾಕ್ಟರಿನೋ ಮದ್ವೆ ಮಾಡಿಕೊಂಡಿದ್ದು?" ವಿಜಯ ಉಗುಳು ನುಂಗಿದಳು. ಕೈ ಅಡ್ಡ ಹಿಡಿದು "ಸ್ವಲ್ಪ ನೀವೇ ತಗೊಳ್ಳಿ."

"ಅದೇನೋ, ನೀವೇ ಮಾತಾಡ್ಬಿಡಿ. ಸುಮ್ಮೇ ತಲೆ ಬಿಸಿಯಾಗತ್ತೆ." ಬೇಸರದ ಸ್ವರ ಚಿಮ್ಮಿದಾಗ ಅವಳ ಕಣ್ಣುಗಳಲ್ಲಿ ನಿಸ್ಸಹಾಯಕತೆ ಇಣುಕಿತು. "ಆಮೇಲೆ ಫೋನ್ ಮಾಡೋಕ್ಕೇಳ್ರಿ" ನಿರ್ದಾಕ್ಷಿಣ್ಯವಾಗಿ ಹೇಳಿದ.

ಅವಳು ಏನಾದರೂ ಹೇಳುವ ಮುನ್ನವೇ ಲೀನಾಳ ಸ್ವರ ಸಿಡಿಯಿತು. "ನಾನು ಒಪ್ಪೋಲ್ಲ.... ಒಪ್ಪೋಲ್ಲ. ಇಡೀ ಫ್ಯಾಕ್ಟರಿ ನಿಮ್ಮ ತಲೆ ಮೇಲೆ ಬಿದ್ದಿದ್ಯಾ?" ಫೋನಿನ ಬಾಯಿಗೆ ಕೈ ಮುಚ್ಚಿದಳು. "ಪ್ಲೀಸ್ ತುಂಬ ಅರ್ಜೆಂಟ್.... ನೀವೇ ಸಮಾಧಾನ ಹೇಳ್ಬೇಕೂ...."

ಕೋಪದಿಂದಲೇ ಫೋನ್‌ಗೆ ಕೈ ಹಚ್ಚಿದ ಸಂತೋಷ್ ಮುಖದ ಮೇಲೆ ನಗುವರಳಿತು. ಟೇಬಲ್ ಮೇಲಿದ್ದ ಪೇಪರ್‌ಗಳನ್ನು ಜೋಡಿಸತೊಡಗಿದಳು ವಿಜಯ.

"ಅಷ್ಟೇನಾ.... ಮುಂದುವರ್ಸಿ...." ಸಂತೋಷ್ ಅಂದಾಗ ಕೈಯಲ್ಲಿದ್ದ ಪೇಪರುಗಳೊಂದಿಗೆ ವಿಜಯ ಹೊರಗೆಬಂದಳು.

ಫೋನ್‌ನಲ್ಲಿ ಲೀನಾಳ ರೇಗಾಟ, ಸಿಡಿದಾಗ ನಡೆದೇ ಇತ್ತು. ತುಟಿ ಕಚ್ಚಿ ನಗುತ್ತ ಎಲ್ಲಾ ಕೇಳಿದ.

"ಈಗೇನು ಮಾಡ್ಲಿ?" ನವಿರಾಗಿ ಕೇಳಿದ.

"ಕೂಡ್ಲೇ ಮನೆಗೆ ಬನ್ನಿ" ತಂತಿ ಕಡಿದು ಬಿತ್ತು.

ಬೆಲ್ ಒತ್ತಿದ ಆಫೀಸ್ ಬಾಯ್ ಬಂದಾಗ ಪಿ.ಎ.ನ ಕರೆಯಲು ಹೇಳಿದ. ವಿಜಯಳಿಗೆ ಸರಸರನೆ ಏನೋ ಹೇಳಿ ಹೊರಟುಬಿಟ್ಟ.

ವಿಜಯ ನಿಶ್ಚಿಂತೆಯಿಂದ ಟೈಪ್ ಮಾಡತೊಡಗಿದಳು. ಸಂತೋಷ್ ಗಾಳಿಯಲ್ಲಿ ತೇಲಿದಂತೆ ಕಾರು ಹತ್ತಿದ. ವೇಗವಾಗಿ ಹೋಗುತ್ತಿದ್ದ ಕಾರು ನಿಧಾನಗತಿಯಲ್ಲಿ ಸಾಗತೊಡಗಿತು. ಮನದಲ್ಲಿ ಅರ್ಥವಾಗದ ಭಾವನೆಗಳ ತಾಕಲಾಟ. ವಿಜಯಳನ್ನು

ನೋಡಿದ ಕೂಡಲೇ ಅವನೆದೆ ಉತ್ಸಾಹದಿಂದ ಭೋರ್ಗರೆಯುತ್ತಿತ್ತು. ಯಾವ ಪ್ರೋತ್ಸಾಹವನ್ನೂ ನೀಡದಿದ್ದರೂ ಜಗ್ಗದ ಸಮಸ್ಯೆಯಾಗಿತ್ತು.

ಉದ್ದ ಮ್ಯಾಕ್ಸಿ ತೊಟ್ಟಿದ್ದ ಲೀನಾ ಮತ್ತಷ್ಟು ಸಪೂರವಾಗಿ ಉದ್ದವಾಗಿ ಕಾಣಿಸಿದಳು. ಕಾರಿನ ಕೀ ಬೆರಳಿಗೆ ಸುತ್ತುತ್ತ ಇಳಿದು ನಡೆದ.

ಲೀನಾ ಎರಡು ಕೈ ಮುಷ್ಟಿಗಳನ್ನು ಬಿಗಿದು ಮೃದುವಾಗಿ ಅವನೆದೆಗೆ ಗುದ್ದಿದಳು. ಸಂತೋಷ್ ಅವಳ ತಲೆಯ ಮೇಲೆ ಮೊಟಕಿ ಒಳಗೆ ನಡೆದ.

ಸೋಫಾಕ್ಕೆ ಜಾರಿ ಎದೆಯ ಮೇಲೆ ಕೈಕಟ್ಟಿ ಸುಸ್ತನ್ನು ನಟಿಸಿದ.

"ಆ ಫ್ಯಾಕ್ಟರಿಗಿಂತ ನಿನ್ನ ಸುಧಾರ್‍ಸೋದೇ ಕಷ್ಟವಾಗಿದೆ." ಲೀನಾ ಅವನಿಗೆ ಒತ್ತಿಕೊಂಡು ಕೂತಳು. ಈಗ ಅವನೆದೆಯಲ್ಲಿ ಮಿಡಿಯುತ್ತಿದ್ದ ಭಾವನೆಗಳೇ ಬೇರೆ. ಅವಳ ತೋಳುಗಳು ಸಂತೋಷ್ ಕೊರಳಿಗೆ ಹಾರವಾಯಿತು. "ಹೀಗೇ ಇದ್ದುಬಿಡೋಣ ಅನ್ನಿಸುತ್ತೆ" ಅವನ ತುಟಿಗಳ ಮೇಲೆ ಮಂದಹಾಸ ತೇಲಿತು.

"ಮಧುಚಂದ್ರ ಮುಗ್ಸಿಕೊಂಡು ಬಂದಿದ್ರೆ... ಇದೆಲ್ಲ ತಣ್ಣಗಾಗಿ ಬಿಡ್ತಾ ಇತ್ತು. ನಾನು ತಪ್ಪು ಮಾಡ್ದೇ!" ಅವನ ಮನ ಆಳಕ್ಕೆ ಇಳಿಯಿತು.

ನಿರುತ್ಸಾಹ ಅವನನ್ನು ಯಾವುದಕ್ಕೂ ಪ್ರೇರೇಪಿಸಿರಲಿಲ್ಲ. ತಾಯಿಯ ಅನಾರೋಗ್ಯ ಮುಂದಿಟ್ಟು ಮಧುಚಂದ್ರಕ್ಕೆ ಬೆನ್ನು ಹಾಕಿದ. ಯಾರು ಒತ್ತಾಯವೇರದಿದ್ದರಿಂದ ಹೊರಟು ಬಂದಿದ್ದ.

"ಇನ್ಮೇಲೆ ಒಂದ್ಗಂಟೆ ಹೋಗಿ ಬಂದ್ಬಿಡಿ. ಮಿಕ್ಕದ್ದು ಅವರುಗಳೇ ನೋಡ್ಕೋತಾರೆ!" ಲೀನಾ ಹಗುರವಾಗಿ ಹೇಳಿದಾಗ ಅವನು ಹಣೆ ಚಚ್ಚಿಕೊಂಡ. "ಹಾಗೇ ಮಾಡಿದ್ರೆ ಫ್ಯಾಕ್ಟರಿ ದಿವಾಳಿಯಾಗಿ ಬೇರೆಯವರಿಗೆ ಮಾರಿ ಸ್ಥಳ ಖಾಲಿ ಮಾಡ್ಬೇಕಾಗುತ್ತೆ. ಇಲ್ದಿದ್ರೆ ಲಾಕೌಟ್.... ಘೋಷಿಸಿ ಮನೆಯಲ್ಲಿ ಕೂತ್ಕೋಬೇಕು!"

ಅವಳ ಮುಖವನ್ನು ಬೊಗಸೆಯಲ್ಲಿಡಿದು ಚುಂಬಿಸಿದ. ಇದು ಹೃದಯದ ಕೂಗಾಗಿರಲಿಲ್ಲ. ಪ್ರಕೃತಿಯ ಸಹಜ ಪ್ರತಿಕ್ರಿಯೆ.

ಸಂತೋಷ್ ದಿನ ಬಹುಭಾಗ ಮನೆಯಲ್ಲಿ ಕಳೆಯಲು ಶುರುವಾದ ಮೇಲೆ ಕೆಲಸದ ಅಧಿಕ ಒತ್ತಡ ವಿಜಯಳ ಮೇಲೆ ಬೀಳತೊಡಗಿತು. ಸಮಸ್ತವನ್ನೂ ಹೊತ್ತವಳಂತೆ ಕಂಗೆಡತೊಡಗಿದಳು.

ಸಂತೋಷ್‌ಕುಮಾರ್, ಲೀನಾಳ ಮದುವೆ ಸೆಲೆಬ್ರೇಷನ್ ಭಾನುವಾರದ ಸಂಜೆ ಎಲ್ಲರ ನೆನಪಿನಲ್ಲೂ ಉಳಿಯುವಂತೆ ಚಿರಸ್ಮರಣೀಯವಾಯಿತು.

ದೊಡ್ಡ ಹೊಟೇಲ್‌ನ ಡಿನ್ನರ್ ಹಾಲ್‌ನಲ್ಲಿ ಅರೇಂಜ್ ಮಾಡಿದ್ದರು. ಕಾಯಿಸದೆ ಸಂತೋಷ್‌ಕುಮಾರ್ ನಿಗದಿತ ವೇಳೆಗಿಂತ ಹತ್ತು ನಿಮಿಷ ಮೊದಲೇ ಬಂದರು. ಆ ಕಣ್ಣುಗಳು ಹುಡುಕಾಡಿ ಒಂದು ಕಡೆ ನಿಂತಿತು. ಅವನ ಕಣ್ಣುಗಳಲ್ಲಿ ಮಿಂಚೊಡೆಯಿತು. ತುಟಿಯಂಚಿಗೆ ನಗೆಮಿಂಚಿನ ಲೇಪನವಾಯಿತು.

ವಿಜಯ ಮುಗುಳ್ನಕ್ಕು ಮುಂದಕ್ಕೆ ಬಂದು ಸ್ವಾಗತಿಸಿದಳು. ಆ ಸಮಾರಂಭಕ್ಕೆ

ಮುಖ್ಯ ಅತಿಥಿಗಳಾಗಿ ಹಿಂದಿನ ಜನರಲ್ ಮ್ಯಾನೇಜರ್ ದಸ್ತಗೀರ್ ಸಾಹೇಬರು ಬಂದಿದ್ದು ದೊಡ್ಡ ವಿಶೇಷವಾಗಿತ್ತು.

ದೊಡ್ಡದಾಗಿ ನಗುತ್ತಾ ಚಪ್ಪಾಳೆ ತಟ್ಟಿ ಇವರಿಬ್ಬರನ್ನು ಸ್ವಾಗತಿಸಿದರು.

ಡಿನ್ನರ್, ಉಡುಗೊರೆಯ ಜೊತೆ ಶುಭ ಹಾರೈಕೆಯ ಸಣ್ಣ ಭಾಷಣವಾಯಿತು. ಲೀನಾ ಇವಳತ್ತ ನಡೆದು ಬಂದಾಗ ವಿಜಯ ಎದ್ದು ನಿಂತಳು.

"ಆಗಾಗ ಮನೆಗೆ ಬನ್ನಿ" ವಿಜಯ ಪದಗಳಿಗಾಗಿ ಹುಡುಕಾಡತೊಡಗಿದಳು. ಬಹಳ ಕಷ್ಟದಿಂದ ಹೇಳಿದಳು, "ಬರ್ತೀನಿ...."

ಲೀನಾ ಯಾವ ದೊಡ್ಡಸ್ತಿಕೆಯೂ ಇಲ್ಲದೆ ಜನರೊಡನೆ ಸರಳವಾಗಿ ಬೆರೆತುಹೋದಳು.

ದಸ್ತಗೀರ್ ಸಾಹೇಬರು ಹೊರಡುವ ಮುನ್ನ ವಿಜಯಳ ಬಳಿಗೆ ಬಂದರು. ಈಗಾಗಲೇ ಸೆಕ್ಷನ್ ಆಫೀಸರ್ ಅವಳ ಜವಾಬ್ದಾರಿ ಮತ್ತು ಕೆಲಸದ ಒತ್ತಡದ ಬಗ್ಗೆ ಉಸುರಿದ್ದರು.

"ಸಾರಿ, ವಿಜಯ...." ಕೆಳಧ್ವನಿಯಲ್ಲಿ ನುಡಿದಾಗ ಮುಖ ಕೆಳಗೆ ಹಾಕಿದಳು. "ನಾನು ಮಾತಾಡ್ತೀನಿ...." ಸಂತೋಷ್‌ಕುಮಾರ್ ಅತ್ತ ನಡೆದರು.

ಮೊದಲಿನಿಂದಲೂ ದಿಟ್ಟವಾದ ವ್ಯಕ್ತಿ. ಮನಸ್ಸಿಗೆ ತೋಚಿದ್ದನ್ನು ನಿಷ್ಠೂರವಾಗಿ ಹೇಳಬಲ್ಲಂಥ ಗಟ್ಟಿ ಎದೆಯ ಮನುಷ್ಯ.

"ಮಿಸ್ಟರ್ ಸಂತೋಷ್‌ಕುಮಾರ್, ಒಂದ್ವಿಷ್ಯ ನಿಮ್ಹತ್ರ ಮಾತಾಡ್ಲೇ ಬೇಕು!" ಸುತ್ತಲಿನ ಕಿವಿಗಳು ಮಿಂಚಿದವು. "ಪರ್ಸನಲ್..." ಅವರ ಕೈ ಕೆನ್ನೆಯ ಮೇಲಾಡಿತು. ಸಂತೋಷ್ ಕುಮಾರ್ ಮುಗುಳ್ನಕ್ಕ.

ಜನರು ದೂರ ಸರಿದರು. ದಸ್ತಗೀರ್ ಸಾಹೇಬರ ಹಣೆಯ ಮೇಲೆ ಗೆರೆಗಳು ಮೂಡಿದವು.

"ಪಿ.ಎ. ಕೆಲ್ಸ ತುಂಬ ಕಷ್ಟ. ನಮ್ಮ ಆಫೀಸಿನಲ್ಲಂತೂ ಕೆಲ್ಸದ ಒತ್ತಡ ಜಾಸ್ತಿ. ಹೊಸ್ದಾಗಿ ಮದ್ವೆಯಾಗಿದ್ದೀರಿ. ಎಲ್ಲಾ ಹೊರೆನೂ ವಿಜಯಳೇ ಹೊರಬೇಕಾಗುತ್ತೆ. ಬೇರೆ ಯಾರನ್ನಾದ್ರೂ ಅಪಾಯಿಂಟ್ ಮಾಡ್ಕೊಂಡ್ರೆ.... ಒಳ್ಳೆದು."

ಅವನ ಉತ್ಸಾಹ ಜರ್‍ರನೆ ಇಳಿದುಹೋಯಿತು. ಉಗುಳು ನುಂಗಿದ. ತಕ್ಷಣಕ್ಕೆ ಏನಾದರೂ ನಿರ್ಧಾರಿತವಾಗಿ ಹೇಳುವುದು ಕಷ್ಟವೆನಿಸಿತು.

"ಓ.ಕೆ...." ಅಡ್ಡಗೋಡೆಯ ಮೇಲೆ ದೀಪವಿಟ್ಟಂತೆ ಹೇಳಿದ.

ಸಮಾರಂಭ ಮುಗಿದು ವಿಜಯ ಮನೆಗೆ ಬರುವ ವೇಳೆಗೆ ಹತ್ತು ಗಂಟೆಯಾಗಿತ್ತು. ಸುಜಯ ಹೊರಗಡೆಯೇ ಕಾದು ಕೂತಿದ್ದಳು.

"ಹೇಗೆ ನಡೀತು?" ಅವಳ ಕೈ ಬೆರಳುಗಳು ಸೀರೆಯ ನೆರಿಗೆಗಳ ಮೇಲಾಡಿತು. ವಿಜಯ ಮೆಲುನಗು ನಕ್ಕಳು. "ವಂಡರ್‌ಫುಲ್...." ಒಳಗೆ ನಡೆದಳು.

* * *

ಸಂತೋಷ್‌ಕುಮಾರ್ ತೊಳಲಾಡಿದ. ನಾಲ್ಕು ದಿನ ವಿಜಯಳನ್ನು ದೂರ ಮಾಡಿ ಬದುಕುವುದೇ ಅವರಿಗೆ ದುಸ್ತರವೆನಿಸಿತು. ಅವಳ ಧ್ವನಿ ಕೇಳದೇ, ಅವಳನ್ನ ನೋಡದೆ.... ಅವನ ಹೃದಯ ಒಡೆದಂತಾಗಿ ಪ್ರತಿಯೊಂದು ಚೂರಿನಲ್ಲಿಯೂ ವಿಜಯಳ ರೂಪವೇ ಕಾಣುತ್ತಿತ್ತು.

ಕೂದಲಲ್ಲಿ ಬಾಚಣಿಗೆಯಾಡಿಸುತ್ತಿದ್ದ ಸಂತೋಷ್‌ಗೆ ಕನ್ನಡಿಯಲ್ಲಿ ಲೀನಾಳ ಪ್ರತಿಬಿಂಬ ಕಾಣಿಸಿದಾಗ ಅಗ್ನಿಸ್ಫೋಟವಾದಂತೆ ತಳಮಳಿಸಿದ.

"ಯಾಕೆ ಒಂದು ತರಹ ಇದ್ದೀರಿ?" ಭುಜದ ಮೇಲೆ ಅವಳ ಕೈ ಬಿತ್ತು. ತಳಮಳಿಸಿದ. ನಗಲು ಪ್ರಯತ್ನಿಸಿದ. "ಏನಿಲ್ಲ, ಒಂದು ತರಹ ತಲೆನೋವಿನ ಜಾಬ್. ಟೆನ್ಷನ್‌ನಲ್ಲಿ ಒದ್ದಾಡೋ ಈ ಕೆಲಸಕ್ಕಿಂತ.... ಗುಮಾಸ್ತರ ಕೆಲ್ಸ ವಾಸಿ!" ಲೀನಾ ಕಣ್ಣರಳಿಸಿದಳು. ವಿಚಿತ್ರವಾಗಿ ಕಂಡಿತು.

"ಒಂದ್ಕೆಲ್ಸ ಮಾಡಿ. ಈ ಕೆಲ್ಸಕ್ಕೆ ಯಾರ್‍ನಾದ್ರೂ ನೇಮಿಸೋದು. ಬೇರೆ ಎಲ್ಲಾದ್ರೂ ಗುಮಾಸ್ತರ ಕೆಲ್ಸಕ್ಕೆ ಪ್ರಯತ್ನಿಸೋದು!" ಜೋರಾಗಿ ನಕ್ಕುಬಿಟ್ಟ. ಅವಳ ನಗುವು ಸೇರಿದಾಗ ಕೋಣೆಯ ಪ್ರತಿಯೊಂದು ಗೋಡೆಯಲ್ಲೂ ಧ್ವನಿಸಿದಂತಾಯಿತು.

ಅವಳ ಕೂದಲನ್ನು ಕೆದರಿ ಹೊರಗೆಬಂದ. ಫೋನ್ ಕೈಗೆತ್ತಿಕೊಂಡ. ತೇಲಿ ಬರುವ ಸ್ವರ ಕೇಳಲು ಕಿವಿಗಳು ಚುರುಕಾದವು. ಕೈ ಕೆಳಗಿಳಿಯಿತು. ಬೇಸರದಿಂದ ಹುಕ್ ಮೇಲೆ ಬಡಿದ.

ಲೀನಾ ಅಚ್ಚರಿಯಿಂದ ಅವನ ಮುಖದ ಭಾವನೆಗಳ ಏರುಪೇರನ್ನೇ ಗಮನಿಸುತ್ತ ನಿಂತಳು. ತುಟಿ ಕಚ್ಚಿ ಯೋಚಿಸಿದಳು. ಸಂತೋಷ್ ಹೃದಯ ನಿಗೂಢವಾಗಿ ಕಂಡಿತು.

ಲೀನಾಳತ್ತ ತಿರುಗಿದವನೆ ಗಾಬರಿಗೊಂಡ. ಅಪರಾಧ ಭಾವನೆ ಕಣ್ಣುಗಳಲ್ಲಿ ಇಣುಕಿದಾಗ ಮಾತನಾಡಲು ಅಸಮರ್ಥನಾದ. ನೋಟ ನೆಲದಲ್ಲಿ ಹರಿದಾಡಿತು.

"ಸಂತೋಷ್, ಏನೂ ಸರ್‍ಯಾಗಿಲ್ಲ ಅನ್ನಿಸುತ್ತೆ!" ತೋಳಿಗೆ ಕೆನ್ನೆ ಹಚ್ಚಿದಳು. ಅವನ ಹೃದಯ ಢವಗುಟ್ಟಿತು. ಅವಳನ್ನು ಇಡಿಯಾಗಿ ಅಪ್ಪಿಕೊಂಡ. "ಏನೇನೋ.... ಮಾತಾಡ್ತೀಯಾ!" ಸಹಜ ಸ್ವರದಲ್ಲಿ ಹೇಳಲು ಯತ್ನಿಸಿ ಸೋತ.

ಲೀನಾ ತೋಳಿನಾಸರೆಯಲ್ಲಿಯೇ ಸಣ್ಣಗೆ ನಕ್ಕಳು. ಎರಡು ಕುಟುಂಬಗಳ ನಡುವೆ ಅತ್ಯಂತ ಆಪ್ತತೆಯಿದ್ದರೂ ಸಂತೋಷ್ ತನ್ನ ಗಂಭೀರತೆಯನ್ನು ಉಳಿಸಿಕೊಂಡಿದ್ದ. ಸ್ನೇಹಕ್ಕೆ ಮೀರಿದ ವಿಶ್ವಾಸ ಅವನಲ್ಲಿ ಕಂಡಿರಲೇ ಇಲ್ಲ.

ಎರಡು ಸಲ ಫೋನ್ ಕಿರುಚಿದಾಗ ಅವನ ತೋಳುಗಳಲ್ಲಿನ ಬಿಗುವು ಸಡಿಲವಾಯಿತು. ಅತ್ತ ನಡೆದ. ಅತ್ತಲಿನ ಸ್ವರ ನವಿರಾಗಿ ಹೇಳಿತು.

"ಸರ್, ನೀವು ಆಫೀಸಿಗೆ ಬರ್ತೀರಾ? ಕೆಲವು ಪೇಪರುಗಳು ಅರ್ಜೆಂಟಾಗಿ ಹೋಗ್ಬೇಕು."

ಅವನ ನೋಟ ವಾಚ್‌ನತ್ತ ಹರಿಯಿತು. ಹನ್ನೊಂದು-ಹತ್ತು ತೋರಿಸುತ್ತಿತ್ತು. "ಈಗ.... ಬರ್ತೀನಿ" ಫೋನ್ ಕೆಳಗಿಟ್ಟ. "ಬರ್ಲಾ...." ಅವಳ ಕೆನ್ನೆ ಕೆಂಪಾಗಿಸಿ

ಹೊರಗೆ ನಡೆದ.

ಅವನನ್ನ ಹೊತ್ತ ಕಾರು ಫ್ಯಾಕ್ಟರಿಯ ಮುಖ್ಯ ದ್ವಾರವನ್ನು ಪ್ರವೇಶಿಸಿತು. ಅತ್ತಿತ್ತ ಕಣ್ಣಾಡಿಸಿದ. ಮುಂದೆ ಆಕರ್ಷಕವಾಗಿ ಕಂಡರೂ ಒಳಗಿನ ಪರಿಸರ ಭಯಂಕರವಾಗಿಯೇ ಇತ್ತು. ಯಂತ್ರಗಳ ನಡುವೆ ಸೆಣಸುವ ಕಾರ್ಮಿಕರು ಎಷ್ಟೇ ಮುತುವರ್ಜಿ ವಹಿಸಿದ್ದರೂ ಅಪಾಯಕ್ಕೆ ಒಳಗಾಗಬಹುದು. ಒಂದು ದೃಶ್ಯ ಅವನ ಕಣ್ಮುಂದೆ ಬಂದು ನಿಂತಿತು. ಅಜಾಗರೂಕತೆಯಿಂದ ಕಬ್ಬಿಣದ ಸರಳುಗಳನ್ನು ಕಟ್ ಮಾಡುವ ಯಂತ್ರಕ್ಕೆ ಬಲಗೈ ಸಿಕ್ಕಿಸಿದ ಕಾರ್ಮಿಕ ರಕ್ತ ಒಸರುತ್ತಿದ್ದ ತುಂಡಾದ ಕೈ ನೆನಪಾದ ಕೂಡಲೇ ಅವನ ಮುಖದಲ್ಲಿ ಬೆವರೊಡೆಯಿತು.

ವಂದನೆಗಳನ್ನು ಸ್ವೀಕರಿಸುತ್ತ ಒಳಗೆ ನಡೆದ. ವಿಜಯಳತ್ತ ತಿರುಗಿದ. ಕೂಡಲೇ ಅವನ ಕಣ್ಣುಗಳಲ್ಲಿ ಮೆಚ್ಚುಗೆ ಇಣುಕಿತು. ಇಂದು ಆ ಮುಖ ನಿತ್ಯಕ್ಕಿಂತ ಉಲ್ಲಾಸವಾಗಿ ಕಂಡಿತು.

ಸೀಟ್ ಮೇಲೆ ಕೂರುತ್ತ ನುಡಿದ.

"ವಿಜಯ, ಇವತ್ತು ತುಂಬ ಸಂತೋಷವಾಗಿರೋ ಹಾಗೆ ಕಾಣ್ತೀರಾ! ಎನೀ ಗುಡ್ ನ್ಯೂಸ್" ವಿಜಯಳ ಕಣ್ಣುಗಳಲ್ಲಿ ಗಲಿಬಿಲಿ ಕಾಣಿಸಿಕೊಂಡಿತು. ನಾಲಿಗೆ ಹೊರಳಲು ಪ್ರಯಾಸಪಡಬೇಕಾಯಿತು.

ಸಂತೋಷ್ ಸುಂದರವಾಗಿ ನಕ್ಕು ಟೇಬಲಿನ ಅಂಚಿನಲ್ಲಿದ್ದ ಫೈಲನ್ನು ಹತ್ತಿರಕ್ಕೆ ಎಳೆದುಕೊಂಡ.

ಮೌನವಾಗಿ ನಿಂತಳು. ತನಗೆ ನಿಜವಾಗಿ ಸಂತೋಷವಾಗಿದೆಯೇ? ಪ್ರಶ್ನಿಸಿಕೊಂಡಳು. ಉತ್ತರ ಸುಲಭವೆನಿಸಲಿಲ್ಲ.

ಪೇಪರುಗಳನ್ನು ಒಮ್ಮೆ ನೋಡಿದ ಶಾಸ್ತ್ರ ಮಾಡಿ ಸಹಿ ಹಾಕಿ ಹಿಂದಕ್ಕೆ ಒರಗಿದ. ವಿಜಯ ಪೇಪರುಗಳನ್ನು ಕವರ್‌ಗಳಿಗೆ ಸೇರಿಸತೊಡಗಿದಳು.

ಆಮೇಲೆ ಒಂದು ಕವರನ್ನು ಅವನ ಮುಂದಿಟ್ಟಳು. ನಿಧಾನವಾಗಿ ತೆಗೆದ. ವಿಜಯಳ ರಾಜೀನಾಮೆ! ಬೆಚ್ಚಿಬಿದ್ದ. ಆಕಾಶ ತಲೆಯ ಮೇಲೆ ಅಪ್ಪಳಿಸಿದಂತಾಯಿತು.

"ಈ ಪ್ರೈವೇಟ್ ಫ್ಯಾಕ್ಟರಿಗಳಿಗಿಂತ ಸರಕಾರದ ಕೆಲಸವೇ ಮೇಲೂಂತ ನಮ್ಮಂದೆ ಭಾವನೆ. ಅನಾಯಾಸವಾಗಿ ಸಿಕ್ಕಿದೆ. ಇದ್ನ ಕಳ್ದುಕೊಳ್ಳೋದು ಅವ್ರಿಗೆ ಇಷ್ಟವಿಲ್ಲ" ಸಮಜಾಯಿಷಿ ನೀಡುವಂತೆ ಹೇಳಿದಳು. ಸಂತೋಷ್ ಕಾಲುಗಳು ಮೇಜಿನ ಕೆಳಕ್ಕೆ ಇಳಿದವು. ಕೈ ರಾಜೀನಾಮೆಯ ಪತ್ರದ ಮೇಲೆ ಇತ್ತು.

"ನೀವು ಆದಷ್ಟು ಬೇಗ ಒಪ್ಕೊಂಡ್ರೆ ನಂಗೆ ಅನುಕೂಲ!" ತಗ್ಗಿದ ಸ್ವರದಲ್ಲಿ ಹೇಳಿದಾಗ ತಲೆಯಾಡಿಸಿದ. ತುಟಿ ತೆರೆದು ಮಾತನಾಡುವುದು ಅವನಿಂದ ಆಗಲಿಲ್ಲ.

ಅರ್ಧ ದಿನದ ರಜೆ ಪಡೆದು ವಿಜಯ ಹೊರಟುಹೋದಾಗ ಅವನ ಹೃದಯವೇ ಛಿದ್ರಛಿದ್ರವಾದ ಅನುಭವವಾಯಿತು. ನೇರವಾಗಿ ಅವನ ಸೀಟ್‌ನತ್ತ ನೋಡಿದ; ಬರಿದಾಗಿತ್ತು. ಆ ಸ್ಥಾನವನ್ನು ಯಾರಾದರೂ ತುಂಬಬಹುದು. ಆದರೆ.... ಕೈ ಎದೆಯ

ಮೇಲಾಡಿತು. ಸೀಟ್‌ಗೆ ಪೂರ್ತಿಯಾಗಿ ಒರಗಿ ಛಾವಣಿಯತ್ತ ನೋಡಿದ.

ವಾಚ್‌ಮನ್ ಕರೆದು ಛೇಂಬರ್‌ನೊಳಕ್ಕೆ ಯಾರನ್ನೂ ಬಿಡಬಾರದೆಂದು ಹೇಳಿ ಒರಗಿ ಕಣ್ಮುಚ್ಚಿದ. ಸಿಡಿಯುವ ಪರ್ವತಗಳು ಭೋರ್ಗರೆಯುವ ಸಾಗರ.... ಮಿದುಳಿನಲ್ಲಿ ಅಗ್ನಿಸ್ಫೋಟ.... ಪ್ರೇಮಕ್ಕೆ ಇರುವ ಬೆಲೆ ಅರಿತಂತಾಯಿತು.

ಬಹಳ ಹೊತ್ತಿನ ಮೇಲೆ ಕಣ್ಣುಗಳನ್ನು ತೆರೆದ. ಇಡೀ ಶರೀರದಲ್ಲಿ ಶಕ್ತಿಯೇ ಉಡುಗಿ ಹೋದ ಅನುಭವವಾಯಿತು. ನಾಲಿಗೆ ತುಟಿಯ ಮೇಲಾಡಿತು. ಮೇಲಕ್ಕೆದ್ದ. ತೂರಾಡುವಂತಾಯಿತು. ಬಂಗ್ಲೆಗೆ ಬಂದವನೇ ಮಲಗಿಬಿಟ್ಟ. ಲೀನಾ ಕೊರಳಿಗೆ ತಾಳಿ ಬಿಗಿಯುವ ಮುನ್ನವೇ ಅವನಲ್ಲಿ ವಿಜಯಳ ಬಗ್ಗೆ ಪ್ರೇಮ ಬೆಳೆದಿತ್ತು. ಪ್ರಬಲವೆನಿಸದಿದ್ದದ್ದು ಇಂದು ಆಕಾಶದ ಎತ್ತರ ಬೆಳೆದುನಿಂತಿತ್ತು.

ಲೀನಾ ಅವನ ಕೂದಲಲ್ಲಿ ಕೈಯಾಡಿಸಿದಳು. ಬಳಲಿದ ಮುಖ ಅವಳಲ್ಲಿ ಗಾಬರಿಯನ್ನು ಹುಟ್ಟಿಸಿತ್ತು.

"ಸಂತೋಷ್.... ಸಂತೋಷ್....ಡಾಕ್ಟ್ರಿಗಾದ್ರೂ ಫೋನ್ ಮಾಡ್ಲಾ?" ಮೆಲ್ಲಗೆ ಕಣ್ತೆರೆದ. ಅವಳ ಮುಖದಲ್ಲಿ ಗಾಬರಿಯನ್ನೋದಿಕೊಂಡು ಅರೆನಕ್ಕ. "ಏನಿಲ್ಲ, ಒಂದು ತರಹ ಸೋಮಾರಿತನ!" ಕಣ್ಣು ಮಿಟುಕಿಸಿದ.

ಲೀನಾಗೆ ಮೋಸ ಮಾಡಬೇಕೆನ್ನುವುದು ಮನ ಒಪ್ಪದ ಮಾತು. ಆದರೆ ಹೃದಯಕ್ಕೆ ತಿಳಿಹೇಳುವಷ್ಟು ಸಮರ್ಥತೆ ಅವನಲ್ಲಿ ಉಳಿದಿರಲಿಲ್ಲ.

ಅವಳ ಮೃದು ಕೈಯನ್ನು ಕೆನ್ನೆಗೆ ಒತ್ತಿಕೊಂಡು ಕಣ್ಮುಚ್ಚಿದ. ವಿಜಯಳ ಮೇಲಿನ ಪ್ರೇಮ ಜೀವನಪೂರ್ತಿ ಸಾಯದು. ಆಂತರಿಕವಾಗಿ ಬಹಳ ಎತ್ತರಕ್ಕೆ ಬೆಳೆದುನಿಂತಿದೆ.

ಬಹಳ ಯೋಚಿಸಿದ ಮೇಲೆ ಒಂದು ನಿರ್ಧಾರಕ್ಕೆ ಬಂದ. ಮನ ಸ್ವಲ್ಪ ಗೆಲುವು ಪಡೆದುಕೊಂಡಿತು. ಎದ್ದು ಕೂತ.

"ಬೇಗ ಡ್ರೆಸ್ ಮಾಡ್ಕೋ!" ಸ್ವರದಲ್ಲಿ ಕೃತಕ ಗೆಲುವು ತುಂಬಿದಂತಿತ್ತು.

ಎದ್ದು ಮೈಮುರಿದು ಬಾತ್‌ರೂಂ ಹೊಕ್ಕ. ಷವರ್‌ಗೆ ಅರ್ಧ ಗಂಟೆ ಮೈಯೊಡ್ಡಿದ. ಜಡತೆಯೆಲ್ಲ ಕರಗಿಸಿಬಿಡುವ ಹುಮ್ಮಸ್ಸು.

ಟವಲ್ಲು ಸೊಂಟಕ್ಕೆ ಸುತ್ತಿ ಹೊರಗೆಬಂದ. ಮೊದಲಿನ ನಿರ್ಧಾರ ಬದಲಾಯಿಸಿದ. ಆಫೀಸ್‌ಗೆ ಫೋನ್ ಮಾಡಿ ಫ್ಲೈಟ್‌ನಲ್ಲಿ ಎರಡು ಸೀಟ್ ಬುಕ್ ಮಾಡಿಸಿದ.

"ಅಮ್ಮನ್ನ... ನೋಡ್ಬೇಕಂತ ಅನ್ನಿಸಿದೆ!" ವಿಸ್ಮಿತಳಾಗಿ ನಿಂತ ಲೀನಾಳಿಗೆ ಸಮಾಧಾನ ಹೇಳಿದ. ಕೃತಕ ಉತ್ಸಾಹದಿಂದ ಓಡಿಯಾಡಿದ.

ಹೈದರಾಬಾದ್ ಎರಡೇ ದಿನಕ್ಕೆ ಬೇಸರವೆನಿಸಿತು. ಬೇಸರ, ತಳಮಳ, ಹೃದಯದ ಹೊಯ್ದಾಟ ಅವನನ್ನು ಸಮಾಧಾನವಾಗಿರಲು ಬಿಡಲಿಲ್ಲ. ಘಾಸಿಗೊಂಡ ಹೃದಯ ಯಾವ ಕ್ಷಣದಲ್ಲಿಯಾದರೂ ಒಡೆದುಹೋಗಬಹುದೆನಿಸಿತು. ಆ ಶಕ್ತಿಗೆ ಅವನು ಬೆರಗಾದ.

ಬಂದಾಗಿನಿಂದ ಮಗನನ್ನು ಗಮನಿಸುತ್ತಿದ್ದ ಶ್ರೀಮತಿಯವರಿಗೆ ಅವನು

ಗೆಲುವಾಗಿಲ್ಲವೆನಿಸಿ ಗಾಬರಿಯಾಯಿತು.

"ಸಂತೋಷ್, ಯಾಕೋ ಒಂದು ತರಹ ಇದ್ದಿ?" ಮಗನ ಕಣ್ಣಲ್ಲಿ ಕಣ್ಣಿಟ್ಟು ಕಾರಣಕ್ಕಾಗಿ ಹುಡುಕಾಡಿದರು. ಸಂತೋಷ್ ಸಣ್ಣಗೆ ನಕ್ಕ. "ಹೇಗಿದ್ದೀನಿ?" ನವಿರಾಗಿ ಪ್ರಶ್ನೆ ಎಸೆದಾಗ ಆಕೆಯ ಮುಖ ಕೆಂಪಾಯಿತು. "ನಾನು ನಿನ್ನ ಹೆತ್ತಮ್ಮ, ನಂಗಿಂತ ಚೆನ್ನಾಗಿ ನಿನ್ನ ಯಾರೂ ತಿಳ್ಕೊಳ್ಳೋಕೆ ಸಾಧ್ಯವಿಲ್ಲ! ನಿನ್ನಲ್ಲಿ ಮೊದ್ಲಿನ ಲವಲವಿಕೆನೇ ಇಲ್ಲ...."

"ಯಾಕೆ, ಏನೂಂತ ನೀನೇ ಹೇಳ್ಬೇಕು. ಫ್ಯಾಕ್ಟರಿ ಜವಾಬ್ದಾರಿ ತಲೆ ಮೇಲೆ ಬಿದ್ದಿದ್ದರಿಂದ ಒಂದು ತರಹ ಬಿಸಿ. ಇಲ್ಲಿದ್ರೂ ಅಲ್ಲಿನದೇ ಯೋಚ್ನೇ" ಮೈ ಮುರಿದ.

ಮಗನ ಮಾತುಗಳನ್ನು ಸುಲಭವಾಗಿ ನಂಬಿಬಿಟ್ಟರು. ಅವರ ಕಣ್ಣುಗಳಲ್ಲಿ ಸಹಾನುಭೂತಿ ಬೆರೆತ ವಾತ್ಸಲ್ಯ ಚಿಮ್ಮಿತು.

"ಛಾಲೆಂಜಾಗಿ ತಗೋ... ನಿನ್ಗೇ ಅಷ್ಟಕ್ಕೂ ಮನಸ್ಸು ಇಲ್ದಿದ್ರೆ ... ಬೇಡ. ನಿಮ್ಮ ಪಪ್ಪ ಇಲ್ಲೇ ಯಾವ್ದಾದ್ರೂ ಕೆಲ್ಸಕ್ಕೆ ಪ್ರಯತ್ನ ಮಾಡ್ತಾರೆ. ಲೀನಾ, ಅವರಪ್ಪ ಬೇಜಾರಾಗೋಂಥ ಜನವಲ್ಲ!" ಶ್ರೀಮತಿಯವರ ಸ್ವರದಲ್ಲಿ ನಿರ್ಧಾರವಿತ್ತು.

ಏರಿದ ಸಂತೋಷ್‌ನ ಹುಬ್ಬುಗಳು ಮೊದಲಿನ ಸ್ಥಿತಿಗೆ ಬಂದವು. ಮುಖ ಮೇಲೆತ್ತಿ ಛಾವಣಿಯ ಕಡೆ ನೋಡಿದ. ಮೊದಲು ಅರೆಮನಸ್ಸಿನಿಂದ ಅಲ್ಲಿಗೆ ಹೋದರೂ ಈಗ ಯಾವುದೋ ಆಕರ್ಷಣೆ ಅವನನ್ನು ಬಂಧಿಸಿತ್ತು. ಅವನು ಪಲಾಯನವಾದಿಯಲ್ಲ.

"ಹಾಗೇನೂ.... ಇಲ್ಲ. ಆಮೇಲೆ ಸರಿಹೋಗುತ್ತೆ." ಅವನ ನೋಟ ಕಿಟಕಿಯ ಸರಳುಗಳ ಮೂಲಕ ಹಾದು ಲೀನಾಳನ್ನು ತಲುಪಿತು.

ಗೆಳತಿಯೊಡನೆ ನಗುತ್ತ ಹರಟುತ್ತಿದ್ದ ಲೀನಾ ಪಂಜಾಬಿ ಉಡುಗೆಯನ್ನು ತೊಟ್ಟಿದ್ದಳು. ಅವಳನ್ನು ಯಾವ ವಿಧದಲ್ಲೂ ತೆಗಳಲು ಸಾಧ್ಯವಿಲ್ಲ. ಸ್ನೇಹಪರ, ನಿಗರ್ವಿ, ಅಂತಸ್ತು-ಐಶ್ವರ್ಯಕ್ಕಿಂತ ಪ್ರೀತಿಯ ಸವಿಜೇನಿನಂಥ ಮೃದು ಮನಸ್ಸು.

ನೋಟ ಮತ್ತೆ ಹಿಂದಕ್ಕೆ ಬಂತು. ಮನದ ತಳಮಳ ಸಹಿಸಿ ಸಾಕಾಗಿತ್ತು. ನಿರ್ಲಿಪ್ತೆ ಮುಸುಕುವ ಮುನ್ನ ಹಿಂದಕ್ಕೆ ಹೋಗುವುದು ಸೂಕ್ತವೆನಿಸಿತು.

"ನಾವು ಬೆಳಿಗ್ಗೆ ಹೊರಟುಬಿಡ್ತೀವಿ" ಎಂದಾಗ ಶ್ರೀಮತಿಯವರ ತುಟಿಗಳ ಮೇಲೆ ತೆಳುವಾದ ನಗು ಇಣುಕಿತು. "ಲೀನಾ ಅಮ್ಮ, ಮಗ್ಳನ್ನ ಈಗ ಕಳ್ಸಿ ಕೊಡೋಲ್ಲಾಂತ ಕಾಣಿಸುತ್ತೆ. ಕಡೇಪಕ್ಷ ಒಂದ್ತಿಗ್ಳಾದ್ರೂ ಮಗ್ಳನ್ನ ಇಲ್ಲಿ ಇರಿಸ್ಕೋಬೇಕೆಂಬ ಆಸೆ!"

ಸಂತೋಷ್ ಕಣ್ಣುಗಳಲ್ಲಿ ಗಾಬರಿ ಇಣುಕಿತು. ಎದೆಯಬಡಿತ ಎರಡು ಪಟ್ಟು ಏರಿತು.

"ಲೀನಾ..." ಕೋಣೆಯಿಂದಲೇ ಕೂಗಿದ.

ಕಿಟಕಿಯತ್ತ ತಿರುಗಿದ ಲೀನಾ ಕೈಯಾಡಿಸಿ ಚಿಗರೆಯಂತೆ ಓಡಿಬಂದಾಗ ಶ್ರೀಮತಿ ನಗುತ್ತ ಹೊರಗೆಹೋದರು.

"ಇಂಪಾಜಿಬಲ್..." ಅವನ ಕೆಂಪಾದ ಮುಖವನ್ನು ಅವಳ ಅರಳುಗಣ್ಣುಗಳು

ನಿಟ್ಟಿಸಿದವು. ಒಂದು ತರಹ ಘೊಳ್ಳೆಂದು ನಕ್ಕುಬಿಟ್ಟಳು. ಮುಷ್ಟಿ ಬಿಗಿಹಿಡಿದ ಅವಳ ಕೈ ಅವನೆದೆಯ ಮೇಲೆ ಮೃದುವಾಗಿ ಗುದ್ದಿ ಕೇಳಿತು. "ಯಾವ್ದು.... ಇಂಪಾಜಿಬಲ್?" ಈಗ ಸಂತೋಷ್ ಸಮಸ್ಥಿತಿಗೆ ಬಂದ. ಅವಳ ತಲೆಯ ಮೇಲೆ ಮೊಟಕಿ ಒಪ್ಪವಾಗಿದ್ದ ಕೂದಲನ್ನು ಕೆದರಿದ. "ನೀನು ಇಲ್ಲಿ ಇರೋಕೆ ಸಾಧ್ಯವಿಲ್ಲ. ನನ್ನೊಜ್ತೆ ಹೊರಟುಬಿಡ್ಬೇಕು."

ಮಗುವಿನಂತೆ ಅವನ ಕುತ್ತಿಗೆಗೆ ಜೋತುಬಿದ್ದಳು. ಮತ್ತೆ ಅವನ ಕಣ್ಣುಗಳಲ್ಲಿ ನೋಟ ನೆಟ್ಟು ನೋಡಿದಳು. ಅವನ ಚಂಚಲ ಮನಸ್ಥಿತಿಯ ಬಗ್ಗೆ ಅವಳಿಗೆ ಆತಂಕ.

ಪ್ರಯಾಣದ ಮಧ್ಯದಲ್ಲಿ ಹೇಳಿದ್ದ.

"ಎಲ್ಲಾ ಏರ್ಪಾಡು ಮಾಡಿಬಂದಿದ್ದೀನಿ. ಹೈದರಾಬಾದ್‌ನಲ್ಲಿ ಒಂದ್ತಿಂಗ್ಳಾದ್ರೂ... ಇರ್ಬೇಕೂ."

ಎರಡೇ ದಿನಕ್ಕೆ ಅವನ ನಿರ್ಧಾರ ಬದಲಾಗಿತ್ತು. ಕಾರಣ ಹುಡುಕಲು ಪ್ರಯತ್ನಿಸಿ ಅವಳ ಮಿದುಳು ಸೋತಿತ್ತು. ಮುಖದ ಗೆಲುವು ಕರಗಿತು.

ಅವನ ಕೈ ಹಿಡಿದು ಎಳೆದೊಯ್ದು ಸೋಫಾ ಮೇಲೆ ಕೂಡಿಸಿ ಅವನಿಗೆ ಅಂಟಿದಂತೆ ಕೂತಳು. ಬೆಸದ ಬೆರಳುಗಳು ಮನದ ಏರುಪೇರುಗಳನ್ನು ವಿಭಿನ್ನ ರೀತಿಯಲ್ಲಿ ವ್ಯಕ್ತಪಡಿಸಲು ಶುರುಮಾಡಿದಾಗ ಸಂತೋಷ ನಕ್ಕುಬಿಟ್ಟ.

"ನನ್ನ ಪ್ರೀತಿ, ಪ್ರೇಮ, ಕೋಪ–ಎಲ್ಲಾ ಬೆರಳುಗಳೇ ತೋರಿಸೋ ಹಾಗಿದೆ" ಅವಳ ಕೈಯನ್ನು ಹಿಡಿದು ತುಟಿಗೆ ಒತ್ತಿಕೊಂಡ.

ಅತ್ತೆಯ ಕೂಗಿಗೆ ಓಗೊಡುತ್ತ ಲೀನಾ ಹೊರಗೆ ಹೊರಟಾಗ ಸಂತೋಷ ಎದೆಯ ಮೇಲೆ ಕೈಗಳನ್ನು ಕಟ್ಟಿ ಕಿಟಕಿಯ ಬಳಿ ನಿಂತು ಹೊರಗೆ ನೋಡತೊಡಗಿದ.

* * *

ಅಂದಿನ ಪೋಸ್ಟ್ ನೋಡುತ್ತಿದ್ದ ವಿಜಯ ರಿಂಗಾದ ಫೋನ್‌ನ ಎತ್ತಿಕೊಂಡಳು. ಅತ್ತಲಿನ ಸ್ವರ ಸಂತೋಷ್‌ದು. ಅರಿವಾಗದಂತೆ ಮನ ಅರಳಿ ಹೂವಾದರೂ ಯಾವುದೋ ಉದ್ವೇಗ ಅವಳನ್ನು ಕಂಗೆಡಿಸಲಿಲ್ಲ.

"ಎಸ್ ಸರ್...." ಎಂದಳು.

ಅವನು ಕೇಳಿದಕ್ಕೆಲ್ಲ ಚುಟುಕು ಉತ್ತರ. ಅವಳ ರಾಜೀನಾಮೆ ಪತ್ರಕ್ಕೆ ಯಾವುದೇ ಪ್ರತಿಕ್ರಿಯೆ ತೋರದೇ ಹೊರಟುಬಿಟ್ಟಿದ್ದ. ಕೆಲಸದ ಆರ್ಡರ್ ಕೈ ಸೇರದಿದ್ದರೂ ಸುಜಯಳ ಒತ್ತಾಯಕ್ಕೆ ರಾಜಿನಾಮೆ ಪತ್ರ ಬಾಸ್ ಮುಂದೆ ಇಟ್ಟಿದ್ದಳು.

ಮಧ್ಯಾಹ್ನದ ಬಿಡುವಿನಲ್ಲಿ ಸುಜಯ ಬಂದಾಗ ವಿಸ್ಮಿತಳಾದಳು. ಕೆಲಸದ ಆರ್ಡರ್ ಅವಳ ಮುಂದಿಡಿದಳು.

"ಈಗೇನು ಮಾಡ್ತೀ?" ಸುಜಯ ಮೆಲ್ಲನೆ ಪ್ರಶ್ನಿಸಿದಳು. ವಿಜಯಳ ಕೈ ಬೆರಳುಗಳು ಮಡಚಿಟ್ಟ ಪತ್ರದ ಮೇಲಾಡುತ್ತಿತ್ತು. ಧ್ವನಿ ತಗ್ಗಿಸಿ ಹೇಳಿದಳು. "ಬಾಸ್ ಬಂದಿದ್ದಾರೆ, ವಿಚಾರಿಸ್ತೀನಿ."

ಇಬ್ಬರೂ ಹೊರಗೆ ಬಂದಾಗ ಸಂತೋಷ್ ಕಾರು ಹಾದು ಬಂದು ಆಫೀಸಿನ

ಮುಂದೆ ನಿಂತಿತು. ವಿಜಯ ಉಗುಳು ನುಂಗಿ ಪಕ್ಕಕ್ಕೆ ಸರಿದಳು.

"ಸಾಧ್ಯವಾದ್ರೆ ಇವತ್ತೇ ಸೆಟ್ಲ್ ಮಾಡಿಬಿಡೋಕ್ಹೇಳು. ಪ್ರೈವೇಟ್ ಫರ್ಮ್.... ಹೆಚ್ಚಿನ ತಲೆನೋವಿಲ್ಲ!" ಸುಜಯಳ ಮಾತಿಗೆ 'ಹ್ಞೂ' ಗುಟ್ಟಿದಳು.

ಅವಳನ್ನು ಬೀಳ್ಕೊಟ್ಟು ಛೇಂಬರ್‌ನತ್ತ ಹೋಗುವ ಮುನ್ನವೇ ಸೆಕ್ಷನ್ ಆಫೀಸರ್ ಜೊತೆ ಮಾತನಾಡುತ್ತ ಸಂತೋಷ್ ಫ್ಯಾಕ್ಟರಿಯೊಳಗೆ ಹೋಗುತ್ತಿರುವುದನ್ನು ಕಂಡಳು.

ಬಂದವಳೇ ಕುಸಿದು ಕೂತಳು. ತನ್ನ ಹೃದಯ ಭ್ರಮೆಯನ್ನು ಯಾವ ರೀತಿ ವಿಶ್ಲೇಷಿಸಿದರೆ ಉತ್ತರ ಸಿಗಬಹುದೆಂಬುದೇ ಅವಳಿಗೆ ಕ್ಲಿಷ್ಟ ಸಮಸ್ಯೆಯಾಗಿತ್ತು. ಆಳವಾಗಿ ಯೋಚಿಸಿದಷ್ಟು ಪ್ರೇಮ, ಪ್ರೀತಿ ಅರ್ಥವಾಗದ ತಳಮಳವನ್ನೆ ಒಡ್ಡುತ್ತಿತ್ತು.

"ವಿಜಯ, ಏನು ಇಷ್ಟೊಂದು ಯೋಚನೆ?" ಸಂತೋಷ್ ಸ್ವರಕ್ಕೆ ಬೆಚ್ಚಿಬಿದ್ದಳು. ಮುತ್ತಿನಂತೆ ಬೆವರಿನ ಬಿಂದುಗಳು ಹಣೆಯ ಮೇಲೆ ಸಾಲುಗಟ್ಟಿ ನಿಂತವು. ಪದಗಳಿಗಾಗಿ ತಡಕಾಡಿದಳು. ಸಂತೋಷ್ ನಕ್ಕುಬಿಟ್ಟ, "ಸೋ ಸಾರಿ, ಅಂತೂ ನೀವು ಯಾವ್ದೋ ಗುಂಗಿನಲ್ಲಿದ್ರಿ."

ಈ ಸಂದರ್ಭದಲ್ಲಿ ರಾಜಿನಾಮೆಯ ಪ್ರಸ್ತಾಪ ಮಾಡುವುದು ಸಮಯೋಚಿತವೆನಿಸಿತು.

"ನನ್ನ ರಾಜಿನಾಮೆ ಪತ್ರ ಅಕ್ಸೆಪ್ಟ್ ಮಾಡ್ಕೋಬೇಕು. ಮುಂದೆ ಮಾತನಾಡಲಾರದೆ ಉಗುಳು ನುಂಗಿ ತಲೆತಗ್ಗಿಸಿ ನಿಂತಳು."

ಗೆಲುವಾಗಿದ್ದ ಸಂತೋಷ್ ಮುಖದ ಮೇಲೆ ಕಾರ್ಮೋಡಗಳು ತೇಲಿ, ಆ ಮುಖದ ಚೆಂದವನ್ನೇ ಕೆಡಿಸಿಬಿಟ್ಟವು.

"ನೀವು ಎಂದಿನಿಂದ ಡ್ಯೂಟಿಗೆ ಹಾಜರಾಗ್ಬೇಕು?" ಪೆನ್ನನ್ನು ತಿರುಗಿಸುತ್ತ ಕೂತ. ತಟ್ಟನೇ ಎದ್ದು ನಿಂತು, "ಆಯ್ತು, ನಿಮ್ದೆಲ್ಲ ಸೆಟ್ಲ್ ಮಾಡೋಕೆ ತಿಳಿಸ್ತೀನಿ" ಫೈಲ್‌ನಲ್ಲಿದ್ದ ರಾಜಿನಾಮೆ ಪತ್ರ ಹೊರಗೆ ಬಂತು. ಕಣ್ಣಾಡಿಸಿ ಪೆನ್ನು ಆಡಿಸಿ ಪಕ್ಕಕ್ಕೆ ತಳ್ಳಿದ.

ಸಂಜೆ ಮನೆಗೆ ಹೊರಟಾಗ ಅವಳ ಕಾಲುಗಳು ಭಾರವಾದವು. ಎಂತಹುದೋ ಪ್ರಯಾಸ. ಎದೆ ಬಿರಿಯುವಂಥ ಸಂಕಟ. ರೋಡಿಗೆ ಹೋಗಿ ಇಡೀ ಫ್ಯಾಕ್ಟರಿಯನ್ನ ಕಣ್ಣರಳಿಸಿ ನೋಡಿದಳು. ಆತ್ಮೀಯ ವಾತಾವರಣದಿಂದ ಹೊರಬಂದ ಅನುಭವವಾಗಿ ಕಣ್ತುಂಬಿ ಬಂತು.

ಮನೆಗೆ ಬಂದವಳೆ ಒಂದು ಕಡೆ ಕೂತುಬಿಟ್ಟಳು. ರಂಗಸ್ವಾಮಿಗಳು ಕೋಣೆಯೊಳಕ್ಕೆ ಬರುವವರೆಗೂ ಹಾಗೇ ಕೂತಿದ್ದಳು.

"ವಿಜಯ, ಕೆಲ್ಸ ಬಿಡೋಕೆ ನಿಶ್ಚಯ ಮಾಡಿಬಿಟ್ಯಾ? ನೀನು ಈಗ ತಗೋತಾ ಇರೋ ಅರ್ಧದಷ್ಟು ಸಂಬ್ಳ ಸಿಗೋಲ್ಲ. ಸರ್ಕಾರಿ ಕೆಲ್ಸ ಅನ್ನೋದಕ್ಕೆ ಮಾತ್ರ ಜೋತುಬೀಳ್ಬೇಕಾಗುತ್ತೆ" ತಂದೆಯ ಸ್ವರದಲ್ಲಿದ್ದ ಅಸಮಾಧಾನ ಸುಲಭವಾಗಿ ಗುರ್ತಿಸಿದಳು.

ಹಿಂದಿನಿಂದ ಬಂದ ಸುಜಯ ಗುಡುಗಿದಳು.

"ಬರೀ ಸಂಬ್ಳದ ಮುಖನೇ ನೋಡಿದ್ರಾಯ್ತು! ಎಷ್ಟು ಜವಾಬ್ದಾರಿ ತಲೆ ಮೇಲೆ

ಹಾಕ್ಕೊಂಡು ಕೆಲಸ ಮಾಡ್ಬೇಕೂ... ಗೊತ್ತ! ಯಾವ ಖಾತ್ರಿಯಿಂದ ಕೆಲ್ಸ ಮಾಡೋದು?"

ರಂಗಸ್ವಾಮಿ ವಿವರಣೆ ಕೊಡಲು ಅಸಮರ್ಥರಾದರು. ಸುಜಯ ಹೇಳುವುದು ಒಪ್ಪುವಂಥ ಮಾತೇ. ಸಾಲದ ಜೊತೆ ತುಟ್ಟಿ ಕಾಲದಲ್ಲಿ ಮನೆಯ ಖರ್ಚನ್ನು ನಿಭಾಯಿಸುವುದು ಅವರ ಪ್ರಕಾರ ಕಷ್ಟ.

ಹಿಂದಿನ ಜೀವನದ ಅಧ್ಯಾಯಕ್ಕೆ ಪೂರ್ತಿಯಾಗಿ ತೆರೆ ಎಳೆದು ಈಗ ಹೊಸ ಬದುಕನ್ನು ರೂಪಿಸಿಕೊಂಡಿದ್ದರು. ಪಲ್ಯ, ಚಟ್ನಿ, ಹಪ್ಪಳ-ಇಂಥದ್ದು ಇಲ್ಲದ್ದೂ ಈಗಿನ ಊಟಕ್ಕೆ ಸೊಗಸಿರಲಿಲ್ಲ. ತುಪ್ಪ ಇಲ್ಲದ್ದು ತುತ್ತು ಎತ್ತುತ್ತಿರಲಿಲ್ಲ. ಚಪಾತಿ ದೋಸೆಗಂತೂ ತುಪ್ಪದ ಬಟ್ಟಲು ಪಕ್ಕದಲ್ಲೇ ಇರಬೇಕು.

ಒಂದು ದಿನ ಹೆಂಡತಿ ಕೂಡ ರೇಗಿಕೊಂಡಿದ್ದರು.

"ಯಾವ್ದಕ್ಕೂ ಮಿತಿ ಬೇಡ್ವಾ! ಆ ಹೆಣ್ಣುಮಕ್ಳು ದುಡಿದು ತರ್ತಾರೇಂತ ಅಷ್ಟಿಷ್ಟು ಹಿಡಿದ ಮಾಡೋದು ಬೇಡ್ವಾ! ತುಪ್ಪ, ಹಾಲು, ಮನೆ ಅಂದ್ಕೊಂಡು ಕೂತ್ರೆ ಅವ್ರ ತಲೆಯಲ್ಲಿ ಕೂದಲು ಬೆಳ್ಳಗಾಗಿ ಹೋಗುತ್ತೆ!"

ರಂಗಸ್ವಾಮಿಗಳ ನಗುವೇ ಉತ್ತರವಾಗಿತ್ತು.

"ನೀನೊಬ್ಳು.... ಹಿಂದಿನ ದಿನಗಳು ಹಾಳಾಗ್ಲಿ! ಈಗ್ಲಾದ್ರೂ ಚೆನ್ನಾಗಿ ತಿಂದುಂಡು ಚೆನ್ನಾಗಿರೋಣ. ಮಧ್ವೆ ಮನೇಂತ ಯೋಚ್ನೋದೇ ಬೇಡ."

ಇದು ವಿನೋದಳ ಮದುವೆಯ ಹಿಂದಿನ ಮಾತುಗಳು.

ರಂಗಸ್ವಾಮಿಗಳು ಅಲ್ಲೇ ನಿಂತರು. ಮೇಷ್ಟರಾಗಿ ಕೆಲಸ ಮಾಡಿದವರು, ಇನ್‌ಕ್ರೀಮೆಂಟ್, ಭತ್ಯೆ ಪಡೆಯುವ ಸರ್ಕಾರಿ ನೌಕರರ ಹಣೆಬರಹ ಗೊತ್ತು. ಮೇಲು ಸಂಪಾದನೆ ಇಲ್ಲದ ನೌಕರಿದಾರರು. ಆ ಸಂಬಳದಲ್ಲಿ ಎರಡು ಹೊತ್ತು ಊಟ ಮಾಡೋಕು ಎಷ್ಟೊಂದು ಪೇಚಾಡುತ್ತಾರೆಂದು ಅವರಿಗೆ ತಿಳಿಯದಲ್ಲ.

"ಒಮ್ಮೆ ಯೋಚ್ನೆ ಮಾಡು. ಟ್ರಾನ್ಸ್‌ಫರ್.... ಅದೂಇದೂಂತ ಇರುತ್ತೆ" ಅರೆ ಮನದಿಂದಲೇ ಹೇಳಿ ಅಲ್ಲಿಂದ ಕಾಲ್ತೆಗೆದರು.

"ಅಣ್ಣ, ಏನಾದ್ರೂ ಅಂದ್ಕೊಳ್ಳಿ, ಟೆನ್ಶನ್ ಇರೋಲ್ಲ. ಸೆಕ್ಯೂರಿಟಿ ಇರುತ್ತೆ, ಸ್ವಲ್ಪ ಅಸೂಯೆ ಕಾಡಿ ಬಾಸ್ ಏನಾದ್ರೂ ಹಿತ್ತಾಳೆ ಕಿವಿಯವರಾದ್ರೆ ಮನೆಗೆ ಕಳ್ಸೋಕೂ ಹಿಂಜರಿಯೋಲ್ಲ" ಸುಜಯಳ ಸ್ವರದಲ್ಲಿ ದೃಢತೆ ಇತ್ತು.

ಸಂತೋಷ್‌ಕುಮಾರ್ ಇಲ್ಲದಾಗ ಅಂತಹ ಕೆಲಸವೇನು ಅವಳಿಗೆ ಕಾಣಿಸುತ್ತಿರಲಿಲ್ಲ. ಕೆಲವೊಮ್ಮೆ ಬೇಸರವಾಗಿ ಬಿಡುತ್ತಿತ್ತು.

"ವಿಜೀ, ವಿನೋದ ಮನೆ ಕಡೆ ಏನಾದ್ರೂ ಹೋಗಿದ್ಯಾ?" ಜ್ಞಾಪಿಸಿಕೊಂಡವಳಂತೆ ಸುಜಯ ಕೇಳಿದಾಗ ಅವಳ ಕಣ್ಣುಗಳು ಕಿರಿದಾದವು. ಹುಬ್ಬುಗಳು ಸಂಕುಚಿಸಿದವು. "ಏನು ವಿಷ್ಯ?" ಅವಳ ಸ್ವರದಲ್ಲಿ ಗಾಬರಿಯಿತ್ತು.

"ಅವ್ಳಿಗೇನೋ ಹುಷಾರಿಲ್ಲಾಂತ ಗೊತ್ತಾಯ್ತು. ಭೂಷಣ್ ಷಾಪ್‌ಗೆ ಕರ್ಕಂಡ್ಹೋಗಿದ್ರಂತೆ. ಹಾಗೆ ಹೋಗ್ಬರೋಣ ಅಂದ್ಕೊಂಡಿದ್ದೆ. ಆಗ್ಲೇ ಇಲ್ಲ" ಅವಳ

ಸ್ವರದಲ್ಲಿ ಪೇಚಾಟ ಪ್ರತಿಧ್ವನಿಸಿತು.

"ಒಂದ್ನಿಮ್ಷ ಹೋಗ್ಬಂದ್ಬಿಡೋಣ" ಅವಳೆದೆ ಭಾರವಾಯಿತು. ಒಂದುಕ್ಷಣ ಮೌನವಾಗಿ ಯೋಚಿಸುತ್ತ ನಿಂತ ಸುಜಯ ಹೊರಡಲು ನಿಶ್ಚಯಿಸಿದಳು.

ಇಬ್ಬರೂ ಹೊರಗೆ ಬಂದಾಗ ಕಾಂಪೌಂಡ್‌ನಲ್ಲಿ ಕೂತ ರಂಗಸ್ವಾಮಿ ಮಡದಿಯೊಂದಿಗೆ ತಮ್ಮ ಯೌವನದ ದಿನಗಳಲ್ಲಿ ನಡೆದ ಘಟನೆಯೊಂದನ್ನು ಹೇಳಿಕೊಂಡು ನಗುತ್ತಿದ್ದರು.

ವಿಜಯಳ ಕಾಲುಗಳು ನೆಲಕ್ಕೆ ಅಂಟಿದವು. ಬಲವಂತವಾಗಿ ಉಗುಳು ನುಂಗಿದಳು. ಸುಜಯ ಅವಳ ಕೈಯನ್ನು ಮೃದುವಾಗಿ ಅದುಮಿದಳು.

"ಅಣ್ಣ, ನನ್ನ ಫ್ರೆಂಡ್ ಊರು ರೂಪಾಯಿ ಇಸುಕೊಂಡಿದ್ಲು. ಈಗ ಕೊಡ್ತೀನಿ ಅಂತ ಹೇಳಿ ಕಳ್ಸಿದ್ಲು. ನಾನು ಸಿಕ್ಕಿಲ್ಲಾಂತ ಬೇರೆದಕ್ಕೆ ಬಳ್ಸಕೊಂಡ್ಬಿಟ್ರೆ, ಕಷ್ಟ. ಈಗ್ಲೇ ಹೋಗಿ ಈಸ್ಕೊಂಡು ಬಂದ್ಬಿಡ್ತೀನಿ" ಸುಜಯ ಹೇಳಿದಾಗ ವಿಜಯ ಮುಖವನ್ನು ಬೇರೆಡೆ ತಿರುಗಿಸಿಕೊಂಡು ನಕ್ಕಳು.

"ನಮ್ದೇ ನೂರೆಂಟು ತಾಪತ್ರಯ! ಬೇರೆಯವರಿಗೆ ದುಡ್ಡು ಕಾಸು ಯಾಕೆ ಕೊಡೋಕೆ ಹೋಗ್ತೀಯಾ! ಬೇಗ ಬಂದ್ಬಿಡಿ" ರಂಗಸ್ವಾಮಿಗಳ ಸ್ವರದಲ್ಲಿ ಖಾರ ಬೆರೆತಿತ್ತು.

ಇಬ್ಬರೂ ಬೀದಿಗೆ ಇಳಿದಾಗ ಕೂಗಿ ಹೇಳಿದರು.

"ಹಾಗೇ ಒಂದು ಡಜನ್ ಏಲಕ್ಕಿ ಬಾಳೆಹಣ್ಣು ತಗೊಂಡ್ಬಾ."

ಸುಜಯಳ ತುಟಿಗಳ ಮೇಲೆ ವ್ಯಂಗ್ಯ ಬೆರೆತ ನೋವಿನ ನಗೆ ಮಿನುಗಿತು. ಜನ್ಮಕೊಟ್ಟ ತಾಯ್ತಂದೆಯವರ ಬಗ್ಗೆ ಇಂಥ ಕಹಿ ಸಲ್ಲದೆಂದು ಎಷ್ಟೇ ಸಮಾಧಾನ ಮಾಡಿಕೊಂಡರೂ ಆಕ್ರೋಶ ಅಡಗುತ್ತಲೇ ಇರಲಿಲ್ಲ.

"ಅಪ್ಪ, ಅಮ್ಮ ಅದೃಷ್ಟವಂತರು ಮಾತ್ರವಲ್ಲ. ತುಂಬ ಬುದ್ಧಿವಂತರು ಕೂಡ! ತಾಯ್ತಂದೆ ಈ ರೀತಿ ಯೋಚ್ಸೋದು ಕೂಡ ಅಪರೂಪವೇ!" ಮನದ ಕಹಿಯನ್ನು ಸುಜಯ ಕಕ್ಕಿದಾಗ ವಿಜಯ ಭಾರವಾದ ಉಸಿರು ದಬ್ಬಿದಳು.

ಇವರುಗಳು ನಡೆದು ವಿನೋದಳ ಮನೆ ತಲುಪಿದರು. ಬಾಗಿಲು ಮುಂದೆ ಮಾಡಿದ್ದೂ, ಅಗಳಿ ಹಾಕಿರಲಿಲ್ಲ. ವಿಜಯ ಮೆಲ್ಲಗೆ ಸರಿಸಿ ಒಳಗೆ ಅಡಿಯಿಟ್ಟಳು. ವಿನೋದ ಬೆಚ್ಚಗೆ ಹೊದ್ದು ಮಲಗಿದ್ದಳು.

ಸದ್ದಿಗೆ ಕಣ್ಣು ಬಿಟ್ಟ ವಿನೋದಳ ಮುಖದಲ್ಲಿ ಗೆಲುವು ಮೂಡಿತು. ಹೊದಿಕೆ ಸರಿಸಿ ಮೇಲೇಳುವ ಪ್ರಯತ್ನವನ್ನು ವಿಜಯ ತಡೆದಳು.

"ನೀನೇನು ಏಳೋದಕ್ಕೆ ಹೋಗಬೇಡ. ಜ್ವರದಲ್ಲಿ ಮಲಗಿದ್ರೂ ಒಂದು ಮಾತು ಹೇಳಿ ಕಳ್ಸೋದು.... ಬೇಡ್ವಾ!" ವಿಜಯ ಅವಳ ಹಣೆ, ಕತ್ತನ್ನ ಮುಟ್ಟಿ ನೋಡುತ್ತ ಅಲ್ಲೇ ಕೂತಳು. ನಿಸ್ಸಹಾಯಕತೆ ಅವಳ ಕಣ್ಣುಗಳಲ್ಲಿ ತೇಲಿತು.

ಅಷ್ಟರಲ್ಲಿ ಭೂಷಣ್ ಒಳಗೆ ಬಂದ. ಮಾಸದ ಕಿರುನಗು ತುಟಿಗಳ ಮೇಲೆ.

ತಾನೇ ಒಳಗಿನಿಂದ ನೀರು ತಂದು ವಿನೋದಳಿಗೆ ಮಾತ್ರೆ ನುಂಗಿಸಿದ. ನವಿರಾಗಿ ಇವರೊಂದಿಗೆ ಮಾತಾಡಿದ.

"ಇಲ್ಲೇ ಊಟ ಮಾಡಿ." ಎಂದಾಗ ಎದ್ರು, ತಮ್ಮ ಸ್ಥಿತಿಗಾಗಿ ವಿಜಯ, ಸುಜಯ ಮರುಗಿದರು. "ನಾನೇನು ಹೇಳ್ಬೇಕೋ ಗೊತ್ತಾಗ್ತಾ ಇಲ್ಲ!" ವಿಜಯ ಕಣ್ತುಂಬಿ ಮುಖ ಪಕ್ಕಕ್ಕೆ ತಿರುಗಿಸಿಕೊಂಡಾಗ ವಿನೋದ ಮುಖಮುಚ್ಚಿಕೊಂಡು ಜೋರಾಗಿ ಅತ್ತೇಬಿಟ್ಟಳು.

ಅಮ್ಮ, ಅಪ್ಪನ ಮಮತೆ, ವಿಶ್ವಾಸಗಳು ಅವಳಗೆ ಬೇಕೇಬೇಕು. ನೋವು ನುಂಗಿ ಅವಳಿಗೆ ಸಾಕಾಗಿತ್ತು.

ಸುಜಯ, ವಿಜಯ ಅವಳನ್ನು ಸಮಾಧಾನಿಸಿ ಹೊರಗೆ ಬರುವ ವೇಳೆಗೆ ಸಾಕಾದರು. ಭೂಷಣ್ ಅವರನ್ನು ಒಂಟಿಯಾಗಿ ಕಳುಹಿಸಲು ಒಪ್ಪಲಿಲ್ಲ. ಅವಳ ಜೊತೆ ಹೆಜ್ಜೆ ಹಾಕುತ್ತ ಬಂದ.

ವಿಜಯ ಬಾಳೆಹಣ್ಣಿನ ವಿಷಯ ಜ್ಞಾಪಿಸಿದಳು. ಭೂಷಣ್ ಒಂದು ಡಜನ್ ಹಣ್ಣು ಕೊಂಡು ಅವಳ ಕೈಯಲ್ಲಿಟ್ಟ. ಸುಜಯ ಪರ್ಸ್ ತೆಗೆಯಲು ಹೋದಾಗ ತಡೆದ.

"ಹಣ ಕೊಟ್ರೆ, ನನ್ನ ಮನಸ್ಸಿಗೆ ಬೇಜಾರಾಗುತ್ತೆ."

ತಟ್ಟನೆ ಸುಜಯ ಜಿಪ್ ಎಳೆದಳು. ವಿಜಯಳ ಎದೆ ಭಾರವಾಗಿ ಕತ್ತಿನ ನರಗಳು ಉಬ್ಬಿದವು. ಸೌಜನ್ಯ ನಡವಳಿಕೆ ಯಾವ ಪಿಎಚ್.ಡಿ. ಯಿಂದ ಸಿಕ್ಕುತ್ತೆ?

"ಬೆಳಿಗ್ಗೆ ವಿಜೀ ಬರ್ತಾಳೆ. ಸ್ಕೂಲು ಇನ್ಸ್‌ಪೆಕ್ಷನ್, ನಾನು ಸಂಜೆ ನೇರವಾಗಿ ಬರ್ತೀನಿ." ಸುಜಯ ಅನುಮಾನದ ಸ್ವರದಲ್ಲಿ ಹೇಳಿದಳು. ಒಂದು ವಿಧವಾದ ಅಳುಕು ಅವಳನ್ನು ಬಾಧಿಸಿತ್ತು. ಭೂಷಣ್ ಅರ್ಥಮಾಡಿಕೊಂಡ. "ಹಾಗೇ ಮಾಡಿ.... ಸುಮ್ನೇ ಅತ್ತೆ, ಮಾವನ ಮನಸ್ಸಿಗೆ ಕಿರಿಕಿರಿ ಆಗೋದ್ಬೇಡ."

ಭೂಷಣ್ ಬೀಳ್ಕೊಟ್ಟು ಹಿಂದಕ್ಕೆ ಹೆಜ್ಜೆ ಹಾಕಿದ.

ಇವರು ಬರುವವರೆಗೂ ಅವರುಗಳು ದಾರಿ ಕಾಯುತ್ತ ಕೂತಿದ್ದರು. ವಿಜಯ ಬಾಳೆಹಣ್ಣನ್ನು ಅಮ್ಮನ ಕೈಯಲ್ಲಿಟ್ಟು ಒಳಗೆ ನಡೆದಳು.

"ಸುಜೀ, ವಿಷ್ಯನ ಅಮ್ಮನಿಗೆ ತಿಳಿಸೋಣ್ವಾ?" ವಿಜಿ ಅರೆ ಮನಸ್ಸಿನಿಂದ ಕೇಳಿದಾಗ ಬೇಡವೆನ್ನುವಂತೆ ತಲೆಯಾಡಿಸಿದಳು. "ಸುಮ್ನೇ ಗೋಣಗಾಡುತ್ತಾರೆ. ಸಂಕಟಪಟ್ಟರೂ ಅವಳನ್ನು ಕ್ಷಮ್ಸಿಬಿಡೋಕೆ ಅವ್ರು ಸಿದ್ಧರಾಗೋಲ್ಲ.".

ಇಡೀ ರಾತ್ರಿ ಅಕ್ಕ, ತಂಗಿಯರು ನಿದ್ದೆ ಮಾಡದೇ ಹೊರಳಾಡಿದರು. ವಿನೋದಳ ನರಳುವಿಕೆ ಕೇಳಿದಂತೆ ವಿಜಯ ಎದ್ದು ಕೂತುಬಿಡುತ್ತಿದ್ದಳು.

ವಿನೋದಗೆ ಜ್ವರ ಜಾಸ್ತಿಯಾಗಿದ್ದರೆ ಗತಿಯೇನು? ಬೆಳಿಗ್ಗೆ ವೇಳೆಗೆ ಅವಳಿಗೆ ತಲೆ ನೋವು ಬಂದುಬಿಟ್ಟಿತು. ಸುಜಯಗೆ ಮೊದಲು ಎದ್ದು ಸ್ನಾನ ಮುಗಿಸಿ ಜಡೆ ಕೂಡ ಹಾಕಿಕೊಳ್ಳದೇ ಕೂದಲಿಗೆ ಒಂದು ಹಳೇ ರಿಬ್ಬನ್ ಬಿಗಿದು ಅಡುಗೆ ಮನೆಗೆ

ಬಂದು ನೇರವಾಗಿ ಹೇಳಿದಳು:

"ಅಮ್ಮ ಸ್ವಲ್ಪ ಕೆಲ್ಸ ಇದೆ, ಬೇಗ ಬಂದ್ಬಿಡ್ತೀನಿ."

ಕಾಫಿ ಬೆರೆಸುತ್ತಿದ್ದ ಅನ್ನಪೂರ್ಣಮ್ಮ ಕತ್ತೆತ್ತಿ ಮಗಳ ಕಡೆ ನೋಡಿದರು. ಅವಳ ಕಣ್ಣುಗಳು ಕಿರಿದಾದವು. ಬೆರೆಸುತ್ತಿದ್ದ ಕಾಫಿ ಲೋಟದೊಂದಿಗೆ ನೆಲಕ್ಕೆ ಜಾರಿತು.

ಅವರು ಪ್ರಶ್ನಿಸುವ ಮುನ್ನ ಜಾರಿಕೊಳ್ಳಬೇಕಿತ್ತು. "ಬೇಗ ಬರ್ತೀನಿ, ಸುಜಯ ಹೇಳ್ತಾಳೆ" ಅಲ್ಲಿಂದ ಕಾಲ್ತೆಗೆದಳು.

ಎದುರಿಗೆ ಬಂದ ಸುಜಯಳಿಗೆ ಕಣ್ಣಲ್ಲಿಯೇ ಸನ್ನೆ ಮಾಡಿ ಓಟದ ನಡಿಗೆಯಲ್ಲಿ ಕಾಂಪೌಂಡ್‌ನಿಂದ ಹೊರಗೆ ನಡೆದಳು.

ಎದುರಿಗೆ ಬಂದ ಕಾರು ಅವಳನ್ನು ಸವರಿದಂತೆ ಮುಂದಕ್ಕೆ ಹೋಗಿ ಗಕ್ಕನೇ ನಿಂತಿತು. ಪಾದಗಳು ನೆಲದಲ್ಲಿ ನಿಂತವು. ಕತ್ತು ತಿರುಗಿಸಿದಳು. ಸಂತೋಷ್‌ನನ್ನು ಕಂಡಾಗ ಅವಳಿಗೆ ಗಾಬರಿಯಾಯಿತು.

"ವಿಜಯ ಸ್ವಲ್ಪ ಕಾರು ಹತ್ತಿ, ನಿಮ್ಹತ್ರ ಮಾತಾಡ್ಬೇಕು." ಚಲನೆಯಿಲ್ಲದ ಗೊಂಬೆಯಂತೆ ಕ್ಷಣಕಾಲ ನಿಂತಳು. ನಿಧಾನವಾಗಿ ಹಿಂದಕ್ಕೆ ಬಂದು ಹತ್ತಿ ಕೂತಳು. ಕಾರು ಮುಂದಕ್ಕೆ ಹೊರಟಿತು. ಕತ್ತು ತಿರುಗಿಸದೆ ಕೇಳಿದ, "ಎಲ್ಲೋ ಹೊರಟಿದ್ರಿ ತೊಂದರೆ ಆಯ್ತಾ?" ವಿಜಯಳ ತುಟಿಗಳು ಬಿಗಿದು ಕೂತವು.

ಆತಂಕ, ಗಾಬರಿಯಿಂದ ಅವಳಿಗೆ ಏನೂ ತೋಚದಂತಾಗಿತ್ತು. ಏನೊಂತ ಪೂರ್ತಿ ವಿಷಯ ತಿಳಿಯದೆ ಯೋಚಿಸುವುದು ಹುಚ್ಚುತನವೆನಿಸಿತು.

ಒಂದು ಕಡೆ ನಿಂತಾಗ ಸಂತೋಷ್ ಮೊದಲು ಇಳಿದ. ಪೆಚ್ಚಾಗಿಯೇ ವಿಜಯ ಇಳಿದರೂ ತಲೆ ಎತ್ತಲು ಅವಳಿಂದಾಗಲಿಲ್ಲ.

"ವಿಜಯ, ದಯವಿಟ್ಟು ನಿಮ್ಮ ರಾಜಿನಾಮೆ ಪತ್ರಾನ ವಾಪಸ್ಸು ತಗೊಳ್ಳಿ."

ತಟ್ಟನೆ ತಲೆಯೆತ್ತಿದಳು. ಸಂತೋಷ್ ಕಣ್ಣುಗಳಲ್ಲಿ ಕೋಟಿ ಸೂರ್ಯನ ಬೆಳಕು ಪ್ರಜ್ವಲಿಸಿ ಮರೆಯಾಗಿ ವೇದನೆಗೆ ಮಿಗಿಲಾದ ಭಾವನೆಯೊಂದು ಮಿಡಿದಾಗ ವಿಜಯ ಪೂರ್ತಿಯಾಗಿ ಕರಗಿಹೋದಳು.

ಬಾಯಿ ಹೇಳದ ಲಕ್ಷ ಮಾತುಗಳು ಕಣ್ಣುಗಳು ಹೃದಯಕ್ಕೆ ನಿವೇದಿಸಿಕೊಂಡವು. ವಿಜಯಳ ತಲೆ ಬಾಗಿತು. ತುಟಿಗಳು ಬಿಚ್ಚಲು ಪ್ರಯತ್ನಪಟ್ಟಳು. ಸಮ್ಮತಿಯೆನ್ನುವಂತೆ ತಲೆಯಾಡಿಸಿದಳು.

ಸಂತೋಷನ ಹೃದಯ ಹಕ್ಕಿಯಂತೆ ಆಕಾಶಕ್ಕೆ ನೆಗೆಯಿತು. ಹೊರಗಿನ ಸ್ವಭಾವ ನಡವಳಿಕೆಗೆ ಹತ್ತಾರು ಕಟ್ಟುಪಾಡಿಗಳಿದ್ದರೂ ಹೃದಯ ಇವಕ್ಕೆ ಒಳಪಟ್ಟಿರಲಿಲ್ಲ. ಯಾವುದಕ್ಕೂ ಸೊಪ್ಪು ಹಾಕುವ ಸ್ಥಿತಿಯಲ್ಲಿ ಅದು ಇರಲಿಲ್ಲ.

ಕಾರು ಹಿಂದಕ್ಕೆ ತಿರುಗಿದಾಗ ಕತ್ತು ತಿರುಗಿಸದೆ ಕೇಳಿದ.

"ಎಲ್ಲಿಗೋ ಹೊರಟಿದ್ದೆ..."

"ನನ್ನ ಸಿಸ್ಟರ್‌ಗೆ ಮೈಯಲ್ಲಿ ಹುಷಾರಿಲ್ಲ" ಅರ್ಥಗರ್ಭಿತವಾಗಿ ಹೇಳಿದಾಗ

ಸಂತೋಷ್ ಬೇಸರಗೊಂಡ. "ಸಾರಿ ವಿಜಯ, ನಂಗೆ ವಿಷ್ಯ ತಿಳಿದಿರಲಿಲ್ಲ."

"ಪರ್ವಾಗಿಲ್ಲ, ನನ್ನ ಇಲ್ಲೇ ಇಳ್ಸಿಬಿಡಿ."

ವಿಜಯನ ಇಳಿಸಿ ಕಾರು ಮುಂದಕ್ಕೆ ಹೋಯಿತು. ಅದು ಹೋದ ದಿಕ್ಕನ್ನೇ ನೋಡಿದಳು. ಇಲ್ಲಿ ತಪ್ಪು-ಒಪ್ಪುಗಳನ್ನು ಕೆದಕಿ ನೋಡುವುದು ಪ್ರಯಾಸವೆನಿಸಿತು. ಯೋಚಿಸಿ ತರ್ಕಿಸುವ ಮುನ್ನವೇ ಸಂತೋಷನ ಕಣ್ಣೋಟಕ್ಕೆ ಕರಗಿಹೋಗಿ ಅವನ ಹೃದಯಕ್ಕೆ ಮಾರ್ದನಿಸಿದಳು. ಮದುವೆ ಯಾವ ಮೇಲೂ ಕೂಡ ಹೃದಯವನ್ನು ಹಿಂದಕ್ಕೆ ಪಡೆಯುವುದು ಅವಳಿಂದಾಗಿರಲಿಲ್ಲ.

"ವಿಜಯ...." ಭೂಷಣ್ ಸ್ವರಕ್ಕೆ ಬೆಚ್ಚಿದಳು. ಗಲಿಬಿಲಿಗೊಂಡ ಅವಳ ಕಣ್ಣುಗಳನ್ನು ಸಮಾಧಾನಿಸಿದ. "ಸುಜಯ ಅದಕ್ಕೇ ನಿಂಗೆ ಆ ಕೆಲ್ಸ ಬೇಡ ಅನ್ನೋದು." ಅರ್ಥಗರ್ಭಿತವಾಗಿ ಹೇಳಿದಾಗ ವಿಜಯಳ ತುಟಿಗಳ ಮೇಲೆ ಕಿರುನಗು ಮಿನುಗಿತು. ಮನ ಗೊಂದಲದಲ್ಲಿ ತೊಳಲಾಡಿತು.

ಸ್ವಲ್ಪ ಜ್ವರ ಕಮ್ಮಿಯಾದರೂ ವಿನೋದ ತೀರಾ ಬಳಲಿಬಿಟ್ಟಿದ್ದಳು. ವಿಜಯಳ ಮುಖ ನೋಡಿದ ಕೂಡಲೇ ಅಮ್ಮ-ಅಪ್ಪನನ್ನು ನೆನಸಿಕೊಂಡು ಅಳತೊಡಗಿದಳು. ಭೂಷಣ್ ಮುಖದ ಮೇಲೆ ವೇದನೆ ಕಾಣಿಸಿಕೊಂಡಿತು.

ವಿಜಯ ವಿನೋದಳ ಕೈ ಹಿಡಿದುಕೊಂಡಳು.

"ನಾಳೆಯಿಂದ ನಾನು, ಸುಜೀ ಕೂಡ ಬರೋಲ್ಲ. ನೀನು ಅತ್ರೆ ಭೂಷಣ್ ಮನಸ್ಸಿಗೆ ಎಷ್ಟು ನೋವಾಗುತ್ತೆ ಗೊತ್ತಾ!" ಸ್ವರದಲ್ಲಿ ಖಾರ ಬೆರೆಸಿಯೇ ಹೇಳಿದಳು.

ವಿನೋದಳ ಅಳು ಕ್ರಮೇಣವಾಗಿ ಹತೋಟಿಗೆ ಬಂತು. ತಪ್ಪು ಅರಿವಾದ ಕೂಡಲೇ ಭೂಷಣ್ ಮುಖ ನೋಡುವುದಕ್ಕೂ ಅವಳಿಗೆ ನಾಚಿಕೆಯೆನಿಸಿತು.

ವಿಜಯಳೇ ಎದ್ದು ಹೋಗಿ ಕಾಫಿ ಮಾಡಿ ತಂದಳು. ವಿನೋದಗೆ ಸಮಾಧಾನ ಹೇಳಿದಳು. ಹೊರಗೆ ಬರುವ ವೇಳೆಗೆ ರಂಗಸ್ವಾಮಿಗಳು ಎದುರಾದರು. ಅವರ ಕಣ್ಣುಗಳಲ್ಲಿ ಸಿಡಿಲಿತ್ತು. ದುರದುರನೆ ನೋಡಿದವರೆ ಹೋಗಿಬಿಟ್ಟರು.

ಭೂಷಣ್ ಮುಖ ಚಿಕ್ಕದುಮಾಡಿ ಅನುಮಾನಿಸಿದ.

"ವಿಜಯ, ಮನೆಯಲ್ಲಿ ದೊಡ್ಡ ರಾದ್ಧಾಂತನೇ ನಡೀಬಹ್ದು. ಅವರ ಕೋಪ ಈ ಜನ್ಮಕ್ಕೆ ಕರಗೋ ಹಾಗೇ ಕಾಣಿಸೋಲ್ಲ!" ಅವನ ಸ್ವರದಲ್ಲಿ ವೇದನೆ ಮಿಡಿಯಿತು. ವಿಜಯ ಉಗುಳು ನುಂಗಿದಳು.

"ಹಾಗೇನು ಇಲ್ಲ!" ಅವಳ ಸ್ವರ ಕುಗ್ಗಿತು.

ವಿಜಯಳ ಶರೀರದಲ್ಲಿ ಉತ್ಸಾಹವೇ ಕರಗಿಹೋಯಿತು. ಪರಿಸ್ಥಿತಿಯನ್ನು ಎದುರಿಸುವ ಬಗ್ಗೆಯೇ ಯೋಚಿಸುತ್ತ ಮನೆಗೆ ಬಂದಳು.

ಶತಪಥ ಹಾಕುತ್ತಿದ್ದ ರಂಗಸ್ವಾಮಿಗಳು ಅವಳತ್ತ ತಿರುಗಿದರು. ಮೂರನೆಯ ಕಣ್ಣಿದ್ದರೆ ಅವಳನ್ನು ಸುಟ್ಟು ಬೂದಿ ಮಾಡಿಬಿಡುತ್ತಿದ್ದರೇನೋ!

"ಯಾರ ಮನೆಗೆ ಹೋಗಿದ್ದೆ?" ಚಾಟಿ ಏಟಿನಂತಿತ್ತು. ವಿಜಯ ಮುಖ ಮೇಲೆತ್ತಿ

ನೇರವಾಗಿ ಅವರತ್ತ ನೋಡಿದಳು. ಸುಳ್ಳು ಹೇಳುವ ಅಥ್ವಾ ಬೇರೆ ಯಾವ್ದೇ ರೀತಿಯಲ್ಲಿ ಸಮರ್ಥಿಸಿಕೊಳ್ಳುವ ಅಗತ್ಯ ಅವಳಿಗೆ ಕಾಣಲಿಲ್ಲ. "ವಿನೋದ ಮನೆಗೆ" ತಣ್ಣಗೆ ಹೇಳಿದಳು. ಅಳುಕು, ಅಂಜಿಕೆ ಕಾಣದಾಗ ರಂಗಸ್ವಾಮಿಗಳು ಮತ್ತಷ್ಟು ಬೆಂಕಿಯಾದರು.

"ಅವ್ಳು ನಮ್ಮ ಪಾಲಿಗೆ ಎಂದೋ ಸತ್ತಳು!" ಕೂಗಿದರು.

ವಿಜಯ ಕೂದಲನ್ನು ಬಿಚ್ಚಿ, ಕೊಡವುತ್ತ ಅಲ್ಲೇ ಕೂತಳು. ಅವರ ಆರ್ಭಟಕ್ಕೆ ತಡೆ ಹಾಕುವುದು ಬೇಡ; ಒಮ್ಮೆ ಮುಗಿದುಹೋಗಲಿ ಎಂಬುದೇ ಅವಳ ಉದ್ದೇಶ.

"ಅವ್ಳ ಜನ್ಮಕ್ಕೆ ನಾಚ್ಕೇ ಆಗ್ಬೇಕೂ! ಹೋಗಿ.... ಹೋಗಿ.... ಭಿಕಾರಿನ ಮದ್ವೆಯಾಗಿದ್ದಾಳೆ. ಇವಳ ಸಂಬಳವಿಲ್ದಿದ್ರೆ ಮೂರು ದಿನಕ್ಕೆ ಓಡಿಬರ್ಬೇಕಿತ್ತು! ಓದಾ. ಡಿಗ್ರೀನಾ, ಕೆಲ್ಸನಾ ಒಂದೂ ಇಲ್ಲ, ಇವ್ಳು ಬಕ್ರಾ.... ಬಲೆಗೆ ಬಿದ್ಲು!"

ವಿಜಯಳಿಗೆ ಕಿವಿಗಳು ಮುಚ್ಚಿಕೊಳ್ಳಬೇಕೆನಿಸಿತು. ತುಟಿಗಳ ಮೇಲೆ ವ್ಯಂಗ್ಯಬೆರೆತ ನೋವಿನ ನಗೆ ಮಿನುಗಿತು. ಮೆಲ್ಲಗೆ ಎದ್ದು ನಿಂತು ಕೂದಲನ್ನು ಗಂಟುಹಾಕಿ ಕೋಣೆಯತ್ತ ನಡೆದಳು.

ಹೊರಬಂದಾಗ ಅವಳ ಕೈಯಲ್ಲಿ ಟವಲಿತ್ತು.

"ಅಣ್ಣ, ಕೂತು ಒಂದ್ಸಲ ಯೋಚ್ನೆ ಮಾಡಿ. ಆಗ ನಿಮ್ಗೆ ವಿನೋದ ಮಾಡಿದ್ದೇ ಸರಿಯೆನಿಸುತ್ತೆ. ಭೂಷಣ್ ಅಂಥ ಸಭ್ಯ ವ್ಯಕ್ತಿಯ ಕೈಹಿಡಿದ ಅವಳೆಂದೂ ಪಶ್ಚಾತ್ತಾಪಪಡೋ ಅಗತ್ಯವಿಲ್ಲ!" ಅವಳ ಸ್ವರದಲ್ಲಿ ಅಲುಗಿನ ಚೂಪಿತ್ತು. ಪ್ರಥಮಬಾರಿ ತಂದೆಯ ಎದುರು ನಿಂತು ಕಠಿಣವಾಗಿ ಮಾತನಾಡಿದ್ದಳು!

ಬಾತ್‌ರೂಮಿನತ್ತ ಹೊರಟ ಮಗಳತ್ತಲೇ ನೋಡಿದರು. ತಾವೆಲ್ಲೋ ಎಡವಿದ ಅನುಭವವಾಯಿತು. ಮೊದಲು ಹಿಂದಿರುಗಿ ಹೆಜ್ಜೆಯಿಟ್ಟ ಜಾಗವನ್ನು ವಿಶ್ಲೇಷಿಸತೊಡಗಿದರು.

ಅವಳು ಹೊರಟಾಗ ಅನ್ನಪೂರ್ಣಮ್ಮ ಬಂದು ರೇಗಿಕೊಂಡರು.

"ಅವರು ಹೊಟ್ಟೆ ಸಂಕ್ಟ ತಡೀಲಾರ್ದೇ ನಾಲ್ಕು ಮಾತು ಆಡಿದ್ರೂಂತ ಊಟ ಮಾಡ್ದೇ ಹೋಗ್ತೀಯಾ? ಮೊದ್ಲು ಊಟ ಮಾಡು."

"ನಂಗೆ ಹೊತ್ತಾಯಿತಮ್ಮ."

ಹೆಜ್ಜೆಗಳನ್ನು ಎತ್ತಿ ಹೊರಗಿಟ್ಟಳು. ಎಲ್ಲಾದರೂ ಒಂಟಿಯಾಗಿ ಕೂತು ಬಿಕ್ಕಿಬಿಕ್ಕಿ ಅಳಬೇಕೆನಿಸಿತು.

* * *

ಟೆಂಡರ್ ಫಾರಂಗಳನ್ನು ನೋಡುತ್ತಿದ್ದ ವಿಜಯ ಫೋನ್ ಕರೆಗೆ ಕಿವಿಗೊಟ್ಟಳು. ಅತ್ತಲಿಂದ ಲೀನಾಳ ಸ್ವರ ತೇಲಿತು.

"ಗುಡ್‌ಮಾರ್ನಿಂಗ್, ವಿಜಯ."

"ಗುಡ್‌ಮಾರ್ನಿಂಗ್ ಮೇಡಂ" ವಿಜಯಳ ಸ್ವರ ತಗ್ಗಿತು. "ಸಂಜೆ ಸ್ವಲ್ಪ ಪುರಸತ್ತು

ಮಾಡ್ಕೊಂಡು ಬಂದು ಹೋಗ್ತೀರಾ?" ವಿಜಯಳ ಮುಖ ಬಣ್ಣಗೆಟ್ಟಿತು. ತೀರಾ ಸಮಾಧಾನವಾಗಿ ನುಡಿದಳು. "ಆಫೀಸ್ ಬಿಡೋ ವೇಳೆಗೆ ಆರಾಗುತ್ತೆ. ಆಮೇಲೆ ಬರ್ಲಾ?"

"ಬೇಡ, ಮೂರರ ಹೊತ್ಗೇ ಬನ್ನಿ. ಅರ್ಧ ದಿನ ರಜ ಹಾಕಿ" ಕುಸಿಯುವಂತಾಯಿತು. ಅನುಮಾನಿಸಿದಳು. ಏನಾದರೂ ಹೇಳುವ ಮುನ್ನ ಅತ್ತಲಿನ ಸ್ವರ ತೇಲಿತು. "ಕಾಯುತ್ತ ಇರ್ತೀನಿ, ಮರ್ತು ಬಿಡ್ಬೇಡಿ" ತಂತಿ ಕಡಿಯಿತು.

ಅವಳ ತಲೆ ಸ್ವಲ್ಪ ಬಿಸಿಯಾಯಿತು. ಹಿಂದಿನ ಅನುಭವಗಳನ್ನು ಮೆಲುಕು ಹಾಕಿದಳು. ದಸ್ತಗೀರ್ ಸಾಹೇಬರ ಹೆಂಡತಿ ಕೆಲವು ಕೆಲಸಗಳನ್ನು ಪಿ.ಎ.ಗೆ ಕಟ್ಟಿಬಿಡುತ್ತಿದ್ದರು. ಅವೆಲ್ಲ ಕೆಲವೊಮ್ಮೆ ನುಂಗಲಾರದ ತುತ್ತು.

ಊಟಕ್ಕೆ ಹೊರಡುವ ಮುನ್ನ ಅರ್ಧ ದಿನದ ಪರ್ಮಿಷನ್ ವಿಷಯ ಸಂತೋಷ್‌ಗೆ ತಿಳಿಸಿದಳು. ಬೇರೆ ಸಂದರ್ಭಗಳಲ್ಲಿ ಕೆಲವು ಮುಖ್ಯ ವಿಷಯಗಳ ಪ್ರಸ್ತಾಪನೆಯ ಸಮಯಗಳಲ್ಲಿ ವಿಜಯ ನಿರ್ಭಿಡೆಯಾಗಿ ಮಾತನಾಡುತ್ತಿದ್ದರೂ ಒಂಟಿಯಾಗಿ ಮಾತನಾಡಬೇಕಾದ ಸಂದರ್ಭಗಳಲ್ಲಿ ಅವಳ ನೋಟ ನೆಲದಲ್ಲಿ ಹರಿದಾಡುತ್ತಿತ್ತೇ ವಿನಃ ಅವನ ನೋಟವನ್ನು ಎದುರಿಸಲು ಸಮರ್ಥವಾಗುತ್ತಿರಲಿಲ್ಲ.

"ಆ ಅರ್ಜೆಂಟ್ ಲೆಟರ್‌ಗಳ್ನ ಪೋಸ್ಟ್‌ಗೆ ಕಳ್ಸೋ ಏರ್ಪಾಟು ಮಾಡಿ ನೀವು ಹೋಗ್ಬಹ್ದು!" ನವಿರಾಗಿ ಹೇಳಿದ.

ವಿಜಯಳ ಜೊತೆಯಲ್ಲಿ ಮಾತನಾಡಬೇಕಾದ ಸಂದರ್ಭಗಳು ಬಂದಾಗ ಅವನೆದೆ ಅರಿವಾಗದಂತೆ ಹೂವಾಗುತ್ತಿತ್ತು. ಉತ್ಸಾಹದಿಂದ ಜಗತ್ತಿನ ಸಂತೋಷವೆಲ್ಲ ತನ್ನ ಪಾಲೇ ಎನ್ನುವಷ್ಟರಮಟ್ಟಿಗೆ ವರ್ತಿಸುತ್ತಿದ್ದ.

ಗೋಣಾಡಿಸಿ ತನ್ನ ಸೀಟ್‌ನತ್ತ ನಡೆದಳು. ಆ ಲೆಟರ್‌ಗಳನ್ನು ಟೈಪ್ ಮಾಡಿ ಯೋಚಿಸುತ್ತ ಕೂತಳು. ಸಂತೋಷ್ ಸಹಿಗಾಗಿ ಕಾಯ್ದಿಡಬೇಕಾಯಿತು.

ಫೈಲನ್ನು ಬೀರುವಿನಲ್ಲಿಟ್ಟು ಬೀಗ ಹಾಕಿ ಹೊರಗೆಬಂದಳು. ಪ್ರಭಾವಿತ ವಲಯದಿಂದ ಬಂದ ಮತ್ತೆರಡು ಅನುಭವವಿಲ್ಲದ ಹೆಣ್ಣುಗಳು ಮೋಹಿನಿ ಅಕ್ಕಪಕ್ಕದ ಸೀಟ್‌ನಲ್ಲಿ ಆಸೀನರಾಗಿದ್ದರು. ಇವಳನ್ನ ನೋಡಿ ಮುಗುಳ್ನಕ್ಕರು. ಮೋಹಿನಿ ಎದ್ದು ವಿಜಯಳನ್ನು ಹಿಂಬಾಲಿಸಿದಳು.

"ಇವರಿಬ್ರನ್ನ ಯಾಕೆ ಕೆಲಸಕ್ಕೆ ತಗೊಂಡ್ರು? ಸ್ವಲ್ಪವಾದ್ರೂ ಸೀರಿಯಸ್‌ನೆಸ್ ಇಲ್ಲ. ಸಿನ್ನಿಯಾರಿಟಿ ಗೊತ್ತೇ ಇಲ್ಲ!" ಅಸಹನೆ ಮೋಹಿನಿಯ ಸ್ವರದಲ್ಲಿ ಪುಟಿದಾಗ ಕಿರುನಗು ವಿಜಯಳ ತುಟಿಯಂಚಿನಲ್ಲಿ ತೇಲಿತು.

ಕತ್ತು ಹೊರಳಿಸಿ ಮೃದುವಾಗಿ ಕೇಳಿದಳು.

"ಆ ವಿಷ್ಯಗಳ ಬಗ್ಗೆ ನಾವ್ಯಾಕೆ ತಲೆ ಕೆಡಿಸ್ಕೋಬೇಕು! ನಮ್ಗೆ ವಹಿಸಿದಷ್ಟು ಕೆಲ್ಸ ನಾವು ಮಾಡ್ಕೊಂಡ್ಹೋದ್ರೆ.... ಸಾಕಾಗಿದೆ."

ವಿಜಯಳ ಏರುಪೇರಿಲ್ಲದ ಸ್ವಭಾವ ಮತ್ತೊಮ್ಮೆ ಬೇಸರ ತರುವಂಥದ್ದಾದರೂ,

ಮೋಹಿನಿ ತಲೆ ಕೆಡಿಸಿಕೊಂಡು ಅವಳಿಗೆ ಶಾಪ ಹಾಕುತ್ತಿರಲಿಲ್ಲ.

"ವಿಜಯ ಇನ್ನೊಂದ್ವಿಷ್ಯ" ನಿಂತು ಮೋಹಿನಿಯ ಕಡೆ ನೋಡಿದಳು. ಮೋಹಿನಿ ಯಾಕೆ ಸುಮ್ನೇ ತಲೆಬಿಸಿ ಮಾಡ್ತೀರಾ!... ಎನ್ನುವಂತಿತ್ತು ಅವಳ ನೋಟ. ಆದರೂ ಮೋಹಿನಿ ತನ್ನ ಕುತೂಹಲ ಅಣಗಿಸಿಕೊಳ್ಳಲಿಲ್ಲ. "ಬೋನಸ್ ವಿಷ್ಯ ಏನಾಯ್ತು!"

ಕೆಲವು ರಹಸ್ಯಗಳನ್ನ ಕಾಪಾಡಬೇಕಾದ್ದು ಅವಳ ಕರ್ತವ್ಯವಾಗಿತ್ತು. Silence is gold ಎನ್ನುವಂತೆ ಮೌನವನ್ನ ಚೆನ್ನಾಗಿ ಅಭ್ಯಾಸ ಮಾಡಿದ್ದಳು. ಅದು ಕೆಲವು ಕಠಿಣ ಪ್ರಸಂಗಗಳಲ್ಲಿ ಅವಳನ್ನ ಸುಲಭವಾಗಿ ಪಾರು ಮಾಡುತ್ತಿತ್ತು.

ವಿಜಯ ನಿಧಾನವಾಗಿ ಹೆಜ್ಜೆ ಹಾಕತೊಡಗಿದಳು. ಲೀನಾಳ ಕರೆ ಅವಳ ಮಿದುಳನ್ನು ಗುಂಗಿ ಹುಳುವಿನಂತೆ ಕೊರೆಯತೊಡಗಿತು.

ತಟ್ಟನೇ ದೂರದಲ್ಲಿ ಬರುತ್ತಿದ್ದ ಆಟೋ ನೋಡಿ ಮೋಹಿನಿಯತ್ತ ತಿರುಗಿ ಹೇಳಿದಳು.

"ನಂಗೆ ಸ್ವಲ್ಪ ಬೇಗ ಮನೆಗೆ ಹೋಗ್ಬೇಕಾಗಿದೆ. ಪುರುಸೊತ್ತು ಸಿಕ್ಕಾಗ ಮಾತಾಡೋಣ."

ಕೈಚಾಚಿ ಆಟೋದತ್ತ ನಡೆದಳು.

ಆ ಬಂಗ್ಲೆಯ ಬಳಿ ಇಳಿದಾಗ ಹಣೆಯ ಮೇಲೆ ಮುತ್ತಿನಂತೆ ಬೆವರಿನ ಬಿಂದುಗಳು ಮೂಡಿದವು. ಕರ್ಚೀಫ್‌ನಿಂದೊತ್ತಿ ಆಟೋಗೆ ಹಣ ಕೊಟ್ಟು ಗೇಟ್ ಕಡೆ ಹೆಜ್ಜೆ ಹಾಕಿದಾಗ ವಾಚ್‌ಮನ್ ಎದ್ದು ಸೆಲ್ಯೂಟ್ ಹೊಡೆದು ಗೇಟ್ ತೆರೆದ. ಪಿ.ಎ. ಸ್ಥಾನಕ್ಕೆ ಒಂದು ವಿಶಿಷ್ಟ ಮರ್ಯಾದೆ ಇತ್ತು.

ಬಾಗಿಲ ಬಳಿ ಬರುವ ವೇಳೆಗೆ ಅವಳೆದೆಯ ಬಡಿತ ಎರಡು ಪಟ್ಟು ಹೆಚ್ಚಾಯಿತು. ಸಂತೋಷ್‌ಗೆ ಈ ವಿಷಯ ತಿಳಿದಿಲ್ಲವಾ?

ಸಣ್ಣ ನಾಯಿಮರಿ ಬೊಗಳುತ್ತ ಅವಳೆಡೆ ಬಂದಾಗ ಜವಾನ ಓಡಿಬಂದು ಅದನ್ನು ಎತ್ತಿಕೊಂಡೊಯ್ದ. ಎರಡೆಜ್ಜೆ ಮುಂದಿಟ್ಟವಳೆ ಗೊಂಬೆಯಂತೆ ನಿಂತುಬಿಟ್ಟಳು. ಸಂತೋಷ್ ಅರ್ಧ ಮಲಗಿದಂತೆ ಸೋಫಾಗೆ ಒರಗಿದ್ದ. ಅರೆಮುಚ್ಚಿದ ಕಣ್ಣುಗಳು ಏನನ್ನೋ ಮೆಲುಕು ಹಾಕುವಂತೆ ಕಂಡಿತು.

"ಬನ್ನಿ, ವಿಜಯ" ಹಿಂದೆನೇ ಸ್ವರ ತೂರಿಬಂದಾಗ ಸಂತೋಷ್ ಕಣ್ತೆರೆದ. ಅವನ ಕಣ್ಣುಗಳಲ್ಲಿ ಮಿಂಚು ಹರಿದಾಡಿತು.

ಪ್ರತಿ ಬಾರಿಯೂ ನೋಡುವಾಗ ಚಿಮ್ಮುವ ಅವನೆದೆಯ ಅನುರಾಗದ ಜಲಕ್ಕೆ ಹೇಗೆ ತಡೆಯೊಡ್ಡಿಯಾನು.

ಈಗ ಅವನ ಕಣ್ಣುಗಳಲ್ಲಿ ವಿಸ್ಮಯ ಇಣುಕಾಡಿತು. ವಿಜಯ ಉಗುಳು ನುಂಗಿದಳು. ಹರಡಿದ ಮಂಜು ಕರಗುವಂತೆ ಲೀನಾ ನುಡಿದಳು.

"ಎಕ್ಸ್‌ಕ್ಯೂಸ್ ಮಿ, ನೀವು ಕೋಪ ಮಾಡೋಕೆ ಅವಕಾಶವೇ ಇಲ್ಲ. ವಿಜಯ ಅರ್ಧ ದಿನ ಲೀವ್ ಹಾಕಿ ಬಂದಿದ್ದಾರೆ."

"ಓ.ಕೆ...." ಒಳಗೆದ್ದು ಹೋದಾಗ ವಿಜಯಳ ಮುಖಕ್ಕೆ ಅಪ್ಪಳಿಸಿದಂತಾಯಿತು. ಇಲ್ಲಿ ತನ್ನ ಅಪರಾಧವೇನು? "ನೀವು ನಂಗೆ ಫೋನ್ ಮಾಡಿದ್ದು ಬಾಸ್‌ಗೆ ಗೊತ್ತಿಲ್ವಾ?" ಸ್ವರ ತೀರಾ ಮೃದುವಾಯಿತು. ಲೀನಾ ಘೊಳ್ಳನೆ ನಕ್ಕುಬಿಟ್ಟಳು.

"ನೀವು ಕೂಡಾ ಬರೋ ವಿಷ್ಯ ಹೇಳಿಲ್ಲ ತಾನೇ?" ಇಲ್ಲವೆನ್ನುವಂತೆ ತಲೆಯಾಡಿಸಿದಾಗ ಲೀನಾ ಮತ್ತಷ್ಟು ನಕ್ಕಳು. "ನಿಮ್ಮಿಂದ ನಂಗೆ ಸ್ವಲ್ಪ ಸಹಾಯಬೇಕು!"

ವಿಜಯಳ ತಲೆಯಲ್ಲಿ ಅಗ್ನಿಸ್ಫೋಟವಾಯಿತು. ಇಡೀ ಶರೀರದಲ್ಲಿನ ಶಕ್ತಿಯೆಲ್ಲ ಕಾಲಿನ ಬುಡದಲ್ಲಿ ಹರಿದುಹೋದ ಅನುಭವವಾಯಿತು. ತಾನೆಲ್ಲಿ ಕುಸಿದುಬಿಡುವೆನೋ ಎಂದು ಹೆದರಿದಳು.

"ನಂಗೆ ಸ್ಯಾರಿ ಉಟ್ಟೇ ಅಭ್ಯಾಸ ಇಲ್ಲ. ಬೇರೆಯವ್ರು ಉಡೋದು ನೋಡಿದ್ರೆ.... ನಂಗೆ ಹೊಟ್ಟೆಯುರಿ! ನಂಗೆ ಮ್ಯಾಚ್ ಆಗೋಂಥ ಸೀರೆಗಳ್ನ ಆಯ್ದು ಕೊಡೋಕೆ ನೀವು ಸಹಾಯ ಮಾಡ್ಬೇಕೂ...."

ಉಡುಗಿಹೋದ ಚೇತನ ವಿಜಯಳ ಮೈಯಲ್ಲಿ ಸ್ವಲ್ಪ ಹೊಯ್ದಾಡಿದಂತಾಯಿತು. ಕುಂಠಿತಗೊಂಡಿದ್ದ ರಕ್ತಸಂಚಾರ ಒಮ್ಮೆಲೆ ಆರಂಭವಾಗಿದೆಯೆನಿಸಿತು.

"ಆಯ್ತು...." ನಾಲಿಗೆ ತುಟಿಯ ಮೇಲಾಡಿತು.

"ಕೂತ್ಕೊಳ್ಳಿ.... ವಿಜಯ" ಕೈಹಿಡಿದು ಜಗ್ಗಿ ಕೂಡಿಸಿದಾಗ ಅವಳ ಆತ್ಮೀಯತೆಗೆ ಮಾರುಹೋದಳು.

ಲಘು ಫಲಾಹಾರವಾಯಿತು. ಕಾಫಿ ಆಯ್ತು. ಲೀನಾ ನೆಗೆಯುತ್ತಲೇ ಕೋಣೆಗೆ ಓಡಿದಳು.

ಯಾವುದೋ ಪುಸ್ತಕ ತಿರುವುತ್ತಿದ್ದ ಸಂತೋಷ್ ವಾರೆಗಣ್ಣಿಂದ ಇವಳತ್ತ ನೋಡಿದರೂ ನೋಡದವನಂತೆ ನಟಿಸಿದ.

"ಸಂತೋಷ್...." ಅವನ ತೋಳಿಡಿದು ಜಗ್ಗಿದಾಗ ಮೆಲ್ಲಗೆ ಹುಬ್ಬೆತ್ತಿ ಕಣ್ಣಿನಲ್ಲಿಯೇ ಪ್ರಶ್ನಿಸಿದ. ಅವನ ಮೂಗಿಡಿದು ಎಳೆದು, ಕ್ರಾಪ್ ಕೆದರಿ ಹೇಳಿದಳು. "ಈ ಸೀರಿಯಸ್‌ನೆಸ್ ಯಾಕೆ? ನಾನು ವಿಜಯ ಜತೆ ಹೋಗಿ ಸೀರೆಗಳ್ನ ತಗೊಂಡು ಬರ್ತೀನಿ. ಅವ್ರು ಸೀರೆ ಉಟ್ಟಾಗ ಎಷ್ಟು ಚೆನ್ನಾಗಿ ಕಾಣಿಸ್ತಾರೆ ಗೊತ್ತಾ!" ತಲೆಯ ಮೇಲೆ ಮೊಟಕಿ ಕಿವಿ ಹಿಡಿದುಕೊಂಡು ಎಳೆದೊಯ್ದು ವಾರ್ಡ್‌ರೋಬ್ ಮುಂದೆ ನಿಲ್ಲಿಸಿದ.

ತೂಗುಬಿದ್ದ ಸೀರೆಗಳನ್ನ ಕಣ್ಣಲ್ಲಿ ತೋರಿಸಿದ. "ಇವೆಲ್ಲವನ್ನು ಏನು ಅಂತಾರೆ?" ಲೀನಾ ಮುಖವನ್ನೂದಿಸಿದಳು.

ಅವಳ ಕೈ ಒರಟಾಗಿ ಅವುಗಳ ಮೇಲಾಡಿತು.

"ಒಂದು ಚೆನ್ನಾಗಿಲ್ಲ!" ದೃಢವಾಗಿ ನುಡಿದಾಗ ಸಂತೋಷ್ ತಲೆ ಚಚ್ಚಿಕೊಂಡ.

ಹತ್ತು ನಿಮಿಷದಲ್ಲಿ ಉಡುಪು, ಮುಖಾಲಂಕಾರ ಮುಗಿಸಿ ಹೊರಟಳು.

"ಬರ್ತೀ.... ಹಾಯ್....ಟಾಟಾ..."

ಪುಸ್ತಕದ ಮೇಲೆ ಭದ್ರವಾಗಿ ಕಣ್ಣು ನೆಟ್ಟು ಕೂತ. ಅವರನ್ನು ಹೊತ್ತ ಕಾರು

ಕಾಂಪೌಂಡ್‌ನಿಂದ ಹೊರಗೆ ಹೊರಟ ಮೇಲೆಯೇ ಅವನು ಹೊರಗೆ ಬಂದಿದ್ದು.

ಸ್ಯಾರಿ ಹೌಸ್‌ನಲ್ಲಿ ಲೀನಾ ಸುಮ್ಮನೆ ಕಣ್ಣಾಡಿಸುತ್ತಿದ್ದಳೇ ವಿನಃ ಆಯ್ಕೆಯೆಲ್ಲ ವಿಜಯಳಿಗೇ ಬಿಟ್ಟಳು. ಆರು ಷಿಪಾನ್ ಸೀರೆ, ಅದಕ್ಕೆ ಬೇಕಾದ ಚೌಲಿ ಪೀಸ್ ಎಲ್ಲಾ ಪ್ಯಾಕ್ ಮಾಡಿಸಿದ ಮೇಲೆ ಬಿಲ್‌ಗೆ ಹಣ ತೆತ್ತು ವಿಜಯ ಪ್ಯಾಕೆಟ್ ಕೈಗೆತ್ತಿಕೊಂಡಾಗ ಲೀನಾ ಕಿತ್ತುಕೊಂಡಳು. ಮಾಲೀಕತ್ವದ ಬಿಗುಮಾನ ಅವಳಲ್ಲಿಲ್ಲ.

ಹೊರಬರುವಾಗ ಬಗ್ಗಿ ವಿಜಯಳ ಕೆನ್ನೆಯ ಬಳಿ ಪಿಸುಗುಟ್ಟಿದಳು. "ಆಯ್ಕೆಗೆ ಮಾತ್ರ ನಿಮ್ಮ ಹೆಲ್ಫ್. ಇಂಥ ಹತ್ತು ಪ್ಯಾಕೆಟ್ ಬೇಕಾದ್ರೂ ಹೊರಬಲ್ಲೆ!" ಸರಳ ನುಡಿಗೆ ವಿಜಯ ದಂಗಾದಳು.

ಡ್ರೈವರ್ ಓಡಿಬಂದು ಪ್ಯಾಕೆಟ್ ತೆಗೆದುಕೊಂಡು ಹೋಗಿ ಕಾರಿನಲ್ಲಿಟ್ಟ.

"ವಿಜಯ, ಬೇರೆ ಎಲ್ಲಿಗಾದ್ರೂ ಹೋಗೋಣ್ವಾ?" ಕೆನ್ನೆ ಸವರುತ್ತ ಪ್ರಶ್ನಿಸಿದಾಗ, ವಿಜಯ ನಕ್ಕುಬಿಟ್ಟಳು. "ನಮ್ಮ ಮನೆಗೆ... ಹೋಗೋಣ್ವಾ!"

"ಹೋಗೋಣ" ಎರಡನೇ ಮಾತಿಲ್ಲ.

ಲೀನಾ ದಾರಿಯುದ್ದಕ್ಕೂ ತಮ್ಮ ಮನೆಯ ಪರಿಸರ ಎಲ್ಲರ ಬಗ್ಗೆಯೂ ಅಷ್ಟಿಷ್ಟು ಮಾಹಿತಿ ಒದಗಿಸುವಂತೆ ಝುಳು ಝುಳು ನೀರು ಹರಿಯುವಂತೆ ಮಾತನಾಡಿದಳು.

ಕಾರು ನಿಂತಾಗ ಸಹಜವಾಗಿ ಬಾಗಿಲಿನಿಂದ ಅನ್ನಪೂರ್ಣಮ್ಮ ಇಣುಕಿದರು. ಮಗಳ ಜೊತೆ ಇಳಿದ ಹೆಣ್ಣನ್ನು ನೋಡಿ ಸಂಭ್ರಮಗೊಂಡರು. ಅಲ್ಲಲ್ಲಿ ಹರಡಿದ್ದ ಪತ್ರಿಕೆಗಳನ್ನೆಲ್ಲ ಲಗುಬಗನೆ ಜೋಡಿಸಿದರು.

ಲೀನಾ ಒಳಗೆಬಂದು ಕಣ್ಣರಳಿಸಿ ನೋಡಿದವಳೇ ಯಾವ ಉಪಚಾರಕ್ಕೂ ಕಾಯದೆ ಕೂತಳು. ತಟ್ಟನೆ ಎದ್ದವಳೇ ಷೋಕೇಸ್ ಮುಂದೆ ಹೋಗಿ ನಿಂತಳು.

"ಈ ಗೊಂಬೆ ಚೆನ್ನಾಗಿದೆ, ಅಲ್ವಾ?" ಮಗು ಸುಂದರವಾದ ಆಟಿಕೆ ಕಂಡು ಸಂತೋಷದಿಂದ ಕಣ್ಣರಳಿಸುವಂತೆ ಕಂಡಳು. "ನಮ್ಮ ವಿಜಯನೆ ಹಾಕಿದ್ದು" ಅನ್ನಪೂರ್ಣಮ್ಮನ ಸ್ವರಕ್ಕೆ ಹಿಂದಿರುಗಿದಳು. ಕಣ್ಣರಳಿಸಿದಳು. ಕೈಮುಗಿದಳು.

ಅವರು ಕೊಟ್ಟಿದ್ದು ತಿಂದಳು. ಆತ್ಮೀಯವಾಗಿ ಎಲ್ಲರೊಡನೆ ಹರಟಿದಳು. ಹೊರಟಾಗ ಗೊಂಬೆಯ ಕಡೆ ನೋಡಿದಳು.

"ವಿಜಯ, ನಂಗೊಂದು ಇಂಥದ್ದು ಹಾಕ್ಕೊಡಿ. ಇಲ್ದಿದ್ರೆ ಹಾಕೋದಾದ್ರೂ ಕಲ್ಸಿಕೊಡಿ."

ವಿಜಯಗೆ, ಏನು ಹೇಳಬೇಕೋ ಅರ್ಥವಾಗಲಿಲ್ಲ. ವಿದೇಶದ ಜೊತೆ ಸ್ವದೇಶದ ದೊಡ್ಡ ದೊಡ್ಡ ಪಟ್ಟಣಗಳಿಗೆ ಭೇಟಿ ಕೊಡುವ ಜನ – ಇಂಥ ಸಾಧಾರಣ ಬೊಂಬೆಗೆ ಮಾರುಹೋಗುವುದೇ? ಅಚ್ಚರಿ ಅವಳ ಕಣ್ಣುಗಳಲ್ಲಿ ಮಿನುಗಿತು.

"ಬೇಕಾದ್ರೆ ಇದನ್ನೇ ತಗೊಂಡ್ಹೋಗಿ" ಅನ್ನಪೂರ್ಣಮ್ಮ ಮಗಳ ಸಹಾಯಕ್ಕೆ ಧಾವಿಸಿದಾಗ ಲೀನಾ ಮೃದುವಾಗಿ ನಿರಾಕರಿಸಿದಳು. "ಬೇಡ, ನಂಗೆ ವಿಜಯ ಬೇರೆ ಗೊಂಬೆನ ಮಾಡ್ಕೊಡ್ಲಿ."

"ಖಂಡಿತ ಮಾಡಿಕೊಡ್ತಾಳೆ" ಅನ್ನಪೂರ್ಣಮ್ಮ ಆಶ್ವಾಸನೆ ಕೊಟ್ಟಾಗ ಲೀನಾ ಹೊರಗೆ ನಡೆದಳು. ಕಾರಿನಲ್ಲಿ ಕೂತು ತಲೆ ಹೊರಗೆ ಹಾಕಿ ಹೇಳಿದಳು. "ವಿಜಯ, ನಿಮ್ಮ ಸಿಸ್ಟರ್‌ನ ನೋಡೋಕಾಗ್ಲಿಲ್ಲ.... ಯಾವಾಗ್ಲಾದ್ರೂ ಕರ್ಕೊಂಡ್ಬನ್ನಿ."

ಗೋಣಾಡಿಸಿದಳು ವಿಜಯ. ಕಾರು ಮುಂದಕ್ಕೆ ಹೋದಾಗ ಹಿಂದಕ್ಕೆ ಹೆಜ್ಜೆ ಹಾಕಿದಳು. ಅನ್ನಪೂರ್ಣಮ್ಮನ ಮುಖದಲ್ಲಿ ಸಂಭ್ರಮವಿತ್ತು. ಬಾಯಿ ತುಂಬ ಲೀನಾಳ ಸರಳತೆಯನ್ನು ರಂಗಸ್ವಾಮಿಗಳ ಮುಂದೆ ಹೊಗಳುತ್ತಿದ್ದರು.

"ಎಷ್ಟು ನಿಗರ್ವಿ, ಸ್ವಲ್ಪ ಕೂಡ ಜಂಬವಿಲ್ಲ."

ಕೇಳಿಸದವಳಂತೆ ಅವರನ್ನು ದಾಟಿಕೊಂಡು ವಿಜಯ ಒಳಗೆ ನಡೆದಳು. ವರಾಂಡದಲ್ಲಿ ಜೋಡಿಸಿದ್ದ ಪೇಂಟ್‌ಬಾಕ್ಸ್ ಡಬ್ಬಗಳು ಅವಳ ಕಣ್ಣಿಗೆ ಬಿತ್ತು. ಕ್ಷಣಕಾಲ ನಿಂತಳು. ಗೋಡೆಗಳತ್ತ ಕಣ್ಣು ಹಾಯಿಸಿದಳು. ಸದ್ಯಕ್ಕೆ ನಮಗೆ ಹೊರ ಬೆಡಗಿನ ಅಗತ್ಯವಿಲ್ಲವೆಂದು ಒತ್ತಿ ಹೇಳಿದಂತಾಯಿತು.

ಗದ್ದಕ್ಕೆ ಕೈಯೂರಿ ಮೌನವಾಗಿ ಕೂತಳು. ವಿನೋದ ಇವರ ನಿರ್ಬಂಧನೆ, ಬೇಸರವನ್ನು ಲೆಕ್ಕಕ್ಕೆ ಇಡದೆ ತಿಂಗಳಿಗೊಮ್ಮೆ ಸಂಬಳದ ಇಂತಿಷ್ಟು ಹಣವನ್ನು ಪಾವತಿಮಾಡಿ ಹೋಗುತ್ತಿದ್ದಳು.

ಅವಳು, ಭೂಷಣ್‌ಗೆ ಬೇಡವಾಗಿದ್ದರೂ, ಮಗಳ ದುಡಿಮೆ ತೆಗೆದುಕೊಳ್ಳಲು ಅವರಿಗೇನು ಬೇಸರವಿಲ್ಲ. ಒಂದೆರಡು ಸಲ ಸುಜಯ ಕುಟುಕಿದಂತೆ ಮಾತನಾಡಿದರೂ ಸಮರ್ಥಿಸಿಕೊಳ್ಳುವ ಪ್ರಯತ್ನವನ್ನೇ ಮಾಡುತ್ತಿದ್ದರು.

ಸುಜಯ ಬಂದವಳೆ ಗಾಬರಿಯಾದಳು. ವಿಜಯಳ ಭುಜದ ಮೇಲೆ ಕೈಹಾಕಿ ಅಲುಗಾಡಿಸಿದಳು.

"ವಿಜೀ, ಯಾಕೆ ಒಂದು ತರಹ ಇದ್ದೀ?"

ವಿಜಯ ಮುಖ ಮೇಲಕ್ಕೆ ಎತ್ತಿದಳು. ತುಟಿಗಳ ಮೇಲೆ ತೆಳುವಾದ ಮಂದಹಾಸ ಚಿಮ್ಮಿತು. ಅವಳ ಕೈಹಿಡಿದೇ ಎದ್ದಳು.

"ಎಂಥದ್ದೂ ಇಲ್ಲ! ಆ ಟೆನ್ಷನ್‌ನಲ್ಲಿದ್ದು, ಇಲ್ಲಿ ಐಡಲ್ ಆಗಿ ಕೂತುಬಿಟ್ಟೆ.... ಬೋರ್ ಎನ್ನಿಸುತ್ತೆ!" ಸುಜಯ ಹಗುರವಾಗಿ ಉಸಿರು ದಬ್ಬಿದಳು.

ನಾಲ್ಕು ಹೆಜ್ಜೆ ಮುಂದಕ್ಕೆ ಹೋದ ಸುಜಯ ನಿಂತು ಕತ್ತು ತಿರುಗಿಸಿ ಕೇಳಿದಳು.

"ವಿನೋದ ಬಂದಿದ್ಲಾ?" ಇಲ್ಲವೆನ್ನುವಂತೆ ತಲೆಯಾಡಿಸಿದಳು. ಸುಜಯಳ ಕಣ್ಣುಗಳಲ್ಲಿ ಬೇಸರ ಸಿಟ್ಟು ಇಣುಕಿತು. "ಅವ್ಳಿಗೆ ಎಷ್ಟು ಹೇಳಿದ್ರೂ ಬುದ್ಧಿ ಬರೋಲ್ಲ! ಸಂಬಳ ಬಂದ ಕೂಡ್ಲೇ ಓಡಿಬರ್ತಾಳೆ."

ಕಹಿಯಾದ ಉಗುಳನ್ನು ಬಲವಂತವಾಗಿ ನುಂಗಿದಳು. ವಿನೋದಳ ಮದುವೆಯಾದ ಮೇಲೆ ಮನೆಯಲ್ಲಿ ಒಂದು ತರಹ ಬಿಗುವು ಮೂಡಿತ್ತು. ಹಿಂದಿನ ನಗು ಸರಸ ಸಂಭಾಷಣೆ ಮುಚ್ಚಿದ ಅಧ್ಯಾಯವಾಗಿತ್ತು. ಎಂದಾದರೂ ಮಾತನಾಡುತ್ತ ಕೂತರು ಎಲ್ಲಿ ಕಹಿ ಇಣುಕಿಬಿಡುತ್ತದೆಯೋ ಎಂಬ ಭಯ.

ಊಟಕ್ಕೆ ಕೂತಾಗ ತಟ್ಟೆಯಂಚಿಗೆ ಉಪ್ಪಿನಕಾಯಿ ಬಿದ್ದಾಗ ತಟ್ಟನೆ ಅವಳಿಗೆ ವಿನೋದಳ ನೆನಪಾಯಿತು. ಅನ್ನ ಬಡಿಸುವ ವೇಳೆಗೆ ಆ ಜಾಗವನ್ನು ಖಾಲಿ ಮಾಡಿಬಿಡುತ್ತಿದ್ದಳು. ಅವಳೆದೆ ಭಾರವಾಯಿತು. ಸ್ವಾಭಿಮಾನ, ಸ್ವಾರ್ಥಗಳ ಹೊಡೆತಕ್ಕೆ ಅಂತಃಕರಣ ಚೂರು.... ಚೂರು...

ಬಿಸಿ ಅನ್ನದಲ್ಲಿ ಕೈಯಾಡಿಸುತ್ತ ಹೇಳಿದಳು.

"ಅಣ್ಣ, ಇನ್ಮೇಲೆ ವಿನೋದಳ ಹಣ ನೀವು ಇಸ್ಕೋಬೇಡಿ" ಅವಳ ಸ್ವರದಲ್ಲಿ ದೃಢತೆ ಇತ್ತು.

ರಂಗಸ್ವಾಮಿ ಹುಬ್ಬೆತ್ತಿ ಮಗಳ ಕಡೆ ನೋಡಿದರು. ಕೋಪದಿಂದ ಅವರ ಮೈ ಉರಿಯಿತು. ಊಟದ ಸಮಯದಲ್ಲಿ ಮಾತಿನ ಚಕಮಕಿ ಏಕೆಂದು ಸುಮ್ಮನಾದರು.

ಊಟದ ನಡುವೆ ಮೌನ ಬಿದ್ದುಕೊಂಡಿತು. ಬರೀ ಅವರ ಮಧ್ಯೆ ಬಡಿಸುವ ಪಾತ್ರೆಗಳ ಸದ್ದು, ಸಂಬಂಧಗಳು ತೀರಾ ವ್ಯವಹಾರಿಕವಾಗಿ ಕಂಡಿತು.

ವಿಜಯ ಲೋಟಕ್ಕೆ ಮಜ್ಜಿಗೆ ಹಾಕಿಸಿಕೊಂಡು ಕುಡಿದು ಎದ್ದಳು.

ಅಕ್ಕತಂಗಿಯರಿಬ್ಬರು ಕಾಂಪೌಂಡ್‌ನಲ್ಲಿ ಬಂದುನಿಂತರು. ಗೋಡೆಯಂಚಿನಲ್ಲಿದ್ದ ಕಪಾಟುಗಳೆಲ್ಲ ಬೇರೆಡೆ ವರ್ಗಾವಣೆಯಾಗಿದ್ದು ಅವಳ ಗಮನ ಸೆಳೆಯಿತು.

"ಅಣ್ಣನಿಗೆ ಇವತ್ತು ಒಳ್ಳೆ ವ್ಯಾಯಾಮ ಆಗಿರಬಹ್ದು!" ಅರ್ಥಗರ್ಭಿತವಾಗಿ ವಿಜಯ ನುಡಿದಾಗ ವಿಜಯ ಮೆಲುವಾಗಿ ನಕ್ಕಳು. "ಹಾಗೇನು ಇಲ್ಲ ಅನ್ನಿಸುತ್ತೆ! ನಾಳೆಯಿಂದ ಪೈಂಟ್ ಮಾಡೋಕೆ ಜನ ಬರ್ಬಹ್ದು. ಅದಕ್ಕೇ ಇಷ್ಟೆಲ್ಲ ಕೆಲ್ಸ ನಡೆದಿರಬೇಕು ಅನ್ನಿಸುತ್ತೆ!"

ಸುಜಯ ಕಣ್ಣುಗಳು ಕಿರಿದಾದವು. ಕೆಳತುಟಿಯನ್ನು ಹಲ್ಲಿನಲ್ಲಿ ಕಚ್ಚಿ ಹಿಡಿದಳು. ದಿಢೀರನೆ ಒಳಗೆ ನಡೆದಳು. ಇಡೀ ಮನೆಯ ತುಂಬ ಕಣ್ಣು ಹಾಯಿಸಿದಳು.

"ಅಮ್ಮ, ಈಗ ಯಾಕೆ ಬೇಕಿತ್ತು ಪೈಂಟ್?" ಸ್ವರದಲ್ಲಿ ಅರಿವಾಗದಂತೆ ಕಠಿಣತೆ ಮಿನುಗಿತು.

"ನಿಮ್ಮ ಅಣ್ಣನ ಕೇಳು" ಜಾರಿಕೊಂಡರು.

ಅದೇ ಪ್ರಶ್ನೆ ರಂಗಸ್ವಾಮಿಗಳಿಗೆ ಎದುರಾದಾಗ ಕೈಯಲ್ಲಿದ್ದ ಪೇಪರ್ ಕೆಳಗಿಳಿಯಿತು. ಕನ್ನಡಕ ಟೀಪಾಯಿ ಅಂಚು ಸೇರಿತು. ನೋಟ ಮಗಳ ಮೇಲಾಡಿತು.

"ಅದಕ್ಕೂ ನಾನು ವಿವರಣೆ ಕೊಡ್ಬೇಕಾ!" ಸ್ವರದಲ್ಲಿನ ಉದಾಸೀನತೆ ಅವಳನ್ನು ಕುಟುಕಿತು. ಉಕ್ಕುವ ಕೋಪವನ್ನು ತುಟಿ ಕಚ್ಚಿ ನುಂಗಿದಳು. "ಹಿಂದೇನೇ ಮಾಡ್ಸಬೇಕಿತ್ತು... ಆಗಿರ್ಲಿಲ್ಲ, ಈಗ ಮಾಡಿಸ್ತಾ ಇದ್ದೀನಿ."

ಬಿಸಿ ನೀರು ಮೈಗೆ ಬಿದ್ದು ಬೊಬ್ಬೆಗಳು ಏಳುವಂತೆ ಕೋಪದಿಂದ ಸುಜಯಳ ಮೈ ಉರಿಯತೊಡಗಿತು. ತುಟಿ ಕಚ್ಚಿ ಕೋಪ ನುಂಗಿ ಸಾಕಾದಳು. ಯಾವ ಕ್ಷಣದಲ್ಲಿಯಾದರೂ ಆಸ್ಫೋಟವಾಗಬಹುದು!

"ಅಗತ್ಯ ಇರ್ಲಿಲ್ಲ, ಅಣ್ಣ" ವಿಜಯಳ ಸ್ವರದಲ್ಲಿ ಮಂಜಿನ ಹಿತವಿತ್ತು. ರಂಗಸ್ವಾಮಿಗಳು ಮೂಗಿನ ತುದಿ ಕೆಂಪಾಯಿತು. "ಅಂತೂ ನಂಗೆ ತಿಳಿವಳಿಕೆ

ಬೋಧಿಸುವಷ್ಟು ತಯಾರಾದ್ರಿ!"

ವಿಜಯಳ ಮುಖ ಪೆಚ್ಚಾಯಿತು.

"ಸಾಲದ ನೆಪವೊಡ್ಡಿ ಸುಜಯ ತರೋ ಪುಸ್ತಕಗಳಿಗೆ, ಪತ್ರಿಕೆಗಳಿಗೆ ನಿರ್ಬಂಧ ಹಾಕಿದ್ರಿ. ವಿನೋದ ತನ್ನ ಸಂಸಾರದ ಬೇಕುಬೇಡಗಳನ್ನೇ ಒತ್ತಟ್ಟಿಗೆ ಇಟ್ಟು ಸಂಬಳದ ಅರ್ಧಕ್ಕೂ ಮಿಕ್ಕಿ ಹಣ ತಂದುಕೊಡ್ತಾ ಇದ್ದಾಳೆ! ಹಾಗಿದ್ರೂ ಈಗ ಪೇಂಟ್ ಮಾಡೋ ಅವಶ್ಯಕತೆ ಏನಿತ್ತು?" ಎದೆಯಾಳದ ಅಸಹನೆ ಪುಟಿದಾಗ ಸುಜಯ ಕಣ್ಣರಳಿಸಿದಳು. ವಿಜಯ ಬೇರೆಯವರ ಮನಸ್ಸಿಗೆ ನೋವಾಗುವಂತೆ ಮಾತನಾಡುತ್ತಿದ್ದುದೇ ಅಪರೂಪ.

"ದಯವಿಟ್ಟು ಅರ್ಥಮಾಡ್ಕೊಳ್ಳಿ! ವಿಜಯಳ ಸ್ವರದಲ್ಲಿ ದೈನ್ಯ ಇಣುಕಿದ ಕೂಡಲೇ ರಂಗಸ್ವಾಮಿ ಭುಸುಗುಟ್ಟಲು ಸಿದ್ಧವಾದರು. ನಾನು ದೊಡ್ಡ ತಪ್ಪು ಮಾಡ್ದೇ! ಹೆಣ್ಣುಮಕ್ಳೂಂತ ಅಸಡ್ಡೆ ಮಾಡ್ದೇ.... ಓದಿಸ್ದೆ....!"

ವಿಜಯಳ ಕೆಳತುಟಿ ಮೇಲೆ ನೋವಿನ ನಗು ಮಿನುಗಿತು. ಶೋಷಣೆಗೆ ಸ್ವತಂತ್ರದ ಅರ್ಥಗಳು. ಬಿಡಿಸಲು ಹೊರಟಷ್ಟೂ ಕಗ್ಗಂಟಾಗಿ ಕಾಣತೊಡಗಿತು.

"ವಿಜೀ, ಯಾಕೆ ಸುಮ್ನೇ ತಲೆ ಕೆಡಿಸ್ಕೋತೀಯಾ!" ಸುಜಯಳ ಕಣ್ಣು ಒಂದು ಕತೆಯನ್ನೇ ಬರೆದು ಅವಳ ಮುಂದೆ ಇಟ್ಟಂತಾಯಿತು.

ಅಂದು ರಾತ್ರಿ ವಿಜಯಳಿಗೆ ನಿದ್ದೆ ಬರಲಿಲ್ಲ. ಈ ಎಲ್ಲಾ ಪ್ರತಿಬಿಂಬಿಗಳು ಕಲಸುಮೇಲೋಗರವಾಗಿ ಅದರ ನಡುವೆ ಚಿನ್ನದ ಗೊಂಬೆಯಂತೆ ಸಂತೋಷ್ ಬಿಂಬ. ತಟ್ಟನೆ ಬೆಚ್ಚಿ ಎದ್ದು ಕೂತಳು. ಗಂಟಲು, ನಾಲಿಗೆ ಒಣಗಿದಂತಾಯಿತು. ಎದ್ದು ಹೋಗಿ ನೀರು ಕುಡಿದು ಬಂದಳು. ಪ್ರೀತಿ, ಪ್ರೇಮ ಈ ಜಂಜಾಟದ ಬದುಕಿನಲ್ಲಿ ಪ್ರೀತಿ ಅಮೃತ. ಅದನ್ನು ಉಂಡೇ ಮನುಷ್ಯ ಆಸೆಯಿಂದ ಬದುಕಿಗಾಗಿ ಪರದಾಡುವುದು.

ಸಂತೋಷ್‌ಕುಮಾರ್ ಬಗ್ಗೆ ತನ್ನ ಹೃದಯದಲ್ಲಿ ಪ್ರೀತಿ, ಪ್ರೇಮವಿದೆ. ಇತರರು ಗುರ್ತಿಸಬೇಕೆಂಬ ಆಂದೋಳನವಿಲ್ಲದಿದ್ದರೂ ಒತ್ತಡವಿದೆ. ಸಮಾಜ ಇದಕ್ಕೆ ಯಾವ ಅರ್ಥ ಕೊಡಬಹುದು? ಅಗತ್ಯವಿಲ್ಲವೆನಿಸಿತು. ಇದು ವ್ಯವಸ್ಥೆಯಿಂದ ನಿರ್ಮಿತವಾದುದಲ್ಲ. ಕಿತ್ತೆಸೆಯಬೇಕೆಂದರೂ ಮೂಲ ಬೇರಿನ ಸುಳಿವಿಲ್ಲ.

"ವಿಜೀ, ನಿದ್ದೆ ಬರ್ಲಿಲ್ವಾ?" ವಿಜಯ ಮಗ್ಗುಲಾದಳು. ಅವಳ ಕೈ ಇವಳ ತೋಳಿನ ಮೇಲೆ ಬಿತ್ತು. ವಿಜಯ ಅವಳ ಕೈಯನ್ನು ತನ್ನ ಕೈಯೊಳಗೆ ತೆಗೆದುಕೊಂಡಳು. "ನಂಗೆ ಈ ಸ್ವಾತಂತ್ರ್ಯ ಅನ್ನೋದು ಒಂದು ಕಲ್ಪನೆಯೆನಿಸುತ್ತೆ!" ಮುಚ್ಚಿದ ಸುಜಯಳ ಕಣ್ಣುಗಳು ತೆರೆದುಕೊಂಡಿತು. ಇವಳ ತಲೆ ಯಾವ ದಿಕ್ಕಿನಲ್ಲಿ ಕೆಲಸ ಮಾಡುತ್ತಿದೆ? ಗೊಂದಲದಲ್ಲಿ ಬಿದ್ದಳು. "ನಂಗೆ.... ಅರ್ಥವಾಗಿಲ್ಲ!" ವಿಜಯ ನಕ್ಕುಬಿಟ್ಟಳು. ಅವಳಿದ್ದ ಮನಸ್ಥಿತಿಯಲ್ಲಿ ಏನು ಹೇಳಿದೆನೆಂಬುದೇ ಅವಳಿಗೆ ಗೊತ್ತಿರಲಿಲ್ಲ. "ನಂಗೂ.... ಗೊತ್ತಿಲ್ಲ." ಅವಳ ಬೆರಳಿನ ಜೊತೆ ಆಡುತ್ತಿದ್ದ ವಿಜಯಳ ಬೆರಳುಗಳು ತಟಸ್ಥಗೊಂಡವು.

ಎಷ್ಟೋ ಹೊತ್ತಿನ ಮೇಲೆ ವಿಜಯ ನಿದ್ದೆ ಮಾಡಿದಳು.

* * *

ಅಂದು ಆಫೀಸಿಗೆ ಬರುವ ವೇಳೆಗೆ ಒಂದು ವಿಧವಾದ ಉದ್ವೇಗದ ವಾತಾವರಣ ಕಾಣಿಸಿಕೊಂಡಿತ್ತು. ಅವಳ ಕಣ್ಣುಗಳು ಕಿರಿದಾಗಿ ಹುಬ್ಬುಗಳು ಸಂಕುಚಿಸಿ ಎದೆಯಬಡಿತ ಜೋರಾಯಿತು.

ಛೇಂಬರ್‌ನಲ್ಲಿ ಜೋರಾಗಿ ಮಾತುಕತೆ ನಡೆಯುತ್ತಿತ್ತು. ಒಳಗೆ ಹೆಜ್ಜೆಯಿಟ್ಟವಳು ಕಾಲನ್ನು ಹಿಂದೆಗೆಯುವ ಮುನ್ನವೇ ಸಂತೋಷ್‌ಕುಮಾರ್ ಒಳಗೆಬಂದು ಕೂರುವಂತೆ ಕಣ್ಣು ಸನ್ನೆಯಿಂದಲೇ ಹೇಳಿದ. ಅವಸರದ ಮಾತುಕತೆಯೆನಿಸಿತು. ಪೂರ್ತಿ ಅರ್ಥವಾಗದಿದ್ದರೂ ಏನೋ ಗೊಂದಲ ನಡೆದಿದೆಯೆನಿಸಿತು. ಹೆಚ್ಚುಕಡಿಮೆ ಎಲ್ಲಾ ಸೇರಿ ಸಾವಿರದಷ್ಟು ಮಂದಿ ಕೆಲಸ ಮಾಡುವ ಫ್ಯಾಕ್ಟರಿ. ಅದಕ್ಕೆ ಸಂಬಂಧಪಟ್ಟ ಆಫೀಸ್‌ನಲ್ಲಿ ಆಗಾಗ ಏನಾದರೂ ನಡೆಯುವುದಿತ್ತು. ಈಗ ಎಸ್. ಪಿ. ಅವರ ಸಿಬ್ಬಂದಿ ಬಂದಿದ್ದರಿಂದ ಯಾವುದೋ ದುರ್ಘಟನೆ ಸಂಭವಿಸಿದೆಯೆಂದುಕೊಂಡಳು.

ಅವರುಗಳು ಹೊರಟಮೇಲೆ ಸಂತೋಷ್ ಇವಳತ್ತ ತಿರುಗಿದ. ಕ್ರಾಪ್ ಓರಣವಾಗಿರಲಿಲ್ಲ. ಮುಂಗೂದಲು ಹಣೆಯ ಮೇಲೆ ನರ್ತನವಾಡುತ್ತಿದ್ದರೂ ಆ ಮುಖದ ಸೊಬಗು ಕುಂದಿರಲಿಲ್ಲ.

ನಿಧಾನವಾಗಿ ಮೆಲುಸ್ವರದಲ್ಲಿ ಪ್ರಕರಣ ವಿವರಿಸಿದ.

ಎರಡನೇ ಪಾಳಿಯ ಕಾರ್ಮಿಕರಲ್ಲಿ ಒಂದಿಬ್ಬರು ತಡವಾಗಿ ಬಂದು ಗಲಾಟೆ ಮಾಡಿದಾಗ ವಾಚ್‌ಮೆನ್ ಮೇಲೆ ಕೈಮಾಡಿ ಗೊಂದಲವೆಬ್ಬಿಸಿ ಸೆಕ್ಯುಟಿರಿ ಸೆಕ್ಷನ್‌ನವರು ಬಂದು, ಇಬ್ಬರ ನಡುವೆ ಸಣ್ಣ ಕಾಳಗವಾಗಿ ವಿಷಯ ಪೋಲೀಸ್‌ನವರೆಗೂ ಹೋಗಿದೆ. ಅವರು ನಾಲ್ಕು ಮಂದಿಯನ್ನ ಅರೆಸ್ಟ್ ಮಾಡಿ ತಗೊಂಡು ಹೋಗಿದ್ದಾರೆ. ಒಂದಿಬ್ಬರು ಸಣ್ಣಪುಟ್ಟ ಗಾಯಗಳಿಗೆ ಆಸ್ಪತ್ರೆಯಲ್ಲಿ ಚಿಕಿತ್ಸೆ ಪಡೆದಿದ್ದರೇ, ಇನ್ನೊಬ್ಬ ಪ್ರಾಣಕ್ಕೆ ಅಪಾಯವಿಲ್ಲದಿದ್ದರೂ ತೀವ್ರ ಸ್ವರೂಪದ ಗಾಯಗಳಿಂದ ಆಸ್ಪತ್ರೆ ಸೇರಿದ್ದಾರೆ.

"ಪ್ರಕರಣ ಇಷ್ಟರಮಟ್ಟಿಗೆ ಮುಂದುವರಿದಿದೆ. ಪೋಲೀಸ್‌ಗೆ ಒಪ್ಪಿಸಿ ಸುಮ್ಮನಿದ್ದು ಬಿಡಬೇಕೇನಿಸಿದೆ."

ವಿಜಯ ಬೆಚ್ಚಿಬಿದ್ದಳು. ಇಲ್ಲಿ ಘರ್ಷಣೆ ಮಾಲೀಕತ್ವಕ್ಕೆ ಸಂಬಂಧಿಸಿದ್ದಲ್ಲದಿದ್ದರೂ, ಯಾವುದೋ ಅಮಲಿಗೆ ಬಿದ್ದು ಕಾರ್ಮಿಕ ಮುಖಂಡರು ಮುಷ್ಕರಕ್ಕೆ ಕರೆ ಕೊಟ್ಟು ಲಾಕೌಟಿಗೆ ಅನುವು ಮಾಡಿಕೊಡುವ ಸಂಭವ ಕೂಡ ಅಲ್ಲಗಳೆಯುವಂತಿಲ್ಲವೆಂದು ಕೊಂಡಳು.

ಮೆಲುಧ್ವನಿಯನ್ನು ಪರಿಣಾಮಗಳ ಸಮೇತ ವಿಶ್ಲೇಷಿಸಿದಾಗ ಅವನ ಕಣ್ಣುಗಳಲ್ಲಿ ಮೆಚ್ಚುಗೆ ಮೂಡಿತು. ಅರ್ಥವಾಗದ, ವಿವರಿಸಲಾಗದ ಅನುರಾಗದ ಸೆಲೆಯಲ್ಲಿ ಮಿಂದ ಅನುಭವವಾಯಿತು.

"ಥ್ಯಾಂಕ್ಯೂ.... ವಿಜಯ" ಆ ಕ್ಷಣಗಳಲ್ಲಿ ಕಂಡ ಹೊಳಪನ್ನು ಅರಗಿಸಿಕೊಳ್ಳಲಾರದೆ ಚಡಪಡಿಸಿದಳು.

ಈ ಪ್ರಕರಣದ ನಂತರ ಗುರುತರವಾದ ಸಮಸ್ಯೆಗಳನ್ನು ಅವಳ ಮುಂದಿಡುತ್ತಿದ್ದ. ಭವಿಷ್ಯ, ಸಮಾಜ, ಸಮಸ್ಯೆಗಳ ಪರಿವೆ ಇಲ್ಲದ ಹೃದಯಗಳು ವಿಚಿತ್ರ ಜಗತ್ತಿನಲ್ಲಿ

ವಿಹರಿಸಿದರೂ ಅವರ ನಡವಳಿಕೆಯಲ್ಲಿ ಯಾವ ಬದಲಾವಣೆಯೂ ಇಲ್ಲ.

ಅಂದು ಭಾನುವಾರ ಬಾಸ್ ಕೂಡ ಊರಲ್ಲಿ ಇಲ್ಲದಿದ್ದರಿಂದ ವಿಜಯ ತಲೆಗೆ ಸ್ನಾನ ಮಾಡಿಕೊಂಡು ಕೂದಲನ್ನು ಟವಲಿನಿಂದೊರೆಸುತ್ತ ಮುಂಬಾಗಿಲಿಗೆ ಬಂದಳು. ವಿನೋದಳನ್ನು ನೋಡಿ ಅವಳ ಕಣ್ಣುಗಳು ಅರಳಿದವು.

ಈಚೆಗೆ ಅಪರೂಪಕ್ಕೊಮ್ಮೆ ಒಬ್ಬಳೇ ಬರುತ್ತಿದ್ದಳು. ಅವಳ ಹತ್ತಿರ ತುಟಿಬಿಚ್ಚಿ ಮಾತನಾಡದಿದ್ದರೂ ಅನ್ನಪೂರ್ಣಮ್ಮ, ರಂಗಸ್ವಾಮಿಗಳು ಮೊದಲಿನ ಹಾಗೆ ಸಿಡಿಮಿಡಿಗುಟ್ಟುತ್ತಿರಲಿಲ್ಲ. ಇದೊಂದು ಶುಭ ಸೂಚನೆಯೆನಿಸಿತ್ತು.

"ಏನು ಒಬ್ಳೇ ಬಂದ್ಯಾ?" ತಕ್ಷಣ ವಿಜಯ ತುಟಿ ಕಚ್ಚಿಕೊಂಡಳು. ವಿನೋದಳ ಮುಖದ ಗೆಲುವು ಕುಗ್ಗಿತು. "ಜೊತೆಯಾಗಿ ಬರಬಹುದಾದ ದಿನಕ್ಕಾಗಿ ಕಾಯ್ತ ಇದ್ದೀನಿ" ನಿಟ್ಟುಸಿರು ದಬ್ಬಿದಳು.

ಇಬ್ಬರೂ ವರಾಂಡದಲ್ಲಿಯೇ ಕೂತರು. ಸ್ವಾಭಿಮಾನ ವಿನೋದಳನ್ನು ಕಾಡುತ್ತಿದ್ದರಿಂದ ತಾನಾಗಿ ಅಣ್ಣ, ಅಮ್ಮನನ್ನ ಮಾತನಾಡಿಸಲು ಹೋಗುತ್ತಿರಲಿಲ್ಲ. ಅವಳ ಮಾತುಕತೆ, ಹರಟೆಯೆಲ್ಲ ತಂಗಿಯರ ಕೋಣೆ, ವರಾಂಡದಲ್ಲಿಯೆ ಕಳೆದುಹೋಗುತ್ತಿತ್ತು.

"ತಿಂಡಿ... ತರ್ತೀನಿ" ಎದ್ದ ವಿಜಯಳನ್ನ ವಿನೋದ ಕೈಹಿಡಿದು ಕೂಡಿಸಿದಳು. "ಎಲ್ಲಾ ಮುಗ್ಸಿಕೊಂಡೇ... ಬಂದೆ. ಈಗ ತಿನ್ನೋಕೆ ಹೊಟ್ಟೆಯಲ್ಲಿ ಜಾಗವಿಲ್ಲ. ಬೇಗ ಹೆರಳು ಹಾಕ್ಕೋ. ನಿನ್ನ ಕರ್ಕೊಂಡ್ಹೋಗೋಣ ಅಂತಲೇ ಬಂದೆ" ವಿಜಯ ಅಚ್ಚರಿಯಿಂದ ಕಣ್ಣರಳಿಸಿದಳು.

"ಆಮೇಲೆ ಹೇಳ್ತೀನಿ" ಕಣ್ಣಲ್ಲಿಯೇ ಸುಮ್ಮನಾಗಿಸಿದಳು.

ವಿನೋದನೆ ಅವಳ ಒದ್ದೆ ಕೂದಲನ್ನು ಬಾಚಿ ಅಳ್ಳಕವಾಗಿ ಜಡೆ ಹೆಣೆದಳು. ಎಣ್ಣೆ ಒತ್ತಿಕೊಂಡು ಕೂತಿದ್ದ ಸುಜಯ ಅಷ್ಟರಲ್ಲಿ ಹೊರಗೆಬಂದಳು.

"ನಂಗೆ ಮೊದ್ಲೇ ಗೊತ್ತಿತ್ತು. ವಿಜೀನ ಕರ್ಕೊಂಡ್ಹೋಗ್ತೀನಿ" ಮುಖವೆತ್ತಿ ಹೇಳಿದಾಗ ಮುಗುಳ್ನಕ್ಕು ಗೋಣಾಡಿಸಿದಳು. "ಸ್ವಲ್ಪ ತಿಂಡಿ ತರ್ತೀನಿ" ವಿನೋದ ಬೇಡ ಎನ್ನುವ ಮೊದಲೇ ಒಳಗೆಹೋದಳು.

ಉಪ್ಪಿಟ್ಟನ್ನು ಪ್ಲೇಟುಗಳಿಗೆ ಬಗ್ಗಿಸಿಕೊಂಡು ಬಂದಳು. ಮೂವರು ಮಾತನಾಡುತ್ತ ತಿಂದರು. ಹೊರಗೆ ಇಣುಕಿದ ರಂಗಸ್ವಾಮಿಗಳು ತಲೆಯನ್ನು ಒಳಗೆ ಎಳೆದುಕೊಂಡರು. ನೇರವಾಗಿ ಅಡಿಗೆಯ ಮನೆಗೆ ಹೋಗಿಬಿಟ್ಟರು. ಒಳಗೆಬಂದ ವಿಜಯ ಹೇಳಿದಳು.

"ಅಮ್ಮ, ಸ್ವಲ್ಪ ಹೊರ್ಗಡೆ ಹೋಗಿದ್ದು ಬರ್ತೀನಿ."

ಇದಕ್ಕೆ ಅವರ ಪ್ರತಿಕ್ರಿಯೆ ಸೊನ್ನೆಯೆಂದು ಅವಳಿಗೆ ಗೊತ್ತು. ಸುಮ್ಮನೆ ಹೊರಗೆ ಬಂದಳು. ಸುಜಯ ಗೇಟುವರೆಗೂ ಬಂದು ಅವರನ್ನು ಬೀಳ್ಕೊಟ್ಟಳು.

ಅಷ್ಟು ದೂರ ಬಂದ ವಿನೋದ ಹಿಂದಿರುಗಿ ನೋಡಿದಳು. ಹೊಸ ಪೇಂಟ್‌ನಿಂದ ಮನೆ ಶೋಭೆಗೊಂಡಿತ್ತು.

"ಅಣ್ಣ, ಸುಜೀಗೆ ಮದ್ವೆ ಮಾಡೋ ಯೋಚ್ನೆ ಮಾಡಿದ್ದಾರಾ?" ವಿನೋದ ಕೇಳಿದಾಗ ವಿಜಯಳಿಗೆ ಉತ್ತರಿಸುವುದು ಪ್ರಯಾಸವೆನಿಸಿ ಮೌನವಹಿಸಿದಳು. ವಿನೋದ ತುಟಿ ಕಚ್ಚಿಕೊಂಡಳು. "ಸಾರಿ, ವಿಜ್ಜು..." ಕೈಹಿಡಿದು ಮೃದುವಾಗಿ ಅಮುಕಿದಳು.

ಅನಿರೀಕ್ಷಿತವಾಗಿ ವಿಜಯ ಹಿಂದಿರುಗಿ ನೋಡಿದ್ದು, ಎರಡು ಜೊತೆ ಕಣ್ಣುಗಳು ದಿಟ್ಟಿಸುತ್ತಿದ್ದವು. ತುಟಿಗಳ ಮೇಲೆ ತೆಳುನಗು ತೇಲಿತು.

"ಬದುಕೇ.... ವಿಚಿತ್ರ!" ತನ್ನಲ್ಲಿಯೇ ಹೇಳಿಕೊಂಡಳು ವಿಜಯ.

ಭೂಷಣ್ ಇವರಿಗಾಗಿಯೇ ಕಾದು ನಿಂತಿದ್ದ. ಮುಗುಳ್ನಕ್ಕ. ಬಾಗಿಲಿಗೆ ನೇತಾಡುತ್ತಿದ್ದ ಬೀಗ ನೋಡಿ ಕಣ್ಣರಳಿಸಿದಳು.

"ಏನ್ರೀ.... ಪ್ರೋಗ್ರಾಮ್?" ಅರಳುಗಣ್ಣುಗಳು ಕಿರಿದಾದಾಗ ಭೂಷಣ್ ವಿನೋದಳತ್ತ ನೋಟವಿರಿಸಿದ. "ಸುಜಯ, ಎಣ್ಣೆಸ್ನಾನ ಸಂಜೆ ಹೊತ್ತಿಗೇನೇ" ತಂಗಿಯತ್ತ ತಿರುಗಿದಳು. "ಮನೆಗೆ ಒಂದಿಷ್ಟು ಸಾಮಾನು ಬೇಕಾಗಿತ್ತು." ವಿಜಯ ಘೊಳ್ಳನೆ ನಕ್ಕಳು. ಕೈಯಾಡಿಸಿದರು. "ನಂಗೇನು.... ಗೊತ್ತಾಗೊಲ್ಲ. ಸುಮ್ನೇ ಕರ್ಕೊಂಡ್ಬಂದೆ!"

ವಿನೋದ ಆ ಮಾತಿನತ್ತ ಲಕ್ಷ್ಯವನ್ನೇ ಕೊಡಲಿಲ್ಲ. ಭೂಷಣ್ ಜೊತೆ ಹೆಜ್ಜೆ ಹಾಕಿದರು. ಪ್ರತಿಯೊಂದರಲ್ಲೂ ಅವನ ಜಾಣ್ಮೆ, ಹಿಡಿತ ಎದ್ದು ಕಾಣುತ್ತಿತ್ತು. ಬ್ರಹ್ಮಚರ್ಯದಿಂದ ಗೃಹಸ್ಥಾಶ್ರಮ ಪ್ರವೇಶಿಸಿದ ಮೇಲೆ ಸಂಸಾರಕ್ಕೆ ಬೇಕಾದ ಸಾಮಾನು ಕೊಳ್ಳಲು ಇಷ್ಟು ದಿನ ಬೇಕಾಯಿತು.

ವಿಜಯ ರೇಗಿಕೊಂಡಳು.

"ನಿನ್ನ ಸಂಬ್ಳ ನೀನೇ ಇಟ್ಕೊಂಡು ಇವೆಲ್ಲ ಕೊಂಡ್ಕೋಬಹುದಾಗಿತ್ತು" ಭೂಷಣ್ ಕಣ್ಣಿನಲ್ಲಿಯೇ ನಕ್ಕ.

ಕೆಲವು ದುಬಾರಿ ಸಾಮಾನಿಗೆ ವಿನೋದ ಕೈ ಹಚ್ಚಿದಾಗ ಭೂಷಣ್ ಕಣ್ಣಲ್ಲಿಯೇ ಬೇಡವೆಂದು ಸಮಾಧಾನಿಸಿದ. ಆ ಕ್ಷಣದಲ್ಲಿ ವಿನೋದಳ ಸಂಯಮ ಹಾರಿ ಮೂಗು ಕೆಂಪಾಗಿತ್ತು.

ಮನೆಗೆ ಬರುವವರೆಗೂ ಅವಳ ಮೂಗಿನ ತುದಿಯ ಕೆಂಪು ಮಾಸಿರಲಿಲ್ಲ. ಭೂಷಣ್‌ಗೆ ಮುಖ ತಿರುಗಿಸಿಯೇ ತನ್ನ ಅಸಮಾಧಾನವನ್ನು ವ್ಯಕ್ತಪಡಿಸಿದ್ದಳು.

"ಸಾಮಾನಿನ ಆಯ್ಕೆಯಲ್ಲಿ ನನ್ನ ಸಹಕಾರ ಸಿಗ್ದಿದ್ರೂ ಇವನ್ನೆಲ್ಲ ಅಚ್ಚುಕಟ್ಟಾಗಿ ಜೋಡಿಸುವಲ್ಲಿ ವಿನುಗೆ ನೆರವಾಗ್ತೀನಿ." ವಿಜಯ ಸೆರಗಿನ ತುದಿಯನ್ನು ಸೊಂಟಕ್ಕೆ ಬಿಗಿದಳು.

ಧುಮುಗುಟ್ಟುವ ಮಡದಿಯ ಮುಖವನ್ನು ಭೂಷಣ್ ನೋಡಿದಾಗ ನವಿರಾಗಿ ಹೇಳಿದ.

"ಡೋಂಟ್ ಸ್ಪೆಂಡ್ ಮೋರ್ ದ್ಯಾನ್ ವಾಟ್ ವಿ ಅರ್ನ್. ಇದು ನನ್ನ ಪಾಲಿಸಿ. ಹೆಚ್ಚು ಖರ್ಚು ಮಾಡಿ ನಿಭಾಯಿಸಲಾರ್ದೇ ಕಣ್ಣು ಬಾಯಿ ಬಿಡೋದ್ಬೇಡ; ಸುಖೀ ದಿನಗಳ್ನ ಬಲಿ ಕೊಡೋದ್ಬೇಡ!"

ಒಳಗೆ ಹೋದ ವಿಜಯ ಅಂಗೈ ಅಗಲದ ಅಡುಗೆಯ ಮನೆಯಲ್ಲಿಯೇ ಉಳಿದಳು. ಭೂಷಣ್ ವ್ಯಕ್ತಿತ್ವದ ಬಗ್ಗೆ ಗೌರವ ಮೂಡಿತು. ಬರೀ ಡಾಕ್ಟರ್, ಇಂಜಿನಿಯರ್ ಫಾರಿನ್ ರಿಟರ್ನ್ಡ್‌ನ ಭೇಟಿ ಮಾಡೋ ತಾಯಿತಂದೆಯರು ಇಂಥ ಸರಳ ಮನಸ್ಸಿನ ಸಂಸ್ಕಾರವಂತರನ್ನು ಆರಿಸಿದಾಗ ಒಂದೆರಡು ಸಮಸ್ಯೆಗಳಾದರೂ ಕಡಿಮೆಯಾಗಬಹುದು ಎಂದುಕೊಂಡಳು.

ಅಲ್ಲಿಂದ ವಿಜಯ ಹೊರಟಾಗ ಸಂಜೆಯೇ ಆಗಿತ್ತು. ಸುಜಯಳಿಗಾಗಿ ಸುಮ್ಮನೆ ಕಾದು ಬೇಸರದಿಂದಲೇ ಹೊರಟಿದ್ದಳು.

"ರ್ರೀ.... ವಿಜಯ" ನಿಂತು ಕತ್ತು ತಿರುಗಿಸಿದಳು. ಅವಳ ಕಣ್ಣುಗಳು ಕಿರಿದಾದವು. ಹುಬ್ಬೇರಿತು. ಸ್ಟೇರಿಂಗ್ ವ್ಹೀಲ್ ಹಿಡಿದ ಸಂತೋಷ್ ಕುಮಾರ್ ಪಕ್ಕ ಲೀನಾ. ಕಾಲುಗಳು ಅತ್ತ ನಡೆದವು. "ಗುಡ್ ಈವ್ನಿಂಗ್..." ನಮ್ರವಾಗಿ ವಂದಿಸಿದಳು.

"ವಿಜಯ, ಕೂತ್ಕೊಳ್ಳಿ" ಲೀನಾ ಸ್ವರ ತೇಲಿದಾಗ ಅವಳ ಗಂಟಲಲ್ಲಿ ಏನೋ ಸಿಕ್ಕಿ ಹಾಕಿಕೊಂಡ ಅನುಭವವಾಯಿತು. "ಮನೆಗೆ ಹೊರಟಿದ್ದೆ...." ಉಗುಳು ನುಂಗಿದಳು.

"ಅಯ್ಯೋ.... ನಾವು ಕೂಡ ಮನೆಗೇ ಹೋಗೋದು. ಕಾಡಿಗೆ ಹೋಗೋ ಮೊದ್ಲು ನಿಮ್ಮನ್ನ ಮನೆಗೆ ಕಳುಸ್ತೀವಿ!" ಸ್ವರದಲ್ಲಿ ಹಾಸ್ಯ ಇಣುಕಿತು. ಒತ್ತಾಯಕ್ಕೆ ಮಣಿದಂತೆ ವಿಜಯ ಹತ್ತಿ ಕೂತಾಗ ಲೀನಾ ಅವಳತ್ತ ಕತ್ತು ತಿರುಗಿಸಿದಳು. "ಎಷ್ಟು ದಿನ ಸತಾಯಿಸ್ತೀರಿ!" ಎಂದಾಗ ವಿಜಯಳ ಎದೆ ಹಾರಿತು. ಗೊಂದಲದಲ್ಲಿ ಬಿದ್ದಳು.

"ನಂಗೆ ಗೊಂಬೆ ಮಾಡಿಕೊಡೋ ವಿಷ್ಯ" ವಿಜಯ ಸರಾಗವಾಗಿ ಉಸಿರಾಡಿದಳು. ಸಂತೋಷ್ ತುಟಿಗಳ ಮೇಲೆ ಮುಗುಳ್ನಗು ತೇಲಿತು.

ಲೀನಾ ಪಟಪಟನೆ ತನ್ನ ವಾಗ್ಬಾಣಗಳಿಗೆ ತೊಡಗಿದಾಗ ವಿಜಯ ಮೌನವಾಗಿ ಕೂತಳು. ಲೀನಾ ತುಂಬ ವಾಚಾಳಿ ಎನ್ನುವ ವಿಷಯ ಎಂದೋ ಮನದಟ್ಟಾಗಿತ್ತು.

ಬಂಗ್ಲೆಯ ಮುಂದೆ ಕಾರು ನಿಂತಾಗ ಸಂತೋಷ್ ಲೀನಾಳತ್ತ ತಿರುಗಿದ. "ನಿನ್ನ ಮಾತುಗಳು ಮುಗಿಯಿತಾ?" ಎಂದು ಪ್ರಶ್ನಿಸುವಂತಿತ್ತು ಅವನ ನೋಟ. ನಕ್ಕು ಅವನ ಕೆನ್ನೆ ಸವರಿ ಇಳಿದುಹೋದಳು.

ವಿಜಯಳನ್ನು ಕರೆದೊಯ್ದು ಷೋಕೇಸ್ ಮುಂದೆ ನಿಲ್ಲಿಸಿದಳು. ಅವಳು ಕಕ್ಕಾಬಿಕ್ಕಿಯಾದಳು.

"ವಿಜಯ, ಇದ್ನೆಲ್ಲ ಛೇಂಜ್ ಮಾಡಿಬಿಡ್ಬೇಕು!" ಅರ್ಥವಾಗದವಳಂತೆ ಕಣ್ಣರಳಿಸಿದಳು. "ಯಾಕೆ?" ಇಂಥದ್ನೆಲ್ಲ ಕೊಳ್ಳೋ.... ಅಭಿರುಚಿ ಇರೋರೇ ಕಮ್ಮಿ! ನಿಮ್ಮ ಆಯ್ಕೆ ತುಂಬ ಚೆನ್ನಾಗಿದೆ!

ಲೀನಾ ತಲೆ ಕೊಡವಿದಳು. ಇದನ್ನು ಒಪ್ಪಲು ಸರ್ವಥ ಅವಳು ಸಿದ್ಧಳಿಲ್ಲ. ವಿಜಯ ಮನೆಯಲ್ಲಿ ಪುಟ್ಟ ಷೋಕೇಸ್ ನೋಡಿದಾಗಿನಿಂದ ಅವಳ ಅಭಿರುಚಿಗೆ ಸೋತ ಅನುಭವವಾಗಿತ್ತು.

"ತೀರಾ ಜೀವಂತಿಕೆ ಇಲ್ಲ ಅನ್ನಿಸುತ್ತೆ!" ಲೀನಾಳ ಆರೋಪಕ್ಕೆ ಹುರುಳಿಲ್ಲವೆನಿಸಿತು

ವಿಜಯಳಿಗೆ. "ನಂಗೆ ಅರ್ಥವಾಗಲಿಲ್ಲ" ಷೋಕೇಸ್‌ನಲ್ಲಿದ್ದ ಮೊಲವನ್ನೇ ದಿಟ್ಟಿಸಿದಳು.

"ತೀರಾ, ಸಿಂಪಲ್.... ನೀವು ಮಾಡ್ದ ಬೊಂಬೆಗಳು ನಕ್ಕು ಆಹ್ವಾನಿಸುವಂತೆ ಕಾಣುತ್ತೆ. ಮುಖದ ಭಾವನೆಗಳಿಗೆ ಅನುಗುಣವಾಗಿ ವಸ್ತುವಿನ್ಯಾಸ ವಂಡರ್‌ಫುಲ್...." ಕೈಯೆತ್ತಿ ಹೇಳಿದಾಗ ವಿಜಯ ತುಟಿಯಂಚಿನಲ್ಲಿ ಕಿರುನಗೆ ಮೂಡಿತು.

"ಡಿಗ್ರಿ ಮುಗ್ಸಿ ಐಡಲ್ ಆಗಿದ್ದ ದಿನಗಳಲ್ಲಿ ಮಾಡಿದ್ದು" ಅವಳ ಸ್ವರದಲ್ಲಿ ಅಂತಹ ಉತ್ಸಾಹವೇನು ಇಣುಕಲಿಲ್ಲ.

ಗೊಂಬೆಯ ಒಂದು ಸೆಟ್ಟನ್ನು ಮಾಡಿಕೊಡಲು ವಿಜಯಳನ್ನು ಒಪ್ಪಿಸಿದಳು. ಕಾಫಿ, ಮಾತಿನ ನಡುವೆ ಸಮಯ ಸರಿದುಹೋದದ್ದೇ ಗೊತ್ತಾಗಲಿಲ್ಲ.

ಬಹಳ ಹೊತ್ತಿನ ಮೇಲೆ ಸಂತೋಷ್ ಹೊರಗೆ ಬಂದ. ಮುಖದ ಗಾಂಭೀರ್ಯದ ನಡುವೆ ಮಾರ್ದವತೆ ಮಿಂಚುತ್ತಿತ್ತು. ಪ್ರೇಮಭರಿತ ಹೃದಯದ ಹೊನ್ನಿನ ಲೇಪನದ ಪ್ರಭಾವ ಅವನ ಕಣ್ಣುಗಳನ್ನು ಪ್ರಜ್ವಲಿಸುವಂತೆ ಮಾಡಿತ್ತು.

"ಬರ್ತೀನಿ, ಸರ್" ನೋಟವೆತ್ತದೆ ಹೇಳಿದಳು.

ಚುರುಕು ಬುದ್ಧಿವಂತಿಕೆಯಿಂದ ಆ ಸ್ಥಾನ ತುಂಬುವ ವಿಜಯಳ ಕೆಲವೊಮ್ಮೆಯ ಮುಗ್ಧ ಮುಖ ಕಂಡಾಗ ಹುಬ್ಬೇರಿಸುವಂತೆ ಮಾಡುತ್ತಿತ್ತು. ಬಂದ ಪತ್ರ, ಕೆಲವು ಮುಖ್ಯ ವಿಷಯಗಳ ಬಗ್ಗೆ ಮಾತ್ರ ವಿಚಾರಿಸಿ ತಿಳಿದ.

* * *

ನಾಲ್ಕು ದಿನದ ಊಟಿಯ ಪ್ರೋಗ್ರಾಂ ಎರಡೇ ದಿನಕ್ಕೆ ಮುಕ್ತಾಯವಾಗಿ ಹಿಂದಿರುಗಿದ್ದರು. ವಿಜಯಳ ಸನಿಹ ಮಾತುಗಳಿಂದ ಉತ್ಸಾಹಿತನಾಗಿ ಲೀನಾಳ ಜೊತೆ ಸಂತೋಷದಿಂದಿರುತ್ತಿದ್ದ. ಅವಳು ಮರೆಯಾದ ಕೂಡಲೇ ನಿರುತ್ಸಾಹಿಯಾಗಿಬಿಡುತ್ತಿದ್ದ. ಮತ್ತೇರಿಸುವ ಲೀನಾ ಸನಿಹ ಕೂಡ ಅವನಿಗೆ ಬೇಸರವೆನಿಸಿಬಿಡುತ್ತಿತ್ತು.

ವಿಜಯಳನ್ನು ಕಳಿಸಿ ಒಳಗೆ ಬಂದ ಲೀನಾ ಅವನ ಮುಂದೆ ಬಂದು ಕೂತಳು. ಪ್ರಜ್ವಲಿಸುವ ಕಣ್ಣುಗಳನ್ನೇ ನೋಡಿದಳು. ಆ ಕ್ಷಣದಲ್ಲಿ ಜಗತ್ತಿನ ಸೌಂದರ್ಯವೆಲ್ಲವನ್ನು ಕಣ್ಣುಗಳು ತುಂಬಿಕೊಂಡಿವೆಯೆನಿಸಿತು.

"ಸಂತೋಷ್...." ಮುಂದೆ ಮಾತನಾಡಲಾರದೆ ತುಂಡರಿಸಿದಳು. ಕಾಮ, ಬಯಕೆಯ ಸೋಕಿಲ್ಲದ ಅವು ಪ್ರೇಮದ ಜ್ಯೋತಿಗಳಂತೆ ಬೆಳಗುತ್ತಿದ್ದವು. "ಈ ಕಣ್ಣುಗಳು ಇಷ್ಟು ಸುಂದರವಾಗಿದೇಂತ ನಂಗೆ ಈಗ್ಲೇ ಗೊತ್ತಾಗಿದ್ದು" ಹರ್ಷ ಉತ್ಸಾಹ ತುಂಬಿಕೊಂಡ ಸ್ವರ ತಂಪನ್ನು ರಾಚಿತು.

ಸಂತೋಷ್ ಸ್ವಲ್ಪ ಜೋರಾಗಿಯೇ ನಕ್ಕುಬಿಟ್ಟ. ಮಿಂಚುವ ಕಣ್ಣುಗಳು ಪ್ರೇಮ ಕಾವ್ಯಕ್ಕೆ ಮುನ್ನುಡಿ ಬರೆಯಲು ಸಿದ್ಧವಾಗಿದೆಯೆನಿಸಿತು.

ಫೋನ್ ಗಿರ್‌ಗುಟ್ಟಿ ಆ ಮಾತುಗಳಿಗೆ ಮುಕ್ತಾಯ ಹಾಡಿತು. ಸಂತೋಷ್ ಹತ್ತು ನಿಮಿಷವಾದರೂ ಫೋನ್ ಕೆಳಗಿಡಲಿಲ್ಲ. ಹರಟೆಯ ಮಟ್ಟಕ್ಕೆ ಕೊಂಡೊಯ್ಯದೆ

ಗಂಭೀರವಾಗಿ ಮಾತನಾಡುತ್ತಿದ್ದ.

ಲೀನಾ ಕಣ್ಣರಳಿಸಿ ಕೇಳುತ್ತಾ ಕೂತಳು. ಪ್ರಯತ್ನಿಸಿದರೇ ಅರ್ಥವಾಗುವ ವಿಷಯವಾದರೂ ಅತ್ತ ಲಕ್ಷ್ಯ ಕೊಡಲಿಲ್ಲ. ಫೋನ್ ಹುಕ್ ಮೇಲಿಡುತ್ತ ಹೇಳಿದ.

"ನಾಳೆ ನಿಮ್ತಂದೆ ಬರ್ಬಹ್ದು?" ಅಪರೂಪದ ಒರಟುತನ ಸ್ವರದಲ್ಲಿ ಮಿಂಚಿದಾಗ ಬೆಚ್ಚಿಬಿದ್ದಳು. ಕಣ್ಣುಗಳು ಕಿರಿದಾದವು. "ಆ ವಿಷ್ಯನ ನೀವು ಸಂತೋಷವಾಗಿ ಹೇಳ್ಬಹ್ದು.... ಆಗಿತ್ತು!"

ತನ್ನ ತಪ್ಪಿನ ಅರಿವಾದಾಗ ಸಂತೋಷ್ ತುಟಿ ಕಚ್ಚಿದ.

"ಸೋ ಸಾರಿ, ಲೀನಾ" ಕೂದಲನ್ನು ಹಿಂದಕ್ಕೆ ತಳ್ಳಿದ.

ಲೀನಾಗೆ ಒಗಟಾಯಿತು. ಹಗುರವಾಗಿ ತಳ್ಳಿಬಿಡುವಂಥ ವಿಷಯವಲ್ಲ. ತಂದೆಯನ್ನು ಬಹಳಷ್ಟು ಗೌರವ, ಅಭಿಮಾನಗಳೊಂದಿಗೆ ನೋಡುವ ವಿಷಯ ಅವಳಿಗೇನು ತಿಳಿಯದಲ್ಲ. ಮೃದುಮನದಲ್ಲಿ ಒರಟುತನ ಇಣುಕಲು ಕಾರಣವೇನು?

"ಪ್ಲೀಸ್ ಸಂತೋಷ್, ವಿಷ್ಯ ಏನೂಂತ ಹೇಳಿ" ಯೋಚನೆಯ ಸ್ವರದಲ್ಲಿ ಕೇಳಿದಾಗ ಅವನ ಮುಖದಲ್ಲಿ ಮೃದುತ್ವ ಉಕ್ಕಿತು. "ಬರೀ ಅಳಿಯನಾಗಿದ್ರೆ ಚೆನ್ನಾಗಿತ್ತು. ಈಗ್ಲೂ ತಲೆ ಕೆಡ್ಸಿಕೊಳ್ಳುವಂಥ ವಿಷ್ಯವಲ್ಲ. ಅವರು ಒಪ್ಪಿಸಿಕೊಂಡ್ರೆ ಹೈದರಾಬಾದ್‌ಗೆ ಹೋಗ್ಬಿಡೋಣ!" ಅರ್ಥಗರ್ಭಿತವಾಗಿ ಹೇಳಿದ.

ಕಟ್ಟೋ ಬೋನಸ್ ವಿಷಯ, ಕಾರ್ಮಿಕರ ಹಿತಾಸಕ್ತಿಗಾಗಿ ಮ್ಯಾನೇಜ್‌ಮೆಂಟ್‌ನಿಂದ ವ್ಯಯವಾಗುತ್ತಿರುವ ಹಣ ಇವೆಲ್ಲ ಅವನ ಸೀಟ್‌ನ ಹಿರಿಮೆಯನ್ನು ಪ್ರಶ್ನಿಸುವಂತಿತ್ತು. ಕಿಟಕಿಯ ಬಳಿ ಅವಳಿಗೆ ಬೆನ್ನಾಗಿ ನಿಂತ ಸಂತೋಷ್ ಇತ್ತ ತಿರುಗಿದ. ಹೇಳಬೇಕೆಂದುಕೊಂಡ ಮಾತುಗಳು ಒಳಗೇ ಉಳಿದವು. ಹಣೆಯನ್ನುಜ್ಜಿದ.

"ಲೀನಾ, ನಾವು ಹೈದರಾಬಾದ್‌ಗೆ ವಾಪಸ್ಸು ಹೋಗ್ಬಿಡೋಣ!" ಅವಳ ಕಣ್ಣುಗಳಲ್ಲಿನ ವಿಸ್ಮಯ ಮರೆಯಾಗಲಿಲ್ಲ. "ನಿಮ್ತಂದೆ ಜೊತೆ ಅವಿನಾಶ್ ಬರ್ತಾ ಇದ್ದಾರೆ. ಸದ್ಯಕ್ಕೆ ನನ್ನನ್ನು ಅಲ್ಯೂಮಿನಿಯಂ ಫ್ಯಾಕ್ಟರಿಗೆ ಟ್ರಾನ್ಸ್‌ಫರ್ ಮಾಡುವ ಉದ್ದೇಶವಿರುವ ಹಾಗೆ ಕಾಣುತ್ತೆ. ನಂಗೆ ಅಗತ್ಯವಿಲ್ಲ."

ಅರ್ಥ ಮಾಡಿಕೊಳ್ಳುವುದು ಲೀನಾಗೆ ಕಷ್ಟವಾಯಿತು. ಈ ಫ್ಯಾಕ್ಟರಿಯ ಸರ್ವಸ್ವಾಮ್ಯವನ್ನು ಮದುವೆಯ ಹಿಂದೆಯೇ ಮಗಳು ಅಳಿಯನಿಗೆ ಒಪ್ಪಿಸಿದ್ದರು. ಅನಿರೀಕ್ಷಿತವಾಗಿ ಬದಲಾವಣೆಗೆ ಕಾರಣ ಹುಡುಕಲು ಹೋಗಿ ಸೋತಳು.

"ಈ ಎಳೆದಾಡುವ ಕಮರ್ಷಿಯಲ್ ಲೈನ್ ನಂಗೆ ಇಷ್ಟವಾಗೋಲ್ಲ!" ದೃಢವಾಗಿ ಹೇಳಿದ.

ಲೀನಾ ಕುಸಿದು ಕೂತಳು. ಅವಿನಾಶ್ ಬರುವುದು ಅವಳಲ್ಲಿ ಭಯವನ್ನೇ ಹುಟ್ಟಿಸಿತು. ಸ್ವಂತ ಸೋದರತ್ತೆಯ ಮಗ. ಆಗಾಗ ಒಟ್ಟಿಗೇ ಸೇರುವುದು ಇತ್ತು. ಹೈದರಾಬಾದ್‌ಗೆ ಬಂದರೆ ತಿಂಗಳುಗಟ್ಟಲೇ ಉಳಿಯುತ್ತಿದ್ದ. ಸಲಿಗೆ, ಸರಸ ಓಡಾಟ ಎಲ್ಲಾ ಇತ್ತು. ಹೆಚ್ಚಿನ ತರಬೇತಿಗಾಗಿ ಅಮೇರಿಕಕ್ಕೆ ಅವನ ತಂದೆ ಕಳಿಸಿದ್ದರು.

ಅವಿನಾಶ್‌ನ ಕಣ್ಣುಗಳು ಕಣ್ಮುಂದೆ ಇಣುಕಿದಾಗ ಯಾಕೋ ಅವಳೆದೆ ಹಾರಿತು. ವಾರೆಗಣ್ಣಿಂದ ಸಂತೋಷ್ ಕಡೆ ನೋಡಿದಳು. ಗಂಭೀರ ಮುಖದಲ್ಲಿ ಅಸಮಾಧಾನದ ಛಾಯೆ ಸ್ಪಷ್ಟವಾಗಿತ್ತು.

ಎಷ್ಟೋ ಹೊತ್ತಿನ ಮೇಲೆ ಯೋಚಿಸಿ ಸಮಾಧಾನಕ್ಕೆ ಬಂದಮೇಲೆ ಅವನ ಮನ ಹಗುರವಾಗಿತ್ತು. ಹಕ್ಕಿಯಂತೆ ಹಾರಿದ ಮನ ತಕ್ಷಣ ಕುಸಿಯಿತು. ನೆನಪು ನೋವಾಗಿ ತಲೆಯ ಮೇಲೆ ಒರಗಿದಾಗ ಬಳಲಿದ ಎದೆಯಲ್ಲಿ ಸಲಾಕೆ ಆಡಿಸಿದಂಥ ನೋವು.

ಹೃದಯದಲ್ಲಿ ಅಡಗಿನಿಂತಿದ್ದ ಪ್ರತಿಮೆ ಎದುರು ಬಂದು ನಿಂತಾಗ ಮುಖ ತಗ್ಗಿಸುವಂತಾಯಿತು. ಹೆಣ್ಣು, ಪ್ರೀತಿ ಪ್ರೇಮ – ಸಮಸ್ಯೆಯೆನಿಸಿತು.

ಅಂದು ಇಡೀ ರಾತ್ರಿ ಲೀನಾ ನಿದ್ರಿಸಲಿಲ್ಲ. ಬಲವಂತವಾಗಿ ಕಣ್ಮುಚ್ಚಿ ಮಲಗಿದರೂ ಬೆಚ್ಚಿ ಎದ್ದು ಕೂಡುತ್ತಿದ್ದಳು. ಭಯ ಕಾಣತೊಡಗಿತು. ಎದ್ದು ಕೂತಳು. ಮಬ್ಬು ಹಸಿರು ದೀಪದ ಬೆಳಕಿನಲ್ಲಿ ಸಂತೋಷ್‌ನ ದಿಟ್ಟಿಸಿದಳು. ಆರಾಮಾಗಿ ನಿದ್ರಿಸುತ್ತಿದ್ದ. ಮುಖದ ಮಾರ್ದವತೆ ಚೆನ್ನೆನಿಸಿತು. ಬಗ್ಗಿ ಹಣೆಯ ಮೇಲಿನ ಕೂದಲನ್ನು ಪಕ್ಕಕ್ಕೆ ಸರಿಸಿ ಚುಂಬಿಸಿದಳು.

ತಟ್ಟನೇ ಸಂತೋಷ್ ಎಚ್ಚರಗೊಂಡ. ಬಿಸಿಯುಸಿರು ಕೆನ್ನೆಗೆ ರಾಚುತ್ತಿತ್ತು. ಕಣ್ತೆರೆದು ಚಕಿತನಾಗಿ ಎದ್ದು ಕೂತ.

ಲೀನಾನ ಬಳಸಿ ಹತ್ತಿರಕ್ಕೆಳೆದುಕೊಂಡು ಪಿಸುಗುಟ್ಟಿದ.

"ನಿಮ್ತಂದೆ ಬರ್‍ತಾರ ಅನ್ನೋ ಆನಂದದಲ್ಲಿ ನಿದ್ದೆ ಬರ್ಲಿಲ್ವಾ?" ತೊಡೆಯ ಮೇಲೆ ತಲೆಯಿಟ್ಟಳು. "ಪಪ್ಪನದೆಲ್ಲ ವ್ಯವಹಾರ ಬುದ್ಧಿನೇ! ತಾವೇ ಥೀಪ್ ಅನ್ನೋ ತರಹ ವರ್ತಿಸ್ತಾರೆ" ಸಂತೋಷ್ ನಕ್ಕುಬಿಟ್ಟ.

"ಆ ಬುದ್ಧಿ ಇಲ್ದಿದ್ರೆ ಇಂಥ ಹತ್ತಾರು ಫ್ಯಾಕ್ಟರಿಗಳ್ನ ನಿಭಾಯಿಸೋಕೆ ಆಗ್ತಾ ಇತ್ತಾ? ಲೀನಾಳ ಕಣ್ಣುಗಳು ಕಿರಿದಾಗಿತ್ತು.

ಚಂದ್ರಕಾಂತ್‌ದು ವ್ಯಾವಹಾರಿಕ ಜೀವನ. ಇಡೀ ಬಂಧು–ಬಳಗವನ್ನು ಇಂಡಸ್ಟ್ರಿಗೆ ತಂದಿದ್ದರು. ಟ್ಯಾಕ್ಸ್ ಸಲುವಾಗಿ ಬೇರೆಬೇರೆಯವರ ಹೆಸರಿನಲ್ಲಿ ಪ್ರಾಪರ್ಟಿ ಹಂಚಿಹೋಗಿದ್ದರೂ ಪೂರ್ಣ ಹಿಡಿತ ಇವರ ಕೈಯಲ್ಲಿತ್ತು.

ಅವನೆದೆಯ ಮೇಲೆ ತಲೆಯಿಟ್ಟೇ ನಿದ್ದೆ ಮಾಡಿದಳು. ಬೆಳಗಿನ ಜಾವದಲ್ಲಿ ಎರಡು ಸಲ ಬೆಚ್ಚಿಬಿದ್ದಾಗ ಸಂತೋಷ್ ಆತಂಕಗೊಂಡ.

"ಲೀನಾ, ಏನೋ ಮುಚ್ಚಿಡ್ತಾ ಇದ್ದೀಯಾ! ನಿಂಗೆ ಹೈದರಾಬಾದ್‌ಗೆ ಹಿಂದಿರುಗೋದು ಇಷ್ಟವಿಲ್ವಾ?" ತುಟಿ ಬಿಚ್ಚದೆ ಲೀನಾ ತೊಳಲಾಡಿದಾಗ ಅವಳ ಕಣ್ಣುಗಳಲ್ಲಿ ಕಂಡ ಭಯ ವಿಸ್ಮಿತವನ್ನಾಗಿ ಮಾಡಿತು. ಕೆಳತುಟಿಯನ್ನು ಹಲ್ಲಿನಡಿ ಕಚ್ಚಿ ಹಿಡಿದ.

ಅವನ ಯೋಚನಾಲಹರಿ ಹತ್ತಾರು ದಿಕ್ಕಿನಲ್ಲಿ ಅಲೆದಾಡಿತು. ಇಲ್ಲಿಗಿಂತ ಅವನ

ತಂದೆಯ ಮನೆಯಲ್ಲಿ ಲೀನಾ ಭಿನ್ನವಾಗಿ ಜೀವಿಸಬೇಕಿರಲಿಲ್ಲ. ಅಲ್ಲೂ ಶ್ರೀಮಂತಿಕೆಯ ವಾತಾವರಣವೆ! ಆ ಪರಿಸರದಲ್ಲಿ ಹೊಂದಿಕೊಂಡೇ ಬೆಳೆದವಳು. ಇನ್ನು ಭಯಕ್ಕೆ ಕಾರಣ? ಮಿದುಳು ಉತ್ತರ ಹುಡುಕಲಾರದ ಸೋಲೊಪ್ಪಿಕೊಂಡಿತು.

ಪೂರ್ತಿ ಬೆಳಕು ಹರಿದ ಮೇಲೆ ಗಾಢವಾಗಿ ನಿದ್ದೆ ಅಪ್ಪಿದವಳನ್ನು ಸರಿಯಾಗಿ ಮಲಗಿಸಿ ಹೊದ್ದಿಸಿದ. ಮಿದುಳಿನಲ್ಲಿ ಹೊಕ್ಕ ಪ್ರಶ್ನೆ, ಲೀನಾಳ ಭಯ, ಮನದ ಬೇಸರ ಎಲ್ಲವನ್ನೂ ಕೊಡವಿಕೊಂಡು ಮೇಲಕ್ಕೆದ್ದ.

ಎಲ್ಲಾ ಮುಗಿಸಿ ರೆಡಿಯಾಗಿ ಕೋಣೆಗೆ ಬಂದಾಗ ಲೀನಾ ಗಾಢವಾದ ನಿದ್ದೆಯಲ್ಲಿದ್ದಳು. ಎಚ್ಚರಿಸುವ ಮನಸ್ಸಾಗದೆ ಹೊರಗೆ ಬಂದ. ಕಾರಿನ ಬಳಿಗೆ ಹೋದವನು ಮತ್ತೆ ಹಿಂದಿರುಗಿ ಬಂದ. ಮಗಳು ಎದುರುಗೊಳ್ಳಲು ಬರದಿದ್ದರ ಅವರ ಮುಖದ ಬೇಸರಕ್ಕೆ ಉತ್ತರ ಹೇಳುವುದು ಕಷ್ಟವೆನಿಸಿತು.

ಪಕ್ಕದಲ್ಲಿ ಕೂತ ಅವನ ಕೈ ಬೆರಳುಗಳು ಲೀನಾಳ ಕೂದಲಿನಲ್ಲಾಡಿತು. ಅರೆ ಮನದಿಂದಲೇ ಎಚ್ಚರಿಸಿದ.

"ಲೀನಾ, ನಿಮ್ಮ ಪಪ್ಪ ಬರ್ತಾರೆ."

ಬೆಚ್ಚಿದವಳನತೆ ದಢಕ್ಕನೆ ಎದ್ದು ಕೂತಳು. ನಿದ್ದೆಯ ಅಮಲಿನಿಂದ ಕಣ್ಣುಗಳು ತೂಗುತ್ತಿದ್ದವು. ರಾತ್ರಿ ನಿದ್ದೆ ಇಲ್ಲದ ಕಾರಣ ಮೈ ಭಾರವೆನಿಸಿ ಅವನ ತೋಳಿಗೆ ಮುಖವಚ್ಚಿದಳು.

"ಮಾವ ಬೇಜಾರು ಮಾಡ್ಕೋತಾರೆ, ಬೇಗ ರೆಡಿಯಾಗು" ಕೆನ್ನೆ ಸವರಿ ಮೇಲಕ್ಕೆದ್ದ ಲೀನಾ ಬಾತ್‌ರೂಮ್‌ನತ್ತ ನಡೆದಳು. ಅವಿನಾಶ್ ವಿದೇಶದಿಂದ ಹಿಂದಿರುಗದಿದ್ರೆ.... ಚೆನ್ನಾಗಿತ್ತು! ಮನದ ಹಂಬಲಿಕೆ ಬೆಲೂನ್‌ನಂತೆ ಊದಿ ಪುಸ್ ಎಂದಿತ್ತು.

"ಲೀನಾ.... ಲೀನಾ...." ಸಂತೋಷ್‌ನ ಕೂಗು ಅವಳನ್ನು ಎಚ್ಚರಿಸಿತು. ಬೇಗ ಸ್ನಾನ ಮುಗಿಸಿ ಹೊರಗೆಬಂದಳು. ದೊಡ್ಡ ಟರ್ಕಿ ಟವಲುಟ್ಟ ಮೈಸಿರಿ. ಸಂತೋಷ್ ಕಣ್ಣು ಹಾರಿಸಿ ಫೋನ್‌ನತ್ತ ನಡೆದ.

ಇವರು ಏರ್‌ಪೋರ್ಟ್ ತಲುಪಿದ ಹತ್ತು ನಿಮಿಷಗಳ ಮೇಲೆ ವಿಮಾನ ಧರೆಗಿಳಿಯಿತು. ಕಪ್ಪು ಗಾಗಲ್ಸ್, ಫುಲ್‌ಸೂಟ್‌ನಲ್ಲಿ ಅಲಂಕೃತನಾದ ಅವಿನಾಶ್ ಲೀನಾಳ ತಂದೆಯ ಜೊತೆ ಬಂದ. ಅವನ ನಡಿಗೆಯಲ್ಲಿ ಠೀವಿ ಇತ್ತು. ಮುಖದಲ್ಲಿ ಹೆಚ್ಚೆನಿಸುವಷ್ಟು ಅಹಂಭಾವ. ಲೀನಾಳ ಎತ್ತರಕ್ಕಿಂತ ಸ್ವಲ್ಪ ಕಡಿಮೆ ಉದ್ದದ ಅವಿನಾಶ್ ಕೆಂಪುಮಿಶ್ರಿತ ಬಿಳಿಯ ಬಣ್ಣ. ಮಾಟವಾಗಿ ಕತ್ತರಿಸಿದ ಗಡ್ಡ, ಸೈಡ್ ಲಾಕ್, ದಪ್ಪ ಮೀಸೆ, ಅತಿಯಾದ ಸಿಗರೇಟು ಸೇವನೆಯಿಂದ ಕಳೆಗಟ್ಟ ತುಟಿಗಳು.

ಪರಿಚಯಿಸುವುದಕ್ಕೆ ಮುನ್ನವೇ ಬಂದು ಸಂತೋಷ್ ಕೈ ಕುಲುಕಿದ. "ಗ್ಲ್ಯಾಡ್ ಟು ಮೀಟ್ ಯು...." ಸ್ವರ ಸ್ವಲ್ಪ ಕರ್ಕಶವೆನಿಸಿತು. ಸಂತೋಷ್ ತುಟಿಗಳ ಮೇಲೆ ಬಲವಂತದ ತೆಳುನಗೆ ಇಣುಕಿತು.

ಲೀನಾ ತಕ್ಷಣ ಮುಖ ಪಕ್ಕಕ್ಕೆ ತಿರುಗಿಸಿಕೊಂಡಳು. ಯಾವುದೋ ಭಯ

ಅವಳನ್ನು ಕಿತ್ತು ತಿನ್ನುತ್ತ ಇತ್ತು. ಸರಾಗವಾಗಿ ಹರಿಯುತ್ತಿದ್ದ ನೀರಿನಲ್ಲಿ ಕಲ್ಲು ಎಸೆದಂತಾಗಿತ್ತು. ಅವಿನಾಶನ ಬರವು ಅವನ ಕಟು ಸ್ವಭಾವ ಅವಳಿಗೆ ಗೊತ್ತು.

ಚಂದ್ರಕಾಂತ್ ಕಣ್ಣುಗಳು ಕಿರಿದಾದವು.

"ಲೀನಾ ಏನೋ ಒಂದು ತರಹ ಇದ್ದೀಯಲ್ಲ!" ಅವರ ಕಣ್ಣುಗಳು ಕಿರಿದಾದವು. "ಏನಿಲ್ಲ ಪಪ್ಪ...." ಒಣ ಸಮಾಧಾನ ಅವರನ್ನೇನು ತೃಪ್ತಿಪಡಿಸಲಿಲ್ಲ.

ಕಾರು ಹತ್ತುವವರೆಗೂ ಮತ್ತೊಂದು ಮಾತಿಲ್ಲ. ಎರಡು ಸಲ ಅವಿನಾಶ್ ಅವಳನ್ನ ಮಾತನಾಡಿಸಲು ಪ್ರಯತ್ನಿಸಿದರೂ ಅವಳು ಯಾವ ಉತ್ಸಾಹವನ್ನೂ ತೋರಿಸಲಿಲ್ಲ. ಸಂತೋಷ್ ಗೊಂದಲದಲ್ಲಿ ಬಿದ್ದ.

ಮುಖಾಮುಖಿ ಪರಿಚಯ ಮಾತುಕತೆ ಇಲ್ಲದಿದ್ದರೂ ಅವಿನಾಶ್ ತೀರಾ ಅಪರಿಚಿತನೇನೂ ಅಲ್ಲ. ಎಷ್ಟೋ ಸಲ ನೋಡಿದ್ದ. ಒಂದೆರಡು ಬಾರಿ ಇವರ ಮನೆಯವರೆಗೂ ಬಂದಿದ್ದರೂ ಮಾತುಕತೆಗೆ ಸಂದರ್ಭ ಕೂಡಿಬಂದಿರಲಿಲ್ಲ.

"ನಮ್ಮ ಲೀನಾ ಮದ್ವೆಯಾದ್ಮೇಲೆ ಮೂಕಿ ಆಗ್ಬಿಟ್ಟಿದ್ದಾಳೆ!" ತಲೆ ಹಾರಿಸಿ ಹೇಳಿದಾಗ ಸಂತೋಷ್ ಮುಗುಳ್ನಕ್ಕ. "ಬದಲಾವಣೆಗೆ ಇದೊಂದು ತಿರುವು ಅಲ್ವಾ?" ಲೀನಾ ಗೆಲುವಿನಿಂದ ಹೇಳಿದಾಗ ಚಂದ್ರಕಾಂತ್ ದೊಡ್ಡ ಧ್ವನಿಯಲ್ಲಿ ನಕ್ಕರು.

ಮನೆಯಲ್ಲಿ ಅವರು ಪಡೆದಿದ್ದು ಹತ್ತೇ ನಿಮಿಷದ ವಿಶ್ರಾಂತಿ. ಫ್ಯಾಕ್ಟರಿಗೆ ಹೊರಡುವ ಆತುರ ತೋರಿಸಿದರು. ಫ್ಯಾಕ್ಟರಿಯ ಕೆಲವು ವಿಷಯಗಳ ಬಗ್ಗೆ ಎಚ್ಚರಿಸಿದಾಗ ಸಂತೋಷ್ ಗಂಭೀರನಾದ.

"ಸದ್ಯಕ್ಕೆ ಇಲ್ಲಿ ಅವಿನಾಶ್ ನೋಡ್ತಾನೆ. ನೀನು ಸ್ಟಾರ್ ಅಲ್ಯೂಮಿನಿಯಂಗೆ ಹೋಗ್ಬೇಕು. ಎಲ್ಲಾ ಕಡೆಯ ಅನುಭವ ಸ್ವಲ್ಪ ಸ್ವಲ್ಪ ರೂಢಿಸಿಕೊಂಡ್ರೆ ನಿಂಗೆ ಮುಂದೆ ಪ್ರಯೋಜನಕ್ಕೆ ಬರುತ್ತೆ. ಮಾಲೀಕತ್ವದ ಹತ್ತಾರು ತಂತ್ರಗಳನ್ನು ಅಭ್ಯಸಿಸಬೇಕಾಗುತ್ತೆ. ಒಂದೇ ಕಡೆ ಅದೆಲ್ಲ ಸಾಧ್ಯವಿಲ್ಲ. ಪಟ್ಟು ತಂತ್ರಗಳನ್ನು ಪೂರ್ಣವಾಗಿ ತಿಳಿಯದಿದ್ರೆ... ಮುಂದೆ ಸಫರ್ ಮಾಡ್ಬೇಕಾಗುತ್ತೆ!" ಅವರ ಅರ್ಥಗರ್ಭಿತ ಮಾತುಗಳು ಮೊದಲು ಒರಟಾಗಿ ಕಂಡರೂ ವ್ಯವಹಾರ ಚತುರತೆಗೆ ದಂಗಾದ.

ಬಲವಾಗಿ ಒಂದೆಡೆ ಬೇರೂರುವ ವ್ಯವಸ್ಥೆ ಇಡೀ ಕುರ್ಚಿಯನ್ನು ಅಲುಗಾಡಿಸುವ ತಂತ್ರ, ಮನದಲ್ಲೇ ನಕ್ಕ. ಮೊದಲಿನಿಂದಲೂ ಇಂತಹ ಆಸೆ, ಆಕಾಂಕ್ಷೆಗಳು ಅವನಲ್ಲಿ ಬೇರೂರಿರಲಿಲ್ಲ. ಬರೀ ಉದ್ಯೋಗದ ನೆಪದಲ್ಲಿ ಇಲ್ಲಿಗೆ ಬಂದಿದ್ದು. ಯಾವ ಆಕರ್ಷಣೆಯೂ ಅವನನ್ನು ಬಾಧಿಸಲಿಲ್ಲ.

"ಎಕ್ಸ್‌ಕ್ಯೂಜ್... ಮೀ, ನಂಗ್ಯಾಕೋ ಆಸಕ್ತಿ ಇಲ್ಲ. ನಾನು ಲೀನಾ ಹೈದರಾಬಾದ್‌ಗೆ ಹಿಂದಿರುಗಿಬಿಡ್ತೀವಿ" ಬಿಡಿಬಿಡಿಯಾಗಿ ಬಿಡಿಸಿ ಹೇಳದಿದ್ದರೂ ಮನದಲ್ಲಿದ್ದುದ್ದನ್ನು ಸಂತೋಷ್ ಸ್ಪಷ್ಟವಾಗಿ ನುಡಿದ.

ಚಂದ್ರಕಾಂತ್ ಬೆಚ್ಚಿಬಿದ್ದರು. ಕೈಯಲ್ಲಿದ್ದ ಪೈಪನ್ನು ಕೊಡವಿ ಕೆಳಗಿಟ್ಟರು. ಅವರ ಕಣ್ಣುಗಳು ಮೇಲ್ಮುಖವಾಗಿ ತೇಲಾಡಿದವು. ಸಂತೋಷ್ ಕಡೆ ನೋಡಿದರು. ತಾವು ಚಿಕ್ಕಂದಿನಿಂದ ನೋಡಿದವನೇ! ಇದೊಂದು ಹೊಸ ಬಗೆಯೆನಿಸಿತು.

ಇವರ ಇಡೀ ಬಂಧುವರ್ಗದವರು ಈ ಫ್ಯಾಕ್ಟರಿಗಳಲ್ಲಿ ಹಂಚಿಹೋಗಿದ್ದರು. ಬೇರೆಯವರಿಗೆ ಜವಾಬ್ದಾರಿ ಹುದ್ದೆಗಳನ್ನು ವಹಿಸಿ ಕೊಟ್ಟಿದ್ದೇ ಇಲ್ಲ. ಅಪರೂಪಕ್ಕೆ ಆ ಸ್ಥಾನ ಭರ್ತಿ ಮಾಡಿದ್ದರೂ ಸ್ವಾತಂತ್ರ್ಯವನ್ನು ಮೊಟಕುಗೊಳಿಸಿ ಮೇಲಿನ ಹುಕುಂಗೆ ಕಾಯಬೇಕಾದ ಸ್ಥಿತಿಯನ್ನು ಅವರ ಅರಿವಿಗೆ ಬಾರದಂತೆ ಕಾಯ್ದಿಡುತ್ತಿದ್ದರು.

"ನನ್ನ ಪ್ರಕಾರ ಅಳಿಯನಿಗೂ, ಮಗನಿಗೂ ಯಾವ ವ್ಯತ್ಯಾಸವೂ ಇಲ್ಲ. ಮುಂದೆ ಹೆಚ್ಚಿನ ಜವಾಬ್ದಾರಿ ತಲೆಯ ಮೇಲೆ ಬಿದ್ದಾಗ ಕುಸಿಯೋದು ಬೇಡಾಂತ ನನ್ನ ಉದ್ದೇಶ."

ಸಂತೋಷ್ ತುಟಿ ಎರಡು ಮಾಡದೆ ಸುಮ್ಮನೆ ಕೂತ.

ಫ್ಯಾಕ್ಟರಿಯನ್ನು ಒಂದು ಸಲ ಸುತ್ತಿ ಬಂದರು. ಅವಿನಾಶ್ ಮಾತ್ರ ಪ್ರತಿಯೊಂದರಲ್ಲೂ ಆಸಕ್ತಿ ತೋರಿಸಿದ. ಛೇಂಬರ್‌ಗೆ ಬಂದಾಗ ಶ್ವೇತ ಉಡುಪಿನ ವಿಜಯ ಗಮನ ಸೆಳೆದಳು. ಸರಳ ನಡೆನುಡಿಯಿದ್ದರೂ, ಮಾತಿನಲ್ಲಿ ಚುರುಕು, ತುಟಿಯಂಚಿನ ಮಾಸದ ನಗು ಒಂದುಕ್ಷಣ ಅವನನ್ನು ಗಲಿಬಿಲಿಗೊಳಿಸಿತು.

"ಶೀ..." ತುಟಿ ಓರೆ ಮಾಡಿ ಹಲ್ಲಿನಡಿ ಕಚ್ಚಿದ. ಸಂತೋಷ್ ಹುಬ್ಬೆತ್ತಿ ಮರೆತವನಂತೆ ಪರಿಚಯಿಸಿದ.

ಇಡೀ ಛೇಂಬರ್ ಸಿಗರೇಟಿನ ಹೊಗೆಯೊಂದಿಗೆ ತುಂಬಿಹೋಯಿತು. ಬೇರೆ ಕಾರ್ಯದತ್ತ ಚಂದ್ರಕಾಂತ್ ಹೊರಟರೂ ಅವಿನಾಶ್ ಅಲ್ಲೇ ಉಳಿದ. ತಲೆಯ ಬಿಸಿ ಕಡಿಮೆಯಾಗಿಸಲು ಸಿಗರೇಟು ಒಂದರ ಹಿಂದೆ ಒಂದು ಹಚ್ಚತೊಡಗಿದಾಗ ಫೈಲ್ ಹಿಡಿದುಬಂದ ವಿಜಯಗೆ ಉಗ್ಗುವಂತಾಯಿತು. ಪಾದಗಳು ನೆಲದಲ್ಲೂರಿ ನಿಂತವು.

"ಆಮೇಲೆ ನೋಡ್ತೀನಿ" ಅರಿತವನಂತೆ ನುಡಿದಾಗ ಅವಿನಾಶ್ ಹುಬ್ಬು ಕುಣಿಸಿ ಒಂದು ವಿಧವಾಗಿ ನಕ್ಕ. ನಾವುಗಳು ಇರೋ ಟೆನ್ಸನ್‌ನಲ್ಲಿ ಸ್ವಲ್ಪವಾದ್ರೂ ಕಾನ್ಸೋಲೇಷನ್ ಆಗಿ ಇರೋಕೆ ಸುಂದರ ಹುಡ್ಗಿಯರು ಬೇಕು! ನಡಿಗೆ, ಮಾತು, ನವಿರಾದ ನಗು ಚೈತನ್ಯ ತುಂಬಿಕೊಡುತ್ತೆ! ಕ್ರಾಪ್ ಹಾರಿಸಿದ. ಸಂತೋಷ್ ಬೇರೆಡೆ ನೋಟವರಿಸಿದ.

ಚಂದ್ರಕಾಂತ್ ಹೊರಟರೂ ಅವಿನಾಶ್ ಇಲ್ಲಿಯೇ ಉಳಿದುಕೊಂಡಿದ್ದ. ಸಂತೋಷ್ ಮನಸ್ಸಿಗೆ ವಿರುದ್ಧವಾಗಿ ಯಾವ ಬದಲಾವಣೆಯನ್ನೂ ಮಾಡಲು ಅವರು ಇಚ್ಛಿಸಲಿಲ್ಲ. ಈ ಅಧಿಕಾರ, ಮಾಲೀಕತ್ವದ ಅಮಲು ಪೂರ್ತಿಯಾಗಿ ಏರುವವರೆಗೂ ವಿರಾಗಿಯಾಗಿದ್ದವನು ಕೂಡ ಆ ಲಾಲಸೆಯಿಂದ ತಪ್ಪಿಸಿಕೊಳ್ಳುವುದು ಸಾಧ್ಯವಿಲ್ಲವೆಂದು ಅವನಿಗೆ ಗೊತ್ತು.

ಹೋಗುವ ಮುನ್ನ ಸಂತೋಷ್ ಭುಜತಟ್ಟಿ ಹೇಳಿದ್ದರು.

"ಮಿಸ್ಟರ್ ಸಂತೋಷ್, ನಿನ್ನ ಬಗ್ಗೆ ನಂಗೆ ಪೂರ್ಣ ವಿಶ್ವಾಸ ಇದೆ. ಕಾಲಾವಕಾಶ ಬೇಕು ಇದಕ್ಕೆಲ್ಲ ಹೊಂದಿಕೊಳ್ಳೋಕೆ. ಆಮೇಲೆ ಅದ್ರಿಂದ ಹೊರಬರೋಕೆ ಸಾಧ್ಯವಿಲ್ಲ. ಒಂದ್ವರ್ಷ ನೋಡು... ಇಷ್ಟವಿಲ್ಲಂದ್ರೆ...ಬೇಡ. ನಿನ್ನ ಮನಸ್ಸಿನ ಪ್ರಕಾರ ಮುಂದುವರಿಯಬಹುದ್ದು!"

ಅಂದು ಆಫೀಸಿನಿಂದ ಬಂದಾಗ ಲೀನಾ, ಅವಿನಾಶ್ ಎದುರುಬದುರು

ಕೂತಿದ್ದರು. ಅವಳು ಮುಖ ದುಮ್ಮಿಸಿ ಕೂತಿದ್ದರೆ ಅವಿನಾಶ್ ಮುಖದ ಮೇಲೆ ಗೆಲುವಿತ್ತು. ಹುಬ್ಬೇರಿಸುವಂತಾಯಿತು ಸಂತೋಷ್‌ಗೆ. ಹಗುರವಾಗಿ ನಕ್ಕುಬಿಟ್ಟ.

"ಅವಿನಾಶ್, ಲೀನಾ ಜೊತೆ ಏನಾದ್ರೂ ಫೈಟಿಂಗಾ?" ಅವಿನಾಶ್ ಗಹಗಹಿಸಿದ. ಆಗ ಅವನ ಕಣ್ಣುಗಳಲ್ಲಿ ತೀಕ್ಷ್ಣತೆ ಹೆಚ್ಚಾಯಿತು. "ಯಾರ ಹತ್ರ ಫೈಟಿಂಗ್ ಮಾಡಿದ್ರೂ ಗೆಲುವು ನನ್ನದೇ" ಮುಷ್ಟಿ ಬಿಗಿದು ಹೆಬ್ಬೆರಳು ಎತ್ತಿ ಎದೆಯತ್ತ ಮಾಡಿದ.

"ಈ ಅಭಿಪ್ರಾಯ ಬೇಗ ಬದಲಾಯ್ಸಿಕೊಳ್ಳೋದು ಒಳ್ಳೆದು!" ಲೀನಾ ಪಕ್ಕ ಬಂದು ಕೂತ.

ಅವಿನಾಶ್ ಸೋಫಾ ಬೆನ್ನು ಬಿಟ್ಟು ಮುಂದಕ್ಕೆ ಬಂದ. ಮುಖ ಗಂಟಾಯಿತು. ಕೈ ಬೆರಳುಗಳು ಬಿಗಿದುಕೊಂಡವು. ಮುಷ್ಟಿ ಬಿಗಿದುಕೊಂಡಿತು.

"ಇಂಪಾಜಿಬಲ್, ಈ ಅವಿನಾಶ್ ಸೋಲು ಕಂಡೇ ಇಲ್ಲ. ಮುಂದೆ ಕಾಣೋದು ಇಲ್ಲ!" ಸ್ವರದಲ್ಲಿ ದೃಢತೆ ಎದ್ದು ಕಾಣುತ್ತಿತ್ತು. "ಹೌದು..." ಸಂತೋಷ್ ತುಟಿಗಳ ಮೇಲೆ ಕಿರುನಗೆ ಇಣುಕಿತು. ಅದರಲ್ಲಿನ ಪರಿಹಾಸ್ಯ ಅವನನ್ನು ಅಣಕಿಸಿದಂತಾಯಿತು.

ಅವಿನಾಶ್ ತನ್ನ ಅತಿಯಾದ ವಿಶ್ವಾಸದ ಬಗ್ಗೆ ಬಂಡಲ್ ಬಿಚ್ಚಿದಾಗ ಸಂತೋಷ್ ಎದೆಯ ಮೇಲೆ ಕೈಕಟ್ಟಿ ಸೋಫಾ ಬೆನ್ನಿಗೆ ಒರಗಿದ. ಲೀನಾ ತುಟಿ ಬಿಚ್ಚದೆ ಕೂತಿದ್ದು ಅವನಿಗೆ ಆಶ್ಚರ್ಯವಾಯಿತು.

ಅವಿನಾಶ್, ಲೀನಾ ಒಟ್ಟಾಗಿ ಓಡಾಡಿದ್ದು ಕೂಡ ಕಂಡಿದ್ದ. ಸೋದರತ್ತೆಯ ಮಗನಲ್ಲಿ ಸಲುಗೆ ಸಹಜ. ಅಂದು ಅದರ ಬಗ್ಗೆ ತಲೆಕೆಡಿಸಿಕೊಳ್ಳುವ ಅವಶ್ಯಕತೆ ಇರಲಿಲ್ಲ. ಮದುವೆಗೆ ಮುನ್ನ ಮತ್ತು ಆಮೇಲೆ ಎಂದೂ ಅಂತಹ ನೆನಪುಗಳು ಕಾಡಿರಲಿಲ್ಲ. ಈಗಲೂ ಹೆಚ್ಚಿಗೆ ಭಾವಿಸಲು ಸಿದ್ಧನಿಲ್ಲ.

ಲೀನಾ ತಲೆಗೆ ಕೈಯೊತ್ತಿದಳು. ಅವಿನಾಶ್‌ನ ಮಾತುಗಳು ಕೇಳಿ ಅವಳಿಗೆ ಚಿಟ್ಟೆನಿಸಿಬಿಟ್ಟಿತು.

"ದಯವಿಟ್ಟು ನಿಲ್ಸು... ಇನ್ನು ಕೇಳಿದ್ರೆ ದೇವ್ರೇ ಗತಿ" ಲೀನಾ ಏರುಸ್ವರದಲ್ಲಿ ನುಡಿದು ಎದ್ದು ಹೋದಾಗ ಅವಿನಾಶ್ ಕಣ್ಣುಗಳಲ್ಲಿ ಕೆಂಪು ಕಾಣಿಸಿಕೊಂಡರೂ ತುಟಿಯಂಚಿನಲ್ಲಿ ವ್ಯಂಗ್ಯನಗು ಕಾಣಿಸಿತು. "ಮಿಸ್ಟರ್ ಸಂತೋಷ್, ನಮ್ಮ ಲೀನಾ ತುಂಬ ಬದಲಾಗಿದ್ದಾಳೆ!" ಸಂತೋಷ್‌ನತ್ತ ತಿರುಗಿದಾಗ ಅವನೆದ್ದು ಇವನಿಗೆ ಚೆನ್ನಾಗಿ ನಿಂತ. ಎರಡು ಕೈಗಳನ್ನು ಪ್ಯಾಂಟ್‌ನ ಜೇಬಿನೊಳಕ್ಕೆ ಇಳಿಯಿತು. "ಅದು ಸಹಜ! ಮದ್ವೆ ಅನ್ನೋ ಬಗ್ಗೆ ಎಷ್ಟೇ ಭಿನ್ನಾಭಿಪ್ರಾಯಗಳಿದ್ರೂ ಬದಲಾವಣೆ ಅನಿವಾರ್ಯ" ಅರ್ಥಗರ್ಭಿತವಾಗಿ ಸಂತೋಷ್ ಹೇಳಿದಾಗ ಅವಿನಾಶ್ ಕಣ್ಣುಗಳು ಕಿರಿದಾದವು. ಅವನಿಗೇನು ಅರ್ಥವಾಗಲಿಲ್ಲ.

ಸಂತೋಷ್ ಬೆಡ್‌ರೂಮಿನತ್ತ ನಡೆದ. ಹಾಸಿಗೆಯ ಮೇಲೆ ಬೋರಲಾಗಿ ಮಲಗಿದ್ದ ಲೀನಾ ಗದ್ದಕ್ಕೆ ಕೈ ಆಸರೆ ನೀಡಿದ್ದಳು.

"ಹೇಗಿದೆ ತಲೆನೋವು?" ಅವನ ಸ್ವರದಲ್ಲಿ ಛೇಡಿಸುವಿಕೆ ಇತ್ತು. ಇವನತ್ತ ಕತ್ತು ತಿರುಗಿಸಿದಳು. "ಸಂತೋಷ್, ನಾವು ಹೈದರಾಬಾದ್‌ಗೆ ಹೊರಟುಬಿಡೋಣ!"

ಗಡ್ಡ ಉಜ್ಜದ; ಅರ್ಥವಾಗದವನಂತೆ ಮುಖ ಮಾಡಿದ.

"ತಟ್ಟನೆ ನಿರಾಸೆಪಡಿಸುವುದಕ್ಕಿಂತ ಈಗಾಗಲೇ ಸೂಚನೆ ಕೊಟ್ಟಿದ್ದೀನಿ. ಆಮೇಲೆ ಹಿಂದಕ್ಕೆ ಸರಿದಾಗ ನಿನ್ನ ತಂದೆಗೆ ಆಘಾತವೇನು ಆಗೋಲ್ಲ. ಸ್ವಲ್ಪ ಕಾಯೋಣ."

ಅವಳ ಕಣ್ಣಲ್ಲಿ ಫಳಫಳನೆ ಕಣ್ಣೀರು ಚಿಮ್ಮಿದಾಗ ಗಾಬರಿಯಾದ. ಮಡದಿಯ ಕಣ್ಣಿಂದ ಉದುರುವ ಕಂಬನಿಯ ಬಿಂದುಗಳನ್ನು ನೋಡುವ ಭಾಗ್ಯ ಅನಾಯಾಸವಾಗಿ ದೊರಕಿತ್ತು.

"ತೀರಾ ಸೆಂಟಿಮೆಂಟಲ್! ಕಣ್ಣೀರು ಸುರಿಸೋ ಅಂಥದ್ದು ಏನಾಗಿದೆ?" ಪಕ್ಕದಲ್ಲಿ ಕೂತು ಸಮಾಧಾನಿಸಿದರೂ ಪ್ರಶ್ನೆಯೊಂದು ಮನದಲ್ಲಿ ಮೂಡಿ ಅಚ್ಚಳಿಯದೆ ಉಳಿದುಹೋಯಿತು.

ಬೆಳಿಗ್ಗೆ ಕೋಣೆಯಿಂದ ಹೊರಗೆ ಬಂದಾಗ ಅವಿನಾಶ್ ಪೇಪರ್ ಹಿಡಿದು ಕೂತಿದ್ದ. ವಾರೆಗಣ್ಣಿನಿಂದ ನೋಡಿದ. ಎದುರು ಹೋಗಿ ಕೂತ. ತಂದಿಟ್ಟ ಕಾಫಿಗೆ ಕೈ ಹಚ್ಚಿದಾಗ, ಹುಬ್ಬುಗಳೇರಿತು. ರೆಪ್ಪೆಗಳು ನಿಶ್ಚಲವಾಗಿ ನಿಂತಿತು. ಹೃದಯ ಮಧುರವಾಗಿ ಹಾಡಿತು.

ಕಾಫಿ ಕಪ್ ಕೆಳಗಿಳಿಯಿತು.

"ಗುಡ್‌ಮಾರ್ನಿಂಗ್ ಸರ್.." ಅವಳ ಕಣ್ಣುಗಳು ಸುತ್ತಲೂ ನೋಟ ಆವರಿಸಿದವು. "ಲೀನಾಗೆ ಇನ್ನೂ ಸುಪ್ರಭಾತ ಆಗಿಲ್ಲ" ಅರಿತವನಂತೆ ನುಡಿದಾಗ ಅವಳ ಕಣ್ಣುಗಳಲ್ಲಿ ಸಂಕೋಚ ಇಣುಕಿತು. ಅವಿನಾಶ್ ನೋಟ ಸರಸರ ಆಡಿತು.

"ಕೂತ್ಕೋ, ಎಬ್ಬಿಸ್ತೀನಿ" ಕೋಣೆಯತ್ತ ಸಂತೋಷ್ ನಡೆದಾಗ ಎರಡೆಜ್ಜೆ ಹಿಂದಕ್ಕೆ ಬಂದು ವರಾಂಡದಲ್ಲಿ ಕೂತು ಟೀಪಾಯಿ ಮೇಲಿದ್ದ ಪತ್ರಿಕೆಗೆ ಕೈಹಚ್ಚಿದಳು.

ಲೀನಾ ನಿದ್ದೆಯ ಮುಖದಲ್ಲಿ ಎದ್ದು ಬಂದಳು. ಮುಖದ ಕಳೆ ಇಂಗಿದಂತೆ ಕಂಡಿತು.

"ಸೋ ಸಾರಿ ವಿಜಯ... ರಾತ್ರಿಯೆಲ್ಲ ನಿದ್ದೆ ಇಲ್ಲ!" ಲೀನಾಳ ಸ್ವರದಲ್ಲಿ ಎಂದಿನ ಗೆಲುವು ಇರಲಿಲ್ಲ. ಪ್ಲಾಸ್ಟಿಕ್ ಬ್ಯಾಗಿನಲ್ಲಿ ತಂದ ಗೊಂಬೆಗಳು... ಲೀನಾ ಕಣ್ಣರಳಿಸಿದಳು.

ಆತುರದಿಂದ ತೆರೆದು ಟೀಪಾಯಿ ಮೇಲಿಟ್ಟು ಅತ್ತಿತ್ತ ತಿರುವಿ ಅಂದಚೆಂದಕ್ಕೆ ಸೋತಳು.

"ಬ್ಯೂಟಿಫುಲ್... ಮಾರ್ವಲಸ್... ನಂಗೆ ಹೇಗೆ ವರ್ಣಿಸಬೇಕೋ ಗೊತ್ತಾಗ್ತ ಇಲ್ಲ" ತುಟಿಗೊತ್ತಿಕೊಂಡಳು. 'ಇಷ್ಟೆಲ್ಲ ಹೊಗಳಿಕೆಗಳಿಗೆ ಈ ಗೊಂಬೆಗಳು ಹೇಗೆ ಪಾತ್ರ?' ಎಂದು ಯೋಚಿಸತೊಡಗಿದಳು.

ಅವಿನಾಶ್ ಒಮ್ಮೆ ಇವರ ಮುಂದೆ ಹಾದುಹೋದ. ಅವನ ಧೋರಣೆಯ ಬಗ್ಗೆ ವಿಜಯಳಿಗೆ ಬೇಸರ, ಪ್ರತಿಯೊಂದಕ್ಕೂ ಮುಖ ಮುರಿಯುವ, ಹೊಗಳುವ ಸ್ವಭಾವ. ಒಮ್ಮೊಮ್ಮೆ ತಾತ್ಸಾರಕ್ಕೆ ಗುರಿಯಾಗುವುದು ಅತಿಶಯವೇನೂ ಅಲ್ಲ.

"ನಾನು ಬರ್ಲಾ... ಆಫೀಸಿಗೆ ಹೊತ್ತಾಗುತ್ತೆ. ಸಂಜೆ ಹೊತ್ತು ಬರೋದಿಕ್ಕೆ

ಸಾಧ್ಯವಾಗೋಲ್ಲ! ಅದ್ಕೇ ಈಗ್ಬಂದು ನಿಮ್ಮನ್ನು ಡಿಸ್ಟರ್ಬ್ ಮಾಡ್ದೆ!" ನವಿರಾಗಿ ಹೇಳಿದಾಗ ಲೀನಾ ಒಂದೇಮಾತಿನಲ್ಲಿ ತಳ್ಳಿಹಾಕಿದಳು.

"ಸಾಧ್ಯವೇ ಇಲ್ಲ. ಬ್ರೇಕ್ ಫಾಸ್ಟ್‌ಗೆ ನೀವು ನನ್ನ ಗೆಸ್ಟ್ ಆಗ್ಬೇಕು. ಬೇಕಾದ್ರೆ ಆಫ್ ಡೇ ಲೀವಗೆ ಅಪ್ಲೈ ಮಾಡಿ."

ವಿಜಯ ಎದೆಯ ಮೇಲೆ ಕೈಯಿಟ್ಟುಕೊಂಡಳು. ಲೀನಾಗೆ ಕೆಲಸದ ಒತ್ತಡದ ಅರಿವಿಲ್ಲವೆಂದು ತಿಳಿದುಕೊಂಡಳು.

"ಸಾರಿ, ಇನ್ನೊಂದಿನ ಬರ್ತೀನಿ."

ಅಷ್ಟಕ್ಕೆಲ್ಲ ಲೀನಾ ಒಪ್ಪುವವಳಲ್ಲ. ಒಪ್ಪಿಸಿಯೇ ಸ್ನಾನ ಮಾಡಲು ಓಡಿದಳು. ವಿಜಯ ಆಂಗ್ಲ ಪತ್ರಿಕೆಗಳನ್ನು ಮೊಗಚತೊಡಗಿದಳು. ನಿಮಿಷಗಳು ಗಂಟೆಗಳಂತೆ ಅವಳಿಗೆ ಭಾಸವಾಗತೊಡಗಿತು.

ಸಂತೋಷ್ ಹೊರಗೆಬಂದಾಗ ಎದ್ದು ನಿಂತಳು. ಸಂಕೋಚದಿಂದ ತಲೆ ಬಾಗಿತು. ನೋಟ ಎತ್ತಲು ಪ್ರಯಾಸಪಟ್ಟಳು.

"ಕೂತ್ಕೋ ವಿಜಯ." ಜೇನಿನಲ್ಲಿ ಅದ್ದಿದಂತಿತ್ತು ಅವನ ಸ್ವರ.

ಇದರ ಬಗ್ಗೆ ಎಷ್ಟೋ ಸಲ ಯೋಚಿಸಿದ್ದ 'ವಿಜಯ' ಎದ್ದು ಕೂಗುವಾಗ ಅವನ ಸ್ವರದಲ್ಲಿ ಅರಿವಾಗದಂತೆ ಮೃದುತ್ವ ತೊನೆದಾಡುತ್ತಿತ್ತು. ನೋಡಿದಾಗ ಅವ್ಯಕ್ತ ಆನಂದದಿಂದ ಅವನ ಮನ ಗರಿಗೆದರಿ ನರ್ತಿಸುತ್ತಿತ್ತು. ಕಾರಣ ಹುಡುಕಿದಷ್ಟೂ ಪ್ರಶ್ನೆಗಳೆ ಉದ್ಭವಿಸಿ ತಬ್ಬಿಬ್ಬು ಮಾಡುತ್ತಿತ್ತು. ಇಂತಹುದಕ್ಕೆ ವೈಜ್ಞಾನಿಕವಾಗಿ ಉತ್ತರ ಹುಡುಕಲು ಸಾಧ್ಯವೇ?

"ಆಫ್ ಡೇ ಲೀವ್..." ಮೃದುವಾಗಿ ನಕ್ಕ. ತಟ್ಟನೆ ನೋಟ ಮೇಲೆ ಎತ್ತಿ ಸುಂದರ ಲೋಕವನ್ನು ಕಂಡಂತೆ ಕೂತುಬಿಟ್ಟಳು. ರೆಪ್ಪೆಗಳು ನಿಶ್ಚಲವಾಗಿ ನಿಂತವು. ಪ್ರತ್ಯೇಕವಾದ ಜಗತ್ತೊಂದು ನಿರ್ಮಿತವಾದಂತೆ ಭಾಸವಾಯಿತು.

ಅಷ್ಟರಲ್ಲಿ ಅವಿನಾಶ್ ಬಂದಿದ್ದರಿಂದ ವಾಸ್ತವಲೋಕಕ್ಕೆ ಮರಳಿದರು. ನೇರವಾಗಿ ಫ್ಯಾಕ್ಟರಿಗೆ ಸಂಬಂಧಪಟ್ಟ ಕೆಲವು ವಿಷಯಗಳನ್ನ ಪ್ರಶ್ನಿಸಿದಾಗ ವಿಜಯಳ ಮುಖ ಬಿಗಿದುಕೊಂಡಿತು.

" ಈ ವಿಷಯಗಳ್ನ ಬೇರೆಯವ್ರಿಂದ ತೀಳೀಬಹ್ದು! ಇದು ಆಫೀಸ್ ಅಲ್ಲ; ನಾನು ಆಫೀಸ್ ವಿಷ್ಯದ ಸಲುವಾಗಿ ಬಾಸ್‌ನ ಕಾಣೋಕೆ ಕೂಡ ಬಂದಿಲ್ಲ" ನಯವಾಗಿ ಹೇಳಿದರೂ ಬೀಸಿದ ಚಾಟಿಯೇಟಿನಂತಿತ್ತು ಅವಿನಾಶ್‌ಗೆ. ಅವನ ಹುಬ್ಬುಗಳು ಬಿಗಿದುಕೊಂಡವು. ಕಣ್ಣಲ್ಲಿ ಕೆಂಪಾಡಿತು. ಮುಷ್ಟಿ ಬಿಗಿಹಿಡಿದ ಟೀಪಾಯಿ ಮೇಲೆ ಗುದ್ದಿ ಕಾಲು ಅಪ್ಪಳಿಸುತ್ತ ಎದ್ದು ಹೋದಾಗ ಅವಮಾನದಿಂದ ವಿಜಯಳಿಗೆ ತಲೆ ತಗ್ಗಿಸುವಂತಾಯಿತು.

"ಸೋ, ಸಾರಿ ವಿಜಯ..."

ಆ ಕ್ಷಣದಲ್ಲಿ ಅವಳಿಗೆ ಏನನ್ನಿಸಿತೋ, ವಿವೇಕಶೂನ್ಯಳಾಗಿ ಮುಖ ತಿರುಗಿಸಿ

ಹೊರಟುಬಿಟ್ಟಳು. ಸಂತೋಷ್ ಮುಖದ ಮೇಲೆ ಹೊಡೆದಂತಾದರೂ ಸಹೃದಯತೆಯಿಂದ ಯೋಚಿಸಿದ ಮನ ಕಹಿಯಾಯಿತು.

ಒದ್ದೆಯ ಮುಖದಲ್ಲಿ ಹೊರಗೆ ಬಂದ ಲೀನಾ ಕಣ್ಣುಗಳು ಕಿರಿದಾದವು. ನೋಟ ಅತ್ತಿತ್ತ ಹರಿದಾಡಿತು.

"ವಿಜಯ ಎಲ್ಲಿ?" ಉತ್ತರಿಸದೆ ಸಂತೋಷ್ ಎದ್ದು ಒಳಗೆಹೋದ. ನೊಂದ ವಿಜಯಳ ಬಗ್ಗೆ ಯೋಚಿಸುವಾಗ ಅವನ ಹೃದಯ ಒಡೆದಂತಾಯಿತು. "ಅವಿನಾಶ್, ನೀನು ಈ ತರಹ ವರ್ತಿಸ್ಬರ್ದಾಗಿತ್ತು!" ಕಟುವಾಗಿಯೇ ಹೇಳಿದ.

ಅವಿನಾಶ್ ಹಲ್ಲುಗಳನ್ನ ಕಚ್ಚಿ ಹಿಡಿದ. ಕಣ್ಣುಗಳು ಕ್ರೋಧವನ್ನು ಹೊರಗೆ ಹಾಕಿತು. ಮುಷ್ಟಿ ಬಿಗಿದುಕೊಂಡಿತು.

"ನನ್ನ ಜೀವನದಲ್ಲಿ ಇಷ್ಟು ಸಂಯಮವಾಗಿ ನಡ್ಕೊಂಡಿದ್ದು ಇಂದೇ. ಎಷ್ಟು ದುರಹಂಕಾರ! ಮೊದ್ಲು ಕೆಲ್ಸದಿಂದ ಡಿಸ್‌ಮಿಸ್ ಮಾಡಿ. ಇವಳಂಥ ನೂರಾರು ಮಂದಿ ಕ್ಯೂ ನಿಲ್ತಾರೆ!"

ಸಂತೋಷ್ ಕಿರುನಗೆ ನಕ್ಕ.

"ಮಿಸ್ಟರ್ ಅವಿನಾಶ್. ನಿಮ್ಗೇ ರಕ್ತಗತವಾಗಿ ಬಂದದ್ದು ಬಂಡವಾಳಶಾಹಿಯ ಗುಣ; ನನ್ನ ರಕ್ತದ ಗುಣವೇ ಬೇರೆ. ನಿಮ್ಮ ರೀತಿಯಲ್ಲಿ ಯೋಚ್ಸೋಕೆ ನಿಮ್ಮ ಹಾಗೆ ನಡ್ಕೊಳ್ಳೋಕೆ ನಂಗೆ ಈ ಜನ್ಮದಲ್ಲಿ ಸಾಧ್ಯವಿಲ್ಲ!"

ಅವಿನಾಶ್ ತಟ್ಟನೆ ಬೆನ್ನಾಗಿ ಕೂತವನು ತಿರುಗಿಸಿದ. ಸಂತೋಷ್ ಸೌಮ್ಯ ಮುಖದಲ್ಲಿ ಕಠೋರತೆ ಸುಳಿಯಲು ಸಾಧ್ಯವಿಲ್ಲವೆನಿಸಿತು.

"ಬೈ ದಿ ಬೈ ನೀವು ಹೇಳೋದು ಕರೆಕ್ಟ್, ಆದರೆ ಫ್ಯಾಕ್ಟರಿ ನಷ್ಟದಲ್ಲಿ ತೇಲೋ ದಿನಗಳು ದೂರವಿಲ್ಲ ಅನ್ನಿಸುತ್ತೆ" ವ್ಯಂಗ್ಯದ ಇರಿತ ಅವನನ್ನು ನೋಯಿಸಿತು.

"ನೀವು ತಲೆ ಕೆಡ್ಸಿಕೊಳ್ಳೋ ಅಗತ್ಯವಿಲ್ಲ" ಒತ್ತಿ ಹೇಳಿದಂತಾಯಿತು.

ಈ ಘಟನೆಯ ನಂತರ ಒಂದು ವಿಧವಾದ ಬಿಗುವು ಅವರಿಬ್ಬರ ನಡುವೆ ತಲೆ ಹಾಕಿತು. ಅವಿನಾಶ್ ಆಫೀಸ್, ಫ್ಯಾಕ್ಟರಿಗೆ ದಿನಕ್ಕೆ ಎರಡು, ಮೂರು ಬಾರಿ ಬರುತ್ತಿದ್ದ. ಅಡ್ಡಾಡುತ್ತಿದ್ದ. ಬೇರೆಯವರಿಗೆ ಅಗತ್ಯವಿಲ್ಲದಿದ್ದರೂ ಕರೆದು ಛೀಮಾರಿ ಹಾಕುತ್ತಿದ್ದ. ಸದಾ ಸಿಗರೇಟು ಬೆರಳುಗಳು ಮತ್ತು ತುಟಿಗಳ ನಡುವೆ ಓಡಾಡುತ್ತಲೇ ಇತ್ತು. ಟೀ, ಕಾಫಿ ಕುಡಿಯುತ್ತಿದ್ದ. ಇದು ದಿನಚರಿಯ ಮುಖ್ಯಾಂಶಗಳು. ಆಗಾಗ ವಿಜಯಳನ್ನು ಉರಿ ನೋಟದಲ್ಲಿ ಇರಿಯುತ್ತಿದ್ದರೂ ವಿಚಲಿತಳಾಗದಂತೆ ಕೆಲಸ ಮಾಡುತ್ತಿರುವುದು ಅವನಿಗೆ ಒಂದು ಸವಾಲ್ ಆಗಿತ್ತು.

ಅವಿನಾಶ್ ಮನೆಗೆ ಬಂದಾಗ ಲೀನಾ ಕ್ರೀಡಾ ಪತ್ರಿಕೆಯನ್ನು ತಿರುವಿಹಾಕುತ್ತ ಕೂತಿದ್ದಳು. ಅವಳ ಕೆನ್ನೆಯ ಬಳಿ ಬಗ್ಗಿದ. ಬೆಂಕಿ ಸೋಕಿದಂತೆ ಹಿಂದಕ್ಕೆ ಸರಿದಳು.

"ನಂಗೆ ಇದೆಲ್ಲ ಇಷ್ಟವಾಗೋಲ್ಲ. ಅಂದು ಅರ್ಥವಾಗದ್ದು ಇಂದು ಅನರ್ಥವಾಗುತ್ತೆ" ಸಿಡುಕಿದಳು. ಅವಿನಾಶ್ ಗಹಗಹಿಸಿದ. ಬರೀ ಸಲುಗೆ ಬಿಟ್ಟು

ಬೇರೊಂದು ರೀತಿಯಲ್ಲಿ ಅವನು ಯೋಚಿಸಿರಲಿಲ್ಲ. ಈ ಹೆಣ್ಣನ್ನು ಪರೀಕ್ಷಿಸುವ ಅಗತ್ಯ ಅವನಿಗಿತ್ತು.

"ಆಗ ನಿನ್ನಿಷ್ಟದ ಬಗ್ಗೆ ಯೋಚಿಸ್ತಾ ಇರ್ಲಿಲ್ಲ. ಈಗ್ಲೂ.... ಅಷ್ಟೆ" ಕಣ್ಣೊಡೆದು ನಗೆ ಚಿಮ್ಮಿದಾಗ ಲೀನಾಗೆ ನುಂಗಲಾರದ ತುತ್ತಯಿತು. ಒಳ್ಳೆಯದೆಂಬ ತೀರ್ಮಾನಕ್ಕೆ ಬಂದಳು. "ಯೂ ನಾಟಿ! ನಿನ್ನ ಹುಡುಗುತನ ಇನ್ನ ಕಮ್ಮಿ ಆಗಿಲ್ಲ. ನಿನ್ನ ವಿದ್ಯಾಭ್ಯಾಸ ಮುಗಿದಂಗೆ ಮುಂದಾದ್ರೂ ಗಂಭೀರವಾಗಿ ವರ್ತಿಸೋದ್ನ ಕಲೀ" ನವಿರಾಗಿ ಹೇಳುವುದರಲ್ಲಿ ಜಯಶೀಲಳಾದಳು.

ಅವಿನಾಶ್ ಕೈಗಳು ಪ್ಯಾಂಟ್ ಜೇಬಿನೊಳಕ್ಕೆ ಇಳಿದವು. ಒಂದು ತರಹ ನಕ್ಕ. ಲೀನಾಳ ಸ್ಥಿರ ಸ್ವಭಾವ ಅವನಿಗೆ ಅಗತ್ಯ. "ನಿನ್ನ ಮದುವೆ ಇನ್ವಿಟೇಷನ್ ಬಂದಾಗ ನಂಗೆ ಸರ್‌ಪ್ರೈಸ್. ಮಾವ ಯಾಕೆ ಇಲ್ಲಿ ಅಡ್ಡಗಾಲಿಟ್ರು? ಪ್ರಾಪರ್ಟಿ ಸುತ್ತ ಒಂದು ಪರಿಧಿ ಹೆಣೆದುಬಿಟ್ಟಿದ್ರು. ಬೇರೆಯವರಿಗೆ ನುಸುಳೋಕೆ ಅವಕಾಶವಿರ್ಲಿಲ್ಲ!"

ಇದೇನು ಸುಳ್ಳಲ್ಲ. ಮದುವೆಗಳು ದೂರದ ಬಂಧುತ್ವವನ್ನು ಹತ್ತಿರಕ್ಕೆ ಕರೆತರುತ್ತಿತ್ತೇ ವಿನಃ ಬೇರೆಯವರನ್ನು ಆ ಪರಿಧಿಯೊಳಕ್ಕೆ ಬರಲು ಬಿಡುತ್ತಿರಲಿಲ್ಲ. ಆದರೆ ಲೀನಾಳ ವಿಷಯದಲ್ಲಿ ಸುಳ್ಳಾಗಿತ್ತು. ಆ ಮನೆ ಈ ಮನೆಯವರೊಂದಿಗೆ ಆತ್ಮೀಯತೆ, ಬಂಧುತ್ವಕ್ಕೂ ಮೀರಿತ್ತು. ಸಂತೋಷ್ ಕೂಡ ಚಂದ್ರಕಾಂತ್‌ಗೆ ಬೇರೆಯೆನ್ನಿಸಿರಲಿಲ್ಲವೇನೋ?

"ಐ ಲೈಕ್ ಸಂತೋಷ್" ಕೊನೆಯಲ್ಲಿ ಅವಳ ಸ್ವರ ಕಂಪಿಸಿದ್ದನ್ನ ತಿಳಿದ ಅವಿನಾಶ್ ಮುಖ ಮೇಲೆತ್ತಿ ನಕ್ಕ. ತಟ್ಟನೆ ಅವಳ ಕಣ್ಣುಗಳಲ್ಲಿ ನೋಟ ನೆಟ್ಟ. ಮಿನುಗಿದ ಪ್ರಶ್ನೆಯೊಂದು ಗಲಿಬಿಲಿಯನ್ನುಟ್ಟಿಸಿತು ಲೀನಾಳಲ್ಲಿ "ನಿನ್ನ ನಗುವಿನ ಅರ್ಥವೇನು?" ಅವಳ ಗಂಟಲಲ್ಲಿನ ತೇವ ಅರಿಹೋಯಿತು.

"ಬಿಡ್ಸಿ ಹೇಳ್ಬೇಕಾದ ಅಗತ್ಯವಿಲ್ಲ!" ಒಗಟು ಮಾಡಿದ.

ಅವಳೆದೆ ಮೃದುವಾಗಿ ಕಂಪಿಸಿತು. ಕಹಿಯಾದ ಉಗುಳನ್ನು ಬಲವಂತದಿಂದ ನುಂಗಿದಳು. ಶಶಿಯ ನೆನಪಾಯಿತು.

"ನೀನು ವಿದೇಶಕ್ಕೆ ಹೋಗ್ಬಂದ್ರೂ ಬದಲಾಗ್ಲಿಲ್ಲ!" ಲೀನಾಳ ಸ್ವರದಲ್ಲಿ ಸೋಲು ಇಣುಕಿದಾಗ ಅವಿನಾಶ್ ಮತ್ತಷ್ಟು ಗೆಲುವಾದ "ಬದಲಾವಣೆಗೋಸ್ಕರ ಹೋಗಿರಲಿಲ್ಲ. ಮತ್ತಷ್ಟು ಪಟ್ಟು ಕಲ್ಯೋಕೆ ಹೋಗಿದ್ದೆ."

ಲೀನಾಳ ತಲೆ ಸಣ್ಣಗೆ ಸಿಡಿಯಲು ಶುರುವಾಯಿತು. "ಅವಿನಾಶ್‌ನಿಂದ ನಿನ್ನ ಮನಸ್ಥಿತಿಯೇ ಕೆಟ್ಟುಹೋಗಿದೆಯಲ್ಲ. ಅವನನ್ನು ದ್ವೇಷಿಸುವುದಕ್ಕೆ ಕಾರಣ ಯಾವುದು?" ಕಟು ಸ್ವಭಾವ ನೇರಮಾತು.

ಆ ನಗು, ಮಾತು, ಸಲುಗೆ ಎಲ್ಲ ಅವಳಿಗೆ ಪರಿಚಿತವೆ. ಹಿಂದಿನ ಅವನ ಮಾತಿನ ಗತ್ತಿಗೆ ಕಣ್ಣರಳಿಸುತ್ತಿದವಳಿಗೆ ಈಗ ಬೇಸರ, ಜಿಗುಪ್ಸೆ, ಅರ್ಥವಾಗದ ಭಯ.

ಸಿಡಿಯುವ ತಲೆಯನ್ನು ಎರಡು ಕೈಯಲ್ಲೂ ಭದ್ರವಾಗಿ ಅಮುಕಿ ಹಿಡಿದಳು. ಈ ದೃಶ್ಯ ಅವಿನಾಶ್ ಹಿಡಿದಿಟ್ಟಿತು.

"ತಲೆನೋವಾ?" ಅವ್ನ ಸನಿಹದಲ್ಲಿ ಕೂತ ಹಣೆಯ ಮೇಲೆ ಕೈಇಟ್ಟ. "ಎಂಥದ್ದು ಇಲ್ಲ" ಸಿಡಿದು ಎದ್ದುಹೋದಳು. ಅವಳು ಹೋದತ್ತಲೇ ನೋಡಿನಕ್ಕ.

ರಾತ್ರಿಯೆಲ್ಲ ನಿದ್ದೆಯಲ್ಲಿ ಹೊರಳಿ ಕನವರಿಸಿ ಭಯದಿಂದ ಎದ್ದು ಕೂಡುವ ಸಿಡುಕು ಅಥವಾ ನೀರಸವಾಗಿ ಕೂಡುವ ಲೀನಾ ಸಂತೋಷ್‌ಗೊಂದು ಸಮಸ್ಯೆಯಾದಳು. ಅವಳು ಬಾಯಿ ಬಿಟ್ಟು ಏನನ್ನೂ ಹೇಳದಿದ್ದರೂ ಈ ತೊಳಲಾಟಕ್ಕೆ ಹಿಂದೆ ಒಂದು ಕಾದಂಬರಿಗಾಗುವ ವಸ್ತು ಅಡಕವಾಗಿದೆಯೇನೋ ಎನ್ನುವ ಅನುಮಾನ ಅವನನ್ನು ಕುಟುಕಿದಷ್ಟೂ ಅದರಿಂದ ವಿಮುಕ್ತನಾಗಲು ಪ್ರಯತ್ನಿಸುತ್ತಲೇ ಇದ್ದ.

ಬಾಂಬೆಗೆ ಹೊರಡುವ ಮುನ್ನ ಲೀನಾಗೆ ಫೋನ್ ಮಾಡಿದ.

"ಮುಂಬಯಿಗೆ ಹೋಗ್ಬೇಕು... ನಿನ್ನ ಸೀಟ್ ರಿಸರ್ವ್ ಮಾಡಿಸ್ಲಾ?" ಅತ್ತಲಿನ ಸ್ವರದಲ್ಲಿ ಉತ್ಸಾಹ ಮೂಡಿತು. "ಖಂಡಿತ ಮಾಡ್ಸಿ; ನಾನು ಬರ್ತೀನಿ."

ಫೋನ್ ಕೈಯಲ್ಲಿ ಹಿಡಿದೇ ಯೋಚಿಸಿದ. ತಕ್ಷಣ ಪ್ರಯಾಣ ಮುಂದಕ್ಕೆ ಹಾಕಿ ಫೋನ್ ಕೆಳಗಿಟ್ಟ. ಮತ್ತೆ ರಿಂಗಾದರೂ ಎತ್ತುವ ಮನಸ್ಸು ಮಾಡಲಿಲ್ಲ.

* * *

ಭಾನುವಾರ ಒಂದು ತರಹ ಆರಾಮವೆನಿಸಿತ್ತು. ಮುಖದ ಮೇಲೆ ಇಳಿಯುವಂತೆ ಎಣ್ಣೆ ಹಚ್ಚಿಕೊಂಡಿದ್ದ ವಿಜಯ ಕಾಂಪೌಂಡ್‌ನಲ್ಲಿ ಗಿಡಗಳ ಪಾತಿಗಳನ್ನು ಸರಿಮಾಡುತ್ತಿದ್ದಳು. ಅದೇ ವೇಷದಲ್ಲಿ ಸುಜಯ ಒಂದು ವಾರಪತ್ರಿಕೆ ಹಿಡಿದು ರೋಡಿಗೆ ಬೆನ್ನು ಹಾಕಿ ಕಾಂಪೌಂಡ್ ಮೇಲೆ ಕೂತಿದ್ದಳು.

"ರಂಗಸ್ವಾಮಿಗಳು ಇದ್ದಾರ?" ಕೂತ ಭಂಗಿಯಲ್ಲಿಯೇ ಕತ್ತು ತಿರುಗಿಸಿದಳು. "ಇದ್ದಾರೆ" ಕೈಕೊಡುವುತ್ತ ಮೇಲೆದ್ದಳು. ಸುಜಯ ಕಾಂಪೌಂಡ್ ಮೇಲಿನಿಂದ ಧುಮುಕಿದಳು. ಅವರು ಒಳಗೆ ಹೋದಕೂಡಲೇ ಹಣೆ ಚಚ್ಚಿಕೊಂಡಳು. "ಇವ್ರಿಗೆ ನಮ್ಮ ಮನೆಯಲ್ಲಿ ಯಾವ ಕೆಲ್ಸ?" ವಿಜಯ ಬಾಯಿಗೆ ಕೈಅಡ್ಡ ಹಿಡಿದು ನಕ್ಕಳು.

"ಎಷ್ಟು ಸಲ ಓಡಾಡಿದ್ದಾರೆ, ಸ್ವಲ್ಪ ಕೂಡ ಪ್ರಯೋಜನವಾಗಿಲ್ಲ."

ಸುಜಯಳ ಮಾತಿಗೆ ವಿಜಯ ಗಂಭೀರವಾದಳು. ನೆನಪು ಹಿಂದುಹಿಂಡಾಗಿ ಧಾವಿಸಿತು. ಮೂರು ಜನ ವಯಸ್ಸಿಗೆ ಬಂದ ಹೆಣ್ಣುಮಕ್ಕಳು ಇರುವ ಈ ಮನೆಗೆ ಜಾತಕಗಳನ್ನು ಹಿಡಿದು ಸುತ್ತಾಡಿದ್ದು ಹತ್ತಾರು ಬಾರಿ ಕೆಲವು ಆಗುವ ಸಂಬಂಧಗಳನ್ನು ಕೂಡ ಅರ್ಥವಿಲ್ಲದ ಕಾರಣಗಳನ್ನು ಕೊಟ್ಟು ರಂಗಸ್ವಾಮಿಗಳು ಮೂಗೆಳೆದಿದ್ದರು. ಆದರೂ ಆಗಾಗ ಬರುವುದನ್ನು ಮಾತ್ರ ನಿಲ್ಲಿಸಿರಲಿಲ್ಲ. ಇದು ಸುಜಯಳಿಗೆ ತಮಾಷೆಯ ವಿಷಯವಾದರೆ ವಿಜಯ ಗಂಭೀರವಾಗಿ ಯೋಚಿಸುತ್ತಿದ್ದಳು.

"ಈ ಸಲವಾದ್ರೂ ಅವ್ರಿಗೆ ಪ್ರಯೋಜನವಾಗೋ ಹಾಗೆ ಏನಾದ್ರೂ... ಮಾಡ್ಬೇಕೂ..." ಅವಳ ಸ್ವರದಲ್ಲಿದ್ದ ನಿರ್ಧಾರಕ್ಕೆ ಸುಜಯ ತುಟಿಗಳ ಮೇಲೆ ತೇಲಿದ ಜೀವಂತವಿಲ್ಲದ ನಗುವೇ ಉತ್ತರಿಸಬೇಕು. "ಪ್ಲೀಸ್ ಸುಜಿ. ನಂಗೆ ಸ್ವಲ್ಪ ಸ್ವತಂತ್ರ ಕೊಡು. ನಾನು ಅಣ್ಣನತ್ರ ಮಾತಾಡ್ತೀನಿ."

"ಐ ಹ್ಯಾವ್ ನೋ ಅಬ್‌ಜೆಕ್ಷನ್" ಕೈಯೆತ್ತಿದಳು. ವಿಜಯಳ ಕಣ್ಣುಗಳು ಮಿನುಗಿದವು. ಸುಜಯಳ ಕೈ ಅವಳ ತೋಳಿನ ಮೇಲೆ ಬಿತ್ತು. "ಯೂ ಹ್ಯಾವ್ ಆಲ್ ಮೈ ಸಿಂಪತಿ" ತಟ್ಟನೇ ಒಳಗೆ ಹೋಗಿಬಿಟ್ಟಳು. ವಿಜಯ ಅವಳು ಹೋದತ್ತಲೇ ನೋಡಿದಳು. ಹಣೆಯಿಂದ ಕಣ್ಣಿಗೆ ಹರಿಯುತ್ತಿದ್ದ ಎಣ್ಣೆಯನ್ನು ಬೆರಳಿನಿಂದ ತೊಡೆದಳು.

ಕಾಲು ಎಳೆಯುತ್ತ ಒಳಗೆಬಂದಳು. ಜಾತಕ, ಫೋಟೋ ತೆಗೆದಿಟ್ಟು ಸಣ್ಣದಾಗಿ ವಿವರಣೆ ಕೊಡುತ್ತಿದ್ದರು. ಅವಳ ಕಿವಿಗಳು ಚುರುಕಾದವು. ಮುಖದ ಮೇಲೆ ಇಳಿಯುತ್ತಿದ್ದ ಎಣ್ಣೆ ಮುಜುಗರವೆನಿಸಿತು.

ಕೂದಲನ್ನು ಹರವಿ ಮತ್ತೆ ಮುಡಿ ಬಿಗಿದಳು.

"ಬ್ಯಾಂಕ್‌ನಲ್ಲಿ ಕೆಲ್ಸದಲ್ಲಿದ್ದಾನೆ. ಜಾತಕಾನುಕೂಲವಿದೆ. ಯೋಚ್ನೆ ಮಾಡಿ. ಅವ್ರಿಗೂ ಐದು ಹೆಣ್ಣುಮಕ್ಳು. ಹೆಣ್ಣು ಹೆತ್ತ ತಾಯ್ತಂದೆಯರ ಕಷ್ಟ ಸುಖ ಕಂಡವ್ರು. ಅಲ್ಪಸ್ವಲ್ಪ ವರದಕ್ಷಿಣೆ, ವರೋಪಚಾರದಲ್ಲೇ ತೃಪ್ತಿ ಪಟ್ಕೋಳ್ಳೋ ಹಂಗೆ ಕಾಣ್ತಾರೆ."

ವಿಜಯಳ ಕಣ್ಣುಗಳು ಮಿಂಚಿದವು. ಸಂಪ್ರದಾಯ, ಸಂಕೋಲೆಗಳು ನೂರಾರು ವರ್ಷಗಳಿಂದ ಮನುಷ್ಯನ ಜೊತೆಯಲ್ಲೇ ಬಂದಿದೆ. ಇದರ ಬಿಡುಗಡೆಗೆ ಮತ್ತೆ ನೂರು ವರ್ಷಗಳನ್ನು ಕಾಯಬೇಕೇನೋ!

ಬಾತ್‌ರೂಂ ಹೊಕ್ಕು ಬಾಗಿಲು ಹಾಕಿಕೊಂಡಳು. ಸ್ನಾನ ಮುಗಿಸಿ ಬರುವವೇಳೆಗೆ ಅವರು ಹೊರಟುಹೋಗಿದ್ದರೂ, ಅವರಲ್ಲಿ ಚರ್ಚೆ ಉಳಿಸಿಹೋಗಿದ್ದರು.

"ನಿಂಗೆ ತಲೆ ಇಲ್ಲ! ಅಲ್ಪಸ್ವಲ್ಪ ವರದಕ್ಷಿಣೆ, ವರೋಪಚಾರ ಅಂದ್ರೂ ಸುಮ್ಮನಾಗುತ್ತಾ? ಎಲ್ಲಿದೆ ಹಣ? ಯಾರು ಸಾಲ ಕೊಡ್ತಾರೆ? ಕೊಟ್ರೂ ತೀರ್ಸೋಕೆ ನಾನೇನು ದುಡೀತಾ ಇದ್ದೀನಾ? ಮನೆ ಮೇಲಿನ ಸಾಲಾನೇ ತೀರಿಲ್ಲ."

ಕೂದಲಿನ ಒದ್ದೆಯನ್ನು ಟವಲಿನಿಂದೊರೆಸುತ್ತಿದ್ದ ವಿಜಯ ಬಂದು ಅಲ್ಲೇ ಕೂತಳು. ಅವರ ಬಾಯಿಗಳಿಗೆ ಬೀಗ ಬಿತ್ತು.

"ಅಣ್ಣ, ಏನು ಹೇಳಿ ಕಳ್ಸಿದ್ರಿ?" ಮಗಳ ಪ್ರಶ್ನೆಗೆ ಬೆಚ್ಚಿದರೂ ಸರಾಗವಾಗಿ ಉತ್ತರಿಸುವಲ್ಲಿ ರಂಗಸ್ವಾಮಿ ಸಫಲರಾದರು. "ನೋಡೋಣ ಅಂದೆ. ಬ್ಯಾಂಕ್ ನೌಕರಿ ಅಂದ್ರೆ... ವರದಕ್ಷಿಣೆ ಸಾಕಷ್ಟು ಕೇಳೇಕೇಳ್ತಾರೆ. ಇದ್ನ ತೊಡ್ಯೋಕೆ ಬೇರೆ ದಾರಿ ಹುಡುಕ್ಕೋ ಬೇಕು!"

ವಿಜಯ ಮುಖದ ಮೇಲೆ ಬೆವರಿನ ಬಿಂದುಗಳು ಮೂಡಿದವು.

"ಸದ್ಯಕ್ಕೆ ವಿನೋದ ಆ ಕೆಲ್ಸ ಮಾಡಿದ್ದಾಳೆ. ಸುಜಯಗೆ ಮಾತ್ರ ನೀವು ಪ್ರಯತ್ನ ಮಾಡ್ಬೇಕು. ಮೊದ್ಲು ಪ್ರಯತ್ನ ಮಾಡಿ.... ಎಲ್ಲಾ ಮುಗೀಲಿ. ಆಮೇಲೆ ಮಿಕ್ಕಿದ್ದು ಯೋಚ್ನೇ ಮಾಡೋಣ."

ರಂಗಸ್ವಾಮಿಗಳು ತಲೆ ಕೆರೆದುಕೊಂಡರು. ನೇರವಾಗಿ ಮಗಳ ನೋಟ ಸಂಧಿಸಲು ಕೂಡ ಅವರಿಂದಾಗಲಿಲ್ಲ. ಸುಮ್ಮನೆ ತಲೆಯಾಡಿಸಿದರು. ಅರೆಮನಸ್ಸಿನಿಂದ.

"ಮೊದ್ಲು, ಸುಜಯ ಅವರು ಪರಸ್ಪರ ಒಪ್ಪಿಕೊಳ್ಳಿ" ಕಾದಾಗಲೇ ಕಬ್ಬಿಣವನ್ನು

ಬಡಿಯಬೇಕೆಂಬ ಸೂತ್ರಕ್ಕೆ ಬದ್ಧಳಾದಂತೆ ಕಾಣಿಸಿದಳು. "ಹಾಗೇ.... ಮಾಡಿ" ಅನ್ನಪೂರ್ಣಮ್ಮ ಒಂದು ಮಾತು ಸೇರಿಸಿದರು.

"ಅಣ್ಣ, ನೀವು ಹಣದ ಯೋಚ್ನೆ ಮಾಡ್ಬೇಡಿ. ನಾನು ಹೇಗೋ ಹೊಂದಿಸ್ತೀನಿ!" ಅವಳ ಆತ್ಮವಿಶ್ವಾಸ ರಂಗಸ್ವಾಮಿಗಳನ್ನು ಚುಚ್ಚಿ ನೋಯಿಸಿತು. "ಆಗ್ಲಮ್ಮ..."

ಅಷ್ಟಕ್ಕೇ ವಿಜಯ ಸುಮ್ಮನೆ ಕೂಡಲಿಲ್ಲ. ಸಂಜೆಗೆ ತಂದೆಯನ್ನು ಕಳುಹಿಸುವಲ್ಲಿ ಸಫಲಳಾದಳು.

"ಅಂತೂ ತುಂಬ ಪ್ರಯಾಸಪಟ್ರಿ!" ಸುಜಯ ಛೇಡಿಸಿದಳು. "ನಿನ್ನ ಸಹಾನುಭೂತಿ ಅಗತ್ಯವಿಲ್ಲ. ದಯವಿಟ್ಟು ಸುಜೀ, ಸ್ವಲ್ಪ ಕೋಆಪರೇಟ್ ಮಾಡು" ಕಡೆಯಲ್ಲಿ ದೀನಳಾಗಿ ರಾಗ ಎಳೆದಾಗ ಸುಜಯ ಗಂಭೀರವಾಗಿ ನಕ್ಕಳು.

"ಸ್ವಲ್ಪ ಅರ್ಥಮಾಡ್ಕೋ ಸುಜೀ, ನಾನೆಲ್ಲ ಮಾಡ್ತೀನಿ. ನೀನು ಮಾತ್ರ ಮಧ್ಯೆ ಅಪಸ್ವರ ಎಳೀಬಾರ್ದು. ಆಮೇಲೆ ಆ ಎಳೆ ಹಿಡ್ದೇ... ಪಲ್ಲವಿ ಶುರು ಮಾಡ್ತಾರೆ. ಅದ್ರಿಂದ ತೆಪ್ಪಗಿದ್ದು ನಂಗೆ ಹೆಲ್ಪ್‌ಮಾಡು."

ಸುಜಯ ತಂಗಿಯ ಅಂಗೈ ಮೇಲೆ ತನ್ನ ಕೈಯಿಟ್ಟಳು. ಖುಷಿಯಿಂದ ವಿಜಯ ಅವಳ ಹಣೆಗೆ ಮುತ್ತಿಟ್ಟು ಗೆದ್ದವಳಂತೆ ಹರ್ಷಿಸಿದಳು.

ಭಾನುವಾರ ಸಂಜೆಯ ವೇಳೆಯಾದರೂ ವಿನೋದಳ ಮನೆಗೆ ಹೋಗಿ ಬರುತ್ತಿದ್ದರು. ಇಂದು ಆ ಯೋಚನೆ ಕೂಡ ಮಾಡದೆ ವಿಜಯ ಗಟ್ಟಿಯಾಗಿ ಮನೆಯಲ್ಲಿ ಕೂತಳು.

ಅವಳ ನೋಟ ಬಾಗಿಲಿನತ್ತಲೇ ಇತ್ತು. ಒಂದು ಓದಿದ ಕಾದಂಬರಿ ಕೈಯಲ್ಲಿ ಹಿಡಿದರೂ ಸುಜಯ ವಾರೆಗಣ್ಣಿಂದ ಅವಳತ್ತ ನೋಡಿ ಮುಸಿಮುಸಿ ನಗುತ್ತಿದ್ದಳು.

ರಾತ್ರಿ ಎಂಟರ ಹೊತ್ತಿಗೆ ರಂಗಸ್ವಾಮಿಗಳು ಬಂದರು. ಗೆಲುವು, ಬೇಸರ ಯಾವ ಭಾವನೆಗಳನ್ನು ಅವರ ಮುಖದ ಮೇಲೆ ಗುರ್ತಿಸುವುದು ಸಾಧ್ಯವಿರಲಿಲ್ಲ.

ನೀಡಿದ್ದ ಕಾಲುಗಳನ್ನು ಸನಿಹಕ್ಕೆ ಎಳೆದುಕೊಂಡಳು ವಿಜಯ. ಕಾದಂಬರಿ ಹಿಡಿದೇ ಹೊರಗೆ ಹೋದಳು ಸುಜಯ. ರಂಗಸ್ವಾಮಿಗಳು ಕೂತವರೇ ಹಣೆಯ ಮೇಲಿನ ಬೆವರನ್ನು ಒತ್ತಿದರು.

"ಒಂದು ಆಟೋ ಸಿಗೋದ್ಬೇಡ್ವಾ! ಎಲ್ಲಿ ಮಾತಾಡ್ಸಿದ್ರೂ ಎಂಗೇಜ್, ಇಲ್ದಿದ್ರೆ ನಾವು ಆ ಕಡೆ ಬರೋಲ್ಲ ಅನ್ನೋ ಕರಾರು ಬೇರೆ" ಅವರ ಮುಖ ಕಹಿಯಾಯಿತು.

ಅನ್ನಪೂರ್ಣಮ್ಮನವರು ಬಂದು ಕೂತ ಕೂಡಲೇ ವಿಜಯ ಹೋಗಿ ಕಾಫಿ ಮಾಡಿ ತಂದಳು. ಕುಡಿದು ಅವರು ಲೋಟ ಕೆಳಗಿಡೋವರೆಗೂ ಕಾದಳು.

"ಹೋದ್ಕೆಲ್ಸ... ಏನಾಯ್ತಣ್ಣ?" ಕುತೂಹಲ ಹತ್ತಿಕ್ಕಲಾರದೆ ಕೇಳಿದಳು. ರಂಗಸ್ವಾಮಿಗಳು ಭಾರವಾದ ಉಸಿರು ದಬ್ಬಿದರು. "ಪರ್ವಾಗಿಲ್ಲ ಅನ್ನಿಸುತ್ತೆ. ಸ್ವಲ್ಪ ವಯಸ್ಸು ಜಾಸ್ತಿಯಾಯ್ತು" ವಿಜಯಳಿಗೆ ಗಲಿಬಿಲಿಯಾಯಿತು. ಯಾರ ವಯಸ್ಸು ಜಾಸ್ತಿ ಆಗಿರ್ಬೋದು?

"ಹುಡ್ಗಿನ ತಂದು ತೋರ್ಸಿ ಅಂದಿದ್ದಾರೆ. ನೋಡೋಣ...." ಬಟ್ಟೆ ಬದಲಾಯಿಸಲು

ಎದ್ದುಹೋದರು.

"ಅಮ್ಮ, ಸುಜಯ ವಯಸ್ಸೆಷ್ಟು?" ತಾಯಿಯತ್ತ ತಿರುಗಿದಳು. ಅನ್ನಪೂರ್ಣಮ್ಮ ತುಟಿ ಎರಡು ಮಾಡಲಿಲ್ಲ. ಯೋಚಿಸುತ್ತ ಕೂತರು. "ಅಕಸ್ಮಾತ್ ಈ ಸಂಬಂಧ ಕೂಡಿ ಬಂದ್ರೆ ಹಣಕ್ಕೇನು ಮಾಡೋದು? ಬ್ಯಾಂಕ್‌ನಲ್ಲಿದ್ದ ಹಣವನ್ನೆಲ್ಲ ಈ ಮನೆಗೋಸ್ಕರ ತೆಗೆದದ್ದು ಅಲ್ಲೇ ಒಂದಿಷ್ಟು ಸಾಲ ಬೇರ ಮಾಡ್ಸಿ ಕೂತರು. ಈಗ ಸಾಲ ತಾನೇ ಯಾರು ಕೊಡ್ತಾರೆ?"

ತಟ್ಟನೆ ತಾಯಿಯ ಕೈಹಿಡಿದುಕೊಂಡಳು. ಅವರ ಕಣ್ಣಲ್ಲಿ ಕಣ್ಣಿಟ್ಟು ಹೇಳಿದಳು.

"ಅದ್ನ ಆಮೇಲೆ ಯೋಚ್ನೆ ಮಾಡೋಣ. ಈಗ ಸ್ವಲ್ಪ ಶ್ರದ್ಧೆ ವಹಿಸಿ ಈ ಸಂಬಂಧ ನಿಶ್ಚಯಿಸೋ ಏರ್ಪಾಟು ಮಾಡಿ."

ಆಮೇಲೆ ವಿಜಯಳಿಗೆ ಇದೇ ಯೋಚನೆಯಾಯಿತು. ಹಿಂದುಮುಂದು ಯೋಚನೆ ಮಾಡದೆ ಹಣದ ಪೂರ್ಣ ಜವಾಬ್ದಾರಿಯನ್ನು ತನ್ನ ಮೇಲೆ ಹಾಕಿಕೊಂಡಿದ್ದಳು. ಅವಳ ಮಿದುಳು ರಣರಂಗವಾಗಿ ಬಿಡುತ್ತಿತ್ತು.

"ವಿಜಯ ಯಾಕೆ ಒಂದು ತರಹ ಇದ್ದೀರಾ?" ಫೈಲ್ ದಾಟಿಸುತ್ತಿದ್ದವಳು ಬೆಚ್ಚಿದಳು. "ಏನಿಲ್ಲ ಸರ್...." ತೊದಲಿದಳು. ಇದು ಸುಳ್ಳು. ನಾನು ನಂಬೋಲ್ಲ. ಅವನ ನೋಟ ಇದನ್ನ ಪ್ರತಿಪಾದನೆ ಮಾಡುತ್ತಿತ್ತು.

"ಮನೆ ವರೀಸ್ ಅಂತ ಕಾಣುತ್ತೆ" ತೆರೆದ ಪೆನ್ನಿಗೆ ಕ್ಯಾಪ್ ಸಿಕ್ಕಿಸಿದ. ಕಿರುನಗೆ ಅವಳ ತುಟಿಗಳ ಮೇಲೆ ಚಿಮ್ಮಿತು. "ಅಂಥದ್ದು.... ಏನಿಲ್ಲ!" ಮತ್ತೆ ಅದೇ ರಾಗ. ಸಂತೋಷ್ ನಕ್ಕುಬಿಟ್ಟ.

ಇದು ಕೂಡ ಸಂತೋಷ್‌ಗೆ ಒಂದು ಸಮಸ್ಯೆಯಾಯಿತು. ಕೆಲಸದ ಗಡಿಬಿಡಿಯಲ್ಲಿ ಚುರುಕಾಗಿ ಕಂಡರೂ ಮಿಕ್ಕ ವೇಳೆಯಲ್ಲಿ ವಿಜಯ ಬೆಟ್ಟ ತಲೆಯ ಮೇಲೆ ಬಿದ್ದವಳಂತೆ ಯೋಚಿಸುತ್ತ ಕೂಡುತ್ತಿದ್ದಳು. ಇದರಿಂದ ಅವನ ಹೃದಯ ಘಾಸಿಗೊಳ್ಳುತ್ತಿತ್ತು.

ಹೃದಯಗಳ ಮಾರ್ಧನಿ ಬಿಟ್ಟೆ ಅವರಿಬ್ಬರ ನಡುವೆ ಯಾವ ಸಹಾಯ ಸಹಕಾರಗಳು ಕೂಡ ಇರಲಿಲ್ಲ. ಬರೀ ಕರ್ತವ್ಯ ನಿರ್ವಹಣೆ ಸಂಬಳ ಪಡೆದಿದ್ದಕ್ಕೆ ವಿಜಯ ಮಾಡುತ್ತಿದ್ದುದ್ದು. ನಿಶ್ಚಿತ ಸಂಬಳ ಬಿಟ್ಟು ಅವಳಿಗಾಗಿ ಏನನ್ನೂ ನೀಡಿರಲಿಲ್ಲ ಸಂತೋಷ್.

ಆಫೀಸಿನಿಂದ ಮನೆಗೆ ಬರುವ ವೇಳೆಗೆ ಒಂದು ವಿಧವಾದ ಸಂಭ್ರಮದ ವಾತಾವರಣವಿತ್ತು. ಅನ್ನಪೂರ್ಣಮ್ಮನವರ ಸ್ವರದಲ್ಲಿ ಸಡಗರವಿತ್ತು. ಅವಳ ಮನ ಹಕ್ಕಿಯಾಗಿ ಸಂತೋಷದಿಂದ ಆಕಾಶದಲ್ಲಿ ಹಾರಾಡಿತು.

"ಬಂದ್ಯಾ ವಿಜಯ, ಬಾ ಕೂತ್ಕೋ" ರಂಗಸ್ವಾಮಿಗಳ ಸ್ವರದಲ್ಲಿ ಮಹತ್ಕಾರ್ಯ ಸಾಧಿಸಿದ ಬಿಗುವಿತ್ತು. ಅಲ್ಲೇ ಕೂತಳು.

ಎಲ್ಲಾ ನಿಧಾನವಾಗಿ ವಿವರಿಸಿದರು. ವರದಕ್ಷಿಣೆ ಬೇಡವೆಂದು ದೊಡ್ಡ ಮನಸ್ಸಿನವರಂತೆ ವರ್ತಿಸಿದ್ದರು. ಆದರೆ ಮದುವೆ ತೀರಾ ಆಡಂಬರವಿಲ್ಲದಿದ್ದರೂ

ಸುಮಾರಾಗಿ ಮಾಡಿಕೊಡಬೇಕು ಎಂದಿದ್ದರು.

ಕಡೆಯಲ್ಲಿ ಹೇಳಿದರು.

"ಅವ್ರಿಗೆ ಈ ಲಗ್ನಗಳಲ್ಲಿಯೆ ಮದ್ವೆ ಮಾಡಿಕೊಡಬೇಕಂತೆ ಸುಜೀ ಕೆಲ್ಸದಲ್ಲಿರೋದ್ರ ಬಗ್ಗೆ ಯಾವ ತಕರಾರೂ ಇಲ್ಲ. ಅವ್ರಿಗೆ ಸಂತೋಷದ ವಿಷ್ಯವೆ. ಸಧ್ಯಕ್ಕೆ ಹಣದ ಯೋಚ್ನೆ... ಮಾಡ್ಬೇಕು."

ಬೆಳ್ಳಿಗಿಲಾಗಿ ಕಂಡದ್ದು ಕಾರ್ಮುಗಿಲಾಗಿ ತಲೆಯ ಮೇಲೊರಗಿದ ಅನುಭವವಾಯಿತು.

"ಕನಿಷ್ಟ ಅಂದ್ರೂ ಮೂವತ್ತು ಸಾವಿರವಾದ್ರೂ ಬೇಕು. ಇಷ್ಟು ದೊಡ್ಡ ಮೊತ್ತದ ಸಾಲ ಯಾರು ಕೊಡ್ತಾರೆ?" ಎಂದಾಗ ರಂಗಸ್ವಾಮಿಗಳು ಚೇತರಿಸಿಕೊಳ್ಳಲು ಅವಳಿಗೆ ಸ್ವಲ್ಪ ಸಮಯ ಬೇಕೆನಿಸಿತು.

ಅವಳ ತುಟಿಗಳು ಬಿಗಿದುಕೊಂಡವು. ಎದ್ದು ಕೋಣೆಗೆ ಬಂದಳು. ಸುಜಯ ಕಣ್ಣುಗಳಲ್ಲಿ ಮಿಂಚಿತ್ತು. ಹೆಣ್ಣು–ಗಂಡಿನ ಸ್ನೇಹ, ಪ್ರೇಮ ಪ್ರಕೃತಿದತ್ತವಾದದ್ದು. ಸೃಷ್ಟಿಯನ್ನು ಮೀರಿ ನಡೆಯುವುದು ಕೆಲವರಿಗೆ ಮಾತ್ರ ಸಾಧ್ಯವಾಗಬಹುದು.

"ಸುಜೀ, ಏನ್ಸಮಾಚಾರ?" ಕೆನ್ನೆಯಲ್ಲಿ ಬಳಿ ಬಗ್ಗಿದಳು. ಕೆನ್ನೆಗಳು ರಾಗರಂಜಿತವಾದವು. "ಏನಿಲ್ಲ, ತೆಪ್ಪಗೆ ನಿಂಗೆ ಕೋ–ಆಪರೇಟ್ ಮಾಡ್ತಾ ಇದ್ದೀನಿ" ಸ್ವರದಲ್ಲಿ ನಾಟಕೀಯತೆ ಮಿನುಗಿದಾಗ ವಿಜಯ ಕೆನ್ನೆ ಸವರಿದಳು.

ಸುಜಯ ದ್ವಾರಕಾನಾಥ್‌ನ ಸಂತೋಷದಿಂದ ಒಪ್ಪಿಕೊಂಡಿದ್ದಳು. ಆರೋಗ್ಯವಾಗಿ ದೃಢವಾಗಿದ್ದ. ಕೈಯಲ್ಲಿ ಗೌರವಾನ್ವಿತವಾದ ನೌಕರಿ ಇತ್ತು. ಬೇಡ ಎನ್ನುವುದಕ್ಕೆ ಕಾರಣವೇನು?

ಊಟಕ್ಕೆ ಕೂತಾಗಲೂ ಆ ಮನೆಯ ವಿಷಯವೇ. ಅವರಿಗೂ ಮದುವೆಯಾಗಬೇಕಾದ ನಾಲ್ಕು ಹೆಣ್ಣುಮಕ್ಕಳಿದ್ದರು. ಅವ್ರು ಅಲ್ಲಲ್ಲಿ ನೋಡುತ್ತಿದ್ದರು. ಅದಕ್ಕಾಗಿಯೇ ಮಗನ ಮದುವೆಯನ್ನು ಮುಂದಕ್ಕೆ ಹಾಕಿಕೊಂಡು ಬಂದಿದ್ದರು. ಒಂದೇ.... ಎರಡೇ.... ಸಮಸ್ತವನ್ನೂ ಹೇಳಿ ಮುಗಿಸಿಬಿಟ್ಟರು ಅನ್ನಪೂರ್ಣಮ್ಮ.

"ಬೇರೆ ಚಿನ್ನ ಕೊಳ್ಳೋದ್ಬೇಡಾಂದ್ರೂ.... ಒಂದು ಮಾಂಗಲ್ಯದ ಸರನಾದ್ರೂ ಮಾಡ್ಸಿ ಕೊಡ್ಬೇಕೂ." ವಿಜಯಳ ಕೈಯಲ್ಲಿದ್ದ ತುತ್ತು ಜಾರಲು ಹವಣಿಸಿತು. ಅನ್ನಪೂರ್ಣಮ್ಮನ ಮಾತಿನಿಂದ.

ರಂಗಸ್ವಾಮಿಗಳು ಇಡೀ ಲೋಟ ನೀರನ್ನು ಕುಡಿದಿಟ್ಟರು. ಅವರಿಗೂ ಸಂಜೆಯಿಂದ ಯೋಚನೆಗೆ ಶುರುವಾಗಿತ್ತು. ತನ್ನ ಖರ್ಚಿನ ಬಾಬತ್ತು ಬಿಟ್ಟುಬಂದ ಸಂಬಳವನ್ನು ತಂದೆಯ ಕೈಗೆ ಹಾಕಿ ನಿಶ್ಚಿಂತೆಯಾಗಿದ್ದು ಬಿಟ್ಟಿದ್ದಳು. ಕೂಡಿಸಿದ್ದು ಮನೆಗೆ ಹಾಕಿದ್ದಾಯಿತು. ಈಗ.... ಬವಳಿಕೆ ಬಂದಂತಾಯಿತು.

"ಸ್ವಲ್ಪ ಮಜ್ಜಿಗೆ ಹಾಕ್ಬಿಡು." ಸಾರನ್ನು ಬದಿಗೆ ಸರಿಸಿದಾಗ ವಿಜಯ ತಂದೆಯತ್ತ ನೋಡಿದಳು. ಅವರು ಸರಿಯಾಗಿ ಊಟ ಮಾಡಲಿಲ್ಲವೆನಿಸಿತು. "ಅಣ್ಣ, ಹೇಗೋ

ಆಗುತ್ತೆ, ಸದ್ಯಕ್ಕೆ ನೀವು ಯಾಕೆ ತಲೆಗೆ ಹಚ್ಚೋತೀರಾ? ಸರ್‍ಯಾಗಿ... ಊಟ ಮಾಡಿ."

ಒಂದು ಲೋಟ ನೀರು ಕುಡಿದು ಎದ್ದೇಬಿಟ್ಟರು. ಇಂದೇ ಹೆಣ್ಣುಮಕ್ಕಳ ಮದುವೆಯ ಚಿಂತೆ ಅವರನ್ನು ಗಾಢವಾಗಿ ಅಪ್ಪಿದ್ದು. ಹತ್ತು ವರ್ಷ ಮುಂದಕ್ಕೆ ಹೋದ ಅನುಭವವಾಯಿತು.

ವಿಜಯ ಕೈತೊಳೆದು ತಂದೆಯನ್ನು ಅರಸಿಕೊಂಡು ಹೊರಗೆ ಬಂದಳು. ಆಕಾಶದತ್ತ ನೋಡುತ್ತ ನಿಂತಿದ್ದರು. ಅವರ ಮುಖದಲ್ಲಿ ಚಿಂತೆಯ ಗೆರೆಗಳು ಸ್ಪಷ್ಟವಾಗಿದ್ದವು. ಮುಂದೆ ಹೋಗಿ ನಿಲ್ಲಲ್ಲು ಹಿಂಜರಿದಳು.

ಕೋಣೆಗೆ ಬಂದು ಮೌನವಾಗಿ ಕೂತುಬಿಟ್ಟಳು. ತೀರಾ ಸಂದರ್ಭ ಎದುರಾದಾಗ ಅವಳ ಧೈರ್ಯ ಕುಸಿದತಾದರೂ ನಿರ್ಧಾರ ದೃಢವಾಗಿತ್ತು.

ಹಸನ್ಮುಖತೆಯಿಂದ ನಿಂತ ಸಂತೋಷ್ ಮುಖ ಎದುರು ಬಂದು ನಿಂತಿತು. ಸಹಕಾರ, ಸಹಾಯ ಹೃದಯಕ್ಕೆ ಹೊರತಾದದ್ದು ಎನಿಸಿತು.

"ವಿಜೀ, ನಾನು ಏನು ಹೇಳ್ದೆ?" ಸುಜಯಳ ಸ್ವರ ಎಚ್ಚರಿಸಿದಾಗ ಮುಖ ಮೇಲೆತ್ತಿ ಕಿರುನಗೆ ನಕ್ಕಳು. "ಸದ್ಯಕ್ಕೆ.... ನೀನು ಸುಮ್ಮನಿದ್ದು ನಂಗೆ ಸಹಾಯ ಮಾಡು."

ಸುಜಯಳ ಕಣ್ಣುಗಳಲ್ಲಿ ಸಹಾನುಭೂತಿ ಇಣುಕಿತು. ಆ ದ್ವಾರಕಾನಾಥ್ ಸರಳವಾಗಿ ಮದುವೆಯಾಗಲು ಇಷ್ಟಪಟ್ಟರೆ.... ಅದು ಬರೀ ಕನಸು ಎನ್ನಿಸಿತು. ಅವರುಗಳು ತಮ್ಮ ಬಂಧುಬಳಗದ ಬಗ್ಗೆ ಸಾಕಷ್ಟು ಹೇಳಿಕೊಂಡಿದ್ದರು. ಸಾಲದ ಹಣ ಹೊರೆಯಾಗಿ ಸಂಭ್ರಮದಿಂದ ಇಂತಹ ಸಮಾರಂಭಗಳಲ್ಲಿ ನರ್ತಿಸಿದರೇನೇ.... ತೃಪ್ತಿ! ಅವಳೆದೆ ಭಾರವಾಗಿ, ಗಂಟಲುಬ್ಬಿತು. ಇದು ಒಂದು ಮನೆಯ, ಒಬ್ಬ ವ್ಯಕ್ತಿಯ ಸಮಸ್ಯೆಯಲ್ಲವೆನಿಸಿತು.

ಇಡೀರಾತ್ರಿ ಅಕ್ಕ, ತಂಗಿಯರು ನಿದ್ರಿಸದೆ ಯೋಚಿಸಿದರು. ವಿರುದ್ಧ ದಿಕ್ಕಿನಲ್ಲಿ ಯೋಚಿಸುತ್ತಿದ್ದರೂ ವಿಷಯ ಒಂದೇ ಆಗಿತ್ತು. ಪದೇಪದೇ ನೆನಪಿನಲ್ಲಿ ದ್ವಾರಕಾನಾಥ್ ವಯಸ್ಸಿಗೆ ಅನುಗುಣವಾಗಿ ಬೊಬ್ಬಿರಿಯುವ ಬಯಕೆಗಳನ್ನು ಒಮ್ಮೆಲೇ ಮೆಟ್ಟಿಬಿಡುವುದು ಅವಳಿಗೆ ಸುಲಭವೆನಿಸಲಿಲ್ಲ.

ಒಂದುಕ್ಷಣ ವಿಜಯಳ ಮೇಲೆ ಕೋಪ ಬಂತು. ಮದುವೆಗೆ ಬೆನ್ನು ಹಾಕಿ ಇಷ್ಟು ದಿನ ಆರಾಮಾಗಿದ್ದಳು. ಈಗ.... ಆಸೆ ಆಕಾಂಕ್ಷೆಗಳು ಅವಳನ್ನು ಮೆತ್ತಗೆ ಮಾಡಿದ್ದವು.

'ಸಾರಿ ವಿಜೀ, ಈಗ ಬೇಡಾಂತ ದೃಢವಾಗಿ ನಿಲ್ಲಲಾರೆ. ನಿಂಗೆ ಖಂಡಿತ ಕೋ ಆಪರೇಟ್ ಮಾಡ್ತೀನಿ' ಮನದಲ್ಲಿಯೇ ಹೇಳಿಕೊಂಡು ಮಗ್ಗುಲಾದಳು.

ಗೋಡೆಯತ್ತ ತಿರುಗಿ ಮಲಗಿದ್ದ ವಿಜಯ ಇತ್ತ ತಿರುಗಿದಳು. ಸಂಬಳದ ಕಡಿತದಲ್ಲಿ ಸ್ವಲ್ಪ ಸಾಲ ಪಡೆಯಲು ನಿಶ್ಚಯಿಸಿದಳು. ಇದರಲ್ಲಿ ಯಾವ ಪ್ರತ್ಯೇಕತೆಯೂ ಇರಲಿಲ್ಲ. ಎಲ್ಲರಿಗೂ ಅನ್ವಯಿಸುವಂಥದ್ದೇ. ಬ್ಲಾಂಕೆಟನ್ನು ಕತ್ತಿನವರೆಗೂ

ಎಳೆದುಕೊಂಡಳು. ಬಿಗಿಯಾಗಿ ಕಣ್ಮುಚ್ಚಿ ನಿದ್ದೆ ಮಾಡಲು ಪ್ರಯತ್ನಿಸಿದಳು.

ಸರಿಯಾಗಿ ನಿದ್ದೆ ಬರದ ಕಾರಣ ಬೆಳಿಗ್ಗೆ ವಿಜಯಳಿಗೆ ಏಳುವಾಗಲೇ ತಲೆ ಭಾರ. ಬೇಗಬೇಗ ಮುಗಿಸಿ ರೆಡಿಯಾದಳು. ಸಂಜೆ ಹಾಗೇ ವಿನೋದಳನ್ನು ನೋಡಿ ಬರಲು ನಿಶ್ಚಯಿಸಿದಳು.

ಪರ್ಸ್ ತೆರೆದು ನೋಡಿ ಜಿಪ್ ಹಾಕಿದಳು. ಮೊದಲ ಬಸ್ಸು ಸಿಕ್ಕಿದ್ದರಿಂದ ಎಂದಿನ ವೇಳೆಗಿಂತ ಹತ್ತು ನಿಮಿಷ ಮೊದಲೇ ಆಫೀಸಿನಲ್ಲಿದ್ದಳು.

ರಿಂಗಾದ ಫೋನ್‌ಗೆ ಕಿವಿ ಕೊಡುವ ಹೊತ್ತಿಗೆ ಅವಿನಾಶ್ ಒಳಗೆಬಂದ. ಉರಿಯುವ ಸಿಗರೇಟು ಬೆರಳಿನ ಮಧ್ಯೆ ಇತ್ತು. ವಿಶ್ ಮಾಡಿ ತನ್ನ ಕೆಲಸದಲ್ಲಿ ಮಗ್ನಳಾದಳು.

"ವಿಜಯ, ಕ್ಲಾರಿ ಚಿತ್ರಮಂದಿರಕ್ಕೆ ಫೋನ್ ಮಾಡಿ ಎರಡು ಸೀಟ್ ರಿಸರ್ವ್ ಮಾಡ್ಸು" ತಲೆಯಾಡಿಸಿ ನಂಬರ್‌ಗಾಗಿ ಡೈರೆಕ್ಟರಿ ತೆಗೆದಳು. "ವಂಡರ್‌ಫುಲ್ ಮೂವಿ. ನೀವು ನೋಡಿದ್ದೀರಾ?" ಅವಳ ಟೇಬಲ್ ಬಳಿ ಬಗ್ಗಿದಾಗ ಸಿಗರೇಟ್ ವಾಸನೆಗೆ ಅವಳಿಗೆ ಉಗ್ಗುವಂತಾಯಿತು. ಗಂಟಲಿನಲ್ಲಿ ಏನೋ ಸಿಕ್ಕಿಕೊಂಡ ಅನುಭವವಾಯಿತು. ಅವನು ಕೂಡ ಸಾಧಾರಣ ಮನುಷ್ಯ. ಅವನ ಸ್ಥಾನದಲ್ಲಿ ಇದೇನು ಅಚ್ಚರಿಯ ವಿಷಯವಲ್ಲ.

"ಸಾರಿ, ಸಾರ್..." ಬಾವಿಯಾಳದಿಂದ ಬಂದಂತಿತ್ತು ಸ್ವರ. ಅವಿನಾಶ್ ತಲೆಯೆತ್ತಿ ಜೋರಾಗಿ ನಕ್ಕ. "ನಮ್ಮ ಸಂತೋಷ್‌ಗೆ ಅನುಭವವಿಲ್ಲ. ಪಿ.ಎ. ನಂತಮ್ಮ ಎಲ್ಲಾ ಕೆಲ್ಸಗಳಿಗೂ ಬಳಸಿಕೊಳ್ಳೋಕು.... ಗಟ್ಸ್ ಬೇಕು!" ಶ್ರೀಮಂತಿಕೆಯ ಗತ್ತು ಇಣುಕಿತು.

ಥರಥರ ನಡುಗುವಂತಾಯಿತು ವಿಜಯಳಿಗೆ. ಕೋಪದಿಂದ ಅವಳೆದೆ ಹತ್ತಿ ಉರಿಯುತ್ತಿದ್ದರೂ ಕಕ್ಕಲಾರದೆ ನುಂಗಿದಳು.

ಸಿಗರೇಟಿನ ಹೊಗೆಯುಗುಳತೊಡಗಿದ. ಇಲ್ಲಿ ಹೊಗೆಯಲ್ಲೇ ಎಲ್ಲಿ ಉಸಿರುಗಟ್ಟಿ ಬಿಡುವೆನೋ ಎಂದು ಹೆದರಿದಳು. ಎರಡು ಪೇಪರ್ ಹಿಡಿದು ಹೊರಗೆ ಬಂದು ಸಮಾಧಾನವಾಗಿ ಉಸಿರಾಡಿದಳು.

ಕಣ್ಣುಗಳು ಕಿರಿದಾದವು. ನಾಲಿಗೆ ತುಟಿಯ ಮೇಲಾಡಿತು. ಸೆಖೆಯಿಂದ ಮೈ ಬೆವೆತು ಹೋಯಿತು. ಷೂ ಸದ್ದು ಕೇಳಿ ಒಳಗೆ ನುಗ್ಗಿದಳು. ಇವಳ ಟೇಬಲ್ಲು ಬಳಿಯಿದ್ದ ಫೋನ್ ಹಿಡಿದು ನಿಂತಿದ್ದ ಅವಿನಾಶ್ ಕಣ್ಣಲ್ಲಿಯೇ ನಗೆ ಹಾರಿಸಿದ.

ಚಿಟಿಕೆ ಹೊಡೆಯುವುದರಲ್ಲಿ ಮನಸ್ಸು ಮಾಡಿದ್ದರೇ ಬಗ್ಗಿಸುತ್ತಿದ್ದ. ಇಲ್ಲದಿದ್ದರೇ ಸೀಟ್ ಖಾಲಿ ಮಾಡಿಸಿ ನಿರ್ದಾಕ್ಷಿಣ್ಯವಾಗಿ ಮನೆಗೆ ಅಟ್ಟುತ್ತಿದ್ದ. ಹುಟ್ಟು ಬೆಳವಣಿಗೆ ಎಲ್ಲಾ ಇಂಥ ಕೆಚ್ಚಿನ ವಾತಾವರಣದಲ್ಲಿಯೇ.

ಆದರೆ ಚಂದ್ರಕಾಂತ್ ಇಲ್ಲಿ ಅವನ ಸ್ವತಂತ್ರವನ್ನು ಕಟ್ಟಿಹಾಕಿದ್ದರು. ಅಳಿಯನ ಮನಸ್ಸಿಗೆ ಬೇಸರವನ್ನುಂಟುಮಾಡುವುದು ಅವರಿಗಿಷ್ಟವಿಲ್ಲವೆಂದು ಅರಿತು ಸುಮ್ಮನಾಗಿದ್ದ. ಬರೀ ಇಲ್ಲಿಯ ಫ್ಯಾಕ್ಟರಿ, ಆಫೀಸ್ ಅದನ್ನ ಸ್ಟಡಿ ಮಾಡುವ ಕಾರಣಕ್ಕಾಗಿ ಉಳಿದುಕೊಂಡಿದ್ದ.

ಸಂತೋಷ್ ಅತ್ತ ನೋಡಿದರೂ ನೋಡದಂತೆ ಒಳಗೆಹೋದ. ಕಾಲಿಂಗ್ ಬೆಲ್ ಸದ್ದಿಗೆ ಬೆಚ್ಚಿದ ವಿಜಯ ಒಳಗೆ ಹೋದಳು. ಹಿಂದೇನೆ ಧಾವಿಸಿದ ಅವಿನಾಶ್.

"ಆ ಲೆಟರ್ಸ್ ಟೈಪ್ ಆಗಿದ್ಯಾ?" ಸಂತೋಷ್‌ನ ತಲೆ ಬಿಸಿ ಒಮ್ಮೆಲೇ ಏರಿತು. ಹಕ್ಕಿಯಂತೆ ಸಂತೋಷದಿಂದ ಹಾರಾಡಿಕೊಂಡಿದ್ದ ಲೀನಾ ಪೂರ್ತಿ ಮಂಕಾಗಿದ್ದಳು. ಇಂದು ರೇಗಿದ್ದ. "ಲೀನಾ ನೀನು ಹೀಗಿದ್ರೆ... ನಾನು ಏನು ತಿಳ್ಕೋಬೇಕು? ಬಾಯಿ ಬಿಟ್ಟು ಏನಾದ್ರೂ ಹೇಳು. ಆರೋಗ್ಯ ಕೆಟ್ಟಿದ್ರೆ ಡಾಕ್ಟ್ರನ ನೋಡೋಣ. ಬೇಕಾದ್ರೆ ಹೈದ್ರಾಬಾದ್‌ಗೆ ಹೋಗು. ಸುಮ್ನೆ ತಲೆ ಬಿಸಿ ಮಾಡ್ಬೇಡ!" ಲೀನಾ ಮೌನವಾಗಿ ಕಣ್ಣೀರು ಸುರಿಸಿದ್ದಳು. ಅವನ ಮನದ ಸಮಾಧಾನವೇ ಕೆಟ್ಟುಹೋಗಿತ್ತು.

ಮನ ನಾನಾಬಗೆಯಲ್ಲಿ ಯೋಚಿಸುತ್ತಿತ್ತು. ಅವಿನಾಶ್ ಬಂದಮೇಲೆ ಅವಳ ಮನಸ್ಥಿತಿ ಕೆಟ್ಟಿರೋದು – ಮನ ಒತ್ತಾಯಪೂರ್ವಕವಾಗಿ ಹೇಳತೊಡಗಿತ್ತು. ಆದ್ದರಿಂದ ಅವನ ಮುಖ ಕಂಡರೆ ಸಿಡಿಮಿಡಿ.

"ಸಂತೋಷ್ ಒಳ್ಳೆ ಮೂವಿ" ಕಣ್ಣೊಡೆದು ನಕ್ಕಾಗ ಸಂತೋಷ್‌ನ ಮುಖದ ಮೇಲಿನ ನರಗಳು ಬಿಗಿದುಕೊಂಡವು. ಅವನ ಸೂಟ್‌ಕೇಸ್‌ನಲ್ಲಿದ್ದ ವೀಡಿಯೋ ಕ್ಯಾಸೆಟ್‌ಗಳು ಅವನ ಅಭಿರುಚಿಯನ್ನು ಎತ್ತಿ ತೋರಿಸುತ್ತಿತ್ತು. "ಸಾರಿ..." ಎದ್ದು ಹೊರಟ ಅವಿನಾಶ್‌ನ ಕುಹಕ ನಗೆ ಅವನ ಬೆನ್ನನ್ನು ಇರಿಯುತ್ತಿತ್ತು.

ಅವಿನಾಶ್ ಮನೆಗೆ ಹೊರಟ ಎಷ್ಟೋ ಹೊತ್ತಿನ ಮೇಲೆ ಸಂತೋಷ್ ಸಮಾಧಾನದ ಸ್ಥಿತಿಗೆ ಬಂದಿದ್ದು. ಸಹಿಗಾಗಿ ತಂದ ಪೇಪರುಗಳ ಜೊತೆ ತನ್ನ ಪೇಪರನ್ನು ಇಟ್ಟಳು. ವಿವರಣೆ ನೀಡಬೇಕಾದ ಸಂದರ್ಭ ಬಂದಾಗ ಅವಳ ಗಂಟಲು ಹಿಂಡಿದಂತಾಯಿತು.

ನೋಟ ಮೇಲೆತ್ತಿ ಅವಳ ಮೇಲೆ ಹರಿಸಿದ.

"ನಮ್ಮಕ್ಕನ ಮದ್ವೆ ನಿಶ್ಚಯವಾಗಿದೆ. ಸಾಲವಾಗಿ ಕೊಟ್ಟು ಸಂಬಳದಲ್ಲಿ ಕಂತಿನ ರೂಪದಲ್ಲಿ ಹಿಂದಕ್ಕೆ ಪಡೀಬಹ್ದು."

ಸಂಕೋಚದಿಂದ ಮುದ್ದೆಯಾದ ಮುಖ ಮುದ್ದಾಗಿ ಕಂಡಿತು. ಅವಳ ಮನೆಯವರ ವಿಷಯ ಇಂದಿಗೂ ಅವನಿಗೆ ಗೊತ್ತಿರಲಿಲ್ಲ.

ತಕ್ಷಣ ಸಹಿ ಹಾಕಿ ಆ ವಿಭಾಗಕ್ಕೆ ಕಳುಹಿಸುವಂತೆ ಹೇಳಿದಾಗ ಅವಳ ಹೃದಯ ತುಂಬಿ ಬಂತು.

"ಥ್ಯಾಂಕ್ಸ್, ಸಾರ್" ಬಾಯಿ ಹೇಳಲಾಗದ ನೂರು ಕೃತಜ್ಞತೆಯ ಮಾತುಗಳನ್ನು ಕಣ್ಣುಗಳು ಹೇಳಿದವು.

"ಕೂತ್ಕೋ ವಿಜಯ...." ಕಾಲಿಂಗ್‌ಬೆಲ್ ಒತ್ತಿ ಕಾಫಿಗೆ ಹೇಳಿದ. ಅವಳನ್ನೇ ನೇರವಾಗಿ ನೋಡಿದ. ವಿಜಯ ದೂರದ ವ್ಯಕ್ತಿಯಲ್ಲ. ತನ್ನ ಹೃದಯಕ್ಕೆ ತೀರಾ ಸಮೀಪ, "ಯಾವಾಗ ಮದುವೆ?" ಸ್ವರದಲ್ಲಿ ಅಂತರ ಮುಳುಗಿ ಆತ್ಮೀಯತೆ ತೇಲಿತು.

"ಸದ್ಯದಲ್ಲೇ ಅನ್ನಿಸುತ್ತೆ, ಡೇಟ್ ಇನ್ನು ಫಿಕ್ಸ್ ಆಗಿಲ್ಲ."

ಮುಂದೆ ಆಡಬೇಕೆಂಬ ಮಾತುಗಳು ಮರೆತುಹೋದವು. ಕಾಫಿ ತರುವವರೆಗೂ

ಅವಳನ್ನೇ ನೋಡುತ್ತ ಕೂತ. ಲೀನಾ ಕಣ್ಣು ತುಂಬಿದ ಮುಖ ಎದುರು ಬಂದು ನಿಂತಿತು. 'ಸೋ ಸಾರಿ ಡಿಯರ್. ಈ ಹೃದಯಕ್ಕೆ ಬುದ್ಧಿ ಹೇಳೋ ಚೈತನ್ಯ ನನಗಿಲ್ಲ. ಮನಸ್ಸು, ಒಡನಾಟ, ಎಲ್ಲಾ ನೀನ್ದೇ. ಆದರೆ ಈ ದೇಹಕ್ಕೆ ಉತ್ಸಾಹ ಮೂಡಿಸಲು ವಿಜಯಳ ಮಾತು ನಗುವಿನಿಂದ ಮಾತ್ರ ಸಾಧ್ಯ' ಬಿಂಬದ ಮುಂದೆ ತಲೆತಗ್ಗಿಸಿ ಕ್ಷಮೆ ಯಾಚಿಸಿದ.

ಬೇಗ ಸಂತೋಷ್ ಮನೆಗೆ ಹೊರಟಿದ್ದರಿಂದ ಅವಳಿಗೆ ಆಫೀಸ್ ದಿನದ ವೇಳೆಗಿಂತ ಮೊದಲು ಬಿಡಲು ಸಾಧ್ಯವಾಯಿತು. ವಾಚ್ ಕಡೆ ನೋಡಿದಳು. ವಿನೋದ ಬಂದಿರುತ್ತಾಳೆಂದು ಅವರ ಆಫೀಸ್ ಕಡೆ ಹೋಗುವ ನಿರ್ಧಾರ ಬಿಟ್ಟು ಆಟೋ ಹತ್ತಿ ಮನೆಯ ವಿಳಾಸ ಹೇಳಿದಳು.

ಇಳಿದು ಆಟೋದವನಿಗೆ ಹಣ ತೆತ್ತು ಬಾಗಿಲ ಕಡೆ ನೋಡಿದಳು. ಬೀಗವಿರಲಿಲ್ಲ. ಸಮಾಧಾನವಾಯಿತು. ಕಾಲಿಂಗ್‌ಬೆಲ್ ಹಾಕುವಂಥ ಮನೆಯಾಗಿರಲಿಲ್ಲವೇನೋ! ಮಾಲೀಕರು ಅತ್ತ ಗಮನ ಕೊಟ್ಟಿರಲಿಲ್ಲ. ಭೂಷಣ್ ಆಸಕ್ತಿ ವಹಿಸಿರಲಿಲ್ಲ.

ಚಿಲಕ ಸದ್ದು ಮಾಡಿದಳು. ವಿನೋದ ಹಿಟ್ಟು ಕಲಿಸುತ್ತಿದ್ದ ಕೈನಲ್ಲೇ ಬಂದಳು. ಅವಳ ಮುಖ ಮೊರದಗಲವಾಯಿತು.

"ಬಾರೇ ವಿಜೀ, ಭಾನುವಾರ ಯಾಕೆ ಬರ್ಲಿಲ್ಲ? ನಂಗೆಷ್ಟು ಬೇಜಾರು ಆಯ್ತು ಗೊತ್ತಾ! ಆ ದಿನಗಳು ಕೂಡ ತಪ್ಪಿಸೋಕೆ ಶುರು ಮಾಡಿದ್ದೀರಾ" ಆಕ್ಷೇಪಣೆ ಬಲವಾಗಿತ್ತು. ಮುಖದ ಮೇಲೆ ನಸು ಮುನಿಸು ಕಾಣಿಸಿಕೊಂಡಿತು.

ವಿಜಯ ಒಂದು ಕಡೆ ಕೂತು ಗಾಢವಾಗಿ ಆಲಿಸುವಂತೆ ನಟನೆ ಮಾಡಿದಳು. ನಸುಮುನಿಸು ಕೋಪವಾಗಿ ಪರಿವರ್ತವಾಗಿ ವಿನೋದ ಮುಖ ಮತ್ತಷ್ಟು ಬಿಗಿದುಕೊಂಡಿತು. ಕೋಪದ ಕಾವು ಕ್ರಮೇಣ ಕಮ್ಮಿಯಾಗಿ ದ್ರವದ ರೂಪದಲ್ಲಿ ಕಣ್ಣಲ್ಲಿ ಪ್ರತ್ಯಕ್ಷವಾಗಿ ಕೆನ್ನೆಯ ಮೇಲೆ ಇಳಿದಾಗ ವಿಜಯ ಗಾಬರಿಗೊಂಡಳು.

"ಅಯ್ಯೋ, ಇಷ್ಟಕ್ಕೆಲ್ಲ ಅಳ್ತೀಯಾ!" ಸುಜಯ ಮದ್ವೆ ನಿಶ್ಚಯವಾಯ್ತು. ವಿನೋದಳ ಕಣ್ಣುಗಳಲ್ಲಿ ಸಂಭ್ರಮ ಬೆರೆತ ವಿಸ್ಮಯ ಇಣುಕಿತು. ಮುಂಗೈನಿಂದ ಕೆನ್ನೆಯ ಮೇಲಿನ ಕಂಬನಿ ತೊಡೆದುಕೊಂಡಳು. "ನಿಜವಾಗ್ಲೂನಾ" ಸ್ವರದಲ್ಲಿ ಕಾತರ ಸ್ಪಷ್ಟವಾಯಿತು.

"ಎಲ್ಲಾ ಹೇಳ್ತೀನಿ ನಿನ್ನ ಕೆಲ್ಸದ ಮಧ್ಯೆನೇ."

ಇಬ್ಬರು ಪುಟ್ಟ ಅಡುಗೆಯ ಮನೆಯಲ್ಲಿ ಕೂತರು. ನಿಧಾನವಾಗಿ ಎಲ್ಲ ವಿವರಿಸಿ ಸಮಸ್ಯೆಯನ್ನು ಅವಳ ಮುಂದಿಟ್ಟಳು.

ವಿನೋದ ಮೊದಲು ಸಂಭ್ರಮದಿಂದ ಕೇಳಿದರೂ ಆಮೇಲೆ ಸಪ್ಪಗಾದಳು.

"ಅಣ್ಣ, ಏನ್ಹೇಳ್ತಾರೆ?" ವಿನೋದ ಸ್ವರದಲ್ಲಿ ನೋವು ಇಣುಕಿತು. ವಿಜಯಳ ಮುಖ ಗಂಭೀರವಾಯಿತು. ತೀರಾ ತಗ್ಗಿದ ದನಿಯಲ್ಲಿ ಹೇಳಿದಳು. "ವಿಷಯ ಸ್ಫಟಿಕದಷ್ಟು ಸ್ಪಷ್ಟವಾಗಿ ಮುಂದಿದೆ ಅವ್ರೇನು ಮಾಡ್ತಾರೆ?" ಅವಳೆದೆ ಭಾರವಾಯಿತು.

ವಿನೋದಳ ಮೂಗಿನ ತುದಿ ಕೆಂಪಗಾಯಿತು. ಮುಖದಲ್ಲಿ ಕಠೋರತೆ ಇಣುಕಿತು.

"ಈಗ ಕೈಯೆತ್ತೋ ಬದ್ಲು... ಹಿಂದೆ ಯೋಚ್ಸಿದ್ರೆ ಎಷ್ಟು ಚೆನ್ನಾಗಿತ್ತು. ಮನೆ ಫೈಂಟ್, ಶ್ರೀಮಂತಿಕೆ ಜೀವನಕ್ಕೆ ಜೋತುಬಿದ್ದ ಅವರು ಆರಾಮಾಗಿರೋದು ನೋಡ್ಕೊಂಡ್ರು" ವಿನೋದ ನುಡಿಗಳನ್ನು ನುಂಗಿದಳು.

"ಏನೂ, ಪಾಸ್ಟ್ ಈಸ್ ಪಾಸ್ಟ್, ಅದ್ನ ಮರ್ತು ಈಗ ಯೋಚ್ಸಬೇಕಾಗಿದೆ. ಬಾಸ್ ಹತ್ತು ಸಾವಿರ ಸ್ಯಾಂಕ್ಷನ್ ಮಾಡಿದ್ದಾರೆ. ಸಂಬಳದಲ್ಲಿ ತೀರುತ್ತೆ. ಮಿಕ್ಕಿದ್ದಕ್ಕೆ ಏನ್ಮಾಡೋದು?"

ಹಿಟ್ಟು ಕಲಸುತ್ತಿದ್ದ ವಿನೋದಳ ಕೈ ಸ್ತಬ್ಧವಾಯಿತು. ಅವಳ ಕಣ್ಣುಗಳು ಕಿರಿದಾದವು. ಕಣ್ಣುಗಳಲ್ಲಿ ನಿಸ್ಸಹಾಯಕತೆ ಇಣಕಿತು.

ಅರಿತವಳಂತೆ ವಿಜಯ ಅವಳ ಕೈಹಿಡಿದುಕೊಂಡಳು.

"ನೀನು ಸುಮ್ನೆ ತಲೆ ಕೆಡಿಸ್ಕೋಬೇಡ. ಹೇಗಾದ್ರೂ ಆಗುತ್ತೆ. ನಾನು ಸುಮ್ನೇ ನಿಮ್ಮಂದೆ ವಿಷ್ಯ ಇಟ್ಟೆ. ವರದಕ್ಷಿಣೆ ಬೇಡಾಂದು ದೊಡ್ಡವ್ರು ಆಗಿದ್ದಾರೆ. ಹಾಗೆ ಸರಳವಾಗಿ ಮದ್ವೆ ಮಾಡಿಕೊಟ್ಬಿಡಿ... ಅಂದ್ರೆ" ಕನಸ್ಸಿನ ಲೋಕದಲ್ಲಿ ತೇಲಿದಂತೆ ನುಡಿದಳು.

ಮಾತಿನ ನಡುವೆ ಚಪಾತಿ ಮಾಡಿದರು. ಒಮ್ಮೆ ಬಾಗಿಲತ್ತ ಹೋಗಿ ನೋಡಿಬಂದ ವಿನೋದಳ ಮುಖದಲ್ಲಿ ಬೇಸರ ಪ್ರಕಟವಾಯಿತು.

"ಅಬ್ಬ, ಸದಾ ಕೆಲ್ಸ ಅಂತ ಒದ್ದಾಡ್ತಾರೆ. ಯಾವ್ದೋ ಕಂಟ್ರಾಕ್ಟರ್ ಬಿಲ್ಲುಗಳು ಬಂದಿವೆಯಂತೆ. ಬೆಳಿಗ್ಗೆ ಏಳು ಗಂಟೆಗೆ ಮನೆ ಬಿಟ್ಟವ್ರು ಊಟಕ್ಕೂ ಬಂದಿಲ್ಲ. ಮುಚ್ಚಿಟ್ಟ ಅಡ್ಗೆ ಹಾಗೇ ಇದೆ" ಸ್ವರದಲ್ಲಿದ್ದುದು ಕೋಪವಲ್ಲ; ಪ್ರೀತಿಯ ಮುನಿಸೆಂದು ಗೊತ್ತಾದ ಕೂಡಲೇ ವಿಜಯ ನಕ್ಕುಬಿಟ್ಟಳು.

"ಅಂತೂ ಇವತ್ತು ಬಂದ ಕೂಡ್ಲೇ ಜಗ್ಳ ಆಡ್ತೀನಿ" ವಿನೋದ ನಿರ್ಧಾರಕ್ಕೆ ಬಂದವಳಂತೆ ಹೇಳಿದಾಗ ಹೊರಗೆ ಬಂದ ವಿಜಯ ಪರ್ಸ್ ಕೈಗೆತ್ತಿಕೊಂಡಳು. "ನಾನು ಪ್ರೇಕ್ಷಕಳಾಗಲು ಸಿದ್ಧವಿಲ್ಲ!" ಕೈಯೆತ್ತಿದಳು.

"ಪ್ರೇಕ್ಷಕರಿಲ್ದೇ ಯಾವ ನಾಟಕ, ಪ್ರಸಂಗಗಳೂ ಕಳೆ ಕಟ್ಟೋಲ್ಲ." ತಕ್ಷಣ ಕತ್ತು ತಿರುಗಿಸಿದಳು. ಭೂಷಣ್ ನಗುತ್ತ ನಿಂತಿದ್ದ. " ಈ ಅಂಕದ ಅಭಿನಯ ಪೂರೈಸಿದ ಮೇಲೇನೆ.... ನಿಂಗೆ ಬಿಡುಗಡೆ" ಅವಳ ಕೈ ಹಿಡಿದು ಕೂಡಿಸಿ ವಿನೋದಳತ್ತ ನೋಡಿದ "ನಾನು.... ಸಿದ್ಧ."

ವಿನೋದಳ ಮುಖದಲ್ಲಿ ನಸು ಮುನಿಸು ಇಣುಕಿತು. ದುರದುರನೆ ನೋಡಿ ಅಡುಗೆಯ ಮನೆಯೊಳಕ್ಕೆ ಹೋದಾಗ ವಿಜಯ ಬಾಯಿಗೆ ಕೈ ಅಡ್ಡ ಇಟ್ಟು ನಕ್ಕಳು.

"ನಗೋಕೆ ಇಲ್ಲಿ ಯಾವ ಅಭ್ಯಂತರವೂ ಇಲ್ಲ." ಮುಖದಲ್ಲಿ ಬಳಲಿಕೆ ಇದ್ದರೂ ಅವನ ಕಣ್ಣುಗಳಲ್ಲಿ ಉತ್ಸಾಹದ ಮಿಂಚಿತ್ತು. "ಆಫೀಸ್‌ನಿಂದ ನೇರವಾಗಿ ಇಲ್ಗೇ ಬಂದ್ಯಾ?" ಅವಳ ಪರ್ಸ್ ಕೈಗೆತ್ತಿಕೊಂಡಳು.

"ಅಯ್ಯೋ.... ತೆಗ್ದು ನೋಡ್ಬೇಡಿ. ಆಮೇಲೆ ಆ ಪರ್ಸ್‌ಗ್ಗೆ ಅವಮಾನವಾಗುತ್ತೆ. ಮೂರರ ಚಿಲ್ಲರೆ ಇರ್ಬೇಕೂ.... ಅಷ್ಟೆ." ಅದರಲ್ಲಿ ಅಡಗಿದ್ದ ವಿವರವನ್ನು ತಾನೇ

ಉಸುರಿ ನಕ್ಕಳು.

ವಿನೋದ ತಿಂಡಿ ತಂದಿತ್ತಳು. ಮಾತಿನ ನಡುವೆ ಅವಳು ಎಲ್ಲಾ ಉಸುರಿದಾಗ ಭೂಷಣ್ ಮುಖ ಗಂಭೀರವಾಯಿತು. ಚಪಾತಿಯ ತುಂಡು ಕೈಯಲ್ಲೇ ಉಳಿಯಿತು. ಕಣ್ಣುಗಳು ಕಿರಿದಾದವು. ಯೋಚಿಸುತ್ತ ಕೂತ.

"ಸ್ವಲ್ಪ ಹಿಡಿತ ಮಾಡಿದ್ರೆ ಅಷ್ಟಿಷ್ಟು ಉಳ್ಸಬಹುದಿತ್ತು. ಅವರ ಯೋಚ್ನೇ ನೇರ ದಿಕ್ಕಿನಲ್ಲಿ ಹರಿಲೇ ಇಲ್ಲ. ಈಗ ಪೇಚಾಡಿ ಪ್ರಯೋಜನವಿಲ್ಲ!" ವಿನೋದ ವೇದನೆಯಿಂದ ಕೈ ಕೊಡವಿದಳು. ಗಾಢವಾದ ಗಂಭೀರತೆ ವಿಜಯಳ ಮುಖದ ಮೇಲೆ ತುಂಬಿತು.

"ಪವಾಡ ನಡೀಬೇಕಷ್ಟೆ!" ಬೇಸತ್ತ ವಿನೋದ ವ್ಯಂಗ್ಯವಾಗಿ ನುಡಿದಳು.

ತೀರಾ ಕೆಳಸ್ವರದಲ್ಲಿ ಆಫೀಸ್‌ನಿಂದ ಸಾಲ ಪಡೆಯುವ ವಿಷಯ ವಿಜಯ ತಿಳಿಸಿದಳು.

"ಇನ್ನು ಮಿಕ್ಕಿದ್ದಕ್ಕೆ ಏನಾದ್ರೂ ಏರ್ಪಾಟು ಮಾಡ್ಕೋಬೇಕು. ಆ ಸಾಲ, ಈ ಸಾಲದ ಜೊತೆ ಮನೇನೂ ತೂಗಿಸೋಕೆ ನನ್ನ ಸಂಬಳದಲ್ಲಿ ಕಷ್ಟವಾಗುತ್ತೆ. ದೊಡ್ಡ ಕುಟುಂಬಕ್ಕೆ ಹೋಗುವ ಸುಜಯಳಿಂದ ಏನನ್ನೂ ನಿರೀಕ್ಷಿಸೋಕಾಗೋಲ್ಲ. ಸದ್ಯಕ್ಕೆ ಅವಳ ಪುಸ್ತಕಪ್ರೇಮ ಗುರ್ತಿಸಿ ಅದ್ಕೇ ಅಡ್ಡಿ ಮಾಡದಿದ್ರೆ .... ಸಾಕು." ಆಳವಾಗಿ ಯೋಚಿಸಿ ನುಡಿದಿದ್ದಾಳೆನಿಸಿತು ವಿಜಯ. ಭೂಷಣ್ ತಟ್ಟೆ ಪಕ್ಕಕ್ಕೆ ಇಟ್ಟು ಲೋಟ ನೀರು ಕೈಗೆತ್ತಿಕೊಂಡ.

"ಅಂತೂ ಇನ್ನು ನಮ್ಮ ಬಗ್ಗೆ ಮೃದುವಾಗಿ..." ಭೂಷಣ್ ಸ್ವರದಲ್ಲಿ ನೋವು ಇಣುಕಿದಾಗ ವಿಜಯಳ ಕಣ್ಮುಂದೆ ಮಂಜು ತೇಲಿತು. ಆದರೂ ಗೆಲುವಿನ ಮುಖವಾಡ ಹೊತ್ತಳು. "ಹಾಗೇನು ಇಲ್ಲ. ಮದ್ವೆ ವೇಳೆಗೆ ಎಲ್ಲಾ ಕರಗಿಹೋಗುತ್ತೆ." ಇದು ನಿಜವಾಗುತ್ತೆ ಎನ್ನುವ ನಂಬಿಕೆ ಅವಳಿಗೂ ಇರಲಿಲ್ಲ.

ವಿಜಯ ಹೊರಟುನಿಂತಾಗ ದಂಪತಿಗಳು ಅವಳ ಜೊತೆ ಹೆಜ್ಜೆ ಹಾಕಿದರು. ಇದ್ದಕ್ಕಿದ್ದಂತೆ ಭೂಷಣ್ ನಿಂತ.

"ಹಣಕ್ಕೋಸ್ಕರ ಮದ್ವೆ ನಿಲ್ಲೋದೇನು ಬೇಡ. ಬ್ಯಾಂಕ್‌ನಲ್ಲಿ ಒಂದ್ಹೈದು ಸಾವಿರ ಇದೆ. ಬೇರೆ ಕಡೆ ಸ್ವಲ್ಪ ಸಾಲಕ್ಕೆ ಪ್ರಯತ್ನ ಮಾಡ್ತೀನಿ."

ತಕ್ಷಣ ವಿಜಯಳ ತಲೆ 'ಧಿಂ' ಎಂದಿತು. ಭೂಷಣ್‌ನತ್ತ ನೋಡಿದಳು. ಕೇಳಿದ್ದು ನಿಜವೇ? ಅವಳ ಕಣ್ಣಿನ ಗಲಿಬಿಲಿ ನೋಡಿ ಮೃದುವಾಗಿ ನಕ್ಕ.

"ನನ್ನಂಥ ಜಾಬ್ ಟೈಪಿಸ್ಟ್ ಬಳಿ ಹಣ ಇರೋಕೆ ಸಾಧ್ಯನಾ ಅಂತ ಯೋಚಿಸ್ತಾ ಇದ್ದೀಯಾ? ಇನ್ನೊಂದು ಮಿಷನ್ ಕೊಳ್ಳೋ ಉದ್ದೇಶ ಇತ್ತು. ಮುಂದಕ್ಕೆ ಕೊಂಡರಾಯ್ತು" ಹಗುರವಾಗಿ ತೇಲಿಸಿದ.

"ಓ... ನಂಗೆ ಮಾತಾಡೋಕೆ ಗೊತ್ತಾಗ್ತಾ ಇಲ್ಲ." ವಿಜಯಳ ಸ್ವರದಲ್ಲಿ ಭಾವನೆಗಳ ಕಲಸುಮೇಲೋಗರವಾಗಿತ್ತು. "ಅಗತ್ಯವಿಲ್ಲ" ಭೂಷಣ್ ಒತ್ತಿ ಹೇಳಿದ.

ಅವರನ್ನು ಬೀಳ್ಕೊಟ್ಟು ವಿಜಯ ಮನೆಗೆ ಬಂದರೂ ಅವಳ ಮನದ ತಳಮಳ

ಕಡಿಮೆಯಾಗಿರಲಿಲ್ಲ. ಭೂಷಣ್‌ನ ಮೇರುವಿನ ವ್ಯಕ್ತಿತ್ವ ಹತ್ತಾರು ಪಿಎಚ್.ಡಿ.ಗಳ ಮಾನವೀಯತೆ ಸವಾಲ್ ಹಾಕಿದಂತೆ ಕಂಡಿತು.

ಸುಜಯ ಹೊರಗೆ ನಿಂತು ಕಾತುರತೆಯಿಂದ ಎದುರು ನೋಡುತ್ತಿದ್ದಳು. ಮುಖದ ಗಾಬರಿಯೊಡೆದಿತ್ತು.

"ವಿಜೀ, ಎಲ್ಲಿಗೆ ಹೋಗಿದ್ದೆ? ಆಫೀಸ್ ಕಾರು ಬಂದಿತ್ತು. ಅರ್ಜೆಂಟಾಗಿ ಹೇಳಿ ಕಳ್ಸಿದ್ರು. ಒಂದುಕ್ಷಣ ವಿಜಯಳ ಉಸಿರು ನಿಂತಂತಾಯಿತು. ಸಣ್ಣಗೆ ಹಣೆಯ ಮೇಲೆ ಬೆವರೊಡೆಯಿತು. ಡ್ರೈವರ್ ಏನಾದ್ರೂ ಹೇಳಿದ್ನಾ?" ಗಾಬರಿಯಿಂದ ಉಗುಳು ನುಂಗಿದಳು.

ಇಲ್ಲವೆನ್ನುವಂತೆ ಸುಜಯ ತಲೆಯಾಡಿಸಿದಳು. ಪಾದಗಳು ನೆಲದಲ್ಲೂರಿ ನಿಂತವು. ಈಗೇನು ಮಾಡಲಿ? ತುಟಿ ಕಚ್ಚಿ ಯೋಚಿಸಿದಳು.

"ತೀರಾ ಅರ್ಜೆಂಟ್ ಇದ್ರೆ ಮತ್ತೆ ಹೇಳಿ ಕಳಿಸ್ತಾರೆ ಬಿಡು" ಈಗ ಸ್ವರದಲ್ಲಿ ಗಾಬರಿ. ಆತಂಕ ಯಾವುದೂ ಇರಲಿಲ್ಲ. ವಿಜಯ ನಿಧಾನವಾಗಿ ಒಳಗೆಬಂದಳು.

"ಇಷ್ಟೊತ್ತು ಎಲ್ಲಿಗೆ ಹೋಗಿದ್ದೆ? ನಂಗಂತೂ ಗಾಬ್ರಿಯಾಯ್ತು. ಆಮೇಲೆ ವಿನೋದಳ ಮನೆಗೆ ಹೋಗಿರ್ಬೆಕೂಂತ ಸಮಾಧಾನ ಮಾಡ್ಕೊಂಡ್ರೂ ಎದೆಯ ಬಡಿತವೇನು ಕಡಿಮೆಯಾಗ್ಲಿಲ್ಲ."

ಅವಳ ಉತ್ಸಾಹ ಈಗ ಕರಗಿಹೋಗಿತ್ತು. ಈಗ ಭೂಷಣ್ ವಿನೋದ ಎಲ್ಲಾ ಮರೆಯಾಗಿ ಸಂತೋಷ ಮಾತ್ರ ಎದುರಿಗಿದ್ದ. ಯಾಕೆ ಹೇಳಿ ಕಳಿಸಿರಬೇಕು? ಅವಿನಾಶ್‌ನ ನೆನಪಾದ ಕೂಡಲೇ ಅವಳೆದೆ ಹಾರಿತು.

ಕಾರು ನಿಂತ ಸದ್ದು ಕೇಳಿ ಹೊರಗೆ ಓಡಿಬಂದಳು. ಡ್ರೈವರ್ ಇಳಿದುಬಂದು ವಂದಿಸಿದ.

"ಆಫೀಸ್‌ನಲ್ಲೇ ಇದ್ದಾರೆ. ಸಾಬ್ ನಿಮ್ಮನ್ನ ಕೂಡ್ಲೇ ಕರ್ಕೋಂಡ್ಬಾಂದ್ರು."

ಬೆರಳುಗಳಿಂದಲೇ ಕೂದಲನ್ನು ಸರಿಪಡಿಸಿಕೊಳ್ಳುತ್ತ ಒಳಗೆ ಓಡಿದಳು.

"ಸುಜೀ, ಏನೋ ವಿಚಾರ್ಸಿಕೊಂಡು ಬೇಗ ಬಂದ್ಬಿಡ್ತೀನಿ. ಯೋಚ್ನೆ ಮಾಡೋದೇನು ಬೇಡ, ಕಾರಿನಲ್ಲೇ ಮನೆ ಮುಟ್ಟಿಸ್ತಾರೆ." ಪರ್ಸ್ ಕೈಯಲ್ಲಿ ಹಿಡಿದು ಹೊರಟಾಗ ಸುಜಯ ನಿಂತಲ್ಲಿಯೇ ಗೊಂಬೆಯಾದಳು.

ಕಾರು ಫ್ಯಾಕ್ಟರಿಯ ಮೈನ್‌ಗೇಟ್‌ನಿಂದ ಹಾದು ಆಫೀಸಿನ ಮುಂದೆ ನಿಂತಾಗ ಆತುರದಿಂದಲೇ ಇಳಿದಳು. ಎಷ್ಟೇ ಉದ್ವೇಗವನ್ನು ಹತ್ತಿಕ್ಕಬೇಕೆಂದರೂ ಉಸಿರಾಟದ ಏರುಪೇರಿನಿಂದ ಮುಚ್ಚಿಡಲಾಗಲಿಲ್ಲ.

ಹೊರಗಿನ ಒಂದೆರಡು ಸೀಟ್ ಬಿಟ್ಟು ಮಿಕ್ಕವೆಲ್ಲ ಖಾಲಿಯಾಗಿದ್ದವು. ಬಾಸ್ ಆಫೀಸ್‌ನಲ್ಲಿದ್ದಾಗ ಯಾವ ತುರ್ತು ಕರೆ ಬರಬಹುದೆನೋ ಎಂದು ಕಾದಿರುವ ಜವಾಬ್ದಾರಿ ಹೊತ್ತ ಆಫೀಸರ್‌ಗಳು.

ಮೆಲ್ಲಗೆ ಸ್ಪ್ರಿಂಗ್ ಡೋರ್ ತಳ್ಳಿ ಒಳಗೆ ನಡೆದಳು. ಮುಂದಕ್ಕೆ ಹೆಜ್ಜೆ ಎತ್ತಿಡಲಾರದೆ

ನಿಂತಳು. ಫೋನ್ ಕೈಯಲ್ಲಿಡಿದು ಯಾರೊಂದಿಗೋ ಮಾತನಾಡುತ್ತಿದ್ದ ಸಂತೋಷ್ ಕಣ್ಣು ಸನ್ನೆಯಿಂದಲೇ ಬಂದು ಕೂಡುವಂತೆ ಸನ್ನೆ ಮಾಡಿದ.

ಕೂತು ಅತ್ತಿತ್ತ ಕಣ್ಣಾಡಿಸತೊಡಗಿದಳು. ಸಂಭಾಷಣೆ ಮುಗಿಸಿ ಫೋನ್ ಕುಕ್ಕಿದ ರೀತಿಯಿಂದಲೇ ಅವನಿಗೆ ಬೇಸರವಾಗಿದೆಯೆಂದರಿತಳು.

"ನಿನ್ನೆ ಬಾಂಬೆಯಿಂದ ಬಂದ ಲೆಟರ್ಸ್ ಎಲ್ಲಿ?" ಸೋತವನಂತೆ ಸೀಟ್ ಬೆನ್ನಿಗೆ ಒರಗಿ ಕೆನ್ನೆಯುಜ್ಜಿದ. ಒಂದುಕ್ಷಣ ಗಾಬರಿ ಅವಳ ಕಣ್ಣುಗಳಲ್ಲಿ ಇಣುಕಿ ಮರೆಯಾಯಿತು. "ನಿಮ್ಮ ಖಾಸಗಿ ಫೈಲ್‌ನಲ್ಲೇ ಇತ್ತು."

ಮುಂದಿದ್ದ ಫೈಲನ್ನು ಅವಳ ಮುಂದಕ್ಕೆ ತಳ್ಳಿದ. ಆತುರದಿಂದ ಪೇಪರುಗಳಲ್ಲಿ ಕಣ್ಣಾಡಿಸಿದಳು. ತಕ್ಷಣ ಮುಖ ಮೇಲೆತ್ತಿದಾಗ ಅವನ ಕಣ್ಣೋಟ ಇತ್ತು. ಎರಡು ಕಣ್ಣೋಟ ಬೆರೆತು ಹೃದಯಗಳ ಸಂದೇಶ ಬಿತ್ತರಿಸಲು ಸಹಾಯಕವಾಯಿತು.

ಫೈಲನ್ನು ಮುಚ್ಚಿ ಮೇಲೆದ್ದಳು. ಕೈಕೊಟ್ಟ ನೆನಪು ಮರಳಿದಾಗ ಭಾರವಾದ ಉಸಿರನ್ನು ದಬ್ಬಿದಳು.

ಕೀ ಬಂಚ್‌ನಿಂದ ತನ್ನ ಡ್ರಾಯರ್ ತೆರೆದು ಅದರಲ್ಲಿನ ಒಂದೆರಡು ಪತ್ರಗಳನ್ನು ಅವನ ಮುಂದಿಟ್ಟಳು. ಸಂತೋಷ್‌ನ ಬೆನ್ನು ಸೀಟ್‌ನಿಂದ ಮುಂದಕ್ಕೆ ಬಂತು. ನಿಧಾನವಾಗಿ ಕಣ್ಣಾಡಿಸಿದ.

"ಸಂಜೆಯಿಂದ ತಲೆ ತಿಂದುಬಿಟ್ರು.... ವಿತ್ ರೆಫರೆನ್ಸ್ ಟು ಯುವರ್.... ವಿಜಯ, ಈಗ್ಲೇ ಟೈಪ್ ಮಾಡ್ಬಿಡಿ. ಬೆಳಿಗ್ಗೆ ಪೋಸ್ಟ್‌ಗೆ ಹೋಗ್ಬೇಕು...."

ಶೀಘ್ರಲಿಪಿಯಿಂದ ಪೇಪರ್‌ಗೆ ಟೈಪ್ ಆಗಿ ಕವರ್ ಸೇರಿದಾಗ ಅವಳಲ್ಲಿ ದಣಿವು ಕಾಣಿಸಿಕೊಂಡಿತು. ಇನ್ನೊಮ್ಮೆ ಚೆಕ್ ಮಾಡಿಸಿ ಸಹಿ ಹಾಕಿಸಿ ತನ್ನ ಡ್ರಾಯರ್‌ನಲ್ಲಿಟ್ಟು ಬೀಗಹಾಕಿ ಅವನತ್ತ ನೋಡಿದಳು.

"ಸೋ ಸಾರಿ...." ಕೆಲವು ಮುಖ್ಯ ವಿಷಯಗಳನ್ನು ಅವಳ ಮುಂದೆ ಉಸುರಿ ಬೇಸರ ತೋಡಿಕೊಂಡ. "ಹೋಗೋಣ" ಮೇಲಕ್ಕೆದ್ದ. "ನಾನು ನಿನ್ನ ಡ್ರಾಪ್ ಮಾಡ್ಬಿಟ್ಟು.... ಹೋಗ್ತೀನಿ."

ಎಷ್ಟೇ ಅಂತರ ತಗ್ಗಿಸಿದರೂ ಸಂತೋಷ್ ಎಂದೂ ತನ್ನ ಸ್ಥಾನದ ದುರುಪಯೋಗ ಮಾಡಿಕೊಳ್ಳಲು ಬಯಸುತ್ತಿರಲಿಲ್ಲ. ವಿಜಯ ಸಹೋದ್ಯೋಗಿಗಳ ಬಳಿಯಲ್ಲಿಯೂ ಅಷ್ಟೆ. ಅಂಟಿಯೂ ಅಂಟದಂತೆ ಇರುವುದನ್ನು ಕಲಿತಿದ್ದಳು.

ಸೆಕ್ಯೂರಿಟಿ ಆಫೀಸರ್ ಓಡಿಬಂದು ಸೆಲ್ಯೂಟ್ ಹೊಡೆದು ನಿಂತ. ಸಂತೋಷ್ ಕಣ್ಣಲ್ಲಿಯೇ ಹತ್ತುವಂತೆ ಅವಳಿಗೆ ಸನ್ನೆ ಮಾಡಿ ಹತ್ತಿ ಕೂತ.

ಡ್ರೈವರ್ ಅರಿತವನಂತೆ ಕಾರನ್ನು ವಿಜಯಳ ಮನೆಯ ಕಡೆ ಓಡಿಸಿದ. ಹೊರಗಿನ ದೀಪ ಇನ್ನೂ ಉರಿಯುತ್ತಲೇ ಇತ್ತು. ಮನದಲ್ಲಿ ಆಹ್ವಾನಿಸಬೇಕೆಂಬ ತವಕವಿದ್ದರೂ ತಡೆದಿಟ್ಟಳು.

ಮೆಲ್ಲಗೆ ಇಳಿದು ಅವನತ್ತ ನೋಡಿದಾಗ ಸಂತೋಷ್‌ನ ನೋಟ ವಿಜಯಳ

ನೋಟವನ್ನು ಹಿಡಿದಿಟ್ಟಿತು.

"ಗುಡ್‌ನೈಟ್..." ಕಾರು ಮುಂದಕ್ಕೆ ಹೋದಾಗ ಎತ್ತಿದ ಕೈ ಹಾಗೆಯೇ ನಿಂತಿತು.

ನಿಧಾನವಾಗಿ ಮನೆಯತ್ತ ಹೆಜ್ಜೆ ಹಾಕಿದಳು. ಒಳಗೆ ಬಂದಕೂಡಲೇ ಸುಜಯ ಸಿಡಿದಳು.

"ಯಾವ ಸೀಮೆ ಕೆಲ್ಸ ಇದು. ಹೆಸರಿಗೆ ಪಿ.ಎ. ಆಪ್ತ ಸಹಾಯಕಿ. ಹೆಸರು ಮಾತ್ರ ದೊಡ್ಡದು. ಈ ಕೆಲ್ಸಕ್ಕಿಂತ ಪ್ಯೂನ್ ಕೆಲಸ ವಾಸಿ; ಅವ್ರಿಗೆಷ್ಟೋ ಸ್ವಾತಂತ್ರ್ಯ ಇರುತ್ತೆ. ನಿಮ್ಗೋ ಅದು ಇಲ್ಲ. ಹೊತ್ತಿಲ್ಲ, ಕೆಲ್ಸಕ್ಕೆ ಮಿತಿ ಇಲ್ಲ. ಇಡೀ ಜವಾಬ್ದಾರಿ ತಲೆ ಮೇಲೆ ಕವಚಿಕೊಂಡಂತೆ.... ಸಫರ್ ಆಗ್ಬೇಕು..."

ವಿಜಯಳ ಬಳಲಿಕೆ ಎಷ್ಟೋ ಕಮ್ಮಿಯಾಗಿ ಗೆಲುವು ಮೂಡಿತು. ಕೂತ ಸುಜಯಳ ಮೇಲೆ ವಾಲಿದಳು.

"ಅಷ್ಟೇ ಸಂಬಳ ಕೂಡ ಕೊಡ್ತಾರೆ" ವಿಜಯ ಸಹಜವಾಗಿ ಹೇಳಿದರೂ ಅವಳಿಗೆ ತಿವಿದಂತಾಯಿತು. "ಹೌದೌದು, ಜೀವ್ನ... ಅಂದರೆ... ಹಣ ಮಾತ್ರ..."

ಅವಳ ಕೆನ್ನೆ ಸವರಿ ಎದ್ದು ವಿಜಯ ಗಂಭೀರವಾಗಿ ಹೇಳಿದಳು.

"ಸದ್ಯಕ್ಕೆ ಹಾಗೇ ಅಂದ್ಕೋ."

ಕೋಣೆಯ ಕಡೆ ಹೊರಟವಳನ್ನು ನೋಡಿ ಸುಜಯಳ ಕಣ್ಣಾಲಿಗಳು ತುಂಬಿದವು.

ಮದುವೆಯ ಮಾತುಕತೆಗಳು ನಡೆದು ದಿನ ನಿಶ್ಚಯವಾಯಿತು. ಆಫೀಸಿನಿಂದ ಸಾಲ ಪಡೆದ ಹತ್ತು ಸಾವಿರಕ್ಕೆ ಭೂಷಣ್ ಐದು ಸಾವಿರ ಕೊಟ್ಟು ಹದಿನೈದು ಮಾಡಿದ.

ಮನೆಗೆ ಬಂದ ವಿಜಯ ಸೋತವಳಂತೆ ಒಂದುಕಡೆ ಕೂತು ಬಿಟ್ಟಳು. ಸಾವಿರಗಟ್ಟಲೆ ಸಾಲ ಕೊಡುವ ಜನರೇ ಇರಲಿಲ್ಲ ರಂಗಸ್ವಾಮಿಗಳಿಗೆ. ತಮ್ಮ ಅಸಹಾಯಕತೆ ತೋಡಿಕೊಂಡು ಗೊಣಗಾಡುತ್ತಿದ್ದರೇ ವಿನಃ ಮತ್ತೆ ಯಾವ ಪ್ರಯತ್ನಕ್ಕೂ ಕೈಹಾಕಲಿಲ್ಲ.

ಬೀಗರ ಮನೆಗೆ ಹೋಗಿದ್ದ ರಂಗಸ್ವಾಮಿಗಳು ಬೇಸರದ ಮುಖ ಹೊತ್ತು ಬಂದರು. ವರದಕ್ಷಿಣೆ ಬೇಡವೆಂದು ಧಾರಾಳ ಮನಸ್ಸು ತೋರಿಸಿದ್ದರೂ ವರನಿಗೆ ಕೊಡಬೇಕಾದ ವಸ್ತುಗಳ ಬಗ್ಗೆ ಜ್ಞಾಪಿಸಿ ಕಳುಹಿಸಿದ್ದರು.

ಸೋತವರಂತೆ ಕುಸಿದು ಕೂತಾಗ ವಿಜಯ ತಲೆ ಎತ್ತಿದಳು. ಕೋಪ ಬೆರೆತ ಬೇಸರವಿತ್ತು. ಅವರ ಕಣ್ಣುಗಳಲ್ಲಿ.

"ನೋಡಿದ್ಯಾ, ವರನಿಗೆ ಸೂಟು ಹೊಲ್ಸಿ ಹಾಕ್ಬೇಕು... ಬೇಗ ಹಣ ಕಳ್ಸಿಂದ್ರು. ಇಲ್ದಿದ್ರೆ ಮದ್ವೆ ಹೊತ್ಗೆ ಸೂಟು ರೆಡಿಯಾಗೋಲ್ವಂತೆ. ಪೈಸಾ ಕೈಯಲ್ಲಿಟ್ಕೊಂಡು ಯಾವ್ದಾದ್ರೂ ಕೆಲಸಕ್ಕೆ ಕೈಹಾಕಬೇಕು. ಈಗ ಕೆರೆನೋ ಬಾವಿನೋ ನೋಡ್ಕೋಬೇಕು. ನಿರ್ದಾಕ್ಷಿಣ್ಯವಾಗಿ ಆಕ್ಷೇಪಣೆ ಅವಳ ಮೇಲೆ ಒರಗಿಸಿದರು.

ಕೋಣೆಯಲ್ಲಿ ಪತ್ರಿಕೆ ತಿರುವುದಕ್ಕೆ ಸಮಯ ದಢಾರನೆ ಹೊರಗೆ ಬಂದಳು.

ಅವಳ ಮುಖ ಸಿಟ್ಟಿನಿಂದ ಕೆಂಪಗಾಗಿತ್ತು.

"ನಂಗೇನು ಮದ್ವೆ ಬೇಡ. ನೀವು ಕೈಯಲ್ಲಿ ಪೈಸೆ ಜತೆ ಮಾಡ್ಕೊಂಡು ಇಟ್ಕೊಳ್ಳೋವರ್ಗೂ ಕಾಯ್ತೀನಿ. ದಯವಿಟ್ಟು ಸುಮ್ಮನಿದ್ಬಿಡಿ. ನಾನೇ ಬಾಸ್ ಹತ್ರ ಹೋಗಿ ವಿಷ್ಯ ತಿಳಿಸ್ತೀನಿ."

ಎರಡರ ಹೊಡೆತ– ವಿಜಯ ತೀರಾ ಮೆತ್ತಗಾದಳು. ಸುಜಯನ್ನ ಕಣ್ಣಲ್ಲಿಯೇ ಸಮಾಧಾನಿಸುವ ಪ್ರಯತ್ನ ಮಾಡಿದಳು. ಅವಳು ಕೋಣೆಯತ್ತ ಹೊರಟ ಮೇಲೆ ತನ್ನ ಪರ್ಸ್ ಎಳೆದು ನೋಟುಗಳ ಕಂತೆಗಳನ್ನು ಟೀಪಾಯಿ ಮೇಲಿಟ್ಟಳು.

"ಲೋನ್ ತಗೊಂಡಿದ್ದು. ಮಿಕ್ಕದಕ್ಕೆ ಏನಾದ್ರೂ ಮಾಡೋಣ. ಪದೇಪದೇ ತಾಪತ್ರಯ ತೋಡ್ಕೊಂಡು ಸುಜೀ ಮನಸ್ಸಿಗೆ ಬೇಜಾರು ಮಾಡೋದೇನು ಬೇಡ" ಪರ್ಸ್‌ಗೆ ಜಿಪ್ ಎಳೆದು ಮೊದಲ ಸ್ಥಾನ ಸೇರಿಸಿದಳು.

ರಂಗಸ್ವಾಮಿಗಳು ತಲೆ ಬಗ್ಗಿಸಿದರು. ಒಳಗಿನ ಕಿರಿಕಿರಿ ಅವರನ್ನು ದಹಿಸುತ್ತಿತ್ತು.

"ಕೊಡೋದೊಂದು ಮಾಂಗಲ್ಯ ಸರ.... ಅದು ಗಟ್ಟಿಗಡವತ್ತಾಗಿ ಇರ್ಲಿಂದ್ರು. ಮೆದುವಾಗಿ ಕಂಡ ಜನ ಉಪಾಯವಾಗೇ ಹೀರೋ ಹಾಗೆ ಕಾಣಿಸ್ತಾರೆ" ತೀರಾ ಕೆಳಸ್ವರದಲ್ಲಿ ವಿಜಯಳಿಗೆ ಮಾತ್ರ ಕೇಳುವಂತೆ ಹೇಳಿದರು.

ಹಿಂದೂಮುಂದು ಯೋಚಿಸದೆ ವಿಜಯ ಕತ್ತಿನಲ್ಲಿದ್ದ ಒಂದೆಳೆ ಚೈನನ್ನ ತೆಗೆದು ಅವರ ಮುಂದಿಟ್ಟಳು. ರಂಗಸ್ವಾಮಿಗಳ ಕರುಳಿಗೆ ಚೂರಿ ಹಾಕಿದ ಅನುಭವವಾಯಿತು. ಅವರು ಮಾತಾಡುವ ಮೊದಲೇ ಹೇಳಿದಳು.

"ಈಗ ಇಂಥ ಸಣ್ಣಪುಟ್ಟ ವಿಷಯಗಳಿಗೆ ಯೋಚ್ಸೋದೇನು ಬೇಡ. ಸುಜೀ ಕತ್ತಿನಲ್ಲಿರೋ ಸರಕ್ಕೆ ಈ ಬಂಗಾರನೂ ಸೇರ್ಸಿ ಮಾಂಗಲ್ಯದ ಸರ ಮಾಡ್ಸಿ. ಹೊಸ್ದಾಗಿ ಚಿನ್ನ ಕೊಳ್ಳೋಕಾಗೋಲ್ಲ."

ವಿಜಯ ಎದ್ದು ಹೋದಮೇಲೆ ಸರದತ್ತಲೇ ನೋಡಿದರು. ಎದೆಯಲ್ಲಿ ಎಂತಹುದೋ ನೋವು. ವಿಜಯ ತಮ್ಮ ಮುಂದೆನೆ ಬಹಳಷ್ಟು ಬೆಳೆದ ಅನುಭವವಾಯಿತು.

ತೀರಾ ತೆಳ್ಳಗಿದ್ದ ಸರವನ್ನ ಕೈಯಲ್ಲಿ ಹಿಡಿದು ನೋಡಿದರು. ಫಳಕ್ಕನೆ ಮಿಂಚಿತು. ಕಣ್ಮುಚ್ಚಿ ತೆಗೆದರು. ಸ್ವಂತ ಅವರ ದುಡಿಮೆಯಿಂದ ಏನೂ ಮಾಡಿಸಿಕೊಟ್ಟಿರಲಿಲ್ಲ. ಮೂವರ ದುಡಿಮೆಯ ಸ್ವಲ್ಪ ಭಾಗ ಚಿನ್ನದ ರೂಪದಲ್ಲಿ ಅವರುಗಳ ಕತ್ತಿನಲ್ಲಿತ್ತು. ಕತ್ತು ಹಿಸುಕಿದ ಅನುಭವವಾಯಿತು ರಂಗಸ್ವಾಮಿಗಳ್ಗೆ.

ಮರುದಿನ ತಕ್ಷಣ ಅದನ್ನು ಗಮನಿಸಿದವನು ಸಂತೋಷ್. ಅದಕ್ಕೆ ಒಂದು ಕಾರಣವೂ ಇತ್ತು. ಆ ಚಿನ್ನದ ಸರದಲ್ಲಿ ಶೋಭಾಯಮಾನವಾಗಿ ನೇತಾಡುತ್ತಿದ್ದ ಸಣ್ಣ ಡಾಲರ್ ಅವನನ್ನು ಆಕರ್ಷಿಸಿತ್ತು. ಇಂದೇಕೋ ಬಿಳಿಯ ಹಂಸದಂಥ ಕತ್ತು ಬಿಕೋ ಎಂದಿತು.

"ವಿಜಯ ನಿಮ್ಮಲ್ಲೇನೋ ಬದಲಾವಣೆ ಆಗಿದೆ!" ಎಸೆದ ನೋಟ ಅವಳತ್ತಲೇ

ಇತ್ತು. ಗಾಬರಿ ಅವಳ ಕಣ್ಣುಗಳಲ್ಲಿ ಕಾಣಿಸಿಕೊಂಡಿತು. "ಏನೋ.... ಇಲ್ವಲ್ಲ."

ಸಂತೋಷ್ ನಕ್ಕುಬಿಟ್ಟ. ಆ ನಗುವಿನಲ್ಲಿಯೇ ಬಹಳ ದೂರ ತೇಲಿಹೋಗುವ ಮನಸ್ಸಾಯಿತು.

"ನಿಮ್ಮ ಕತ್ತಿನಲ್ಲಿದ್ದ ಸರ ಎಲ್ಲಿ?" ವಿಜಯಳ ಕೈ ಕುತ್ತಿಗೆಯ ಮೇಲಾಡಿತು. ನಗುವ ಪ್ರಯತ್ನ ಮಾಡಿ ಸೋತಳು. "ಇವತ್ತು ಮರ್ತೇಬಿಟ್ಟೆ."

ಆದರೂ ಸಂತೋಷ್‌ಗೆ ಸಮಾಧಾನವಾಗಲಿಲ್ಲ. ಪದೇಪದೇ ಅವಳ ಕತ್ತು ಜ್ಞಾಪಕಕ್ಕೆ ಬರುತ್ತಿತ್ತು. ಯಾಕೆ? ಒಂದು ಸಣ್ಣ ವಿಷಯದ ಬಗ್ಗೆ ಮನ ಯಾಕಿಷ್ಟು ಕೋಲಾಹಲ ವ್ಯಕ್ತಪಡಿಸಬೇಕು?

ಎಷ್ಟೊ ಪ್ರಯತ್ನಿಸಿದ. ಲೀನಾಳ ಕತ್ತನ್ನು ಜ್ಞಾಪಿಸಿಕೊಳ್ಳಲು ಬರೀ ಮಸಕು ಮಸಕಿನ ಚಿತ್ರಣವೇ ಹೊರತು ಸ್ಪಷ್ಟವಾಗದು.

ಮನೆಗೆ ಬಂದಕೂಡಲೆ ಲೀನಾಳ ಕತ್ತನ್ನೇ ನೋಡಿದ. ಕೊರಳಿನಲ್ಲಿ ಬೆಲೆಬಾಳುವ ಮುತ್ತಿನ ಸರ ಮೃದುವಾಗಿ ಕೈಯಾಡಿಸಿದ.

"ಏನ್ಸಮಾಚಾರ?" ಅವನ ಮೂಗು ಹಿಂಡಿದಾಗ ಪೆಚ್ಚಾದ. ಕಣ್ಮುಂದಿನ ಬಿಂಬಕ್ಕೆ ಮಂಜಿನ ಕಟ್ಟೆ ಎಬ್ಬಿಸಲು ಹೋಗಿ ಸೋತ, "ಏನಿಲ್ಲ.... ಈ ಸರ ನಿನ್ನ ಕತ್ತಿಗೆ ತುಂಬ ಚೆನ್ನಾಗಿ ಕಾಣುತ್ತೆ?" ಇಲ್ಲಿ ಸುಳ್ಳು ನಿಜದ ಪ್ರಶ್ನೆ ಬರಲಿಲ್ಲ. ಒತ್ತಡಕ್ಕೆ ಸೋಲದೇ ಏನೋ ಹೇಳಿದ.

ಒಮ್ಮೊಮ್ಮೆ ಅವನಿಗೆ ಲೀನಾಳ ಮುಂದೆ ಸೋತುಬಿಡುವ ಅನುಭವವಾಗುತ್ತಿತ್ತು. ಅವಳ ಭಾವನೆ, ಅನಿಸಿಕೆ ಆಕಾಂಕ್ಷೆಗಳನ್ನು ಅರಿಯಲು ತನ್ನಿಂದ ಆಗುತ್ತಿಲ್ಲ! ಯಾಕೆ? ತಪ್ಪು ಎಲ್ಲಿದೆ? ತಾನು ಆ ಪ್ರಯತ್ನ ಮಾಡುತ್ತಿಲ್ಲವೆ? ಎಲ್ಲಾ ಕಲಸುಮೇಲೋಗರ; ಏನೂ ಅರ್ಥವಾಗಲಿಲ್ಲ.

ಸೋಫಾಕ್ಕೆ ಒರಗಿ ಕಣ್ಮುಚ್ಚಿದ. ಮೃದು ಮಾತಿನ ಸ್ವರ ಕಿವಿಯಲ್ಲಿ ಹರಿದಾಡಿತು. ಟೈಪ್ರೈಟರ್ ಮುಂದೆ ಕೂತು ಸರಸರನೆ ಬೆರಳುಗಳನ್ನು ಆಡಿಸುವ ವಿಜಯ ತೀರಾ ಆಪ್ತಳಾಗಿ ಕಂಡಳು.

ತೋಳಿನ ಮೇಲೆ ಭಾರ ಬಿದ್ದಾಗ ಕಣ್ತೆರೆದ. ತೋಳಿಗೆ ಕೆನ್ನೆ ಹಚ್ಚಿದ ಲೀನಾ ಮೃದುವಾಗಿ ಅವಳ ಹಣೆಯ ಮೇಲಿನ ಕೂದಲನ್ನು ಪಕ್ಕಕ್ಕೆ ಸರಿಸಿ ಬಳಸಿದ.

"ಏನೋ ಒಂದು ತರಹ ಇದ್ದೀ ಸಂತೋಷ್" ಅನುರಾಗಮಿಶ್ರಿತ ನೋಟದಿಂದ ಅವಳನ್ನು ಮೀಯಿಸಿದ. ಕಚ್ಚಿದ ತುಟಿಗಳು ಬಿಗಿಯಲಿಲ್ಲ. "ಅವಿನಾಶ್ ಹೈದರಾಬಾದ್‌ಗೆ ಹೋಗೋ ಸುದ್ದಿ ಹೇಳಿದ್ನಾ?" ಲೀನಾ ಬೆಚ್ಚಿಬಿದ್ದಳು. ಮುಖ ಬಿಳಿಚಿಕೊಂಡಿತು. ತಟ್ಟನೇ ಅವನಿಂದ ದೂರ ಸರಿದು ಕುಳಿತಾಗ ಸಂತೋಷ್‌ನ ಹುಬ್ಬುಗಂಟಾಯಿತು. ಹಲ್ಲುಗಳನ್ನು ಭದ್ರವಾಗಿ ಕಚ್ಚಿಹಿಡಿದ.

"ನಂಗೆ ಅರ್ಥವಾಗೋಲ್ಲ!" ಚುಚ್ಚಿ ನುಡಿದಂತಿತ್ತು. ಲೀನಾ ಕಣ್ಣು ಗುಡ್ಡೆಗಳು ಕಂಬನಿಯಲ್ಲಿ ಈಜಾಡಿದವು. ಎದೆ ಉರಿ ಮೈಯೆಲ್ಲ ವ್ಯಾಪಿಸಿಕೊಂಡಿತು.

"ಸಂತೋಷ್...." ಎರಡು ಕಿವಿಗಳನ್ನು ಮುಚ್ಚಿಕೊಂಡು ಜೋರಾಗಿ ಚೀರಿದಳು.

ಗಾಬರಿಯಿಂದ ಅವಳನ್ನು ಬಳಸಿದ. ಅವನೆದೆಯಲ್ಲಿ ಮುಖವಿಟ್ಟು ಬಿಕ್ಕಿದಳು. ಎಷ್ಟೋ ಹೊತ್ತು ಹೃದಯ ಒಡೆದುಹೋಗುವಂತೆ ರೋದಿಸುತ್ತಿದ್ದಳು.

ಈಗ ಅವಿನಾಶ್ ಅವನ ಮುಂದೆ ಅಡ್ಡಗಲವಾಗಿ ಬೆಳೆದು ನಿಂತ. ಎದೆಯಲ್ಲಿ ಯಾವುದೋ ರಹಸ್ಯ ಬಚ್ಚಿಟ್ಟುಕೊಂಡು ಗಹಗಹಿಸುವಂತೆ ಕಂಡ. ಈಗಲೂ ಅಂತಹ ವಿಚಾರವನ್ನು ತಲೆಯಿಂದ ಹೊರಗೆ ತಳ್ಳಿದ.

"ಅವಿನಾಶ್' ಪಕ್ಕಾ ಬಿಜಿನೆಸ್ ಮನುಷ್ಯ. ಸ್ವಲ್ಪ ಕಟುವಾಗಿ ವರ್ತಿಸಬಹುದು. ಬೇರೇನು ಅವನ ಬಗ್ಗೆ ಯೋಚ್ಸೋದು ಸಮಂಜಸವಲ್ಲ! ತೀರ್ಮಾನಕ್ಕೆ ಬಂದ.

ಅಷ್ಟರಲ್ಲಿ ಬೂಟಿನ ಸದ್ದಿನೊಂದಿಗೆ ಅವಿನಾಶ್ ಒಳಗೆಬಂದ. ಸುಂದರವಾಗಿ ನಕ್ಕ. ಲೀನಾ ಸಂತೋಷ್ ತೋಳಿನೊಳಗೆ ಮುಖ ಮರೆಸಿಕೊಂಡಳು.

"ಸಂತೋಷ್, ಮಾವ ಏನಾದ್ರೂ ಕಾಲ್ ಮಾಡಿದ್ರಾ? ಅವರು ಬರೋ ಸುದ್ದಿ ಏನಾದರೂ ಸಿಕ್ತಾ?" ತಲೆಯಾಡಿಸಿ ಸಂತೋಷ್ ಕೂಡುವಂತೆ ಸನ್ನೆ ಮಾಡಿದ.

ಇಡೀ ಫ್ಯಾಕ್ಟರಿಗಳನ್ನು ಒಮ್ಮೆ ಸುತ್ತಿಬಂದಿದ್ದ. ಕೆಲವು ಸಂದರ್ಭಗಳಲ್ಲಿ ಅವನ ಬುದ್ಧಿಶಕ್ತಿಗೆ ಮೇಧಾವಿಗಳೇ ಆಶ್ಚರ್ಯಪಡುತ್ತಿದ್ದರು. ಚುರುಕಿನ ಕಣ್ಣುಗಳು ಪ್ರತಿಯೊಂದನ್ನು ಪರಿಶೀಲನಾ ದೃಷ್ಟಿಯಿಂದಲೇ ನೋಡುತ್ತಿತ್ತು.

ಕೆಲವು ಲೋಪದೋಷಗಳ ಬಗ್ಗೆ ಒದರಾಡಿದ. ಮಿಂಚಿನ ಕಾರ್ಮಿಕ ಮುಷ್ಕರಗಳ ಬಗ್ಗೆ ಟೀಕಿಸಿದ. ಲೀನಾ ಎದ್ದು ಒಳಗಡೆ ಹೋದಳು.

ಕಾಫಿ ಬಂದಕೂಡಲೇ ಅವಿನಾಶ್ ಮುಖ ಸಿಂಡರಿಸಿದ. ಕೈಹಚ್ಚಿದೆ ಕೂತ. ತಣ್ಣಗಿನ ಬೀರು ತರಲು ಹೇಳಿದ. ಸಂತೋಷ್ ಕಿರುನಗೆ ನಕ್ಕ.

* * *

ಎರಡು ದಿನದ ಹಿಂದೆ ಬಂದ ಬೀಗಿತ್ತಿ ಮಾಂಗಲ್ಯದ ಸರ ನೋಡಿ ಮುಖ ಇಷ್ಟು ದಪ್ಪ ಮಾಡಿಕೊಂಡಿದ್ದರು. ತಮ್ಮ ಅಸಹನೆ ಕಕ್ಕಿಯೇ ಹೋಗಿದ್ದರು.

"ಸರ ತೀರಾ ತೆಳ್ಳಗಾಯ್ತು. ಸ್ವಲ್ಪ ಹೆಚ್ಚೇ ಚಿನ್ನ ಹಾಕಿ ಮಾಡಿಸಬೇಕಿತ್ತು. ಉಂಗುರಗಳಾದ್ರೂ ಚೆನ್ನಾಗಿ ಮಾಡ್ಸಿ."

ಎಚ್ಚರಿಕೆಯ ಗಂಟೆ ಮೊಳಗಿಸಿಯೇ ಹೋಗಿದ್ದರು. ವರನಿಗೆ ಒಂದು ಉಂಗುರ ಕೊಡುವ ಬಗ್ಗೆ ಮಾತ್ರ ಮಾತನಾಡಿದ್ದರು. ಈಗ....?

ವಿಜಯ ತಲೆಯ ಮೇಲೆ ಕೈಹೊತ್ತು ಕೂತಳು. ಇದನ್ನು ನೋಡಲಾರದೆ ಅಷ್ಟಿಷ್ಟು ಮಡಿ ಚಿನ್ನ ಇಟ್ಟಿದ್ದ ಅನ್ನಪೂರ್ಣಮ್ಮ ಅವಳ ಕೈಯಲ್ಲಿ ಹಾಕಿದರು.

ಈಗ ಮದುವೆ ಮುಂದೂಡುವ ಹಾಗೂ ಇಲ್ಲ. ನಿರಾಕರಿಸುವುದು ಮೊದಲೇ ಇಲ್ಲ. ಈಗಾಗಲೇ ಸುಜಯ, ದ್ವಾರಕನಾಥ್ ಆಗಾಗ ಭೇಟಿಯಾಗಿ ಜೊತೆಯಾಗಿ ಸಂಜೆಯ ವಳೆ ಓಡಾಡುತ್ತಿದ್ದರು. ಸುಜಯ ಮುಖದಲ್ಲಿ ಅಪರೂಪದ ಮಾರ್ದವತೆ, ನಡಿಗೆಯಲ್ಲಿ ಅಮಿತವಾದ ಉತ್ಸಾಹ ಒಡೆದು ಕಾಣುತ್ತಿತ್ತು.

ಪರೋಕ್ಷವಾಗಿ ಭೂಷಣ್ ಎಲ್ಲಕ್ಕೂ ಓಡಾಡುತ್ತಿದ್ದ. ಸಾಮಾನಿನ ಅಂಗಡಿಯಲ್ಲಿ ಸಾಲವಾಗಿ ಅಕ್ಕಿ ಮುಂತಾದುವನ್ನು ಪಡೆಯಲು ನಿಶ್ಚಯಿಸಿದರು.

ಮದುವೆ ನಾಲ್ಕು ದಿನವಿರುವಾಗ ವಿಜಯ ಬಂದು ತಂದೆಯ ಬಳಿ ಕೂತಳು. ತುಟಿಗಳು ಏನನ್ನೋ ಹೇಳಲು ತವಕಿಸುತ್ತಿದ್ದವು.

"ಅಣ್ಣ, ವಿನೋದನ ಭಾವನ್ನ ಹೋಗಿ ಕರ್ಕೊಂಡ್ಬನ್ನಿ" ದೃಢವಾಗಿ ಹೇಳಿದಾಗ ತಕ್ಷಣ ರಂಗಸ್ವಾಮಿಗಳ ಕಣ್ಣುಗಳಲ್ಲಿ ಇಣುಕಿದ ಕೋಪ ಕರಗಿಹೋಯಿತು. ವಿಜಯಳ ಮುಖದಲ್ಲಿ ಸ್ವಲ್ಪ ಗೆಲುವು ಮೂಡಿತು. "ಈಗ ನಾವು ಸುಜಯ ಮದ್ವೆಗೆ ಎಷ್ಟೊಂದು ಕಷ್ಟಪಡ್ತಾ ಇದ್ದೀವಿ. ಭೂಷಣ್ ನಮ್ಗೆ ಅಷ್ಟೆಲ್ಲ ಕಷ್ಟಗಳ್ನ ತಪ್ಪಿಸಿ ಉಪಕಾರ ಮಾಡಿದ್ದಾರೆ. ಯುವಕರೆಲ್ಲ ಇದೇರೀತಿ ಯೋಚ್ಸಿದ್ರೆ .... ಒಂದು ಸುಂದರ ಲೋಕಾನೇ ಸೃಷ್ಟಿಯಾಗ್ತಾ ಇತ್ತು. ಭೂಷಣ್ ಒಂದೆರಡು ಡಿಗ್ರಿಗಳನ್ನ ಹೆಸರಿನ ಪಕ್ಕ ಹಚ್ಚಿಕೊಳ್ಳಿಲ್ಲ ಅನ್ನೋದ್ನ ಬಿಟ್ಟರೆ ಸಭ್ಯತೆ, ಸಂಸ್ಕಾರಗಳಿಂದ ಯಾರ್ಗೂ ಕಡ್ಮೇ ಇಲ್ಲ."

ಬಾಗಿಲ ಬಳಿ ನೆರಳಾಡಿದಾಗ ಓರೆಗಣ್ಣುಗಳಿಂದ ಅನ್ನಪೂರ್ಣಮ್ಮನನ್ನು ನೋಡಿದಳು. ಆಸೆಯ ತೀವ್ರತೆ ಅವರ ಕಣ್ಣುಗಳಲ್ಲಿತ್ತು.

"ಅಣ್ಣ, ಪ್ರೀತಿಯ ಅಂತಃಕರಣವನ್ನು ಇಲ್ಲದೆ ಸ್ವಾಭಿಮಾನ ಕೋಪ ಹಚ್ಕೊಂಡು ಬಲಿ ಕೊಡ್ತಾರೆ! ಕೈ ಮುಗಿಯುವಂಥ ದೊಡ್ಡತನ ಭೂಷಣ್‌ನಲ್ಲಿದೆ."

ಸುಮ್ಮನೆ ತಲೆ ಬಗ್ಗಿಸಿಕೊಂಡು ಕುಳಿತಿದ್ದ ರಂಗಸ್ವಾಮಿಗಳು ಬಹಳ ಹೊತ್ತು ಮಾತನಾಡಲಿಲ್ಲ. ಯೋಚಿಸಲು ಅವರನ್ನು ಬಿಟ್ಟು ಎದ್ದುಹೋದಳು. ನಾಲ್ಕು ದಿನ ರಜ ಪಡೆದಿದ್ದಳು. ಹತ್ತು ಸಾವಿರದ ಮೊತ್ತದ ಸಾಲ ಕೊಟ್ಟು ಉಪಕರಿಸಿದ್ದ ಸಂತೋಷ್ ಮತ್ತು ಲೀನಾಳ ಮನೆಗೆ ಹೋಗಿ ಆಹ್ವಾನಿಸುವ ಇಚ್ಛೆ ಇತ್ತು.

"ಅನ್ನಪೂರ್ಣಮ್ಮ...." ಸ್ವರಕ್ಕೆ ತಲೆ ಎತ್ತಿ ಕತ್ತು ತಿರುಗಿಸಿದಳು. ಬೀಗಿತ್ತಿ.... ಅವಳ ಎದೆಯಬಡಿತ ಸ್ವಲ್ಪ ಹೆಚ್ಚಿತು. "ಬನ್ನಿ...." ಕೃತಕ ಸಡಗರದಿಂದ ಸ್ವಾಗತಿಸಿದರು. ಮನ ಒಳಗೆ ಶಪಿಸುತ್ತಲೇ ಇತ್ತು.

"ಈ ಕಡೆ ಬಂದಿದ್ದೆ.... ಹಾಗೇ.... ಬಂದೆ" ಸುತ್ತಲೂ ಕಣ್ಣಾಡಿಸುತ್ತ ಕೂತರು ಸ್ವರ್ಣಮ್ಮ.

ರಂಗಸ್ವಾಮಿಗಳ ತಲೆ ಸಿಡಿಯತೊಡಗಿತು. ದೊಡ್ಡ ಮನಸ್ಸೆಂದು ತಿಳಿದ ಸಣ್ಣ ಜನರ ಬಗ್ಗೆ ಅವರು ರೋಸಿಹೋಗಿದ್ದರು. ನಿಶ್ಚಿತಾರ್ಥ ಮುಗಿದು ಲಗ್ನಪತ್ರಿಕೆ ಪ್ರಿಂಟಾಗುವವರೆಗೂ ಒಂದು ತರಹ ಇದ್ದ ಜನ ಈಗ ಬದಲಾಗಿದ್ದರು.

ಕೃತಕ ವಿನಯದಿಂದ ಅನ್ನಪೂರ್ಣಮ್ಮ ಮಾತನಾಡಿಸಿದರು.

"ಬೆಳ್ಳಿ ಸಾಮಾನು ಬಂತಾ?" ವಿಜಯ ಬೇಸರದಿಂದ ಮುಖ ತಿರುವಿದಳು. ಅದಕ್ಕೆ ನೂರೆಂಟು ಆಕ್ಷೇಪಣೆ ಬೇಕಿರಲಿಲ್ಲ. "ಇನ್ನ.... ಬಂದಿಲ್ಲ...." ಎಂದು ಹೇಳುವ ಮುನ್ನವೇ ಅನ್ನಪೂರ್ಣಮ್ಮ ಧಾರಾಳವಾಗಿ ಹೇಳಿದರು. "ನೆನ್ನೆನೇ ಬಂತು...." ವಿಜಯಳಿಗೆ ತಲೆ ಚಚ್ಚಿಕೊಳ್ಳಬೇಕೆನಿಸಿತು.

ತೆಗೆದಿರಿಸಿದ್ದ ತಟ್ಟೆ, ಚಂಬು, ಬೆಳ್ಳಿಪಾತ್ರೆಗಳನ್ನು ತಂದು ಅನ್ನಪೂರ್ಣಮ್ಮ ಆಕೆಯ ಮುಂದಿಟ್ಟರು. ಒಂದೂವರೆ ತೂಕ, ಗುಣಲಕ್ಷಣಗಳನ್ನು ಎತ್ತಿ, ತಿರುಗಿಸಿ ಕಣ್ಣಗಲಿಸಿ ನೋಡಿದರು. ಆಕೆಯ ಮುಖದಲ್ಲಿ ಉದಾಸೀನ ಇಣುಕಿತು.

"ಹಳೇ ಬೆಳ್ಳಿ ಮನೆಯಲ್ಲೇ ಇತ್ತೇನೋ!" ತುಟಿ ಸೊಟ್ಟ ಮಾಡಿ ರಾಗ ಎಳೆದಾಗ ಆ ಚಂಬು ಎತ್ತಿ ಆಕೆಯ ತಲೆಯ ಮೇಲೆ ಕುಕ್ಕ ಬೇಕೆನಿಸಿತು. "ಹೊಸ್ದಾಗಿ ತಗೊಂಡು ಮಾಡ್ಸಿದ್ದು" ತಾಯಿ ಮತ್ತೇನಾದರೂ ಹೇಳಿ ಸಂದಿಗ್ಧವನ್ನುಂಟುಮಾಡುವ ಮೊದಲು ವಿಜಯ ಉತ್ತರಿಸಿದಳು. ಇವಳತ್ತ ನೋಡಿದ ತಾಯಿಯನ್ನು ಕಣ್ಣಲ್ಲಿಯೇ ಸುಮ್ಮನಾಗಿಸಿದಳು.

"ಈ ಬಟ್ಟಲುಗಳು ಚಿಕ್ಕದಾಯ್ತು!" ಮತ್ತೆ ಬಟ್ಟಲುಗಳು ಆಕೆಯ ಕೈಗೆ ಬಂತು. ವಿಜಯ ಮುಖದ ಮೇಲು ಸೋಲು ಇಣುಕಿತು. ರಂಗಸ್ವಾಮಿಗಳು ಸಹಾಯಕ್ಕೆ ಧಾವಿಸಿದರು. "ಈಗ ಅದೇ ದೊಡ್ಡದು, ನಮ್ಮ ಸುಜಯ ಇನ್ನೂ ಚಿಕ್ದೇ ಬೇಕೂಂದ್ಲು."

ಆಕೆ ಕುಕ್ಕಿದಂತೆ ಕೆಳಗಿಟ್ಟಳು. ಮುಖದಲ್ಲಿ ಅಸಮಾಧಾನ ಸ್ಪಷ್ಟವಾಗಿತ್ತು.

ಸೀರೆಗಳಿಗೂ ಇದೇ ರಾಗ. ಸೆರಗಿನ ಜರಿ ಕಮ್ಮಿಯಾಯಿತು. ಅಂಚು ಇನ್ನು ಸ್ವಲ್ಪ ದೊಡ್ಡದಿದ್ದರೆ ಚೆನ್ನ. ಕಡೆಗೆ ಒಂದು ದೊಡ್ಡ ಸೀರೆ ಬೆಲೆ ಬಾಳುವಂಥದ್ದು ಬೇಕೇಬೇಕೂ ಎಂದು ಪಟ್ಟು ಹಿಡಿದು ಕೂತುಬಿಟ್ಟರು.

ಅನ್ನಪೂರ್ಣಮ್ಮನಿಗೆ ತಲೆಚಿಟ್ಟು ಹಿಡಿದುಹೋಯಿತು.

"ನಾವು ಮೊದ್ಲೇ ಎಲ್ಲಾ ಹೇಳಿದ್ವಿ, ಇವಳು ಒಬ್ಳಿಗೆ ಎಲ್ಲಾ ಮಾಡೋಕಾಗುತ್ತ? ಇನ್ನೂ ಒಂದು ಹೆಣ್ಣಿದೆ."

ಆಕೆ ಬಾಯಗಲಿಸಿ ಕಿಸಕ್ಕನೆ ನಕ್ಕುಬಿಟ್ಟಳು.

"ನೀವೇನು ಕೈಯಿಂದ ಮಾಡ್ತಾ ಇದ್ದೀರಾ? ಅವಳು ಇಟು ವರ್ಷ ದುಡಿದು ಕೊಟ್ಟಿದ್ದಾಳೆ. ಅಂಥ ಹುಡ್ಗಿಗೆ ಒಂದು ಒಳ್ಳೆ ಸೀರೆ ಬೇಡ್ವಾ? ಆ ಹುಡ್ಗಿ ಮನಸ್ಸು ಎಷ್ಟು ನೊಂದುಕೊಳ್ಳುತ್ತೆ. ದೊಡ್ಡ ಹೆಣ್ಣಿಗೆ ಏನ್ಮಾಡಿದ್ದೀರಾ? ಚಿಕ್ಕವಳು ಒಂದು ದಂತದ ಬೊಂಬೆ ಇದ್ದಂಗೆ ಇದ್ದಾಳೆ. ಯಾರನ್ನಾದರೂ ಖರ್ಚು ಇಲ್ದೇ ಕಟ್ಟಿಕೊಳ್ತಾಳೆ!"

ಬಂಡೆ ಬಂದು ಅಪ್ಪಳಿಸಿದಂತಾಯಿತು ವಿಜಯಳಿಗೆ. ಒಂದರ ಘಳಿಗೆ ತತ್ತರಿಸಿದಳು. ಹಣೆಯ ಮೇಲೆ ಮೂಡಿದ ಬೆವರನ್ನು ಸೆರಗಿನಿಂದೊರೆಸಿಕೊಂಡಳು.

"ಬೇರೆ ಸೀರೆ ತರೋಣ ಬಿಡಿ" ಎಂದವಳೇ ಅನ್ನಪೂರ್ಣಮ್ಮನ ಕಡೆ ತಿರುಗಿದಳು. ಆಕೆಯ ಕಣ್ತುಂಬಿ ಹೊರಗೆ ಇಣುಕಲು ಕಂಬನಿಯ ಬಿಂದುಗಳು ಸಿದ್ಧವಾಗಿದ್ದವು.

"ಅಮ್ಮ, ಹಾಗೇ ನನ್ನ ಫ್ರೆಂಡ್ ಮನೆಗೆ ಹೋಗಬೇಕು. ಸುಮ್ನೇ ಒಬ್ರಿಗೆ ಆಟೋ ಛಾರ್ಜ್ ದಂಡ. ಇವರನ್ನೂ ಕರ್ಕಂಡ್ ಹೋಗ್ತೀನಿ" ಪರೋಕ್ಷವಾಗಿ ಹೊರಡಲು ಅವರಿಗೆ ಸೂಚನೆ ಕೊಟ್ಟಂತಾಗಿತ್ತು. ಆಕೆ ಅರೆಮನದಿಂದಲೇ ಹೊರಟಳು.

ನಾಲ್ಕಾರು ಇನ್ವಿಟೇಷನ್‌ಗಳನ್ನು ತನ್ನ ಪರ್ಸ್‌ನಲ್ಲಿ ಸೇರಿಸಿದಳು. ಸರಳವಾಗಿ ಅಲಂಕರಿಸಿಕೊಂಡು ಹೊರಗೆ ಬಂದಾಗ ಸ್ವರ್ಣಮ್ಮ ಕಣ್ಣರಳಿಸಿ ನೋಡಿದರು. ಅವಳ

ಆಕರ್ಷಕ ಸಂಬಳ ಅವರಿಗೆ ಮೋಡಿ ಹಾಕಿತ್ತು.

"ಹೊರಡೋಣ್ವಾ, ನಮ್ಮಮ್ಮ ತುಂಬ ಮಾತು!" ಅವರು ಉಳಿದಿದ್ದಕ್ಕೆ ತಾಯತ್ತಲೇ ಆಕ್ಷೇಪಣೆ ದೂರು ಹೊರಡಿಸಿದಳು.

ರಂಗಸ್ವಾಮಿಗಳು ಸೋತವರಂತೆ ಕೈಮುಗಿದರು. ಆರಾಮಿನ ಜೀವನಕ್ಕೆ ತಿಲಾಂಜಲಿಯನ್ನಿತ್ತಂತಾಗಿತ್ತು. ಅವರಿಗೆ ಸುಜಯ ಕತ್ತಿಗೆ ಯಾವ ಗಲಾಟೆಯೂ ಇಲ್ಲದೆ ತಾಳಿ ಬಿದ್ದರೆ ಸಾಕಪ್ಪ ಎನ್ನಿಸಿಬಿಟ್ಟಿತ್ತು.

ಅರ್ಧದಲ್ಲಿಯೇ ಇಳಿದು ಆಟೋ ಬಾಡಿಗೆಗಾಗಿ ಹತ್ತು ರೂಪಾಯಿನ ಗರಿಮುರಿ ನೋಟನ್ನು ಅವರ ಕೈಯಲ್ಲಿಟ್ಟು ಸಣ್ಣ ಸ್ವರದಲ್ಲಿ ಹೇಳಿದಳು.

"ಇಲ್ಲೇ ನನ್ನ ಫ್ರೆಂಡ್ ಮನೆ, ಬರ್ತೀನಿ."

ಆಟೋ ಮುಂದಕ್ಕೆ ಹೋದಮೇಲೆ ಅದರತ್ತಲೇ ನೋಡಿ 'ದೇವರೇ, ನೀನೇ ಕಾಪಾಡಬೇಕಪ್ಪ. ಒಟ್ಟಿನಲ್ಲಿ ಸುಜಯ ಸುಖವಾಗಿದ್ದರೆ ಸಾಕು.'

ಮುಂದಕ್ಕೆ ನಡೆದಳು. ಇಬ್ಬರೂ ಗೆಳತಿಯರಿಗೆ ಕರೆಯೋಲೆಗಳನ್ನು ತಲುಪಿಸಿ ಸಂತೋಷ್‌ಕುಮಾರ್ ಬಂಗ್ಲೆಗೆ ಬಂದಳು.

ಸ್ಟೀರಿಯೋ ಹಚ್ಚಿ ಕೂತಿದ್ದ ಲೀನಾ ನಗುಮುಖದಿಂದ ಎದುರುಗೊಂಡಳು.

"ಏನು ವಿಜಯ, ನೀನು ರಜಾನಾ? ನಿಮ್ಮ ಬಾಸ್ ಮನೆ ಮರೆತಂಗೆ ಆಗಿದೆ. ಬಂದ್ರೂ... ಒಂದೇ ಸಮ ಸಿಡಿಮಿಡಿ" ಲೀನಾ ಹೇಳಿದಾಗ ವಿಜಯ ಕಿರುನಗೆ ನಕ್ಕಳು.

ಇಂದು ಹೇಳಿಸಿಕೊಳ್ಳದೆ ಒಂದು ಗಂಟೆ ಕೂತಳು. ಎರಡು ದಿನದಿಂದ ಅವಳ ಸತ್ವಪೂರ್ಣ ಚೇತನಕ್ಕೆ ರಾವು ಬಡಿದಂತಾಗಿತ್ತು. ಹೇಳಿಕೊಳ್ಳಲಾರದ ಸಂಕಟ. ಆ ಮುಖ, ಸ್ವರ ನೆನಪು ಎಲ್ಲಾ ಅವಳ ಬಾಳಿಗೆ ಸಿಹಿ. ಹೆಚ್ಚೇನನ್ನ ಬಯಸದು. ಹೃದಯದ ಧ್ವನಿಗೆ ಅವಳ ಪ್ರತಿಕ್ರಿಯೆ ಸೊನ್ನೆ.

"ಬಂದ್ರೂ..." ಲೀನಾ ಕಾರಿನ ಶಬ್ದಕ್ಕೆ ಹೊರಗೆ ಹೋದಾಗ ಷೋಕೇಸಿನಲ್ಲಿದ್ದ ಸಂತೋಷ್‌ನ ಭಾವಚಿತ್ರ ಅವಳನ್ನು ದಿಟ್ಟಿಸಿದಂತಾಯಿತು. ಇಲ್ಲಿ ಕೂಡ ಆ ಹೃದಯದ ಅರ್ಥಪೂರ್ಣ ನೋಟವನ್ನು ಎದುರಿಸಲು ಹಿಂಜರಿಕೆ. 'ಸಾರಿ ಸರ್....' ತಲೆತಗ್ಗಿಸಿ ಮನದಲ್ಲಿಯೇ ಹೇಳಿದಳು.

ಬೂಟಿನ ಸದ್ದಿಗೆ ಎದ್ದು ನಿಂತಳು. ಸಂತೋಷ್‌ಕುಮಾರ್ ನೋಟ ಅಡಿಯಿಂದ ಮುಡಿಯವರೆಗೂ ಹರಿದಾಡಿ ಕಣ್ಣಲ್ಲಿ ಮಿಂಚು ಮೂಡಿತು.

"ವಿಜಯ, ಮದ್ವೆ ಇನ್ವಿಟೇಷನ್ ಕೊಡೋಕೆ ಬಂದಿದ್ದಾರೆ" ಲೀನಾ ಹೇಳಿದಾಗ ತಲೆಯಾಡಿಸಿದ.

ಆಫೀಸಿನ ವಿಷಯಗಳಲ್ಲಿ ಬೇರೆಯವರು ಹುಬ್ಬೇರಿಸುವಂತೆ ನಿರರ್ಗಳವಾಗಿ ಕನ್ನಡ, ಇಂಗ್ಲಿಷ್, ಹಿಂದಿ ಭಾಷೆಗಳಲ್ಲಿ ಮೋಹಕವಾಗಿ ಮಾತನಾಡಬಲ್ಲ ಈ ಹೆಣ್ಣು ಕೆಲವೊಮ್ಮೆ ಮಾತನಾಡದ ಮೂಕಳಾಗಿ ಬಿಡುತ್ತಾಳೆ!

ಕೊಟ್ಟ ಇನ್ವಿಟೇಷನ್ ತಿರುವಿ ನೋಡಿದ. ಸುಜಯ ಕೂಡ ಡಿಗ್ರಿ ಹೋಲ್ಡರ್.

"ಖಂಡಿತ ಬರ್ಬೇಕೂ ಸರ್?" ಲೀನಾಳತ್ತ ನೋಡಿದಳು. ಮುಷ್ಟಿ ಹಿಡಿದು ಹೆಬ್ಬೆರಳು ಎತ್ತಿ ಸಂತೋಷ್‌ನತ್ತ ತೋರಿ ಸನ್ನೆ ಮಾಡಿದಳು.

"ಇದ್ನ ಬೇರೆ ಕಲಿತಿದ್ದೀಯಾ!" ಲೀನಾ ಸಂತೋಷ್‌ನ ಮಾತಿಗೆ ಬೆಚ್ಚಿದಂತೆ ನಟಿಸಿದಳು. ಘೊಳ್ಳನೆ ನಕ್ಕುಬಿಟ್ಟಳು. "ಆ ಸಮಯಕ್ಕೆ ನಿಮ್ಮ ಗಡಿಬಿಡಿ ಕೆಲ್ಸಗಳಲ್ಲಿ ಮದ್ವೆ ವಿಷ್ಯ ನೆನಪಿರುತ್ತಾ ಅಂತ " ಎದೆಯ ಮೇಲೆ ಕೈಕಟ್ಟಿದಳು.

"ಬರ್ತೀವಿ.... ವಿಜಯ" ಸ್ವರ ಜೇನಿನಲ್ಲಿ ಅದ್ದಿದಂತಿತ್ತು. ವಿಜಯ ಉಗುಳು ನುಂಗಿದಳು. ಸಂತೋಷ್ ಕಣ್ಣಿಂದ ಚಿಮ್ಮುವ ಮಾಧುರ್ಯಪೂರಿತ ನೋಟ ಲೋಕದ ಇರವನ್ನೇ ಕೆಲವೊಮ್ಮೆ ಮರೆಸಿಬಿಡುತ್ತಿತ್ತು. "ಬರ್ತೀನಿ...." ಪರ್ಸ್ ಕೈಗೆತ್ತಿಕೊಂಡಳು.

ಲೀನಾ ಗೇಟಿನವರೆಗೂ ಬಂದು ಬೀಳ್ಕೊಟ್ಟಳು. ಸಂತೋಷ್‌ನ ಹೃದಯದಲ್ಲಿ ಸಣ್ಣಗೆ ನರಳಿಕೆ ಶುರುವಾಗಿತ್ತು. ಎದೆಯಲ್ಲಿ ಹಿಂಡಿದಂಥ ಸಂಕಟ. ವಿಜಯಳ ನೋಟ, ಸನಿಹ, ಮಾತು ದೂರವಾದ ದಿನ ಹೃದಯ ತನ್ನ ಬಡಿತ ನಿಲ್ಲಿಸಿ ಎಲ್ಲಿ ಮೌನವಾಗಿ ಬಿಡುವುದೋ ಎನ್ನುವ ಭಯ ಅವನನ್ನು ಕುಟುಕುತ್ತಿತ್ತು.

ವಿಜಯ ನೇರವಾಗಿ ಬಂದಿದ್ದು ವಿನೋದಳ ಮನೆಗೆ. ಭೂಷಣ್ ಕೈಯಲ್ಲಿ ಪೇಪರ್, ಪೆನ್ನು ಹಿಡಿದು ಯಾವುದೋ ಲೆಕ್ಕಾಚಾರದಲ್ಲಿ ಮಗ್ನನಾಗಿದ್ದ. ಬಗ್ಗಿ ನೋಡಿದಳು. ಮದುವೆಯ ಸಾಮಾನಿನ ಪಟ್ಟಿ ಅರಿವಾಗದಂತೆ ಅವಳೆದೆ ಭಾರವಾಯಿತು. ಭೂಷಣ್ ಸಹಾಯಹಸ್ತ ನೀಡದಿದ್ದರೆ ಈ ಮದುವೆ ಖಂಡಿತ ನಡೆಯುತ್ತಿರಲಿಲ್ಲ ಎನ್ನುವ ತೀರ್ಮಾನಕ್ಕೆ ಬಂದಳು.

"ಎಷ್ಟಾಯ್ತು?" ಅಲ್ಲೇ ಕೂತಳು. ಭೂಷಣ್ ಕತ್ತೆತ್ತಿ ಕಿರುನಗೆ ನಕ್ಕ. ಪೆನ್ನಿಗೆ ಕ್ಯಾಪ್ ಸಿಕ್ಕಿಸಿದ. ಪೇಪರ್, ಪೆನ್ನು ಒಂದೆಡೆ ಸೇರಿತು.

"ವಿಜ್ಜು, ನೀನು ಸಿಕ್ಕಾಪಟ್ಟೆ ತಲೆ ಕೆಡ್ಸಿಕೊಳ್ಳೋದೇನು ಬೇಡ. ನನ್ನ ಆದಾಯ ನಮ್ಮ ಪುಟ್ಟ ಸಂಸಾರಕ್ಕೆ ಸಾಕು. ವಿನೂ ಸಂಬಳಾನ ಸಾಲಕ್ಕೆ ಪಾವತಿ ಮಾಡಿದ್ರೆ.... ಅಷ್ಟೇನೂ ತೊಂದರೆ ಆಗೋಲ್ಲ!" ಭೂಷಣ್ ಸ್ವರದಲ್ಲಿ ಬೇಸರವಾಗಲಿ, ನಿರುತ್ಸಾಹವಾಗಲಿ ಇರಲಿಲ್ಲ; ಸಹಜತೆ ತುಂಬಿಕೊಂಡಿತ್ತು.

ಒಂದುಕ್ಷಣ ವಿಜಯ ತಾನು ಭೂಮಿಯ ಮೇಲಿರುವ ಸಂಗತಿಯನ್ನೇ ಮರೆತಳು.

ವಿನೋದ ಕೂಡ ಬಂದು ಕೂತ ಮೇಲೆ ಅವಳ ನೋಟ ತಂಗಿಯ ಕೈಯತ್ತ ಹರಿದಾಗ ಕಣ್ಣುಗಳಲ್ಲಿ ಅರ್ಥವಾಗದ ಭಾವನೆ ಮಿಡಿಯಿತು.

"ವಿಜಯ, ಬಳೆ ಏನಾಯ್ತು?" ಅವಳ ಸ್ವರದಲ್ಲಿ ಕಠಿಣತೆ ಮಿನುಗಿದಾಗ ವಿಜಯ ಕಿರುನಗೆ ನಕ್ಕಳು. ಇಲ್ಲಿ ಸತ್ಯವನ್ನು ಮುಚ್ಚಿಡುವುದು ಬೇಕಿರಲಿಲ್ಲ. "ಸುಜಯನ ಕೈನ ಬಳೆಗಳ ಜೊತೆ ಹಾಕ್ಸಿ ಹೊಸ್ದಾಗೇ .... ಮಾಡ್ಸಿದ್ದು. ತೀರಾ ತೆಳ್ಳಗಿದ್ದ ಬಳೆ ನೋಡಿ ಭಾವನವ್ರು ಭಾವಿ ಮಡದಿಯ ಮುಂದೇನೇ ಮುಜುಗರ ವ್ಯಕ್ತಪಡ್ಸಿದ್ರಂತೆ. ನನ್ ಕೈಲಿ ಅವಕ್ಕೆ ಕೆಲ್ಸ ಇರ್ಲಿಲ್ಲ. ತೆಗ್ದು ಕೊಟ್ಟೆ."

ವಿನೋದ ಮುಖ ಕೋಪದಿಂದ ಧುಮುಗುಟ್ಟಿತು. ಅವಳ ಸಿಟ್ಟು ತಿರುಗಿದ್ದು

ಸುಜಯಳ ಮೇಲೆ.

"ಅವ್ಳೇ ಬಂದು ನಿಮ್ಮಂದೆ ಹೇಳಿದ್ಲಾ?" ವಿಜಯ ಅರ್ಥಮಾಡಿಕೊಂಡಳು. "ಸುಜಿಯೇನು ಹೇಳ್ಲಿಲ್ಲ; ಹೀಗೇ ಗೊತ್ತಾಯ್ತು. ವಿನೂ, ನೀನು ಸ್ವಲ್ಪ ಅರ್ಥಮಾಡ್ಕೋ. ಈ ಮದ್ವೆ ವಿಷಯದಲ್ಲಿ ಅವಳ ಸ್ವತಂತ್ರಕ್ಕೆ ಪೂರ್ತಿಯಾಗಿ ಬೇಲಿ ಕಟ್ಟಿದ್ದು ನಾನೇ. ಈಗ ಜೊತೆಜೊತೆಯಾಗಿ ಓಡಾಡಿಕೊಂಡು ಕನಸ್ಸಿನ ಪ್ರಪಂಚ ಕಟ್ಟಿಕೊಂಡಿದ್ದಾರೆ. ಈಗ ಏನಾದ್ರೂ ಮಾಡೋಕೆ ಸಾಧ್ಯನಾ?" ಬರಬರುತ್ತ ಅವಳ ಸ್ವರ ಗಂಭೀರವಾಗಿತ್ತು.

ವಿನೋದ ಮುಖ ತಿರುವಿದಾಗ ಭೂಷಣ್ ಕಿರುನಗೆ ನಕ್ಕ.

ಎರಡು ದಿನದ ಹಿಂದೆ ಹೋಟಲಿನಲ್ಲಿ ಸಿಕ್ಕಿದ್ದ ಸುಜಯ ಕಿರುನಗೆ ನಕ್ಕರೂ ಅವಳ ಕಣ್ಣಲ್ಲಿ ಮಿಂಚಿದ ಭಯ ಅವನ ಕಣ್ಣುಗಳಿಂದ ಬಚ್ಚಿಡಲಾಗಲಿಲ್ಲ. ಅಲ್ಲಿ ಪ್ರೀತಿ, ವಿಶ್ವಾಸ, ಗೌರವ ಎಲ್ಲಾ ಇತ್ತು. ಆದರೆ ಈ ಮದುವೆ ಯಾವ ಕಾರಣಕ್ಕೂ ತಪ್ಪಿಹೋಗಬಾರದೆಂಬ ಒತ್ತಡ ಅವಳಲ್ಲಿ ಭಯ ತುಂಬಿತ್ತು. ಇದೊಂದು ಗಂಡುಹೆಣ್ಣಿನ ಸಂಬಂಧ, ದೈವ ರಹಸ್ಯ, ವಿಶ್ಲೇಷಣೆಗೆ ಸಿಕ್ಕಿದ ವಸ್ತು. ಮನದಲ್ಲೇ ನಕ್ಕು ತಲೆ ಕೊಡವಿದ್ದ.

"ಏನೂ, ಇದೊಂದು ಸಣ್ಣ ವಿಷಯಕ್ಕೆ ಯಾಕೆ ಬೇಜಾರು ಮಾಡ್ಕೋತೀಯಾ? ಸುಜಯಳ ಸುಖ, ಒಳಿತಿಗಾಗಿ... ಇವೇನು ಹೆಚ್ಚಲ್ಲ!" ಭೂಷಣ್ ಸಮಾಧಾನ ಹೇಳಿದ.

ಮೇಲಕ್ಕೆದ್ದ ವಿಜಯ ವಿನೋದಳ ಕಡೆ ನೋಡಿದಳು. ಮೊದಲು ಆಗಾಗ ಬರುತ್ತಿದ್ದವಳು, ಮದುವೆ ನಿಶ್ಚಯವಾದ ಮೇಲೆ ಅತ್ತ ತಲೆ ಹಾಕಿರಲಿಲ್ಲ. ಅವಳಲ್ಲಿ ಸ್ವಾಭಿಮಾನ ಎಡೆಯಾಡಿರಬೇಕು.

"ನಾನು ವಿನೂನ ಕರ್ಕೊಂಡ್ಹೋಗ್ತೀನಿ" ಬಹಳ ಕಷ್ಟದಿಂದ ಹೇಳಿ ತುಟಿ ಕಚ್ಚಿಕೊಂಡಳು. ಭೂಷಣ್ ಎದ್ದುಹೋಗಿ ಕಿಟಕಿಯ ಬಳಿ ನಿಂತ. ಅವನ ಕೈಗಳು ಪ್ಯಾಂಟ್ ಜೇಬಿನಲ್ಲಿ ಇಳಿದವು. ಉಸಿರು ದಬ್ಬಿ ಹೇಳಿದ. "ವಿನೂ ಬಂದರೆ ಖಂಡಿತ ಕರ್ಕೊಂಡ್ಹೋಗ್ಬಹ್ದು!"

ವಿನೋದ ಬಿಕ್ಕಿಬಿಕ್ಕಿ ಅಳಲು ಶುರು ಮಾಡಿದಳು. ಈ ದಿನಗಳನ್ನು ಬಹಳ ಕಷ್ಟದಿಂದ ಕಳೆದಿದ್ದಳು. ಅವಳೆದೆಯಲ್ಲಿ ದಾವಾನಲವೇ ಇತ್ತು.

"ನಾನು ಬರೋಲ್ಲ, ಯಾಕೆ.... ಬರ್ಲೀ?" ನನ್ನವ್ರು ಒಬ್ಬ ಜಾಬ್ ಟೈಪಿಸ್ಟ್ ಅಂದ್ರೆ ಅಣ್ಣ, ಅಮ್ಮನಿಗೆ ಅವಮಾನ. ಪ್ರೊಫೆಸರೋ, ಡಾಕ್ಟರೋ, ಬ್ಯಾಂಕ್‌ನಲ್ಲಿರೋದು ಸಿಕ್ಕಿದ್ರೆ ಅಳಿಯಾಂತ ಆದರಿಸುತ್ತ ಇದ್ರು, ಈಗ... ಅವಳ ಬಿಕ್ಕುವಿಕೆ ಅಧಿಕವಾದಾಗ ವಿಜಯಳ ಎದೆಯೊಡೆದಂತಾಯಿತು. ಹೇಗೆ ಸಮಾಧಾನಿಸಬೇಕೆಂಬುದೇ ಅವಳಿಗೆ ತಿಳಿಯಲಿಲ್ಲ.

ಕಡೆಗೆ ಭೂಷಣ್ ಅವಳಿಗೆ ಸಹಾಯ ಮಾಡಿದ. ಮಡದಿಯನ್ನು ಸಮಾಧಾನಿಸತೊಡಗಿದ. ವಿಜಯ ನಿಲ್ಲಲಾರದೆ ಹೊರಗೆ ಬಂದಳು. ಹೆಜ್ಜೆಗಳನ್ನು ಎಳೆದು ಹಾಕುತ್ತ ನಡೆದಳು. ಕಣ್ಣಂಚಿನಿಂದ ತುಳುಕಿದ ಕಂಬನಿಯನ್ನು ಕರ್ಚೀಫ್‌ನಿಂದ ತೊಡೆದುಕೊಂಡಳು.

ಮನೆಗೆ ಬಂದವಳೇ ಒಂದು ಕಡೆ ಕೂತುಬಿಟ್ಟಳು. ಸಿಡಿಯುವ ತಲೆ, ಬೊಬ್ಬಿಡುವ ಮನ ಇದರ ಮಧ್ಯೆ ಮಧುರವಾಗಿ ಹಾಡಲು ಹೊರಟ ಹೃದಯ.... ಅವಳಿಗೆ ನಗು ಬಂತು.

ಕಾಫಿಲೋಟ ಬಂದಾಗ ಮುಖ ಮೇಲೆತ್ತಿದಳು. ಅನ್ನಪೂರ್ಣಮ್ಮನ ಮುಖದ ಮೇಲೂ ಗೆಲುವಿರಲಿಲ್ಲ. ಈ ಸಂದರ್ಭದಲ್ಲಿ ಮಗಳು ದೂರ ಇರುವುದು ಅವರಿಗೆ ದೊಡ್ಡ ಕೊರತೆಯಾಗಿತ್ತು.

"ಅಮ್, ಸುಜಯೆಲ್ಲಿ?" ಕಾಫಿಲೋಟ ತುಟಿಯ ಒಳಗೆ ಒಯ್ದಳು. ಅವರ ಮುಖದ ಮೇಲೆ ಬೇಸರ ಇಣುಕಿತು. "ಸೀರೆಗಳ ಬಣ್ಣ ನೋಡೋಕೇಂತ ಕರ್ಕೊಂಡ್ಹೋದ್ರು" ವಿಜಯ ಒಂದು ಗುಟುಕು ಹೀರಿ ಲೋಟವನ್ನು ಕೆಳಗಿಟ್ಟಳು.

"ಅಮ್ಮ, ವಿನೋದನ ಕರ್ಕೊಂಡ್ಬರೋಲ್ಲ?" ಅವರ ಎದೆಯಲ್ಲಿ ಕಟ್ಟಿದ್ದ ಮಂಜಿನ ಮಡುವನ್ನು ಕರಗಿಸಲು ಇದೊಂದೇ ಪ್ರಶ್ನೆ ಸಾಕಾಯಿತು. ಬಿಕ್ಕಿ ಅಳಲು ಶುರುಮಾಡಿದರು. "ನನ್ನ ಹೊಟ್ಟೆ ಸಂಕಟ ಯಾರ್ಗೇ ಹೇಳಿಕೊಳ್ಳಿ."

ಅವರನ್ನು ಸುಮ್ಮನೆ ಅಳಲು ಬಿಟ್ಟು ಹೊರಗೆ ಬಂದು ನಿಂತಳು. ಸುರಿಯುವ ಮಳೆಯಲ್ಲಿ ಜಗತ್ತಿನ ಕಲ್ಮಷ ತೊಡೆದುಹೋಗುವಂತೆ ತಾಯಿಯ ಮನದ ಕಹಿ ಪೂರ್ತಿ ತೊಡೆದುಹೋಗಲೆಂಬುದು ಅವಳ ಉದ್ದೇಶವಾಗಿತ್ತು.

ಸುಜಯ ಬಂದಾಗ ಮೌನ ಬಿದ್ದುಕೊಂಡಿತ್ತು. ಅವಳ ಕಣ್ಣುಗಳು ಕಿರಿದಾಗಿ ಗಾಬರಿಯನ್ನು ಹೊರದೋಡಿಸಿದವು.

"ಇನ್ನೇನಾದ್ರೂ.... ತೋರ್ಸೋದು ಮಿಕ್ಕಿದೆ ಅಂದ್ರೆ.. ಭಾವೀ ಪತಿದೇವರು!" ಅವಳ ಸ್ವರದಲ್ಲಿ ಇಣುಕಿದಾಗ ಸುಜಯಳ ಮುಖ ರಾಗ ರಂಜಿತವಾಯಿತು. ನಸು ಮುನಿಸಿನಿಂದ ತಲೆಯ ಮೇಲೆ ಮೊಟಕಿದಳು.

"ನಂಗೆ ಇಷ್ಟೆಲ್ಲ ತಾಪತ್ರಯಗಳು ಪಡ್ಕೊಂಡು ಮದುವೆ ಆಗೋದೇ ಇಷ್ಟವಿರ್ಲಿಲ್ಲ! ಎಲ್ಲಾ.... ನಿಂಗೋಸ್ಕರ...." ವಿಜಯ ಕಣ್ಣರಳಿಸಿದಳು. ಹಿಂದೆ ಈ ಮಾತು ಹೇಳಿದ್ದರೆ ನಂಬಬಹುದಾಗಿತ್ತು. ಈಗ ಖಂಡಿತ ನಂಬೋಲ್ಲ.

"ನಾನು ಖಂಡಿತ ನಂಬೋಲ್ಲ. ನೀನು ನನ್ನ ತಲೆ ಮೇಲೆ ಕೈಯಿಟ್ಟು ನಂಗೆ ಈ ಮದ್ವೆ ಇಷ್ಟ ಇಲ್ಲಾಂತ ಹೇಳ್ಬಿಡು" ಸವಾಲ್ ಎಸೆದಳು. ಸುಜಯ ತುಟಿ, ಕಟ್ಟಿ ತಂಗಿಯಬೆನ್ನಿಗೆ ಮೃದುವಾಗಿ ಬಾರಿಸಿ ಬಾತ್‌ರೂಂನತ್ತ ನಡೆದಳು.

ಗಂಡ, ಹೆಂಡತಿ ರಾತ್ರಿಯೆಲ್ಲ ಕೂತು ಯೋಚಿಸಿ ವಿಚಾರ ಮಾಡಿ ಬೆಳಿಗ್ಗೆ ಹೋಗಿ ಅಳಿಯ, ಮಗಳನ್ನ ಆಹ್ವಾನಿಸಿ ಕರೆತರಲು ನಿಶ್ಚಯಿಸಿದರು.

ವಿಜಯ ಏಳುವ ವೇಳೆಗೆ ಅನ್ನಪೂರ್ಣಮ್ಮ ಬಂದು ಹೇಳಿದರು.

"ಸ್ವಲ್ಪ ನೋಡ್ಕೋ, ನಾವ್ಹೋಗಿ ವಿನೋದನ, ಅವ್ಳ ಗಂಡನ್ನ ಕರ್ಕೊಂಡ್ಬರ್ತೀವಿ."

ವಿಜಯಳಿಗೆ ಸ್ವರ್ಗಕ್ಕೆ ಹಾರಿದ ಅನುಭವವಾಯಿತು. ಇಂಥ ಒಂದು ಗಳಿಗೆಗಾಗಿ ತಡಕಾಡಿದಳು.

ರಂಗಸ್ವಾಮಿ ಹೊರಗೆ ನಿಂತೇ ಹೆಂಡತಿಯನ್ನು ಕೂಗಿದರು. ಸೆರಗನ್ನ ಮತ್ತಷ್ಟು ಎಳೆದುಕೊಳ್ಳುತ್ತ ಹೊರಟಾಗ ವಿಜಯ ಕಣ್ಣು ತುಂಬಿ, ಹೃದಯ ತುಂಬಿ ನೋಡಿದಳು.

ಒಂದೇ ಹಾರಿಗೆ ಕೋಣೆಗೆ ಹೋಗಿ ಸುಜಯಳಿಗೆ ವಿಷಯ ಮುಟ್ಟಿದಾಗ ಅವಳ ಕಣ್ಣುಗಳು ಮಂಪರು ಇನ್ನು ಹರಿದಿರಲಿಲ್ಲ.

ರಂಗಸ್ವಾಮಿಗಳು, ಅನ್ನಪೂರ್ಣಮ್ಮ ಅವರ ಮನೆಯ ಬಳಿಗೇನೆ ಹೋಗಿ ತಲುಪಿದರು. ಸಂಕೋಚ, ನಾಚಿಕೆಯಿಂದ ಅವರ ಸ್ವರವೇಳಲಿಲ್ಲ.

ಚಿಲಕ ಬಡಿದು ಕೆಮ್ಮಿ ಗಂಟಲು ಸರಿಪಡಿಸಿಕೊಂಡರು. ಬಾಗಿಲು ತೆರೆದವನು ಭೂಷಣ್. ಅವಾಕ್ಕಾಗಿ ನಿಂತ. ಸಾವರಿಸಿಕೊಳ್ಳಲು ನಿಮಿಷಗಳೇ ಬೇಕಾಯಿತು.

"ಒಳ್ಗಡೆ.... ಬನ್ನಿ" ಬಾಗಿಲು ಬಿಟ್ಟು ಹಿಂದಕ್ಕೆ ಸರಿಯಬೇಕೆನ್ನುವುದು ಆಮೇಲೆ ಅವನಿಗೆ ಅರಿವಾಗಿದ್ದು. ಮುಖ ಸಂಕೋಚದಿಂದ ಬಾಗಿತು "ದಯವಿಟ್ಟು ಕ್ಷಮ್ಸಬೇಕು" ವಿನಯದಿಂದ ಹೇಳಿದ.

ಅಲ್ಲಿದ್ದ ಚೇರ್‌ಮೇಲೆ ಸಂಕೋಚದಿಂದಲೇ ರಂಗಸ್ವಾಮಿಗಳು ಕೂತರು. ಅತ್ತಿತ್ತ ಕಣ್ಣಾಡಿಸಿದರು. ಹಾಸಿಗೆಗಳು ಇನ್ನ ಸುತ್ತಿರಲಿಲ್ಲ.

ಪುಟ್ಟ ಅಡುಗೆಯ ಮನೆಯಿಂದ ವಿನೋದ ಹೊರಗೆ ಬಂದವಳೆ ತಲೆತಗ್ಗಿಸಿ ನಿಂತುಬಿಟ್ಟಳು. ಅಂತರ ಕೇವಲ ಅಡಿಗಳಷ್ಟು. ಈಗ ತನ್ನ ಅವಶ್ಯಕತೆ ಕಡಿಮೆ ಅನ್ನಿಸಿತೇನೋ, ಭೂಷಣ್ ಶರಟು ಸಿಕ್ಕಿಸಿ ಹೊರಗೆ ನಡೆದುಬಿಟ್ಟ.

"ವಿನೋದ" ಅನ್ನಪೂರ್ಣಮ್ಮ ಪೂರ್ತಿ ಕರಗಿಹೋದರು.

ಅವರನ್ನು ಅಪ್ಪಿ ಮಗುವಿನಂತೆ ಬಿಕ್ಕಳಿಸಿದಳು. ಅವರ ಪ್ರೀತಿಯ ಮಗಳು ವಿನೋದ ಅಂತಃಕರಣದ ಮುಂದೆ ಎಲ್ಲಾ ಕರಗಿಹೋಗಿತ್ತು.

"ಸಮಾಧಾನ ಮಾಡ್ಕೋ ಮಗು, ಮಗಳ ನೋಯಿಸಿಬಿಟ್ಟೆ!" ರಂಗಸ್ವಾಮಿಗಳ ಕಂಠ ಗದ್ಗದವಾಯಿತು.

ಅವರುಗಳು ಸಮಾಧಾನ ಸ್ಥಿತಿಗೆ ಬರಲು ಅರ್ಧಗಂಟೆಯೇ ಬೇಕಾಯಿತು.

ಭೂಷಣ್ ಮನೆಗೆ ಬರುವ ವೇಳೆಗೆ ಅವರುಗಳು ಕಾಫಿ ಕುಡಿಯುತ್ತಿದ್ದರು. ಹಾಸಿಗೆಗಳು ತಮ್ಮ ಸ್ಥಳದಲ್ಲಿ ಅಚ್ಚುಕಟ್ಟಾಗಿ ಕೂತಿದ್ದವು.

ರಂಗಸ್ವಾಮಿಗಳು ಎದ್ದು ನಿಂತರು. ಪ್ರಾರಂಭಿಕ ಹೇಗೆ ಆರಂಭಿಸುವುದು?

"ನೋಡಿ, ನಮ್ಮ ಎರಡನೇ ಮಗಳು ಸುಜಯ ಮದ್ವೆ, ವಿನೋದ ನೀವು ಬಂದು ನಿಂತು ಓಡಾಡ್ಬೇಕು..." ಸ್ವರ ಕಂಪಿಸಿತು. ಲಗ್ನಪತ್ರಿಕೆ ಹಿಡಿದ ಕೈ ನಡುಗಿದ್ದನ್ನು ಭೂಷಣ್ ಗಮನಿಸಿದ. "ಆಯ್ತು, ಸಂತೋಷ."

ವಿನೋದ ಆಗಲೇ ಹೊರಡುವ ಸಿದ್ಧತೆಯಲ್ಲಿದ್ದಳು. ಭೂಷಣ್ ಕಿರಿನಗೆ ನಕ್ಕ. ಒಂದು ಘಳಿಗೆ ಅವನ ಮನ ವೇದನೆಯಿಂದ ಚಡಪಡಿಸಿತು. ಮರುಗಳಿಗೆಯಲ್ಲಿಯೇ ಅಳಿಸಿಹಾಕಿತು.

"ತಾವು ಜೊತೆಯಲ್ಲಿಯೇ ಬಂದ್ರೆ ಅನುಕೂಲ!" ಅನ್ನಪೂರ್ಣಮ್ಮನ ಸ್ವರದಲ್ಲಿ

ತೀರಾ ಸಂಕೋಚ ಇಣುಕಿತು. ಭೂಷಣ್‌ಗೆ ಹೊರಡುವ ಮನಸ್ಸಿರಲಿಲ್ಲ. "ಈಗ ವಿನೋದ ಬರ್ತಾಳೆ" ಅಲ್ಲಿಗೆ ತುಂಡರಿಸಿದ.

ಮತ್ತೆ ಇನ್ನೊಮ್ಮೆ ಹೊರಡುವ ಮುನ್ನ ಕೇಳಿದಾಗ ತಲೆಯಾಡಿಸಿದ. ಎಂದೂ ತನ್ನ ಕೆಲಸದ ಕೀಳರಿಮೆ ಅವನನ್ನು ಕಾಡಿಸಿರಲಿಲ್ಲ. ಸಾವಿರಾರು ದುಡಿಯುವ ಆಫೀಸರ್‌ಗಳಿಗಿಂತ ತಾನೇ ಸ್ವತಂತ್ರ, ಕ್ರಿಯಾಶೀಲ ವ್ಯಕ್ತಿಯೆಂದು ಹೆಮ್ಮೆಪಡುತ್ತಿದ್ದ.

ವಿನೋದ ಮನೆಗೆ ಬಂದಾಗ ಎಲ್ಲೆಡೆ ಸಂಭ್ರಮ ತುಂಬಿಹೋಯಿತು. ಅಕ್ಕ ತಂಗಿಯುರು–ನಗು, ಮಾತು ಇಡೀ ಮನೆಯ ಜಡತೆಯನ್ನೆಲ್ಲ ತುಂಬಿ ನವೋಲ್ಲಾಸಗೊಳಿಸಿತು.

ಸಂಜೆಯಾದರೂ ಭೂಷಣ್ ಬರುವ ಸೂಚನೆ ಕಾಣದಾಗ ವಿನೋದಳ ಮುಖದ ಗೆಲುವು ತಗ್ಗಿಹೋಯಿತು. ಆಕರ್ಷಣೆ, ಅಂತಃಕರಣಕ್ಕಿಂತ ಈಗ ಭೂಷಣ್‌ನ ಸವಿನುಡಿ, ಮೆಲುಮಾತು ಹತ್ತು ಪಟ್ಟು ಹೆಚ್ಚೆನಿಸಿತು. ಇದನ್ನೆಲ್ಲ ಕಳೆದುಕೊಂಡು ವರ್ಷಗಟ್ಟಲೇ ಬಾಳಬಲ್ಲೆ. ಆದರೆ ಭೂಷಣ್‌ನ ಮರೆತು ಒಂದು ದಿನ ಇರಲಾರೆ!

ಆಮೇಲೆ ಇನ್ನಷ್ಟು ನೆಂಟರು ಬಂದರು. ಅವರ ವ್ಯಂಗ್ಯಮಾತುಗಳಿಗೆ ಸಿಕ್ಕುವುದು ವಿನೋದಳಿಗೆ ಬೇಡವೆನಿಸಿ ಹೊರಗೆ ಬಂದು ನಿಂತಳು. ಕಣ್ಣಾಲಿಗಳು ತುಂಬಿ ಕೆನ್ನೆಯ ಮೇಲೆ ಹರಿಯತೊಡಗಿತು.

ಭುಜದ ಮೇಲೆ ಕೈಬಿದ್ದಾಗ ಪಕ್ಕಕ್ಕೆ ಕತ್ತು ಹೊರಳಿಸಿದಳು. ವಿಜಯ ಮುಖದ ಮೇಲೆ ಬೇಸರವಿತ್ತು.

"ಅಣ್ಣ, ಅಮ್ಮ ಸರ್‍ಯಾಗಿ ಕರೀಲಿಲ್ವಾ?"

ವಿಜಯಳ ಪ್ರಶ್ನೆ ಅವಳ ಮುಂದೆ ಬೃಹದಾಕಾರವಾಗಿ ಬೆಳೆದು ನಿಂತಿತು. ಇಷ್ಟರತನಕ ಅದನ್ನ ಯೋಚಿಸಲೇ ಇಲ್ಲ.

"ಅದೇನೋ ನಂಗೆ ಗೊತ್ತಾಗಿಲ್ಲ!" ಮುಖವನ್ನ ಪಕ್ಕಕ್ಕೆ ತಿರುಗಿಸಿಕೊಂಡು ವಿನೋದ ಕಣ್ಣೀರು ಮಿಡಿದಾಗ ಭರ್ಜಿಯಿಂದ ತಿವಿದ ಅನುಭವವಾಯಿತು ಅವಳಿಗೆ. "ಪ್ಲೀಸ್, ಏನೂ ಅಳೋದ್ಬೇಡ. ನಾನು ಹೋಗಿ ಕರ್ಕೊಂಡ್ಬರ್ತೀನಿ."

ಇಬ್ಬರು ಮೌನವಾಗಿ ನಿಂತರು. ಸೈಕಲ್ ಬೆಲ್ ಶಬ್ದ ಹತ್ತಿರದಿಂದ ಕೇಳಿಸಿದಾಗ ಇಬ್ಬರು ಬೆಚ್ಚಿಬಿದ್ದರು.

"ಈ ಲೋಕದಲ್ಲಿ ಇದ್ದಂಗೆ ಕಾಣ್ಲಿಲ್ಲ!" ಭೂಷಣ್ ಛೇಡಿಸಿದಾಗ ವಿಜಯಳ ಕಣ್ಣುಗಳಲ್ಲಿ ಸಂಭ್ರಮ ಇಣುಕಿತು. "ನಿಮ್ಗೆ ನೂರು ನಮಸ್ಕಾರಗಳು. ಬರ್ದೇ ಇದ್ದಿದ್ರೆ... ನಾನು ಹುಡ್ಕೊಂಡು ಬರ್ಬೇಕಾಗಿತ್ತು. ವಿನು, ಕರ್ಕೊಂಡ್ಬಾ" ಎಂದವಳೆ ಒಳಗೆ ಓಡಿದರು ಸಡಗರದಿಂದ.

ರಂಗಸ್ವಾಮಿ ಅರೆಮನಸ್ಸಿನಿಂದಲೇ ಹೊರಗೆ ಬಂದು ಅಳಿಯನನ್ನು ಸ್ವಾಗತಿಸಿದರು. ಅಂತಃಕರಣ ಸ್ವಲ್ಪ ಮರೆಯಾದರೂ ವಿನೋದಳನ್ನ ಸುಟ್ಟುಬಿಡುವಷ್ಟು ಕೋಪ. ಭೂಷಣ್ ಒಂದು ಪ್ರತಿಷ್ಠಿತ ನೌಕರಿಯಲ್ಲಿದ್ದಿದ್ದರೆ ಯಾವುದನ್ನೂ ಲೆಕ್ಕದಲ್ಲಿಡುತ್ತಿರಲಿಲ್ಲ.

ಭೂಷಣ್ ಮೊದಲ ಬಾರಿ ಅಳಿಯನಾಗಿ ಆ ಮನೆ ಪ್ರವೇಶಿಸಿದ್ದ. ಅವನ ಮನದ ಕಹಿ ಪೂರ್ತಿಯಾಗಿ ತೊಡೆದುಹೋಗಿರಲಿಲ್ಲ. ಆದರೂ ಪರಿಸ್ಥಿತಿಗೆ ಒಗ್ಗಿಕೊಳ್ಳುವುದು ಅನಿವಾರ್ಯವಾಗಿತ್ತು.

* * *

ವರಪೂಜೆಯಿಂದಲೇ ಬೀಗರು ತಮ್ಮ ಕಿರಿಕಿರಿ ಆರಂಭಿಸಿದರು. ಪ್ರತಿಯೊಂದಕ್ಕೂ ಆಕ್ಷೇಪಣೆ. ನೆಂಟರುಗಳನ್ನು ಮಾತ್ರವಲ್ಲದೆ ತಮಗೆ ಅಲ್ಪಸ್ವಲ್ಪ ಪರಿಚಯವಿದ್ದವರನ್ನು, ನೆರೆಯವರನ್ನು ಆಹ್ವಾನಿಸಿ ಬಹಳ ಪೇಚಾಟವನ್ನುಂಟುಮಾಡಿದರು. ರಂಗಸ್ವಾಮಿಗಳು ಕಣ್ಣುಕಣ್ಣು ಬಿಡಬೇಕಾಯಿತು. ಭೂಷಣ್ ಎಲ್ಲಾ ಹೊರೆ ಹೊತ್ತು ಓಡಾಡಿದ.

ಸುಜಯ ಕೂಡ ಕಣ್ಣಲ್ಲಿ ನೀರು ಹಾಕ್ಕೊಂಡು ತಾಯಿಯ ಕಡೆ ನೋಡಿದಳು. ತಮಗೆ ಕೊಟ್ಟ ಉಡುಗೊರೆ ಸಣ್ಣದಾಯಿತೆಂದು ಬೀಗಿತಿ ದೊಡ್ಡ ರಾಮಾಯಣವನ್ನೇ ತೆಗೆದಾಗ ಭೂಷಣ್ ಸೀರೆಯನ್ನೊಯ್ದು ಬದಲಾಯಿಸಿಕೊಂಡು ಬಂದ.

ಮದುವೆಗೆ ಇರುವ ಮೂರು ಹೆಣ್ಣುಮಕ್ಕಳನ್ನು ಇಟ್ಟುಕೊಂಡು ಈ ರೀತಿ ಮಾಡುವ ಜನರ ಬಗ್ಗೆ ವಿಜಯ ಕೋಪದಿಂದ ಕುದಿದು ಹೋದಳು. ಕೋಪ ಕರಗಿ ನಿಸ್ಸಹಾಯಕತೆ ಮೂಡಿದಾಗ ಎಲ್ಲಾದರೂ ಒಂಟಿಯಾಗಿ ಕೂತು ಅತ್ತುಬಿಡಬೇಕೆನಿಸಿತು.

ಸಂಜೆಯ ರಿಸೆಪ್ಷನ್‌ಗೆ ಲೀನಾ, ಸಂತೋಷ್‌ಕುಮಾರ್ ಬಂದರು. ಫುಲ್ ಸೂಟಿನಲ್ಲಿದ್ದ. ಸಂತೋಷ್ ಪಕ್ಕ ಭರ್ಜರಿ ಜರಿಯ ಸೀರೆಯುಟ್ಟ ಲೀನಾ ಷೋಕೇಸಿನಲ್ಲಿನ ಗೊಂಬೆಯಂತೆ ಕಂಡಳು.

ಒಂದು ಭರ್ಜರಿ ಸೀರೆಯನ್ನು ಸುಜಯಳಿಗೆ ಉಡುಗೊರೆಯಾಗಿ ಕೊಟ್ಟರೆ, ದ್ವಾರಕನಾಥ್‌ಗೆ ಒಂದು ವಾಚನ್ನು ಕೊಟ್ಟು ಶುಭ ಹಾರೈಸಿದರು.

ವಿಜಯ ಒಳಗೆ ಡಿನ್ನರ್‌ಗೆ ಕರೆದೊಯ್ದಾಗ ಸಂತೋಷ್ ಅವಳೆಡೆಗೆ ನೋಡಿದ. ಮುಖದ ಮೇಲೆ ಕೃತಕ ಉತ್ಸಾಹವಿತ್ತು. ಅವನ ಕಣ್ಣುಗಳು ಕಿರಿದಾದವು. ಅವನೆದೆಯನ್ನು ಒತ್ತಿ ಹಿಂಡಿದಂತಾಯಿತು.

"ವಿಜಯ, ಮದ್ವೆಯಲ್ಲೂ ಕೂಡ ಇಷ್ಟೊಂದು ಸಿಂಪಲ್ಲಾ!" ಅರ್ಥಗರ್ಭಿತವಾಗಿ ಲೀನಾ ಕೇಳಿದಾಗ ಅವಳು ತಕ್ಷಣ ಪೆಚ್ಚಾದಳು. ಚೇತರಿಸಿಕೊಂಡಳು. "ನಂಗೆ ಇದೇ ಇಷ್ಟ!"

ಫೈಲು ಅವನ ಮುಂದೆ ಇಡುತ್ತಿದ್ದ ಆ ಕೈಗಳು ಸಂತೋಷ್‌ಗೆ ಪರಿಚಿತವೇ. ಬಲಗೈನಲ್ಲಿದ್ದ ತೆಳುವಾದ ಬಂಗಾರದ ಬಳೆಗಳಿಗೆ ಬದಲಾಗಿ ಡಿಸೈನ್ ಮಾಡಿದ ಗಾಜಿನ ಬಳೆಗಳಿದ್ದವು. ಪ್ರಯತ್ನಪಟ್ಟರೂ ಸುಲಭವಾಗಿ ಅರಗಿಸಿಕೊಳ್ಳುವುದು ಅವನಿಂದಾಗಲಿಲ್ಲ.

ಡಿನ್ನರ್ ಮುಗಿಸಿ ಹಿಂದಿರುಗಿದಾಗ ವಿಜಯ ಕಾರಿನವರೆಗೂ ಬಂದು ಬೀಳ್ಕೊಟ್ಟಳು. ಲೀನಾ ಚಾಟರ್‌ಬಾಕ್ಸ್‌ನಂತೆ ಒಂದೇಸಮನೆ ಮಾತನಾಡುತ್ತಿದ್ದರೆ ಸಂತೋಷ್ ತುಟಿ ಎರಡು ಮಾಡಲಿಲ್ಲ.

ಬಂದಕೂಡಲೇ ಉಡುಪು ಬದಲಾಯಿಸಿ ಮಲಗಿಬಿಟ್ಟ. ಅವನಿಗೆ ಈಗ ಮಾತಿಗಿಂತ ಏಕಾಂತ ಅಗತ್ಯವಾಗಿತ್ತು. ಮೇಲೆ ವಿಜಯ ಉತ್ಸಾಹದಿಂದ ಓಡಾಡಿದರೂ ಯಾವುದೋ ತೊಳಲಾಟಕ್ಕೆ ಸಿಕ್ಕಿ ಅವಳು ನರಳುತ್ತಿದ್ದಾಳೆ. ತಲೆ ಸಿಡಿಯತೊಡಗಿತು.

"ಸಂತೋಷ್, ಆಗ್ಲೇ ನಿದ್ದೇನಾ?" ಅವನ ತೋಳಿಡಿದು ಜಗ್ಗಿದಾಗ ಬೇಸರದಿಂದಲೇ ಕಣ್ತೆರೆದು ಉಸುರಿದ "ಪ್ಲೀಸ್ ಲೀನಾ, ನನ್ನ ಸುಮ್ನೇ ಬಿಟ್ಬಿಡು. ತುಂಬ... ನಿದ್ದೆ..." ಲೀನಾ ಅಷ್ಟು ದೂರಕ್ಕೆ ಹಾಕಿ ಕೂತಳು. ಈ ಅವಮಾನ ಯಾವ ಹೆಣ್ಣಿಗೂ ಸಹ್ಯವಲ್ಲ.

"ನನ್ ಕಂಡರೆ ನಿಮಗೊಂದು ತರಹ ಉದಾಸೀನ!" ತಟ್ಟನೆ ಎದ್ದು ಕೂತ ಸಂತೋಷ್. ಮುಖ ಊದಿಸಿ ಕೂತಿದ್ದ ಅವಳತ್ತ ನೋಡಿದ. "ಈ ಚುರುಕು ಮಾತು ಯಾರಿಂದ ಕಲ್ತೆ? ನಂಗೆ ಮದ್ವೆಯಿಂದ ಇಷ್ಟೊಂದು ತರಲೆ ತಾಪತ್ರಯವೆಂದು ಗೊತ್ತಿದ್ರೆ ನಾನು ಖಂಡಿತ ಆ ತಂಟೆಗೆ ಹೋಗ್ತಾ ಇರ್ಲಿಲ್ಲ! ಈ ಗಂಡುಪ್ರಾಣಿಗೆ ಸ್ವಲ್ಪವಾದ್ರೂ... ಸ್ವತಂತ್ರ ಬೇಡ್ವಾ?"

ಹಾರಿ ಬಂದು ಅವನ ತೋಳನ್ನು ಅಪ್ಪಿದಳು. ವಾರೆಗಣ್ಣಿಂದ ನೋಡಿದಾಗ ಕಿಲಕಿಲನೆ ನಕ್ಕುಬಿಟ್ಟಳು.

"ನಾವು ಹೈದರಾಬಾದ್‌ಗೆ ಹೊರಟುಬಿಡೋಣ್ವಾ? ಅಲ್ಲೇ ಸಾಕಷ್ಟು ಕೆಲ್ಸಗಳಿವೆ." ಈಗ ಅವನ ನಿದ್ದೆ ಪೂರ್ತಿಯಾಗಿ ಹಾರಿಹೋಯಿತು. ಅವನ ಕಣ್ಣುಗಳು ಕಿರಿದಾಯತಿ. ಪರೀಕ್ಷಾರ್ಥವಾಗಿ ಅವಳ ಮುಖವನ್ನು ಅವಲೋಕಿಸಿದ.

"ನಿನ್ನ ಅರ್ಥಮಾಡಿಕೊಳ್ಳೋಕೆ ನನ್ನಿಂದ ಆಗ್ತಾ ಇಲ್ಲ!" ಮನದ ಸತ್ಯ ಸ್ವರದಲ್ಲಿ ಚಿಮ್ಮಿತು.

ಅವನ ತೊಡೆಯ ಮೇಲೆ ಮುಖವಿಟ್ಟು ಸುಮ್ಮನೆ ಮಲಗಿಬಿಟ್ಟಳು. ಅವಿನಾಶ್ ವ್ಯಂಗ್ಯ ತುಂಬಿದ ಮುಖ ನೆನಪಿನಲ್ಲಿ ಸುಳಿದ ಕೂಡಲೇ ಭೀತಳಾದಳು.

"ಸಂತೋಷ್, ನೀನು ಅವಿನಾಶ್ ಮಾತುಗಳನ್ನು ಯಾವಾಗ್ಲೂ ನಂಬಬೇಡ!" ಲೀನಾ ಬಿಕ್ಕಿದಳು.

ಸಂತೋಷನ ತಲೆಯಲ್ಲಿ ಭಯಂಕರ ಅಗ್ನಿಸ್ಫೋಟ. ಸುಮ್ಮನೆ ಕಣ್ಮುಚ್ಚಿ ಕೂತುಬಿಟ್ಟ. ಕೈ ಬೆರಳುಗಳು ಅವಳ ಬೆನ್ನನ್ನು ಮೃದುವಾಗಿ ಸವರುತ್ತಿದ್ದವು.

ಒಂದು ವರ್ತುಲದಲ್ಲಿ ಸಿಕ್ಕಿಕೊಂಡ ಅನುಭವವಾಯಿತು. ತೀಕ್ಷ್ಣವಾದ ವ್ಯಾಪಾರ ವ್ಯಾವಹಾರಿಕ ಬುದ್ಧಿಯ ಕುಶಾಗ್ರೆ ಅವಿನಾಶ್‌ನ ಬಗ್ಗೆ ಅವನಿಗೆಂಥ ಭಾವನೆಯೂ ಇಲ್ಲ. ಕುಟುಂಬ ಬಳುವಳಿ ಆ ಗುಣಗಳನ್ನು ಮೈಗೂಡಿಸಿತ್ತು. ಒಮ್ಮೊಮ್ಮೆ ಬೇಸರ ಮೂಡಿದರೂ ತಕ್ಷಣ ಒರೆಸಿಹಾಕಿಬಿಡುತ್ತಿದ್ದ. ಅವನ ಮಾತಿನಲ್ಲಿ ವ್ಯರ್ಥವಾಗುತ್ತಿದ್ದ ಕಟು ಧೋರಣೆಗಳು ಬರೀ ಹಣ ಅಂತಸ್ತಿಗಾಗಿ ಬದುಕುವ ಜನ ಎನ್ನಿಸಿಬಿಟ್ಟಿತು.

ಈಗಲೂ ಅವನು ಸ್ವತಂತ್ರನೆ. ಯಾರೂ ಅವನ ಮೇಲೆ ಒತ್ತಡವೇರಲಾರರು: ತಂದೆ ತಾಯಿ ಕೂಡ ಶ್ರೀಮಂತಿಕೆಯ ನಡುವೆ ಇದ್ದರೂ ಮಕ್ಕಳ ಭಾವನೆಗಳಿಗೆ ಸ್ಪಂದಿಸುವಂಥವರು. ಇನ್ನ ಚಂದ್ರಕಾಂತ್ ಕೂಡ ಯಾವುದೇ ಒತ್ತಡಗಳು ಅವನ

ಮೇಲೆ ಹೇರಿ ಮಣಿಸುವ ಪ್ರಯತ್ನ ಮಾಡುವುದಿಲ್ಲವೆಂದು ತಮ್ಮ ಮಾತಿನ ವರಸೆಯಲ್ಲಿಯೆ ವ್ಯಕ್ತಪಡಿಸಿದ್ದರು. ಆದರೆ ಲೀನಾಳ ಈಚಿನ ನಡವಳಿಕೆ ಏನೇನೋ ಅರ್ಥವಾಗಿರಲಿಲ್ಲ. ಇದಕ್ಕೆ ಕಾರಣ ಲೀನಾನೋ ಅಥವಾ ಸಂತೋಷನ ಮನಸ್ಥಿತಿಯೋ?

ಆದರೆ ಇಲ್ಲಿ ಅವನನ್ನು ಕಟ್ಟಿ ಹಾಕುತ್ತಿದ್ದುದು, ವಿಜಯಳ ಮೋಹಕ ತುಂಬಿದ ಸವಿ ಲೇಪನದ ಗಂಭೀರ ಮಾತು. ಆ ಮುಖದ ಸ್ನಿಗ್ಧ ನಗು. ಅವಳಿಂದ ದೂರ ಹೋಗುವ ನೆನಪಾದರೆ ಅವನೆದೆಗೆ ಕೊಳ್ಳಿಯಿಟ್ಟಂತಾಗುತ್ತಿತ್ತು.

ಈಗ ಅವಿನಾಶ್ ಲೀನಾ ಎಲ್ಲರೂ ತೊಡೆದುಹೋಗಿ ಅವನ ಮುಂದೆ ವಿಜಯ ಮಾತ್ರ ಉಳಿದಳು. ಇದನ್ನು ಪ್ರೇಮ, ಪ್ರೀತಿ, ವ್ಯಾಮೋಹ ಯಾವುದೇ ಪದದಲ್ಲಿ ಅರ್ಥೈಸಿಕೊಂಡರೂ ಅವನ ಹೃದಯದ ಚಿತ್ರಪಟದಲ್ಲಿ ಅವಳು ದಂತದ ಗೊಂಬೆ. ಅದನ್ನು ಅಲುಗಾಡಿಸಲು ಯಾರಿಂದಲೂ ಸಾಧ್ಯವಿಲ್ಲ. ಆ ದಿಸೆಯಲ್ಲಿ ಅವನ ಪ್ರಯತ್ನ ಕೂಡ ಸಫಲವಾಗಿರಲಿಲ್ಲ.

"ಸಾರಿ ಸಂತೋಷ್, ಸುಮ್ನೆ ನಿಮ್ಮ ನಿದ್ದೆ ಹಾಳು ಮಾಡಿಬಿಟ್ಟೆ" ಅವಳ ಬಿಸಿಯುಸಿರು ಸೋಕಿದಾಗ ಅವನ ಮೈ ಮಂಜುಗಡ್ಡೆಯಾಯಿತು. "ಹೋಗ್ಲಿ ನೀನು ನಿದ್ದೆ ಮಾಡು" ತೋಳಿನ ಮೇಲೆ ಮಲಗಿಸಿಕೊಂಡು ತಟ್ಟಿದ.

ಬೆಳಗಿನ ಜಾವ ಸ್ವಲ್ಪ ಮಂಪರು ಹತ್ತುವ ವೇಳೆಗೆ ಕರೆಗಂಟೆ ಸದ್ದಾಯಿತು. ಬೇಸರದಿಂದ ಎದ್ದು ಕೋಣೆಯಿಂದ ಹೊರಬಂದ.

ಈಗಾಗಲೇ ಆಳು ಬಾಗಿಲು ತೆರೆದಿದ್ದ. ಸೋಫಾ ಮೇಲೆ ಮೈಚಾಚಿ ಅತ್ತ ನೋಟ ಹರಿಸಿದ. ಅವಿನಾಶ್ ಒಳಗೆ ಬಂದ. ಅವನ ಓಡಾಟಕ್ಕೆ ಯಾವ ನಿಶ್ಚಿತ ದಿನಗಳೂ ಇರಲಿಲ್ಲ. ಬಾಂಬೆ, ಮದ್ರಾಸ್, ಹೈದರಾಬಾದ್, ಬೆಂಗಳೂರುಗಳಿಗೆ ಲೀಲಾಜಾಲವಾಗಿ ಸುತ್ತಾಡುತ್ತಿದ್ದ. ಅವನ ಕಾರ್ಯವೈಖರಿಯನ್ನು ಚಂದ್ರಕಾಂತ್ ಮೆಚ್ಚಿಕೊಂಡಿದ್ದರು.

"ಗುಡ್ ಮಾರ್ನಿಂಗ್ ಸಂತೋಷ್. ಸಿಹಿ ನಿದ್ದೆನ ಹಾಳ್ಮಾಡ್ಬಿಟ್ಟೆ!" ತಲೆ ಕುಣಿಸಿ ಅರ್ಥಗರ್ಭಿತವಾಗಿ ಹೇಳಿನಕ್ಕ. ಸಂತೋಷ್ ತಲೆ ಹಿಂದಕ್ಕೆ ಹಾಕಿ ಎದೆಯ ಮೇಲೆ ಕೈ ಕಟ್ಟಿದ. "ಸತ್ಯ ಕಹಿಯಾದ್ರೂ ಒಪ್ಕೋಬೇಕು."

ಸಂತೋಷ್ ಮಾತಿಗೆ ಅವಿನಾಶ್ ಜೋರಾದ ನಗೆ ಹಾರಿಸಿದ.

ಬಂದ ಕಾಫಿಯನ್ನು ಇಬ್ಬರೂ ಗುಟುಕರಿಸಿದರು. ಕಾರ್ಮಿಕರ ಸಂಘಟನೆಯ ಬಗ್ಗೆ ಅವಿನಾಶ್ ಖಾರವಾಗಿ ಮಾತನಾಡಿದ. ಹೈದರಾಬಾದ್ ಬಟ್ಟೆ ಮಿಲ್ಲಿನಲ್ಲಿ ನಡೆದ ಮಿಂಚಿನ ಮುಷ್ಕರದ ಬಗ್ಗೆ ತಿರಸ್ಕಾರದಿಂದ ಮಾತನಾಡಿದ್ದಲ್ಲದೆ ಕೋಪದಿಂದ ಚೀತ್ಕರಿಸಿದ.

ಸಂತೋಷ್ ಮೌನವಾಗಿ ಅವನನ್ನು ಗಾಢವಾಗಿ ನೋಡತೊಡಗಿದ. ಪಟ್ಟು-ವರಸೆಗಳನ್ನು ಇವನಿಂದ ಕಲಿಯಬೇಕಾದ್ದು ತುಂಬಾ ಇದೆ. ಅದು ತನಗೆ ಸಾಧ್ಯವೇ? ಆಸಕ್ತಿ ಇದೆಯೇ? ಪ್ರಶ್ನಿಸಿಕೊಂಡ.

"ಸಂತೋಷ್, ನಾವುಗಳು ಮೃದುವಾಗಿರ್ಬಾರ್ದು!" ತಟ್ಟನೆ ಹೇಳಿದಾಗ ಸಂತೋಷ್ ಬೇಸರದಿಂದ ಹಣೆಯುಜ್ಜಿ ಮೇಲಕ್ಕೆದ್ದ. "ಥ್ಯಾಂಕ್ಸ್ ಫಾರ್ ಯುವರ್ ಅಡ್ವೈಸ್, ಮೊದ್ಲು ರೆಸ್ಟ್ ತಗೋ ಅವಿನಾಶ್."

ಅವಿನಾಶ್‌ನ ಉತ್ಸಾಹಕ್ಕೆ ತಣ್ಣೀರು ಎರಚಿದಂತಾಯಿತು. ಅವನು ಹೊರಡುತ್ತಲೇ ದುರುಗುಟ್ಟಿಕೊಂಡು ನೋಡಿದ. ಇಂಥ ಅನಾಸಕ್ತಿಯ ವ್ಯಕ್ತಿಯನ್ನು ಮಾವ ಹೇಗೆ ಆಯ್ಕೆ ಮಾಡಿದರು?

ಲೀನಾ ಮುಖ ಕಣ್ಮುಂದೆ ಇಣುಕಿದಾಗ ಹಲ್ಲು ಕಡಿದ. ರೋಷದಿಂದ ಕೋಣೆಯತ್ತ ನಡೆದ.

ಸಂತೋಷ್ ಬಂದು ಮಲಗಿದರೂ ನಿದ್ದೆ ಅವನ ಬಳಿ ಸುಳಿಯಲಿಲ್ಲ. ಎದ್ದು ಕೂತ. ಮತ್ತೆ ಮಲಗಿದ ಲೀನಾ ಮುಖ ದಿಟ್ಟಿಸಿದ. ಸಹಾನುಭೂತಿಯಿಂದ ಅವನ ಮನ ಹೊಯ್ದಾಡಿತು.

ಕೆಳತುಟಿಯನ್ನು ಹಲ್ಲಿನಡಿ ಕಚ್ಚಿ ಹಿಡಿದ ಲೀನಾ ಅವಿನಾಶ್ ಬಗ್ಗೆ ಹೇಳಿದ ವಿಷಯದ ಹಿಂದಿನ ರಹಸ್ಯವೇನು? ಸುಮಾರು ಮೂವತ್ತು ಕುಟುಂಬಗಳು ಒಂದೇ ಸ್ವಾಯತ್ತತೆಯಲ್ಲಿ ಬಂಡವಾಳ ಹೂಡಿ ಹತ್ತಾರು ಫ್ಯಾಕ್ಟರಿಗಳ ಸ್ವಾಮ್ಯ ಹೊಂದಿದ್ದವು. ಇದುವರೆಗೂ ಅವರವರಲ್ಲಿ ಯಾವ ತಂಟೆ ತಕರಾರು ವೈಮನಸ್ಯಗಳೂ ಇರಲಿಲ್ಲ. ಚಂದ್ರಕಾಂತ್ ಮಾತು ಸುಪ್ರೀಮ್ ಅಥಾರಿಟಿ ಇದ್ದಂತೆ. ಅದನ್ನು ಉಲ್ಲಂಘಿಸುವ ದಿಸೆಯಲ್ಲಿ ಯಾರೂ ಯೋಚಿಸಿರಲಿಲ್ಲ.

ಸ್ವಂತ ಚಂದ್ರಕಾಂತ್ ಅಕ್ಕನ ಮಗ ಅವಿನಾಶ್ ಅವನ ಬಗ್ಗೆ ಪ್ರೀತಿ, ಆದರಗಳು ಇರುವಂತೆ ಮೆಚ್ಚುಗೆಯೂ ಇತ್ತು. ಅವರಿಗೆ. ಅವಿನಾಶ್ ಕೂಡ ಅವರನ್ನು ದ್ವೇಷಿಸಲು ಅಥವಾ ತಿರಸ್ಕರಿಸುವ ಸಾಧ್ಯತೆ ಇರಲಿಲ್ಲ. ನಾಲ್ಕಾರು ಬಾರಿ ಲೀನಾ, ಅವಿನಾಶ್ ಜೊತೆಯಲ್ಲಿ ಓಡಾಡಿದ್ದು ನೋಡಿದ್ದ. ಶ್ರೀಮಂತ ಕುಟುಂಬಗಳಲ್ಲಿ ಅಂಥ ತಿರುಗಾಟಕ್ಕೆ ಯಾವ ಅರ್ಥವೂ ಇರಲಿಲ್ಲ. ಅಂಥದ್ದಕ್ಕೆ ತಲೆ ಕೆಡಿಸಿಕೊಳ್ಳುವ ಮನಸ್ಥಿತಿಯೂ ಇವನದಲ್ಲ.

ಎದ್ದು ಹೊರಗೆ ಬಂದ. ಮತ್ತೊಮ್ಮೆ ಕಾಫಿ ಕುಡಿದು, ಸ್ನಾನ, ಉಪಾಹಾರ ಎಲ್ಲಾ ಮುಗಿದರೂ ಲೀನಾ ಏಳಲಿಲ್ಲ. ಹೊರಕ್ಕೂ, ಒಳಕ್ಕೂ ಓಡಾಡಿದ. ಫೋನ್ ಕಿರುಗುಟ್ಟಿತು.

"ಸರ್, ಇನ್‌ಕಮ್ ಟ್ಯಾಕ್ಸ್ ಬಗೆಗಿನ ಅಕೌಂಟ್ಸ್ ಕ್ಲಿಯರ್ ಆಗಿದೆ. ನೀವೊಮ್ಮೆ ನೋಡಿದರೆ...." ಉಗುಳು ನುಂಗಿದ್ದು ಅವನ ಅನುಭವಕ್ಕೆ ಬಂತು. ಫೋನ್ ಅತ್ತ ಹಿಡಿದು ನಿಂತ ವಿಜಯಳ ಜ್ಞಾಪಕ ಬಂತು. ಮುಖದಲ್ಲಿ ಗೆಲುವು ಮೂಡಿ ಹಸನ್ಮುಖತೆ ಮಿಂಚಿತು. "ಓ.ಕೆ. ಈಗ್ಬರ್ತೀನಿ... ಅಕೌಂಟೆಂಟ್‌ಗೆ ಹೇಳು."

ಬೇಸರ, ಜಡತೆ ಕರಗಿಹೋಗಿ ಸಂತೋಷ್‌ನ ಮೈ ಮನಸ್ಸಿನಲ್ಲಿ ಉಲ್ಲಾಸ ತುಂಬಿಕೊಂಡಿತು. ಆಕಾಶಕ್ಕೆ ಹಾರಿ ಹಕ್ಕಿಯಂತೆ ವಿಹರಿಸುವ ಮನಸ್ಸಾಯಿತು.

ಅಧಿಕಾರ, ಶ್ರೀಮಂತಿಕೆ, ಕೆಟ್ಟ ಸ್ವಾಭಿಮಾನ, ವಿಚಾರಪ್ರಜ್ಞೆ ಎಲ್ಲಕ್ಕೂ ಮಿಗಿಲಾಗಿ

ತಲೆಯೆತ್ತಿ ನಿಲ್ಲುವುದು ಹೃದಯದ ಪ್ರೇಮ. ಅದರ ಅರಿವಿಲ್ಲದಿದ್ದರೆ ಮನುಷ್ಯ ಬದುಕಿಗೆ ಇಷ್ಟೊಂದು ಅಂಟಿಕೊಳ್ಳುತ್ತಿರಲಿಲ್ಲವೇನೋ!

ಕಾರು ಮೇನ್ ಗೇಟ್ ಪ್ರವೇಶಿಸಿ ಒಳಹೊಕ್ಕಾಗ ಹೊಗೆ ಕಾಡುವ ಚಿಮಣಿಗಳು, ದೈತ್ಯಾಕಾರ ಯಂತ್ರಗಳು, ಅದರೊಡನೆ ಹೆಣಗಾಡುವ ಮಾನವ ಜೀವಿಗಳು. ಒಂದು ಕ್ಷಣ ಅವನ ಎದೆ ಭಾರವಾಯಿತು.

ಬರೀ ಮೂರು ಮೈಲಿ ಪ್ರಯಾಣವೆಂಬಂತೆ ವಿಮಾನದಲ್ಲಿ ದೇಶದಿಂದ ದೇಶಕ್ಕೆ ಸಂಚರಿಸುತ್ತ, ಹವಾನಿಯಂತ್ರಿತ ಬಂಗ್ಲೆಗಳಲ್ಲಿ ಜೀವಿಸಿ, ಭೋಗಜೀವನ, ತಮಗಾಗಿ ದೈವದ ಕೊಡುಗೆ ಎನ್ನುವಂತೆ ಮೆರೆಯುವ ಜನರ ಶ್ರೀಮಂತಿಕೆ, ಕಾರ್ಮಿಕನ ಮೈ ಬೆವರಿನಿಂದ ಹರಿದುಬಂದಿದ್ದು. ಹಣೆಯನ್ನು ಕೈನಿಂದ ಒತ್ತಿ ಹಿಡಿದ. ಮಿದುಳು ಸಣ್ಣ ಕಾರ್ಖಾನೆಯಾಗಿದೆಯೆನಿಸಿತು.

ಟೈಪ್ ಮಾಡುತ್ತಿದ್ದ ವಿಜಯಳ ಕೈ ಬೆರಳುಗಳು ಸ್ತಬ್ಧವಾಯಿತು. ಎದ್ದು ನಿಂತು ವಿಶ್ ಮಾಡಿದಾಗ ಅವನ ತುಟಿಗಳ ಮೇಲೆ ಮಿಂಚು ಸುಳಿದು ಮರೆಯಾಯಿತು.

"ಅಕೌಂಟೆಂಟ್‌ಗೆ.... ಫೋನ್ ಮಾಡು" ತನ್ನ ಛೇಂಬರ್‌ನತ್ತ ನಡೆದಾಗ ಇಂಟರ್‌ಕಾಮ್ ಕೈಗೆತ್ತಿಕೊಂಡಳು. "ಹಲೋ...." ಅವರಿಗೆ ವಿಷಯ ಉಸುರಿ ಟೈಪ್ ಮಾಡುವಲ್ಲಿ ಮಗ್ನಳಾದಳು

ಎಫ್. ಡಿ. ರಾಜೀವ್ ಕತ್ತು ತುರಿಸುತ್ತ ಒಳಗೆಬಂದರು. ಟೈಪ್ ಮಾಡುವುದನ್ನು ನಿಲ್ಲಿಸಿ ಮೃದುವಾಗಿ ಹೇಳಿದಳು.

"ಒಳ್ಗಡೆ ಬಾಸ್ ಇದ್ದಾರೆ. ನೀವೇ ಹೋಗಿ ನೋಡಿ. ತನ್ನ ರೆಕಮೆಂಡೇಷನ್ ಇಂಥ ವಿಷ್ಯಗಳಿಗೆ ಬೇಡ. ನೀವೇ ಹೋಗಿ ರಿಕ್ವೆಸ್ಟ್ ಮಾಡ್ಕೊಳ್ಳಿ" ರಾಜೀವ್ ಅಲ್ಲಾಡಲಿಲ್ಲ. ಅವಳಿಗೆ ಮತ್ತೆ ಟೈಪ್ ಮಾಡಲಾಗಲಿಲ್ಲ. ಇದೊಂದು ಕಿರಿಕಿರಿ. ಪ್ರತಿಯೊಂದಕ್ಕೂ ಪಿ.ಎ.ನ ಹಿಡಿದೇ ಕೆಲಸ ಮಾಡಿಸಬೇಕೆಂಬ ಛಲ. ಎಷ್ಟು ಉಪಾಯವಾಗಿ ನಿವಾರಿಸಿಕೊಳ್ಳಬೇಕೆಂದರೂ ಸುತ್ತಿಕೊಂಡು ಹಿಂಸಿಸುತ್ತಿತ್ತು.

"ಪ್ಲೀಸ್ ರಾಜೀವ್, ಸ್ವಲ್ಪ ಅರ್ಥಮಾಡ್ಕೊಳ್ಳಿ. ನಿಮ್ಮ ಹಾಗೆ ನಾನು ನೌಕರಳು. ನಿಮ್ಮ ಬೇಡಿಕೆಗಳನ್ನು ನೇರವಾಗಿ ಅವ್ರ ಮುಂದೇನೇ ಇಡಿ. ನ್ಯಾಯಯುತವಾಗಿದ್ರೆ.... ಖಂಡಿತ ಸ್ಯಾಂಕ್ಷನ್ ಮಾಡ್ತಾರೆ."

ರಾಜೀವ್ ಮುಖ ಗಡಿಗೆಯ ದಪ್ಪವಾಯಿತು. ವಿಜಯ ತಲೆತಗ್ಗಿಸಿಕೊಂಡು ತನ್ನ ಕೆಲಸದಲ್ಲಿ ನಿರತಳಾದರೂ ರಾಜೀವ್ ಅಲ್ಲಿಂದ ಕದಲಲಿಲ್ಲ.

ಕೆಳತುಟಿಯನ್ನು ಬಲವಾಗಿ ಕಚ್ಚಿ ಹಿಡಿದು ಬರುವಂತೆ ಕಣ್ಣಲ್ಲಿಯೇ ಸನ್ನೆ ಮಾಡಿ ಮುಂದೆ ನಡೆದಳು. ರಾಜೀವ್ ಅರ್ಜಿಯನ್ನು ಸಂತೋಷ್ ಮುಂದಿಟ್ಟು ಎರಡೇ ಮಾತಿನಲ್ಲಿ ಅವನ ಬೇಡಿಕೆಯ ವಿವರ ಹೇಳಿದಳು. ಸಂತೋಷ್ ನೋಡುವ ಗೋಜಿಗೆ ಹೋಗದೆ ಸ್ಯಾಂಕ್ಷನ್ ಎಂದು ಬರೆದು ಪೇಪರನ್ನು ಪಕ್ಕಕ್ಕೆ ತಳ್ಳಿದಾಗ ರಾಜೀವ್ ಮುಖದಲ್ಲಿ ಗೆಲುವು ಮೂಡಿತು. ವಂದಿಸಿ ಹೊರನಡೆದ.

"ಮದ್ವೆ ಮುಗ್ಸಿ ಆಗ್ಲೇ ಕೆಲ್ಸಕ್ಕೆ ಹಾಜರ್" ಸಂತೋಷ್ ಸಣ್ಣಗೆ ನಕ್ಕ. ತಕ್ಷಣ

ವಿಜಯ ತಲೆಬಿಸಿಯಾಯಿತು. ಏನಾದರೂ ಹೇಳುವ ಮುನ್ನ ಸಂತೋಷ್ ನುಡಿದ. "ಇವತ್ತೊಂದು ದಿನ ರೆಸ್ಟ್ ತಗೋಬೇಕಿತ್ತು!"

"ಅಗತ್ಯ.... ಕಾಣ್ಲಿಲ್ಲ!" ಮೆಲ್ಲನೆ ಅಲ್ಲಿಂದ ಕಾಲ್ತೆಗೆದಳು.

ವಿಜಯ ಹೋದ ಕಡೆನೇ ನೋಡಿದ. ಮನ ಮಧುರವಾಗಿ ಹಾಡಿತು. ಪೇಪರ್ ವೈಟನ್ನು ಟೇಬಲ್ಲಿನ ಮೇಲೆ ಸಣ್ಣ ಹುಡುಗನಂತೆ ತಿರುಗಿಸತೊಡಗಿದ.

ವಿಜಯ ಹೃದಯದಲ್ಲಿ ಪ್ರತಿಷ್ಠಾಪನೆಗೊಂಡ ಮೇಲೇನೇ ಅವನು ಲೀನಾಳ ಕತ್ತಿಗೆ ತಾಳಿ ಬಿಗಿದಿದ್ದು. ಯೋಚಿಸುವ, ವಿಚಾರಿಸುವ ವಿಶ್ಲೇಷಿಸುವ ಮುನ್ನವೇ ಹಸೆಮಣೆ ಏರಿ ಲೀನಾಳನ್ನು ಸಂಗಾತಿಯಾಗಿ ಸ್ವೀಕರಿಸಿದ್ದ. ಅಂದು ವಿಜಯ ಅಷ್ಟು ಬೇರೂರಿರಬೇಕೆಂಬ ಕಲ್ಪನೆ ಇರಲಿಲ್ಲವೋ, ಆ ಕ್ಷಣದಲ್ಲಿ ಮಿದುಳು ಸತ್ತು ಹೃದಯ ಮೌನವಹಿಸಿ, ಮನಸ್ಸಿನ ಬುದ್ಧಿ ನಿಶ್ಚೇತವಾಗಿತ್ತೆ? ಅದನ್ನೆಲ್ಲಾ ಯೋಚಿಸಿದಷ್ಟೂ ತಲೆ ಸಿಡಿಯುತ್ತಿತ್ತೇ ವಿನಃ ಉತ್ತರದ ಸುಳಿವೇ ಇರಲಿಲ್ಲ.

ಇಡೀ ಮಧ್ಯಾಹ್ನ ಛೇಂಬರ್‌ನಲ್ಲಿಯೇ ಕಳೆದುಹೋಯಿತು. ವಿಜಯಳಿಗೆ ಇಷ್ಟೆಲ್ಲ ತಲೆಬಿಸಿ ಅವಿನಾಶ್‌ನಿಂದ. ಸಣ್ಣಪುಟ್ಟದನ್ನ ಕೆದಕಿ ಕೇಳುತ್ತಿದ್ದ. ಇಡೀ ಅಕೌಂಟ್ ಸೆಕ್ಷನ್‌ನ ಎಲ್ಲರಿಗೂ ಛೀಮಾರಿ ಹಾಕಿದ. ಅವರ ಮೈಯಲ್ಲಿ ಬೆವರುಹರಿಯತೊಡಗಿದಾಗ ಸಂತೋಷ್ ಮೌನವಾಗಿ ಕೂತ.

ಅವರ ಮುಖಗಳು ಎಣ್ಣೆ ಕುಡಿದಂತಾಗಿತ್ತು. ಅವಿನಾಶ್‌ಗೆ ಮನದಲ್ಲೆ ಶಾಪ ಹಾಕುತ್ತ ಹೊರಗೆ ನಡೆದಾಗ ಷರಟಿನ ಕಾಲರ್ ಮೇಲಾಡಿತು ಅವನ ಕೈ, ಮುಖದ ಮೇಲೆ ಗೆಲುವು ವಿಜೃಂಭಿಸಿದಾಗ ಸಂತೋಷ್ ಜೋರಾಗಿ ನಕ್ಕುಬಿಟ್ಟ. ಅವನು ಸೂಕ್ಷ್ಮವಾಗಿ ಗಮನಿಸುತ್ತಿದ್ದ. ಮುಖಗೆಟ್ಟ ಅವರನ್ನ ತಬ್ಬಿಬ್ಬು ಮಾಡಿ, ಅವರ ಮಿದುಳು ನಿಮಿಷಗಳ ಕಾಲವಾದರೂ ಸೋಲೊಪ್ಪುವಂತೆ ಮಾಡಿದ್ದ. ಇದರಲ್ಲಿ ಸಾಹಸ, ತಿಳಿವಳಿಕೆ ಅವರ ತಪ್ಪುಗಳು ಯಾವುವೂ ಇರಲಿಲ್ಲ. ಸುತ್ತಲೂ ಬೆಂಕಿಹಚ್ಚಿ ಪ್ರಾಣಿಗಳನ್ನ ದಿಕ್ಕೆಡಿಸುವ ಸ್ಥಿತಿಯನ್ನು ಮಾತ್ರ ಕೈಗೊಂಡಿದ್ದ.

"ಅವಿನಾಶ್, ಮುಂದೆ ಈ ತರಹ ಮಾಡೋಕೆ ಹೋಗ್ಬೇಡ." ಅವನ ಮುಖದಲ್ಲಿನ ನಗುವು ಅಳಿಸಿಹೋಗಿ ಗಾಂಭೀರ್ಯ ಮನೆ ಮಾಡಿದಾಗ ಅವಿನಾಶನ ಕಣ್ಣುಗಳಲ್ಲಿ ಕೋಪ ಇಣುಕಿತು. "ಸಂತೋಷ್, ನಿಂಗೆ ಇದೆಲ್ಲ ಅರ್ಥವಾಗದು! ಈ ಸೀಟ್‌ನಲ್ಲಿ ಕೂತ ವ್ಯಕ್ತಿಯಲ್ಲಿರಬೇಕಾದ ಅರ್ಹತೆಯ ಪಟ್ಟಿಗೆ ಇಂಥ ವರಸೆಗಳನ್ನು ಸೇರ್ಸಬೇಕು. ಇಲ್ದಿದ್ರೆ... ಕಷ್ಟವಾಗುತ್ತೆ!" ಸಂತೋಷ್ ಕೂತಿದ್ದ ಸೀಟನ್ನ ತಟ್ಟಿ ಹೇಳಿದ.

ಸರಳ, ಪ್ರಾಮಾಣಿಕ ಬದುಕು ಒತ್ತೆ ಇಡುವ ಅವಿನಾಶ್‌ನ ಬುದ್ಧಿ ಹೇಳುವಿಕೆ. ಮುಗುಳ್ನಕ್ಕ.

"ಇದೆಲ್ಲ ನಿನ್ನ ಕಲ್ಪಿತ ಮನೋಭಾವ! ಬದುಕಿನ ಅವಲಂಬಿತ ಸ್ತರಗಳನ್ನು ಅವಲಂಬಿಸಿರುತ್ತೆ ವ್ಯಕ್ತಿಗಳ ಜೀವನ. ಐ ಡೋಂಟ್ ವಾಟ್ ಯುವರ್ ಅಡ್ವೈಸ್."

ಪ್ರಕರಣದ ವಿಕೋಪದ ಅರಿವಾದ ಕೂಡಲೇ ವಿಜಯ ಹೊರಗೆ ಬಂದಳು. ದಸ್ತಗೀರ್ ಸಂಬಳಕ್ಕಾಗಿ ದುಡಿಯುತ್ತಿದ್ದವರು. ಬೇರೆಯವರ ಕಷ್ಟಸುಖದ ಅರಿವಿತ್ತು.

ಪ್ರತಿಯೊಂದನ್ನ ಸಹೃದಯತೆಯಿಂದ ನೋಡುತ್ತಿದ್ದರು. ಆದರೆ ಸಂತೋಷ್ ಬಹುಶಃ ಮಾಲೀಕ ಛಾಯೆ ಹೊತ್ತೇ ಇಲ್ಲಿಗೆ ಬಂದಿರಬಹುದು. ಕಪಟ, ಕುಹಕತನವಿಲ್ಲದ ನೇರತನ, ಕೆಲವು ಸಂದಿಗ್ಧ ಪರಿಸ್ಥಿತಿಯಲ್ಲಿ ಬೇರೆಯವರ ಸಲಹೆ ಕೇಳುವ ಧಾರಾಳತನ ಅವನಲ್ಲಿತ್ತು. ಆದರೆ ಅವಿನಾಶ್ ಬರೀ ಬಡವ ಶ್ರೀಮಂತರ ಮತ್ತು ಕಾರ್ಮಿಕ–ಮಾಲೀಕರ ನಡುವಿನ ಅಂತರದ ಬಗ್ಗೇನೇ ಜಾಗರೂಕತೆ ವಹಿಸಿದ್ದ. ದುಡಿದು ಶೇಖರಿಸಿ ಸುಖದ ಜೀವನವನ್ನು ಬೇರೆಯವರಿಗೆ ಬಿಟ್ಟುಕೊಡುವಂಥ ಒಂದು ವರ್ಗವೇ ಭೂಮಿಯ ಮೇಲಿದೆ. ಅದು ಅವರ ಕರ್ಮ.

ಮಧ್ಯಾಹ್ನ ಊಟಕ್ಕೆ ಬಂದ ಸಂತೋಷ್ ಮತ್ತೆ ಬರಲಿಲ್ಲ. ಅಷ್ಟಿಷ್ಟು ಕೆಲಸ ಮುಗಿಸಿ ಐದರ ವೇಳೆಗೆ ಹೊರಗೆ ಬಂದಳು. ಮನೆಯ ಗದ್ದಲ ಗೋಜು ತಲೆ ಚಿಟ್ಟೆನಿಸಿಬಿಟ್ಟಿತ್ತು.

ಹೊರಟಾಗ ವಿನೋದ ರೇಗಿಕೊಂಡಳು. ಕಣ್ಣಲ್ಲಿಯೇ ಸಮಾಧಾನ ಹೇಳಿಬಂದಿದ್ದಳು.

ರಿಸೆಪ್ಷನ್ ಮುಗಿದಮೇಲೆ ಛತ್ರ ಖಾಲಿ ಮಾಡಿ ಅಳಿದುಳಿದ ನೆಂಟರ ಜೊತೆಗೆ ಮನೆಗೆ ಬಂದಿದ್ದರು. ಕಡೆಗೆ ಅವಳಿಗೆ ಹಾಸಿಕೊಳ್ಳಲು ಚಾಪೆ ಕೂಡ ಸಿಕ್ಕಿರಲಿಲ್ಲ. ಸುಜಯ ವಿಜಯ ಉಪಯೋಗಿಸುತ್ತಿದ್ದ ಕೋಣೆ ಸಜ್ಜೆಯ ಮನೆಯಾಗಿ ಶೃಂಗಾರಗೊಂಡಿತ್ತು. ಭೂಷಣ್ ನಿಶ್ಚಿಂತೆಯಾಗಿ ಕಾಂಪೌಂಡ್‌ನಲ್ಲಿ ಚಾಪೆ ಬಿಡಿಸಿಕೊಂಡು ಮಲಗಿಬಿಟ್ಟ. ಅಳಿಯತನದ ಬಿಗುಮಾನದ ಬಗ್ಗೆ ಅವನಿಗೆ ಜಿಗುಪ್ಸೆ.

ಸಜ್ಜೆಯ ಮನೆಯಲ್ಲಿ ಹಾಲಿಟ್ಟ ಬೆಳ್ಳಿಲೋಟ ತುಂಬ ಚಿಕ್ಕದೆಂದು ಹಂಗಿಸಿ ಬೀಗಿತ್ತಿ ಬೇಸರ ವ್ಯಕ್ತಪಡಿಸಿದಾಗ, ಭೂಷಣ್ ತಾನೇ ಸಮಾಧಾನಪಡಿಸಿ ಬೇರೆಯ ಲೋಟ ತಂದುಕೊಡುವ ಬಗ್ಗೆ ಆಶ್ವಾಸನೆ ಕೊಟ್ಟಿದ್ದ.

ಇಡೀರಾತ್ರಿ ಯೋಚಿಸಿ ತಲೆ ಕೆಡಿಸಿಕೊಂಡು ಬೆಳಿಗ್ಗೆ ಆಫೀಸಿಗೆ ಬಂದಿದ್ದಳು.

ಆಟೋನಿಂದ ಮನೆಯ ಬಳಿ ಇಳಿದಾಗ ಜನಜಂಗುಳಿಯಿಂದ ಸಂಭ್ರಮಗೊಂಡ ವಾತಾವರಣವಿತ್ತು. ಹಿಂದಿನ ದಿನ ರಾಮಾಯಣಗಳಿಂದ ಮುದುರಿದ ಅವಳ ಮನ ಅರಳಲಿಲ್ಲ.

ಬರೀ ಬೀಗರ ಸಂಸಾರದೊಂದಿಗೆ ಒಂದಿಬ್ಬರು ಅವರ ಕಡೆಯ ನೆಂಟರು ಮಾತ್ರ ಉಳಿದಿದ್ದರು. ಹೊರಗೆ ನಿಂತ ವಿನೋದ ಕಣ್ಣಲ್ಲಿಯೇ ನಕ್ಕಳು. ಮಾವ ಕೊಟ್ಟ ಫುಲ್ ಸೂಟಿನಲ್ಲಿ ದ್ವಾರಕಾನಾಥ್ ಹೊರಗೆ ನಿಂತಿದ್ದ. ದೊಡ್ಡ ಜರಿಯ ಬಾರ್ಡರಿನ ಸೀರೆಯುಟ್ಟ ಸುಜಯ ಪಕ್ಕದಲ್ಲಿ ನಿಂತು ಪಿಸುಗುಟ್ಟಿ ನಗುತ್ತಿದ್ದಳು.

ವಿಜಯಳ ತಲೆ ಬಾಗಿತು. ಯಾರ ಮಾತು, ನೋಟದತ್ತ ಗಮನವರಿಸದೆ ಒಳಗೆ ನಡೆದುಬಿಟ್ಟಳು. ಅಡುಗೆಯ ವಾಸನೆ ಗಪ್ಪೆಂದು ಮೂಗಿಗೆ ಬಡಿಯಿತು. ಚಿಮ್ಮಿದ ಹಸಿವು ಸಾಲದ ನೆನಪಾಗಿ ಕೂಡಲೇ ಮೌನವಾಗಿ ಬಿದ್ದುಕೊಂಡಿತು.

ಉಡುಗೊರೆಯಾಗಿ ಬಂದ ಸಾಮಾನುಗಳು ಒಂದೆಡೆ ಬಿದ್ದಿದ್ದವು. ಸ್ವರ್ಣಮ್ಮ ಅವುಗಳನ್ನೆಲ್ಲ ಪ್ಯಾಕ್ ಮಾಡುತ್ತಿದ್ದವರು ತಲೆಯೆತ್ತಿ ಅವಳತ್ತ ನೋಡಿ ಒಂದು ಗಳಿಗೆ

ಪೆಚ್ಚಾದರು.

"ಸುಮ್ನೇ ಅಲ್ಲಿ ಇಲ್ಲಿ ಇದ್ದು ಹಾಳಾಗುತ್ತೆ. ಅದ್ಕೇ ಎಲ್ಲಾ ಜೋಡಿಸಿಡ್ತಾ ಇದ್ದೆ."

ಬಲವಂತದ ನಗು ನಕ್ಕ ವಿಜಯ ತನಗೆ ಸಂಬಂಧಪಟ್ಟ ವಿಷಯವೇ ಅಲ್ಲ ಅನ್ನುವಂತೆ ಕೋಣೆಯಿಂದ ಹೊರಗೆ ಹೋದಳು.

ಹಿಂದೆನೇ ಬಂದ ಅನ್ನಪೂರ್ಣಮ್ಮ ಮೆಲು ಧ್ವನಿಯಲ್ಲಿ ಅವಳ ಬಳಿ ಉಸುರಿದಳು.

"ಬೆಳಿಗ್ಗೆ ಸುಜಯನ ಕರ್ಕೊಂಡ್ಹೋಗ್ತಾರಂತೆ. ಮಡಿಲು ತುಂಬೋಕೆ ಸೀರೆ ಬೇಕು."

ನಿಂತಲ್ಲಿಯೇ ಶಿಲೆಯಾದಳು ವಿಜಯ. ಚೇತರಿಸಿಕೊಳ್ಳಲು ಅವಳಿಗೆ ನಿಮಿಷಗಳೇ ಬೇಕಾಯಿತು.

"ಅಮ್ಮ, ತಂದ ಸೀರೆಗಳೆಲ್ಲ ಏನಾಯ್ತು?" ಅವಳ ಕಣ್ಣಲ್ಲಿ ನೀರು ಸುರಿಯುವುದೊಂದು ಬಾಕಿ ಇತ್ತು. ಅತ್ತಿತ್ತ ನೋಡಿದ ಅನ್ನಪೂರ್ಣಮ್ಮ ಅವಳ ಕಿವಿಯ ಬಳಿ ಬಗ್ಗಿದರು.

"ನಂಗೊಂದು ಅರ್ಥವಾಗೋಲ್ಲ. ಇಂಥ ಸುಡುಗಾಡು ಜನ ಅಂದಿದ್ರೆ ಈ ಸಂಬಂಧ ಬೆಳೆಸೋಕೆ ಹೋಗ್ತಾ ಇರ್ಲಿಲ್ಲ. ಎಲ್ಲಾ ಶಾಸ್ತ್ರಕ್ಕೂ.... ನಮ್ಮ ಕಡೆನೆ ನೋಡ್ಬಿಟ್ರು. ಏನ್ಮಾಡೋಕಾಗುತ್ತೆ. ಈಗ ಮೊದಲ್ನೇ ಸಲ ಮಡಿಲು ತುಂಬ್ತಾ ಇದ್ದೀರಾ. ಹಸಿರು ಮೈಸೂರು ಸೀರೆ ತನ್ನೀಂತ 'ಹುಕುಂ.' "

ವಿಜಯಳಿಗೆ ತಲೆ ಸುತ್ತಿದಂತಾಯಿತು. ನಿತ್ರಾಣ ಮೈಯಲ್ಲಿ ಆವರಿಸಿಕೊಂಡಿತು. ನಾಲಿಗೆ, ಗಂಟಲು ಒಣಗಿಹೋಯಿತು. ಅಡಿಗೆಯ ಮನೆಗೆ ಹೋದವಳೆ ಗೋಡೆಗೊರಗಿ ಕುಸಿದು ಕೂತಳು.

ರೋಷದಿಂದ ಅವಳೆದೆ ಕುದಿಯುತ್ತಿದ್ದರೂ ನಿಸ್ಸಹಾಯಕತೆ ಅವಳನ್ನು ಬಲಹೀನಳನ್ನಾಗಿ ಮಾಡುತ್ತಿತ್ತು. ಮೇಲಿನ ಛಾವಣಿ ಕುಸಿದು ತನ್ನ ಸಮಾಧಿ ಇಲ್ಲಿಯೇ ಆಗಿಹೋದರೆ ಸಾಕೆಂದು ಪ್ರಥಮ ಬಾರಿ ಯೋಚಿಸಿದಳು.

"ಹೇಗೋ ಆಗೋಯ್ತು. ಸ್ವಲ್ಪದರಲ್ಲಿ ನಿಷ್ಠೂರ ಯಾಕೆ?" ತಾಯಿಯ ಮಾತು ಅವಳನ್ನು ಬಡಿದೆಬ್ಬಿಸಿತು. ಸಿಟ್ಟನ್ನು ತುಟಿಕಚ್ಚಿ ನುಂಗಿದಳು. "ಸ್ವಲ್ಪ ಹೊರ್ಗಡೆ... ಹೋಗ್ಬರ್ತೀನಿ" ಒಂದು ಲೋಟ ನೀರನ್ನು ಗಟಗಟನೆ ಕುಡಿದಳು.

ಕಾಂಪೌಂಡ್‌ನಲ್ಲಿ ಕೂತ ರಂಗಸ್ವಾಮಿಗಳು ಬೀಗರ ಜೊತೆ ಜೋರಾಗಿ ಮಾತನಾಡುತ್ತಿದ್ದರು. ಅತ್ತ ಗಮನವನ್ನು ಹರಿಸದೆಯೇ ಬೀದಿಗೆ ಇಳಿದಾಗ ವಿನೋದ ಹಿಂಬಾಲಿಸಿದಳು.

"ವಿಜೀ... ಎಲ್ಲಿಗೆ?" ಅವಳ ಸ್ವರದಲ್ಲಿ ಅಧಿಕಾರವಿತ್ತು.

ವಿಜಯ ಮೊದಲು ಅನುಮಾನಿಸಿದರೂ ಆಮೇಲೆ ವಿಷಯ ಒದರಿ ಸ್ವಲ್ಪ ಸಮಾಧಾನಗೊಂಡಳು. ವಿನೋದಳ ಮೈ ಹತ್ತಿಕೊಂಡು ಉರಿದಂತಾಯಿತು.

"ಪಾಪಿ ಜನ, ಅಣ್ಣನ ಭಯನ ನಿಜ ಮಾಡ್ಬಿಟ್ರಲ್ಲ. ಅವ್ರ ಹೆಣ್ಣು ಮಕ್ಳಿಗೆ ಮದ್ವೆ

ಮಾಡೋವಾಗ ತಾನೇ ಅದ್ರ ಕಷ್ಟ ತಿಳ್ಯೋದು. ಅಂತೂ ಅಸಾಧ್ಯ ಜನ. ವರದಕ್ಷಿಣೆ ತಗೊಳ್ಳಲಿಲ್ಲ ಅನ್ನೋ ದೊಡ್ಡಸ್ತಿಕೆ. ಅಷ್ಟಕ್ಕೆ ಸರ್ಯಾಗಿ ದುಡಿದು ತಿಂಗ್ಳು ತಿಂಗ್ಳು ಕಂತಾಗಿ ಮುಟ್ಟಿಸ್ತಾಳಲ್ಲ ಹಣ! ಈ ಜನ ಎಂದಾದರೂ ಸರಿಹೋಗಕ್ಕೆ ಸಾಧ್ಯನಾ?" ವಿನೋದಳ ಕಣ್ಣಂಚಿನಲ್ಲಿ ಕಂಬನಿ ಇಣುಕಿ ಬಿಟ್ಟಿತು.

"ಅದೇ ಬರೀ ಗಂಡು ಹೆತ್ತವರ ತಪ್ಪು ಮಾತ್ರವಲ್ಲ; ವರನ ಡಿಗ್ರಿ ಅಂತಸ್ತುಗಳನ್ನು ಅಳೆಯದೇ ತಾನೇ ಸಂಬಂಧ ಬೆಳೆಸೋದು! ಭೂಷಣ್ ಅಂತೋರಿಗೆ ಎಂ.ಎ. ಕಲಿತ ಹೆಣ್ಣನ್ನು ಕೊಡೋದು ಅವಮಾನ ಅಂತ ಭಾವಿಸೋವರ್ಗೂ... ಸರಿಹೋಗೋಲ್ಲ!" ಆಳವಾಗಿ ಗಂಭೀರವಾಗಿ ಯೋಚಿಸಿ ನುಡಿದಂತಿತ್ತು. ವಿನೋದ ತುಟಿಗಳ ಮೇಲೆ ವ್ಯಂಗ್ಯನಗು ಮಿನುಗಿತು.

ಮಾತುಗಳಿಗೆ ತೆರೆಎಳೆದು ವಾಸ್ತವ ವಿಷಯಕ್ಕೆ ಬಂದರು. ವಿಜಯಳ ಸ್ಥಿತಿ ನೆನೆದು ವಿನೋದಳಿಗೆ ಸಂಕಟವಾಯಿತು.

"ಈಗೇನು ಮಾಡ್ತಿ?" ವಿನೋದಳ ಪ್ರಶ್ನೆಗೆ ಏನೆಂದು ಉತ್ತರಿಸಿಯಾಳು!

"ಒಂದೂ ಗೊತ್ತಾಗೋಲ್ಲ! ಮೋಹಿನಿಯತ್ತ ಸ್ವಲ್ಪ ಹಣ ಕೇಳೋಣಾಂತ" ಅವಳ ಸ್ವರದಲ್ಲಿ ಪೂರ್ತಿ ಸೋಲು ಇಣುಕಿತು.

ವಿನೋದ ಅವಳನ್ನು ತಮ್ಮ ಮನೆಗೆ ಎಳೆದುಕೊಂಡು ಹೋದಳು. ಭೂಷಣ್ ಸೂಟ್‌ಕೇಸು ತೆಗೆದು ಜಾಲಾಡಿದಳು. ಗರಿಗರಿಯ ಸಾವಿರ ರೂಪಾಯಿಗಳ ನೋಟುಗಳು ಇದ್ದವು. ಅವಳ ಮುಖ ಅರಳಿತು.

"ಏನೂ ಬೇಡಮ್ಮ. ಈಗ್ಲೇ ಭಾವ ಮಾಡಿರೋ ಋಣಭಾರ ಸಾಕಷ್ಟು ತಲೆ ಮೇಲಿದೆ. ಇಷ್ಟೊಂದು ಸ್ವತಂತ್ರವಹಿಸೋದು ಒಳ್ಳೇದಲ್ಲ. ಹಾಗೇ ಇಟ್ಟಿಡು. ಬೇರೆ ಎಲ್ಲಾದ್ರೂ ಪ್ರಯತ್ನ ಮಾಡೋಣ. ಮೋಹಿನಿ ಜಾಣೆ. ಸಾಲವಾಗಿ ಕೇಳಿದ್ದೆ..... ಬಹುಶಃ ಇಲ್ಲವೆನ್ನಲಾರಳು" ವಿಜಯ ಹೋಗಿ ಕಿಟಕಿಯ ಬಳಿ ನಿಂತು ಹೊರಗೆ ನೋಡತೊಡಗಿದಳು.

ಅವಳ ಮಾತುಗಳನ್ನು ವಿನೋದ ಲೆಕ್ಕಕ್ಕೇ ತೆಗೆದುಕೊಳ್ಳದೆ ನೋಟುಗಳನ್ನು ವ್ಯಾನಿಟಿ ಬ್ಯಾಗ್‌ಗೆ ಸೇರಿಸಿ ಸೂಟುಕೇಸನ್ನು ಹಿಂದಕ್ಕೆ ನೂಕಿದಳು.

ಕೈಯಲ್ಲಿದ್ದ ವಾಚ್ ಕಡೆ ನೋಡಿದಳು. ಎಂಟು ಗಂಟೆಗೆಲ್ಲ ಮೈಸೂರು ಸಿಲ್ಕ್ ಷೋರೂಂ ಮುಚ್ಚುತ್ತದೆ. ತಂಗಿಯನ್ನು ಎಳೆದುಕೊಂಡೆ ಹೊರಟಳು.

ಎದುರಾದ ಭೂಷಣ್ ಸೈಕಲ್ ನಿಲ್ಲಿಸಿ ಕೆಳಗೆ ಇಳಿದ.

"ತುಂಬ ಅರ್ಜೆಂಟ್, ಸ್ವಲ್ಪ ಮೈಸೂರು ಸಿಲ್ಕ್ ಷೋರೂಂ ಬಳಿ ಬನ್ನಿ. ನಾನು ಆಟೋದಲ್ಲಿ ಹೋಗ್ತೀವಿ" ವಿನೋದ ಆತುರಾತುರವಾಗಿ ಹೇಳಿದಾಗ ಭೂಷಣ್ ಪ್ರಶ್ನಿಸದೆ ಸೈಕಲನ್ನು ಹಿಂದಕ್ಕೆ ತಿರುಗಿಸಿದ. ಅದು ಅವನ ನೈಜ ಸ್ವಭಾವ.

ಇವರು ಆಟೋ ಹಿಡಿದು ಅಲ್ಲಿ ಹೋಗುವ ವೇಳೆಗೆ ಭೂಷಣ್ ಕಾದುನಿಂತಿದ್ದ. ವಿನೋದ ಮೆಲ್ಲನೆ ಹೋಗಿ ಉಸಿರಿದಾಗ ಒಳಗೆ ಹೆಜ್ಜೆ ಹಾಕಿದ. ಸೀರೆ ಬ್ಲೌಸ್‌ಪೀಸ್‌ಗೆ

ಸಾವಿರದ ಇನ್ನೂರು ಆಯಿತು. ವಿನೋದಳ ಸಾವಿರದ ಜೊತೆ ತನ್ನ ಜೇಬಿನಲ್ಲಿದ್ದ ಇನ್ನೂರನ್ನು ಸೇರಿಸಿ ಕೊಟ್ಟ.

ಭೂಷಣ್ ಮೇರುವಿನಂಥ ವ್ಯಕ್ತಿತ್ವದ ಮುಂದೆ ತಾವೆಲ್ಲ ಕುಬ್ಜರಾದ ಅನುಭವವಾಯಿತು ವಿಜಯಳಿಗೆ. ತಲೆಯೆತ್ತುವುದೇ ಅವಳಿಗೆ ಕಷ್ಟವಾಯಿತು.

ಅನವಶ್ಯಕ ವೆಚ್ಚಗಳ ಬಗ್ಗೆ ಜಾಗರೂಕತೆ ವಹಿಸಿ ಪ್ರತಿ ಪೈಸೆಯ ಬಗ್ಗೆ ಕಾಳಜಿ ವಹಿಸಿದ್ದ. ಭೂಷಣ್ ಹಿಂದುಮುಂದು ನೋಡದೆ ವ್ಯಯಮಾಡಿಬಿಟ್ಟಿದ್ದ.

ಇಬ್ಬರು ಹೊರಗೆ ಹೆಜ್ಜೆ ಹಾಕಿದಾಗ ವಿಜಯ ಅಷ್ಟು ದೂರದಲ್ಲಿ ಹೆಜ್ಜೆ ಹಾಕುತ್ತಿದ್ದಳು. ನಾಚಿಕೆ, ಸಂಕೋಚದಿಂದ ಅವಳಿಗೆ ಸಾಯುವಂತಾಯಿತು.

"ವಿಜಯ..." ಭೂಷಣ್ ಸ್ವರದಲ್ಲಿ ಅತಿಯಾದ ಮೃದುತ್ವ ಗೋಚರಿಸಿತು. ಕೊರಳುಬ್ಬಿ ಅವರ ತುಟಿಗಳು ಬಿಗಿದುಕೊಂಡಿದ್ದವು. 'ಹ್ಞೂ' ಎನ್ನುವುದಕ್ಕೂ ಅವಳಿಂದಾಗಲಿಲ್ಲ.

ವಿನೋದ ಸಣ್ಣ ಸ್ವರದಲ್ಲಿ ವಿಷಯ ಮುಂದಿಟ್ಟಾಗ ನವಿರಾಗಿ ನಕ್ಕುಬಿಟ್ಟ. ವಿಜಯಳ ಮುಖ ನೋಡಿ ಅವನಿಗೆ 'ಅಯ್ಯೋ' ಎನಿಸಿತು. ಇಡೀ ಜವಾಬ್ದಾರಿಯನ್ನು ತಲೆಯ ಮೇಲೆ ಹಾಕಿಕೊಂಡು ಓಡಾಡುತ್ತಿದ್ದಳು. ಸುಜಯಳಿಗೆ ತಂಗಿಯ ಬಗ್ಗೆ ಕಳಕಳಿಯಿದ್ದರೂ ಸುಂದರ ಬದುಕನ್ನು ಹಾಳುಗೆಡವಿಕೊಳ್ಳಲು ಅವಳಿಗಿಷ್ಟವಿಲ್ಲ. ಪರಿಸ್ಥಿತಿ ಪೂರ್ಣ ಪರಿಚಯವಿದ್ದರೂ ದ್ವಾರಕಾನಾಥ್ ನೆನಪು. ಮುಂದಿನ ಸಿಹಿಜೀವನ ಅವುಗಳನ್ನೆಲ್ಲ ಅಳಿಸಿಬಿಡುವಷ್ಟು ಸಮರ್ಥವಾಗಿದ್ದವು.

"ನಂಗೆ ತುಂಬಾ ಬೇಜಾರಾಗುತ್ತೆ ವಿಜಯ. ತೀರಾ ಅಗತ್ಯ ಬಿದ್ದಾಗ ಹಣಕ್ಕೆ ಅಷ್ಟೊಂದು ಮಹತ್ವ ಕೊಡ್ಬಾರ್ದು. ಸುಜಯ ಕೂಡ ನಂಗೆ ಬೇರೆ ಅಲ್ಲ. ನಿಂಗೆ ಬೇರೆ ಅನ್ನೋ ಭಾವನೆ ಇಣುಕಿದ್ದು ಹೇಗೆ?" ಭೂಷಣ್‌ನ ಗಂಭೀರ ಸ್ವರಕ್ಕೆ ವಿಜಯ ಬೆಚ್ಚಿದಳು. ಮಾತು ಬಾರದೆ ಮೂಕಳಾದಳು. ಅವನೇ ಸಮಾಧಾನಪಡಿಸಿದ.

ಮನೆಗೆ ಬಂದಾಗ ಮೊದಲ ಪಂಕ್ತಿಯ ಊಟಕ್ಕೆ ಕೂತಿದ್ದರು. ಜೋಡಿಯಾಗಿ ಕೂತ ಮದುಮಕ್ಕಳ ಎಲೆಗಳಲ್ಲಿ ಸ್ವಲ್ಪ ಕೂಡ ಖಾಲಿಯಾಗಿರಲಿಲ್ಲ. ಪಿಸುಮಾತು, ನಗುವಿನ ಮಧ್ಯೆ ಎಲ್ಲಾ ಮರೆತುಹೋಗಿರಬೇಕು.

ತಟ್ಟನೆ ವಿಜಯಳತ್ತ ನೋಟ ಹರಿಸಿದ ಸುಜಯ ಸಣ್ಣನೆಯ ಸ್ವರದಲ್ಲಿ ರೇಗಿದಳು.

"ಎಲ್ಲೋಗಿದ್ದೆ? ನಾನು ಎಷ್ಟು ಹುಡುಕಾಡ್ದೆ ಗೊತ್ತ? ಈಗ್ಲೂ ಹೊರ್ಗಡೆ ಹೋಗೋಂಥ ಘನಕಾರ್ಯವೇನಿತ್ತು?"

ವಿಜಯ ಕಣ್ಣರಳಿಸಿ ಸಣ್ಣಗೆ ನಕ್ಕಳು. ಇದು ನಿಜವೇ? ಎಂದು ಪ್ರಶ್ನಿಸುವಂತಿತ್ತು ಅವಳ ಕಣ್ಣೋಟ. ತುಟಿಗಳ ಮೇಲೆ ಇಣುಕಿದ ಹಾಸ್ಯ ಅವಳನ್ನು ಗಲಿಬಿಲಿಗೊಳಿಸಿತು.

"ಬರೀ ಸುಳ್ಳು!" ವಿಜಯ ತಣ್ಣಗೆ ಹೇಳಿದಾಗ ಸುಜಯ ನಸುಮುನಿಸಿನಿಂದ ಕಣ್ಣಲ್ಲಿಯೇ ರೇಗಿದಳು.

"ಮೊದ್ಲು ಊಟ ಮಾಡ್ಕೊಂಡ್ಬಾ. ಪುರುಸೊತ್ತು ಇದ್ರೆ ನಿನ್ನ ಕೋಪದ ಪ್ರದರ್ಶನ

ಮಾಡ್ಬಹ್ದು" ಪ್ಯಾಕೆಟ್ ಹಿಡಿದ ವಿಜಯ ಕೋಣೆಯತ್ತ ನಡೆದಳು.

ಅದನ್ನು ಬಿಚ್ಚಿ ನೋಡುವ ಮನಸ್ಸು ಕೂಡ ಆಗಲಿಲ್ಲ. ತಾಯಿಗೆ ಒಪ್ಪಿಸಿದಳು.

"ಸೀರೆ ತಂದಿದ್ದೀನಿ. ಎಲ್ಲಾ ಮುಗೀತಲ್ಲ ಮತ್ತೂ ಅವ್ರು ಕೊಂಕು ತೆಗೆದು ಗೊಣಗೋದ್ಬೇಡ" ಸ್ವಲ್ಪ ಸೀರಿಯಸ್ಸಾಗಿ ಹೇಳಿ ಸುಜಯಳ ಸಂಗ್ರಹದ ಲೈಬ್ರರಿಯಲ್ಲಿ ಜೋಡಿಸತೊಡಗಿದಳು.

ಪುಸ್ತಕಗಳನ್ನು ಜೋಡಿಸುತ್ತಲೇ ಅವಳ ಅಭಿರುಚಿಯನ್ನು ಮೆಚ್ಚಿಕೊಂಡಳು. ಇದೆಲ್ಲ ಅಮೂಲ್ಯವಾಗಿ ಕಂಡಿತು. ಕೈಯಲ್ಲಿ ಹಿಡಿದ ಷೇಕ್ಸ್‌ಪಿಯರ್‌ನ ಕೃತಿಯ ಮೇಲೆ ಮೃದುವಾಗಿ ಬೆರಳಾಡಿಸತೊಡಗಿದಳು.

ಸ್ವರ್ಣಮ್ಮ ಒಳಗೆಬಂದರು. ಅವರನ್ನು ನೋಡಿದರೂ ನೋಡದಂತಿದ್ದುಬಿಟ್ಟಳು. ಇವೆಲ್ಲ ಒಂದೇ ಊರಿನಲ್ಲಿದ್ದುದ್ದರಿಂದ ನಿಧಾನವಾಗಿ ಒಯ್ಯಬಹುದಿತ್ತು. ಆದರೆ ಬೀಗರ ಸಣ್ಣತನ ಅರಿತೇ ಯಾವುದನ್ನೂ ಉಳಿಸಿಕೊಳ್ಳಲು ಇಚ್ಛಿಸಲಿಲ್ಲ.

"ಇವೆಲ್ಲ ಯಾಕೆ ಜೋಡಿಸ್ತಾ ಇದ್ದೀಯಾ?" ಸ್ವರ್ಣಮ್ಮ ಅಲ್ಲೇ ಕೂತರು. ವಿಜಯ ಅವರತ್ತ ನೋಟವರಿಸದೆ ಹೇಳಿದಳು. "ಇದೆಲ್ಲ ಸುಜಯನದು..."

ಆಕೆ ಒಂದೆರಡು ಪುಸ್ತಕಗಳನ್ನು ಹಿಡಿದು ನೋಡಿ ಅಸಹನೆಯಿಂದ ನೆಲಕ್ಕೆ ಕುಕ್ಕಿದಾಗ ಅವಳ ಕಣ್ಣುಗಳು ಕಿರಿದಾಗಿ ಹುಬ್ಬುಗಳು ಸಂಕುಚಿಸಿದವು.

"ನಮ್ಮನೆಯಲ್ಲಿ ಕೋಣೆಗಳು ಚಿಕ್ಕವು. ಜನಾನೂ ಜಾಸ್ತಿ. ಸುಮ್ನೇ ಎಲ್ಲರ ಕಸ ತುಂಬಿಕೊಳ್ಳೋಣ! ಇಲ್ಲೇ ಇದ್ಕೊಳ್ಳಿ ಬಿಡು. ಎಂದಾದ್ರೂ... ಬಂದ್ರೆ ಓದ್ಕೋತಾಳೆ!"

ವಿಜಯ ಗರಬಡಿದವಳಂತೆ ಕೂತುಬಿಟ್ಟಳು. ಅವರ ಎದೆಯಲ್ಲಿ ಈಟಿಯಾಡಿಸಿದಂತಾಯಿತು. "ಅಯ್ಯೋ!" ಸಣ್ಣಗೆ ನರಳಿದಳು. ಮೈಮೇಲೆ ಹೇರಿಕೊಳ್ಳುವಂಥ ಚಿನ್ನಕ್ಕೂ, ಮೆರೆಸುವಂಥ ಬೆಲೆಬಾಳುವ ಸೀರೆಗಳಿಗೂ ಇರುವ ಬೆಲೆ– ಒಬ್ಬ ವ್ಯಕ್ತಿಯ, ಒಂದು ಸಮಾಜದ, ಇಡೀ ದೇಶದ ಸಂಸ್ಕೃತಿಯ ಬೆನ್ನೆಲುಬಾಗಿ ಉನ್ನತಿಗೊಯ್ಯುವ ಈ ಸಂಗ್ರಹಕ್ಕೆ ಯಾವ ಬೆಲೆಯೂ ಇಲ್ಲವೇ! ಮುಂದೆ ಬಿದ್ದುಕೊಂಡ ಗ್ರಂಥದ ರಾಶಿ ಭೋರೆಂದು ಅತ್ತ ಅನುಭವವಾಯಿತು. ಅವಳ ಕೈ ಬೆರಳುಗಳು ಕವಿ ರವೀಂದ್ರ ಗೀತಾಂಜಲಿಯ ಮೇಲೆ ಮೃದುವಾಗಿ ಆಡುತ್ತಿತ್ತು.

ಅಷ್ಟರಲ್ಲಿ ಸುಜಯ ಬಂದಿದ್ದರಿಂದ ಮೌನವಹಿಸಿ ತನ್ನ ಕೆಲಸದಲ್ಲಿ ಮಗ್ನಳಾದಳು.

"ಏಯ್ ವಿಜೀ, ನೀನೇ ಬಂದು ಎಲ್ಲಾ ಜೋಡ್ಸಿ ಕೊಡ್ಬೇಕೂ..." ಅಕ್ಕರೆಯಿಂದ ತಂಗಿಯ ಪಕ್ಕ ಕೂತಾಗ ಸ್ವರ್ಣಮ್ಮನ ಮುಖ ಕಹಿಯಾಯಿತು.

ಆಕೆ ವಿಪರೀತ ಜಾಣೆ. ದುಡಿಯುವ ಸೊಸೆಯನ್ನು ಎದುರು ಹಾಕಿಕೊಳ್ಳುವುದು ಆಕೆಗೆ ಇಷ್ಟವಿಲ್ಲ. ಊಸರವಳ್ಳಿಯಂತೆ ತಕ್ಷಣ ಬದಲಾದರು.

"ಒಂದೇ ಊರು.... ಆಗಾಗ ಸುಜಯ ಬರೋಕೆ ನಾನು ಯಾಕೆ ಅಡ್ಡಿ ಮಾಡೋಣ. ಬಂದು.... ಬಂದಾಗ.... ತಗೊಂಡು.... ಹೋಗ್ತಾಳೆ. ಈ ಗಲಾಟೆಯಲ್ಲಿ ತಗೊಂಡೋದ್ರೆ ಹುಡುಗ್ರು ಹಾಳು ಮಾಡಿಬಿಡ್ತಾರೆ" ಒತ್ತಿ ಹೇಳಿದಂತಾಯಿತು. ವಿಜಯ,

ಸುಜಯಳ ಪ್ರತಿಕ್ರಿಯೆಗಾಗಿ ಕಾದಳು. ಅವಳ ಮುಖ ಸಪ್ಪಗಾಯಿತು.

"ಹಾಗೇ ಮಾಡ್ತೀನಿ ಬಿಡು...." ಅರೆಮನಸ್ಸಿನಿಂದ ಹೇಳಿದಂತಿತ್ತು.

ನಿಶ್ಚಿಂತೆಯಿಂದ ಪುಸ್ತಕಗಳನ್ನು ಸ್ವಸ್ಥಾನಕ್ಕೆ ಸೇರಿಸಿದಳು. ಸುಜಯಳ ಕಣ್ತುಂಬಿತು. ಕುತೂಹಲ, ಅರ್ಥಪೂರ್ಣ, ಚಿಂತನೆಗೆ ಹಚ್ಚು ಓದುವಿಕೆ ಅವಳಿಗೆ ಉತ್ತಮ ಸಂಗಾತಿಯಾಗಿತ್ತು. ದುಃಖ ಹತ್ತಿಕ್ಕಲಾರದೆ ಎದ್ದು ಹೋಗಿಬಿಟ್ಟಳು.

ದ್ವಾರಕಾನಾಥ್ ಕಣ್ಣಲ್ಲಿಯ ಮಿಂಚು ಅವಳನ್ನು ಸಮಾಧಾನಪಡಿಸಿರಬೇಕು. ಅಲ್ಲಿ ಮಡುವುಗಟ್ಟಿದ ದುಃಖ ಇಲ್ಲಿ ಕರಗಿಹೋಯಿತು.

ಬೆಳಗಿನ ಎಲ್ಲಾ ಕೆಲಸಗಳಲ್ಲೂ ವಿಜಯ ನಿರ್ಲಿಪ್ತಳಂತೆ ಭಾಗವಹಿಸುತ್ತಿದ್ದಳು. ಬೆಳೆದ, ಒಡನಾಡಿಯಾಗಿದ್ದ ಸುಜಯ ಇಂದಿನಿಂದ ಬೇರೆ ಮನೆಯಲ್ಲಿ ವಾಸಿಸುವವರು. ಅಲ್ಲಿನ ಪ್ರೀತಿ, ವಿಶ್ವಾಸದ ತೆಕ್ಕೆಗೆ ಬಿದ್ದವಳು. ಗಂಟಲುಬ್ಬಿ ಅವಳಿಗೆ ಬಿಕ್ಕುವಂತಾಯಿತು.

ವಿನೋದ ಓಡಾಡುತ್ತಲೇ ಕಣ್ಣು, ಮೂಗು, ಕೆನ್ನೆ ಕೆಂಪಗೆ ಮಾಡಿಕೊಂಡಿದ್ದಳು. ಯಾವುದೋ ಶಕ್ತಿ ಅವಳನ್ನು ಇಲ್ಲಿಂದ ಬೇರ್ಪಡಿಸಿ ಭೂಷಣ್‌ಗೆ ತೆಕ್ಕೆಗೆ ತಳ್ಳಿತ್ತು. ಇನ್ನೂ ಈ ಮನೆಯಿಂದ ಸುಜಯ ಕೂಡ ಹೊರತು.

ಹಸಿರು ಮೈಸೂರು ಸಿಲ್ಕಿನ ಸೀರೆಯುಟ್ಟ ಮಡದಿಯನ್ನು ನೋಡಿ ದ್ವಾರಕಾನಾಥ್ ಕಣ್ಣರಳಿಸಿದ. ಮೆಚ್ಚುಗೆಯ ಜಲದಲ್ಲಿ ಅವಳನ್ನು ಮೀಯಿಸಿಬಿಟ್ಟ. ಇದು ಸುಲಭವಾದ ಕೆಲಸವೆ. ಆ ಸೀರೆ ನಡೆದುಬಂದ ದಾರಿಯತ್ತ ಮುಖ ಮಾಡಿದರೆ.... ತಾನೇ?

ಮದುಮಗಳನ್ನು ಕಳುಹಿಸಿ ಕೊಟ್ಟ ಮೇಲೆ ಬಿಕೋ ಎಂದಿತು. ರಂಗಸ್ವಾಮಿಗಳು ಒಂದುಕಡೆ ಮೌನವಾಗಿ ಕೂತರೇ ಅನ್ನಪೂರ್ಣಮ್ಮ ಸೋತವರಂತೆ ಮಲಗಿಬಿಟ್ಟರು. ಇಡೀ ಮನೆಯಲ್ಲಿ ಮೌನ ವ್ಯಾಪಿಸಿ ಉಸಿರುಗಟ್ಟುವಂತಾಯಿತು.

ಅವರುಗಳ ಅತಿಯಾದ ಜಾಣತನ ಎಲ್ಲರಿಗೂ ಬೇಸರವನ್ನುಂಟುಮಾಡಿತ್ತು. ಬೇರೆಯವರಿಗೆ ಹೇಳುವಂತೆ ಸಂಜೆಯ ಆರತಕ್ಷತೆಗೆ ಆಹ್ವಾನಿಸಿದ್ದರು.

ಆದರೆ ಹೋಗುವ ಮನಸ್ಸು ಯಾರಿಗೂ ಇಲ್ಲದಿದ್ದರೂ ಸುಜಯ ಕಣ್ಣಲ್ಲಿ ನೀರಾಕಬಾರದೆಂಬ ಒಂದೇ ಉದ್ದೇಶಕ್ಕೆ ಹೋದರು.

ಚಿಕ್ಕಹಾಲ್‌ನಲ್ಲಿ ಮದುಮಕ್ಕಳನ್ನು ಕೂಡಿಸಿದ್ದರು. ಬೆಳಕು ಸಾಲದೆಂಬ ಅರಿವು ಕೂಡ ಅವರಿಗಿದ್ದ ಹಾಗೆ ಕಾಣಲಿಲ್ಲ. ಬರೀ ಹತ್ತಾರು ಮಂದಿ ಮುತ್ತೈದೆಯರು ಮಾತ್ರ ಬಂದಿದ್ದರು. ಅಲ್ಲಿ ಆರತಕ್ಷತೆಯ ಯಾವ ಸಂಭ್ರಮವೂ ಇರಲಿಲ್ಲ.

ಒಂದೊಂದು ಸಣ್ಣ ಸೈಜಿನ ಮೋಸಂಬಿ ಎಲ್ಲರಿಗೂ ಕೊಟ್ಟಂತೆ ಇವರಿಗೂ ಕೊಟ್ಟಾಗ ಇನ್ನ ಅಲ್ಲಿ ಕೂತಿರುವುದು ವಿಜಯಳಿಗೆ ಬೇಡವೆನ್ನಿಸಿತು.

"ಅಣ್ಣ, ಹೋಗೋಣ" ಮೇಲಕ್ಕೆದ್ದಳು, ವಿನೋದ ಕಾದವಳಂತೆ ಎದ್ದು ಸಮಾಧಾನದ ಉಸಿರು ದಬ್ಬಿದಳು "ಯಾವುದಾದ್ರೂ... ಹೋಟೆಲ್‌ನಲ್ಲಿ ಊಟ ಮುಗ್ಸಿಕೊಂಡು ಹೋಗ್ಬಿಡೋಣ." ವಿಜಯಳ ಕೆನ್ನೆ ಬಳಿ ಪಿಸುಗುಟ್ಟಿದಳು.

ಅನ್ನಪೂರ್ಣಮ್ಮ ಕೈಯೂರಿ ಮೇಲಕ್ಕೆದ್ದಳು. ಅರಿಶಿನ, ಕುಂಕುಮಕ್ಕೆ ಬಂದ

ಜನ ಖಾಲಿಯಾಗಿದ್ದರೂ ಎಲೆ ಹಾಕಿಸುವುದಕ್ಕೆ ಏರ್ಪಾಟು ಮಾಡಿರಲಿಲ್ಲ.

"ಬರ್ತೀವಿ...." ಸ್ವರ್ಣಮ್ಮನಿಗೆ ಹೇಳಿದಾಗ ಆಕೆ ಕಣ್ಣುಗಳನ್ನ ಇಷ್ಟಗಲ ಮಾಡಿದಳು. "ಅಯ್ಯೋ... ಹಾಗೆ ಹೋಗೋದುಂಟೆ! ಊಟ ಮುಗ್ಸಿಕೊಂಡ್ಹೋಗಿ" ಎದ್ದ ಆಕೆ ಲಗುಬಗನೆ ಅಡುಗೆಯ ಮನೆಗೆ ಹೋದಳು.

ಹಿಂದೆ ಕೂತಿದ್ದವರು ಕಿಸಕ್ಕನೆ ನಕ್ಕರು.

"ಎಂಜಲು ಕೈಯಲ್ಲಿ ಕಾಗೆ ಓಡಿಸಿದ ಈ ಪುಣ್ಯಾತ್ಗಿತ್ತಿ ಬೀಗರಿಗೆ ತಾನೇ ಊಟ ಹಾಕ್ತಾಳಾ! ಇವ್ಳ ಬಿನ್ನಾಣದ ಮಾತುಗಳಿಗೆ ಜನ ಬೆರಗಾಗ್ಬೇಕು!"

ವಿಜಯಳ ಕಿವಿಗಳು ಚುರುಕಾಗಿ ಎದೆಯಬಡಿತ ಏರಿ ಕಣ್ಣುಗಳಲ್ಲಿ ಗಾಬರಿ ಇಣುಕಿತು. ವಿನೋದ ಮೃದುವಾಗಿ ಅವಳ ಕೈ ಅಮುಕಿ ಧೈರ್ಯ ನೀಡಿದಳು.

ವರಾಂಡದಲ್ಲಿ ಬಂದು ಕೂತರು. ನಿಮಿಷಗಳು ಗಂಟೆಗಳಾಗಿತ್ತು ಅವರ ಪಾಲಿಗೆ.

"ಮೂರು ಹೆಣ್ಣಾದ್ರೂ ಮದ್ವೆ ಚೆನ್ನಾಗಿ ಮಾಡ್ಕೊಟ್ರು!" ಯಾರೋ ಉಸುರಿದ್ದು ಅವರುಗಳ ಕಿವಿಗೆ ಬಿದ್ದಕೂಡಲೆ ಸ್ವರ್ಣಮ್ಮ ರಾಗ ತೆಗೆದರು. "ಅಯ್ಯೋ ಅದೇನು ಸ್ವಂತದ ಹಣಾನ! ನಮ್ಮ ಸುಜಯ ದುಡಿದು ಕೂಡ್ಸಿ ಇಟ್ಟಿದ್ಳು. ಈಗ ಖರ್ಚು ಮಾಡಿದ್ರು. ಅವ್ರ ಬುದ್ಧಿವಂತಿಕೆ ಎಲ್ಲರಿಗೂ ಹೇಗೆ ಬರ್ಬೇಕು!"

ರಂಗಸ್ವಾಮಿಗಳ ಇಡೀ ವ್ಯಕ್ತಿತ್ವ . ಪಿತೃತನವನ್ನು ಭೂಮಿಗೆ ಹಾಕಿ ತುಳಿದ ಅನುಭವವಾಯಿತು. ಮನ ವಿಲಿವಿಲಿ ಒದ್ದಾಡಿತು. ಎದ್ದು ಹೊರಗೆ ಹೋಗಿ ಬಿಟ್ಟರು. ಭೂಮಿಯಾದರೂ ಬಾಯಿ ತೆರೆದು ತಮ್ಮನ್ನು ನುಂಗಬಾರದಿತ್ತೆ? ಎಂದು ಹಂಬಲಿಸಿದರು.

ಅನ್ನಪೂರ್ಣಮ್ಮ ಕಣ್ಣಲ್ಲಿ ನೀರು ಹಾಕಿಕೊಂಡೇ ಹೊರಗೆಹೋದರು. ವಿಜಯಳಿಗೆ ಕುಲುಮೆಯಲ್ಲಿ ನಿಂತ ಅನುಭವವಾಯಿತು. 'ಈ ಸಂಕಟ, ದುಃಖ, ಕ್ಲೇಶ ಸಮಸ್ತಕ್ಕೂ ನಾನೇ ಕಾರಣ.' ಮನದಲ್ಲಿ ಅಪರಾಧಭಾವ ಜಾಗೃತಗೊಂಡಿತು.

ಸೊಂಟಕ್ಕೆ ಸೆರಗು ಬಿಗಿದ ಸ್ವರ್ಣಮ್ಮ ಹೊರಗೆಬಂದರು.

"ಇನ್ನ ಅರ್ಧ ಗಂಟೆ ಅಷ್ಟೆ. ಹಾಳಾದ ಅಡ್ಗೆಯವ್ರು ಸಿಕ್ದೇ ಪೇಚಾಡಬೇಕಾಯ್ತು!"

ಎಲ್ಲರಿಗೂ ಅಷ್ಟೇ ಸಾಕಾಗಿತ್ತು. ಯಾರಿಗೂ ಅರ್ಧ ಗಂಟೆ ಕಾಯುವ ಮನಸ್ಸಿರಲಿಲ್ಲ. ಬಲಿಯಿಂದ ತಪ್ಪಿಸಿಕೊಂಡ ಪ್ರಾಣಿಗಳಂತೆ ಎದ್ದರು.

"ಒಂದೇ ಊರು. ಊಟ, ಉಪಚಾರದ ಮಾತು ದೊಡ್ಡದಲ್ಲ!" ರಂಗಸ್ವಾಮಿಗಳು ಉಗುಳು ನುಂಗಿದರು.

ಹೊರಗೆ ಬಂದ ಸುಜಯಳ ಕಣ್ಣಂಚಿನಲ್ಲಿ ಕೋಪ, ನೋವು ಬೆರೆತ ನಿಸ್ಸಹಾಯಕತೆ ಇತ್ತು.

"ಈಗ್ಲೇ.... ಹೊರಡ್ಹೋದಾ?" ಕಣ್ಣಂಚಿನ ಕಂಬನಿ ಕೆನ್ನೆಯ ಮೇಲೆ ಧುಮುಕಿದಾಗ ಅನ್ನಪೂರ್ಣಮ್ಮ ಪೂರ್ತಿಯಾಗಿ ಕರಗಿಹೋದಳು. ಮಾತನಾಡಲಾರದ ಸ್ಥಿತಿ ಅವರದು. ತಾಯಿಯ ಭುಜದ ಮೇಲೆ ತಲೆಯಿಟ್ಟು ಬಿಕ್ಕಿದಳು.

ವಿಜಯಳಿಗೆ ಹೃದಯ ಕಿತ್ತು ಬಾಯಿಗೆ ಬಂದಂತಾಯಿತು. ನಿಲ್ಲಲಾರದೆ ಹೊರಗೆ ಬಂದಳು. ಸುಜಯಳನ್ನು ಸಮಾಧಾನಿಸುವ ವೇಳೆಗೆ ಎಲ್ಲರಿಗೂ ಸಾಕುಸಾಕಾಯಿತು.

ಬರುವಾಗ ಎಲ್ಲರ ಹೃದಯಗಳು ಭಾರವಾಗಿತ್ತು.

ಮಲಗಿದ್ದ ವಿಷಯ ದಢಕ್ಕನೆ ಎದ್ದು ಕೂತಳು. ಸುಜಯಳ ಜ್ಞಾಪಕ ಬಂದಾಗ ವಿಲಿವಿಲಿ ಒದ್ದಾಡಿದಳು. ಅಷ್ಟೊಂದು ಕಿರಿಕಿರಿ ಮಾಡುವ ಜನರ ಜೊತೆ ಸುಜಯ ಹೇಗೆ ಬದುಕಿಯಾಳು?

"ವಿಜೀ, ನಿದ್ದೆ ಬರ್ಲಿಲ್ವಾ?" ವಿನೋದ ಎದ್ದು ಲೈಟಿನ ಸ್ವಿಚ್ ಅದುಮಿದಳು. ಗದ್ದಕ್ಕೆ ಕೈಯೂರಿ ಮ್ಲಾನವದನಳಾಗಿ ಕೂತಿದ್ದ ತಂಗಿಯನ್ನ ನೋಡಿ ಅವಳಿಗೆ ಸಂಕಟವಾಯಿತು. ಸರಿದು ಪ್ರೀತಿಯಿಂದ ತೋಳಿನ ಮೇಲೆ ಕೈಯಾಡಿಸಿದಳು. ವಿಜಯ ವಿನೋದಳತ್ತ ನೋಡಿದಳು. "ವಿನೂ, ನಾನು ತಪ್ಪು ಮಾಡಿದ್ನೇನೋ! ಈ ಕಡೆ ಅಮ್ಮ, ಅಣ್ಣ ಮದ್ವೆ ನಿಶ್ಚಯವಾದ ದಿನದಿಂದ ಬಹಳಷ್ಟು ನೋವು ಅನುಭವಿಸಿದ್ದಾರೆ. ಅಲ್ಲಿ ಸುಜಯ ಸ್ಥಿತಿ ಹೇಗೋ! ಇನ್ನ ನೀನೂ, ಭಾವ ಕಳ್ದುಕೊಂಡಿದ್ದು ಬಹಳ."

ವಿನೋದ ತಂಗಿಯ ಬಾಯಿಮುಚ್ಚಿ ಸಮಾಧಾನ ಹೇಳಿದಳು.

"ಇದೆಲ್ಲ ಮಾಮೂಲು. ಸುಜಯ ಮೇಲೇನೂ ಸ್ವರ್ಣಮ್ಮ ಜೋರು ಮಾಡೋಲ್ಲ. ದುಡಿದು ತರೋ ಸೊಸೆ ಪ್ರೀತಿ ಕಳ್ದುಕೊಳ್ಳುವಂಥ ಮೂಢಳಲ್ಲ ಆಕೆ. ಆದ್ರೆ...." ಒಂದು ನಿಮಿಷ ಮೌನವಹಿಸಿದಳು. "ಇನ್ನ ಅವಳ ಸಂಬ್ಳದ ಪೈಸೆ ಕೂಡ ಇತ್ತ ಉರುಳಿ ಬರೋದು ಸಾಧ್ಯವಿಲ್ಲ! ಅದು ಮಾತ್ರ ದಿಟ!" ಮುಂದಿನ ಭವಿಷ್ಯ ಒರೆ ಹಚ್ಚಿದಂತೆ ನುಡಿದಳು.

ಆದರೆ ವಿಜಯ ಅದನ್ನೇನೂ ತಲೆಗೆ ಹಚ್ಚಿಕೊಳ್ಳಲಿಲ್ಲ. ಸಾಲದ ದೊಡ್ಡ ಹೊರೇನೆ ಅವಳ ತಲೆಯ ಮೇಲಿತ್ತು. ಭೂಷಣ್‌ನ ಉದಾರತೆಯಿಂದ ಅಷ್ಟಿಷ್ಟು ವಿನೋದ ಹೊರಬಹುದು. ಈಗಾಗಲೇ ಭೂಷಣ್ ಬಹಳಷ್ಟು ತೆತ್ತು.... ಋಣದ ಭಾರ ಹೇರಿದ್ದ. ಇದರಿಂದ ಋಣಮುಕ್ತಳಾಗುವುದು ಎಂದೊ?

"ಸುಮ್ನೇ ತಲೆ ಕೆಡಿಸ್ಕೋಬೇಡ, ಮಲಕ್ಕೋ." ವಿನೋದ ಅವಳನ್ನ ಮಲಗಿಸಿ ಮಗುವನ್ನು ತಟ್ಟುವಂತೆ ತಟ್ಟಿದಳು.

ಮುತ್ತಿದ ಯೋಚನೆಗಳಿಂದ ಪಾರಾಗುವುದು ಕಷ್ಟವೆನಿಸಿದಾಗ ಸಂತೋಷನ ನೆನಪಾಯಿತು. ಬಿಸಿಲಿಗೆ ಸೋಕಿದ ಮಂಜಿನಂತೆ ಮನದ ಬೇಗೆಯೆಲ್ಲ ಕರಗಿಹೋಗಿ ಉತ್ಸಾಹ ಪುಟಿಯಿತು ಮನದ ತುಂಬ.

* * *

ಅಂದು ಆಫೀಸಿಗೆ ಹೋಗುವ ವೇಳೆಗೆ ಕಾರ್ ರೆಡಿಯಾಗಿತ್ತು. ಕೆಲವು ಫೈಲುಗಳನ್ನು ಹೊತ್ತು ತರುವಂತೆ ಸಂತೋಷ್ ಸೂಚಿಸಿದ್ದ ಮೈನ್ ಆಫೀಸ್. ಅದಕ್ಕೆ ಹೊಂದಿಕೊಂಡ ಗೆಸ್ಟ್ ಹೌಸ್ – ಎಲ್ಲಾ ಇಲ್ಲಿಂದ ಎಂಬತ್ತು ಕಿಲೋಮೀಟರ್‌ಗಳ ದೂರದಲ್ಲಿತ್ತು.

ಅಲ್ಲಿಗೆ ನಾಲ್ಕು ಬಾರಿ ದಸ್ತಗೀರ್ ಸಾಹೇಬರ ಜೊತೆಯಲ್ಲಿ ಹೋಗಿದ್ದಳು.

ಆಮೇಲೆ ಆ ಸೆಕ್ಷನ್ ಆಫೀಸರ್‌ಗಳೇ ಓಡಿಯಾಡುತ್ತಿದ್ದರು. ಕೆಲವು ರಹಸ್ಯಗಳನ್ನು ಕಾಪಾಡಿಕೊಳ್ಳಬೇಕಾದ್ದು ಮ್ಯಾನೇಜ್‌ಮೆಂಟಿನ ನಿಲುವು.

ಒಮ್ಮೆ ಫೈಲುಗಳನ್ನು ಪರೀಕ್ಷಿಸಿ ತೆಗೆದಿಟ್ಟುಕೊಂಡಳು. ಸಂತೋಷ್ ಕುಮಾರ್‌ನ ಪರ್ಸನಲ್ ಡ್ರೈವರ್ ಗಫೂರು ತೀರಾ ಸಭ್ಯ. ಸಾಚ ಮನುಷ್ಯ. ದಸ್ತಗೀರ್ ಸಾಹೇಬರ ದೂರದ ಸಂಬಂಧಿ. ಅವರೇ ಕೆಲಸ ಕೊಡಿಸಿದ್ದು ಕೂಡ.

ಕಾರು ಮುಂದಕ್ಕೆ ಹೊರಟಿತು. ತಲೆ ಸಿಡಿತದಿಂದ ವಿಮುಕ್ತಳಾಗಲು ಬಹಳಷ್ಟು ಹೆಣಗಾಡುತ್ತಿದ್ದಳು.

ಅಲ್ಲಿ ಕಾರಿನಿಂದ ಇಳಿದಾಗ ನಾಲ್ಕಾರು ಕಾರುಗಳು ಇದ್ದವು. ಓಡಾಡುವವರಲ್ಲಿ ಗಡಿಬಿಡಿಯಿತ್ತು. ಇದೆಲ್ಲ ಚಂದ್ರಕಾಂತ್ ಬರುವನ್ನ ಸಾರುತ್ತಿತ್ತು. ಅವರ ಮುಂದೆ ನಿಲ್ಲುವುದಕ್ಕೆ ಒಂದನೇ ದರ್ಜೆಯ ಆಫೀಸರುಗಳೇ ಹೆದರುತ್ತಿದ್ದರು.

ಡ್ರೈವರ್ ಅವಳ ಹಿಂದೆ ಫೈಲು ಹೊತ್ತು ತಂದ. ವಾಚ್‌ಮೆನ್ ಸುದ್ದಿ ಮುಟ್ಟಿಸಿ ಒಳಗೆ ಹೋಗಲು ಅಣತಿಯನ್ನು ತಲುಪಿಸಿದ. ತಕ್ಷಣ ಎದ್ದವಳ ಹಣೆಯ ಮೇಲೆ ಬೆವರೊಡೆದು ತೊಡೆಯಲ್ಲಿ ನಡುಕ ಕಾಣಿಸಿಕೊಂಡಿತು.

ಕರ್ಚೀಫ್‌ನಿಂದ ಹಣೆಯೊತ್ತಿದಳು. ಚಂದ್ರಕಾಂತ್ ಕರಾರುವಾಕ್ಕಾದ ವ್ಯಕ್ತಿ. ಸ್ವಲ್ಪ ಆ ಸೀಟ್‌ಗೆ ಅರ್ಹವಲ್ಲದ ವ್ಯಕ್ತಿಯೆಂದು ತಿಳಿದರೆ ಸಾಕು. ಕೂಡಲೇ ಮನೆಗೆ ಕಳುಹಿಸುವ ಸೂಚನೆ ನೀಡುತ್ತಿದ್ದರು.

ಹಿಂದಿನ ಧೈರ್ಯ ಈಗ ಕುಸಿದಿತ್ತು. ಈ ಉದ್ಯೋಗ ಕಳೆದುಕೊಂಡರೆ ಅವಳು ಆತ್ಮಹತ್ಯೆ ಮಾಡಿಕೊಂಡಂತೆ.

ಒಳಗೆ ಹೋದಕೂಡಲೇ ವಂದಿಸಿದಳು. ಚಂದ್ರಕಾಂತ್ ಪ್ರಧಾನ ಕುರ್ಚಿಯ ಮೇಲೆ ಕೂತಿದ್ದರೆ ಅವಿನಾಶ್, ಸಂತೋಷ್ ಅತ್ತಇತ್ತ ಬದಿಯಲ್ಲೇ ಕೂತಿದ್ದರು.

ಕಣ್ಣಲ್ಲಿಯೇ ಕೂಡುವಂತೆ ಚಂದ್ರಕಾಂತ್ ಸನ್ನೆ ಮಾಡಿದರು. ಅವರು ಹುಬ್ಬೇರಿಸಿ ಫೈಲುಗಳ ಪುಟದಲ್ಲಿ ಕಣ್ಣಾಡಿಸುತ್ತ ಪ್ರಶ್ನಿಸುತ್ತ ಹೊರಟಾಗ ಲೀಲಾಜಾಲವಾಗಿ ಸುಂದರ ಆಂಗ್ಲ ಭಾಷೆಯಲ್ಲಿ ವಿವರಿಸತೊಡಗಿದಾಗ ಅವರ ಕಣ್ಣುಗಳಲ್ಲಿ ಮೆಚ್ಚಿಗೆ ಮೂಡಿತು. 'ಗುಡ್... ಗುಡ್...' ಉದ್ಗರಿಸಿದರು.

ಸ್ಪೆಷಲ್ ಇನ್‌ಕ್ರಿಮೆಂಟ್ ಕೊಡುವಂತೆ ಸಂತೋಷ್‌ಗೆ ಹೇಳಿದರು. ಅವರ ಬಗ್ಗೆ ಸಂಕೋಚವಿಲ್ಲದೆ ಮೆಚ್ಚಿಗೆ ಮಾತನಾಡಿದ್ದು ಅಲ್ಲದೇ ಸಹಭೋಜನಕ್ಕೆ ಆಹ್ವಾನಿಸಿದರು.

ಮತ್ತೆ ಹತ್ತಾರು ಮಂದಿ ಬಂದರು. ಯಾವುದೋ ಮೀಟಿಂಗ್‌ನಲ್ಲಿ ಮುಳುಗಿಹೋದರು. ಸಂಜೆ ಆರು ಗಂಟೆಯಾದರೂ ಮೀಟಿಂಗ್ ಹಾಲ್ ಬಾಗಿಲು ತೆರೆಯಲಿಲ್ಲ. ಆತಂಕ, ಬೇಸರದಿಂದ ಕಿಟಕಿಯಿಂದ ಹೊರಗೆ ನೋಡತೊಡಗಿದಳು.

ಹೊರಗೆಬಂದ ಚಂದ್ರಕಾಂತ್ ಅವಳತ್ತ ನೋಡಿ ಮುಗುಳ್ನಗೆ ಬೀರಿದವರೇ ಹೊರಟುಬಿಟ್ಟರು. ನಡಿಗೆಯಲ್ಲಿ ರಾಜಠೀವಿ, ಅವರ ಹಿಂದೆ ಹೋಗುವ ದೊಡ್ಡ ಪಟ್ಟಿಯ ಜನ – ಗತಕಾಲದ ರಾಜರ ನೆನಪನ್ನು ನೀಡುತ್ತಿತ್ತು.

ಒಂದರ ಹಿಂದೊಂದರಂತೆ ಕಾರುಗಳು ಹೊರಟವು. ಅವಿನಾಶ್ ಕೂಡ ಚಂದ್ರಕಾಂತ್ ಜೊತೆ ಕಾರು ಹತ್ತಿದ. ಸಂತೋಷ್ ಹಿಂದಕ್ಕೆ ಬಂದರು. ವಾಚ್‌ನತ್ತ ನೋಡಿದರು.

"ಈಗ ಹೊರಟುಬಿಡೋಣ" ಒಳಗೆ ನಡೆದಾಗ ಮುಖ ಮೇಲೆತ್ತಿ ಭಾವಣಿಯ ಕಡೆ ನೋಡತೊಡಗಿದಳು. "ವಿಜಯ..." ಸ್ವರಕ್ಕೆ ಬೆಚ್ಚಿದಳು. ಸಂತೋಷ್ ಆಗಲೇ ನಾಲ್ಕು ಹೆಜ್ಜೆ ಮುಂದಕ್ಕೆ ನಡೆದಿದ್ದ. ಹಿಂಬಾಲಿಸಿದಳು. ಫೈಲುಗಳನ್ನು ಹೊತ್ತು ತಂದ ಜವಾನ ಕಾರಿನೊಳಗೆ ಇಟ್ಟ.

ಸಂತೋಷ್ ಹತ್ತಿ ಕೂತ. ವಿಜಯ ಮೊದಲು ಸಂಕೋಚಿಸಿದರೂ ಆಮೇಲೆ ಹತ್ತಿ ಕೂತಳು. ಸದಾ ಬಾಸ್‌ನ ಹೆಗಲಿಗೆ ಹೆಗಲು ಕೊಟ್ಟು ಕೆಲಸ ಮಾಡುವ ಅವಳು ತೀರಾ ನಾಚಿಕೆಯ ಮುದ್ದೆಯಂತೆ ವರ್ತಿಸುವಂತಿರಲಿಲ್ಲ.

ಕಾರು ನಾಲ್ಕು ಫರ್ಲಾಂಗ್ ದಾರಿಯನ್ನು ಹಿಂದಕ್ಕೆ ಹಾಕಿ ಮುನ್ನುಗ್ಗುತ್ತಿತ್ತು. ಗುಡುಗು, ಸಿಡಿಲಿನಿಂದ ಕೂಡಿದ ಮಳೆ ಧಾರಾಕಾರವಾಗಿ ಸುರಿಯತೊಡಗಿತು. ಆ ರಭಸದ ಮಳೆಯಲ್ಲಿ ಡ್ರೈವ್ ಮಾಡಲು ಎಕ್ಸ್‌ಪರ್ಟ್ ಡ್ರೈವರ್ ಎಂದು ಹೆಸರು ಪಡೆದ ಡ್ರೈವರೇ ಹಿಂದು ಮುಂದು ನೋಡಬೇಕಾಯಿತು.

"ಗಫೂರ್, ಮಳೆ ಜೋರಾಗಿದೆ. ಸ್ವಲ್ಪ ಎಚ್ಚರಿಕೆ ಇರ್ಲಿ" ಸಂತೋಷ್ ಪೂರ್ತಿ ಸೀಟ್‌ಗೆ ಒರಗಿ ಕೂತ.

ಅವನ ಮನದಲ್ಲಿ ಉತ್ಸಾಹ, ಉಲ್ಲಾಸ ತುಂಬಿಕೊಂಡಿತ್ತು. ಜಗತ್ತಿನ ಕೊನೆಯ ಅಂಚಿನವರೆಗೂ ಹೀಗೆಯೇ ಪಯಣಿಸಬೇಕೆಂಬ ಆಕಾಂಕ್ಷೆ.

ಒಮ್ಮೆಲೆ ಗಾಳಿಯ ರಭಸ ಜೋರಾಗಿ ಕಿವಿಗಳು ಮುಚ್ಚುವಂತೆ ಗುಡುಗು ಭೋರ್ಗರೆಯಿತು. ವಿಜಯ ಬೆಚ್ಚಿಬಿದ್ದಳು.

"ಹೆದರಿಕೊಂಡ್ಯಾ ವಿಜಯ?" ನವಿರಾಗಿತ್ತು ಅವನ ಸ್ವರ. ಇಲ್ಲವೆನ್ನುವಂತೆ ತಲೆಯಾಡಿಸಿದಳು. ಮನದಲ್ಲಿ ಉಕ್ಕೇರುವ ಸಂಯಮಬೆರೆತ ಭಾವನೆಗಳಿಗೆ ಅವಳು ಅಡ್ಡಕಟ್ಟೆ ಹಾಕಬೇಕಿರಲಿಲ್ಲ. ಸಂತೋಷನ ಜೀವನದಲ್ಲಿ ಪಾಲು ಪಡೆಯಬೇಕೆಂಬ ಹಂಬಲಿಕೆಯಿಲ್ಲದಿದ್ದರೂ, ಹೃದಯ ಸಿಂಹಾಸನದಲ್ಲಿ ಅವನ ಪ್ರತಿಮೆ ಅಚ್ಚಳಿಯದೆ ಪ್ರತಿಷ್ಠಿತವಾಗಿತ್ತು. ಪ್ರೀತಿಯ ನೈವೇದ್ಯ, ಪ್ರೇಮದ ಪೂಜೆ...

'ಗರಕ್' ಸದ್ದು ಮಾಡಿದ ಕಾರು ನಿಂತುಬಿಟ್ಟಿತು. ಗಫೂರನ ಕಣ್ಣುಗಳಲ್ಲಿ ಭಯ ಇಣುಕಿತು. ಇಂಥ ತಪ್ಪುಗಳು ಯಾವಾಗಲೂ ಕ್ಷಮಾರ್ಹವಲ್ಲ! ಹೊರಡುವ ಮುನ್ನ ತಜ್ಞ ಮೆಕ್ಯಾನಿಕ್‌ನಿಂದ ತಪಾಸಣೆ ಆಗಲೇಬೇಕೆಂಬ ನಿಯಮ. ಆ ವಾತಾವರಣದಲ್ಲಿಯೂ ಬೆವೆತುಹೋದ.

ಅವನ ಕಡೇ ಪ್ರಯತ್ನಕ್ಕೂ ವಾಹನ ಮುಂದಡಿ ಇಡಲಿಲ್ಲ. ಇಳಿಯಲು ಹೊರಟಾಗ ಸಂತೋಷ್ ರೇಗಿದ.

"ನಿಂಗೆ ತಲೆ ನೆಟ್ಟಗಿಲ್ವಾ? ಈ ಮಳೆಯಲ್ಲಿ ಇಳ್ದು ಏನ್ಮಾಡ್ತಿ?" ಮೃದುವಾಗಿ

ಸಂತೋಷ್ ರೇಗಿದಾಗ ಗಫೂರ್ ಕಾಲನ್ನು ಹಿಂದಕ್ಕೆ ತೆಗೆದುಕೊಂಡ. ಡೋರ್ ರಪ್ಪೆಂದು ಮುಚ್ಚಿಕೊಂಡಿತು.

ಮಳೆಯ ಆವೇಗ ಕಮ್ಮಿಯಾಗುವ ಹಾಗೆ ಕಾಣಲಿಲ್ಲ. ಬರುವ ವೆಹಿಕಲ್‌ಗಳು ಕತ್ತಲೆಯನ್ನು ಸೀಳಿಕೊಂಡು ಹೋಗಿಬಿಡುತ್ತಿದ್ದವೇ ವಿನಃ ನಿಲ್ಲಿಸುವ ಅವಕಾಶ ಇವರಿಗಾಗಿಯಾಗಲಿ, ಗಮನಿಸುವ ಸ್ಥಿತಿಯಲ್ಲಿ ಅವರಾಗಿಯಾಗಲಿ ಇರಲಿಲ್ಲ.

ಸ್ವಲ್ಪ ಮಳೆ ಕಡಿಮೆಯಾಯಿತು. ಡ್ರೈವರ್ ಇಳಿದು ಬ್ಯಾಟರಿಯೊಡನೆ ಬ್ಯಾನೆಟ್ ಎತ್ತಿದ. ಹತ್ತು ನಿಮಿಷದ ಮೆಕ್ಯಾನಿಕ್ ಕಸರತ್ತು ನಡೆಸಿದರೂ ಯಾವ ಪ್ರಯೋಜನವೂ ಆಗಲಿಲ್ಲ.

ಸಂತೋಷ್ ಎದೆಯ ಮೇಲೆ ಕೈಕಟ್ಟಿ ನಿಂತ. ಬೇಸತ್ತ ವಿಜಯ ಇಳಿದಳು. ಪೂರ್ಣವಾಗಿ ಕತ್ತಲು ಆವರಿಸಿಕೊಂಡಿತು. ಡ್ರೈವರ್ ಆ ತಂಪಾದ ಪರಿಸರದಲ್ಲೂ ಬೆವತುಹೋದ.

"ಬೇರೆ ಯಾರಾದ್ರೂ ಮೆಕ್ಯಾನಿಕ್‌ನ ಕರ್ಕೊಂಡ್ಬರ್ಬೇಕು" ಕೈಚೆಲ್ಲಿದಾಗ ಸಂತೋಷ್ ಕೋಪದಿಂದ ಕುದಿದ. ಅದನ್ನು ಅರಿತವನಂತೆ ಗಫೂರ್ ಕ್ಷಮೆ ಕೇಳಿದ. "ಮಾಪ್ ಕರೋ ಸಾಬ್..."

ಅಷ್ಟು ದೂರದಲ್ಲಿ ಬಸ್ಸು ನಿಂತಾಗ ಡ್ರೈವರ್ ಉಸಿರುಗಟ್ಟಿ ಓಡಿದ. ಐದು ನಿಮಿಷಗಳಲ್ಲಿ ಹಿಂದಿರುಗಿದ. ಅಷ್ಟೊತ್ತಿಗೆ ಮತ್ತೆ ಸೋನೆ ಮಳೆ ಶುರುವಾಯಿತು.

"ವಿಜಯ, ಒಳ್ಗಡೆ ಕೂತ್ಕೋ" ಸಂತೋಷನ ಸ್ವರದಲ್ಲಿ ಅಧಿಕಾರ ಇಣುಕಿತು. ಮೆಲ್ಲಗೆ ನೆರಿಗೆಗಳನ್ನು ಎತ್ತಿಹಿಡಿದು ತೂರಿ ಕೂತಳು.

ಗಫೂರ್ ಏನೋ ಹೇಳಿದ. ಮತ್ತೆ ಓಡಿ ಒಂದಿಬ್ಬರನ್ನು ಕರೆತಂದ. ಡೋರ್ ತೆಗೆದು ಬಗ್ಗಿದ "ವಿಜಯ ಇಳಿ..." ಎಂದ.

ವಿಜಯ ಇಳಿದಳು. ಒಬ್ಬ ಕಾರಿನ ಕಾವಲಿಗೆ ನಿಂತರೇ ಇನ್ನೊಬ್ಬ ಇವರೊಂದಿಗೆ ಹೆಜ್ಜೆ ಹಾಕುತ್ತಿದ್ದ. ಕಾಲು ಎತ್ತಿ ಇಡುವುದೇ ಪ್ರಯಾಸ. ಪ್ರತಿ ಹೆಜ್ಜೆಗೂ ಜಾರಿ ಜೋಲಿಯೊಡೆಯುವಂತಾಗುತ್ತಿತ್ತು.

ಒಮ್ಮೆ ಮುಗ್ಗರಿಸಿ ಸಂತೋಷನ ಮೇಲೆ ಬಿದ್ದಾಗ ಹಿಡಿದ "ಮೈ ಗಾಡ್ ...ಬಿದ್ದಿದ್ರೆ ಕೆಸರಿನ ಅಭಿಷೇಕವಾಗಿಬಿಡ್ತಾ ಇತ್ತು!" ಅವಳ ಕೈ ಸಂತೋಷನ ಹಿಡಿತದಲ್ಲಿದ್ದರೂ ಕತ್ತಲೆಯ ವಾತಾವರಣದಲ್ಲಿ ನಡೆಯುವುದು ಅವಳಿಗೆ ಪ್ರಯಾಸವೆನಿಸುತ್ತಿತ್ತು.

ಒಂದು ಸಲ ನಿಂತೇಬಿಟ್ಟಳು. ಬಗ್ಗಿ ಚಪ್ಪಲಿಯನ್ನು ಅಲ್ಲಿಯೇ ಕಳಚಿದಳು. ಕೈಯಲ್ಲಿ ಎತ್ತೊಯ್ಯುವುದು ಪ್ರಯಾಸವೆಂದು ಅರಿವಾದಾಗ ನಿಶ್ಚಿಂತೆಯಿಂದ ಅಲ್ಲೇ ಹಾಕಿಬಿಟ್ಟಳು.

"ನಂಗೆ ನಡ್ಯೋಕೆ ಆಗ್ತಾ ಇಲ್ಲ. ನಾನು ಡ್ರೈವರ್ ಬರೋವರ್ಗೂ ಕಾರಿನಲ್ಲೇ ಇರ್ತೀನಿ" ನಡುಗುವ ಸ್ವರವನ್ನು ಸಂತೋಷ್ ಗುರ್ತಿಸಿದ. ಅವನು ಏನಾದರೂ ಹೇಳುವ ಮುನ್ನ ಡ್ರೈವರ್ ಉಸುರಿದ.

"ಆಗಾಕಿಲ್ಲ ಅಮ್ಮೋರೆ, ಕತ್ತಲೆ ಹೊತ್ತಿನಾಗೆ ಜೋರೋಂತ ಹೊಯ್ಯೋ ಮಳೆಯಾಗ ಕಾರಿನಲ್ಲಿರೋದು ಚಂದಾಕಿಲ್ಲ. ಇನ್ನೇನು... ನಾಲ್ಕು ಹೆಜ್ಜೆ ಬಂದೇ.... ಬಿಡ್ತು."

ಸಂತೋಷ್‌ನ ಕೈಹಿಡಿದೇ ನಡೆದಳು. ಮನದಲ್ಲಿ ಅಚ್ಚಳಿಯದಂತೆ ನಿಂತ ಮೂರ್ತಿ ಕೈಹಿಡಿದು ನಡೆಸುವ ಅಮೃತ ಘಳಿಗೆ. ಪ್ರೀತಿ, ಪ್ರೇಮ ಜೀವಂತವಾಗಿದ್ದರೂ ಇಂತಹ ಕಲ್ಪನೆಗೆ ಎಂದೂ ಅವಕಾಶ ಕೊಟ್ಟಿರಲಿಲ್ಲ.

ಸಣ್ಣಗಿನ ಹನಿ ಜೋರಾಗಿ ಹೆಬ್ಬೆಟ್ಟು ಗಾತ್ರದಲ್ಲಿ ಉರುಳತೊಡಗಿತು. ಆಕಾಶದಿಂದ ಎರಚಿದಂತೆ ಪೂರ್ತಿ ನೆಂದು ತೊಪ್ಪೆಯಾಗಿಬಿಟ್ಟರು.

ಮಲಗಿದ್ದ ಮೇಟಿ ಎದ್ದುಬಂದ. ಅದೊಂದು ಗೆಸ್ಟ್‌ಹೌಸ್. ಸುಸಜ್ಜಿತ ಸ್ಥಿತಿಯಲ್ಲಿಲ್ಲದಿದ್ದರೂ ಉಳಿದುಕೊಳ್ಳಲು ಅನುವಾಗಿಯೇ ಇತ್ತು.

ಕ್ಯಾಂಡಲ್ ಹಚ್ಚಿ ಹಾಲ್‌ನತ್ತ ದಾರಿ ತೋರಿಸಿದ. ಮೇಣದ ಬತ್ತಿಯ ಮಂದ ಛಾಯೆಯಲ್ಲಿಯೇ ಸುತ್ತಲೂ ಪ್ರಶ್ನಾರ್ಥವಾಗಿ ನೋಡಿದಳು. ಕುರ್ಚಿ, ಮೇಜುಗಳು ಸ್ಪಷ್ಟವಾಗಿ ತೋರಿದ್ದವು.

ಎರಡು ಟವಲ್ಲುಗಳನ್ನು ಮೇಟಿ ತಂದಿಟ್ಟ. ವಿಜಯ ಸಂತೋಷ್‌ನತ್ತ ನೋಡಿದಳು. ಒದ್ದೆ ಕೂದಲಿನಿಂದ ಮುಖದ ಮೇಲೆ ನೀರಿಳಿಯುತ್ತಿತ್ತು. ಮನ ಆತಂಕದಿಂದ ಚಡಪಡಿಸಿತು.

"ತಲೆ ಬೇಗ ಒರೆಸ್ಕೊಳ್ಳಿ ಸಾರ್" ಬಿಡಿಬಿಡಿಯಾಗಿ ಪದಗಳು ಇಣುಕಿದಾಗ ಸಂತೋಷ್ ನೋಟ ಅವಳತ್ತ ಹರಿಯಿತು. ಕೋಟಿ ನಕ್ಷತ್ರಗಳ ಪ್ರಜ್ವಲಿಕೆ ಆ ಕಣ್ಣುಗಳಲ್ಲಿ ಕಂಡಿತು. ಅವನ ತುಟಿಗಳ ಮೇಲೆ ನಗು ಅರಳಿತು. ವಿಜಯಳ ತಲೆ ಬಾಗಿತು. ಬೈತಲೆಯನ್ನೇ ದಿಟ್ಟಿಸಿದ. ಟವಲು ಅವಳ ಕೈಯಲ್ಲಿ ಇತ್ತು. ತಲೆ ಒರೆಸ್ಕೋ. ಕಿಟಕಿಯ ಬಳಿ ಹೋಗಿ ನಿಂತು ಸುರಿಯುವ ಮಳೆಯ ಸದ್ದನ್ನೇ ಆಲಿಸಿದ.

ಟವಲಿನಿಂದ ತಲೆ ಮುಖವನ್ನೊರೆಸಿಕೊಂಡ. ತೊಯ್ದು ಉಡುಪುಗಳು ಮೈಗೆ ಅಂಟಿಕೊಂಡಿದ್ದವು. ಇದೊಂದು ಅಪೂರ್ವ ಘಟನೆಯೆನಿಸಿತು. ಕುರ್ಚಿಯ ಮೇಲೆ ಕೂತು ಹಿಂದಕ್ಕೆ ಒರಗಿದ.

ಕೈ, ಮುಖ ಕೂದಲನ್ನೊರೆಸಿದ ವಿಜಯ ಒದ್ದೆಯಾಗಿ ಅಂಟಿದ ಜಡೆಯನ್ನು ಬಿಚ್ಚಿ ಕೂದಲನ್ನು ಕೊಡವಿ ಟವಲಿನೊಂದೊರೆಸತೊಡಗಿದಳು.

ಮೇಟಿ ಕಾಫಿ ತಂದುಕೊಟ್ಟ.

"ವಿಜಯ, ಸ್ವಲ್ಪ ಕಾಫಿ ತಗೋ. ಸ್ವಲ್ಪ ಬಿಸಿ ಗಂಟಲಲ್ಲಿ ಇಳಿದರೆ... ಚಳಿಗೆ ಹಿತ."

ಸಂತೋಷ್ ಕಾಫಿಯ ಬಟ್ಟಲನ್ನು ತುಟಿಗೆ ಹಚ್ಚಿದ. ರುಚಿಯೆನಿಸದಿದ್ದರೂ ಆ ಸಂದರ್ಭದಲ್ಲಿ ಹಿತವಾಗಿಯೇ ಇತ್ತು.

ಇಂಗ್ಲಿಷ್ ದೊರೆಗಳ ಕಾಲದಲ್ಲಿ ನಿರ್ಮಿತವಾಗಿದ್ದುದು. ಪ್ರತಿ ಕೋಣೆಯಲ್ಲೂ ಚಳಿಗಾಲದಲ್ಲಿ ಬೆಂಕಿ ಉರಿಸಲು ವಿಶೇಷ ವ್ಯವಸ್ಥೆ ಆಗಿತ್ತು.

ಮೇಟಿ ಒಂದು ಕೋಣೆಯಲ್ಲಿ ಬೆಂಕಿ ಉರಿಸಿ ಬಂದು ವಿಷಯ ತಿಳಿಸಿದ. ಒದ್ದೆ

ಬಟ್ಟೆಗಳು ಅಲ್ಪಸ್ವಲ್ಪ ಒಣಗುವ ಅಗತ್ಯವಿತ್ತು.

ಅಲ್ಲಿದ್ದ ಸೋಫಾಗಳ ಮೇಲೆ ಕೂತಳು. ಉರಿಯುವ ಕೆನ್ನಾಲಿಗೆಗಳು ತನ್ನ ಬಿಸಿಯನ್ನು ಎರಚಿದಾಗ ಮೈಗೆ ಹಿತವಾಗುತ್ತಿತ್ತು. ವಿಜಯ ಕೂದಲು ಪೂರ್ತಿಯಾಗಿ ಹರವಿ ಗದ್ದಕ್ಕೆ ಕೈಯೂರಿ ಕೂತಳು.

ಈ ಏಕಾಂತದಲ್ಲಿಯೂ ಅವಳು ಸಂತೋಷ್ ಬಗ್ಗೆ ಯಾವ ಕೆಟ್ಟ ಯೋಚನೆಗಳನ್ನೂ ಮಾಡಲಾರಳು. ಅವಳ ಪ್ರಾಮಾಣಿಕ ಹೃದಯಕ್ಕೆ ಭರವಸೆಯ ಗಟ್ಟಿ ವ್ಯಕ್ತಿತ್ವವುಳ್ಳ ಮನುಷ್ಯ.

ಉರಿಯುವ ಬೆಂಕಿಯ ಪ್ರತಿಫಲನೆಯ ನರ್ತನ ಅವಳ ಮುಖದ ಮೇಲೆ ನಡೆದೇ ಇತ್ತು. ನೇರವಾಗಿ ನೋಡಿದ. 'ಒಬ್ಬರಿಂದ ಒಬ್ಬರು ಏನನ್ನು ಪಡೆಯದಿದ್ದರೂ ಪ್ರೇಮಿಗಳ ಹೃದಯಕ್ಕೆ ಪ್ರೇಮ ಹಚ್ಚಹಸಿರು. ಅದಕ್ಕೆ ಮುಪ್ಪು ಸಾವು ಇಲ್ಲ. ಇದೊಂದು ಮನುಷ್ಯನಿಗೆ ಎಸೆದ ಸವಾಲ್.'

ಹೃದಯಕ್ಕೆ ವ್ಯವಹಾರಿಕವಾದ ತುಟಿಚಲನೆ, ಭಾಷೆಯ ಅಗತ್ಯ ಕಾಣಲಿಲ್ಲ. ಕಟ್ಟುಬೀಳದ ಸುಖೀ ಸಾಮ್ರಾಜ್ಯ.

ಬಾಗಿಲಲ್ಲಿ ನಿಂತ ಮೇಟಿ ಸಂಕೋಚದಿಂದಲೇ ಉಸಿರಿದ. "ಬೇಕಾದ್ರೆ ಇನ್ನೊಂದ್ಸಲ ಕಾಫಿ ಮಾಡಿಕೊಡ್ತೀನಿ ಸಾರ್. ಆಮೇಲೆ ಹೇಗೂ ಬೆಚ್ಚಗಿರುತ್ತೆ. ಡ್ರೈವರ್ ಬಂದು ಕಾರು ಸರಿಯಾಗುವವರೆಗೂ ಮಲ್ಗಿವಿಶ್ರಾಂತಿ ತಗೊಬಹ್ದು!"

ಸಂತೋಷ್ ಮೈಕೊಡವಿ ಬೆಂಕಿಯ ಸನಿಹದಲ್ಲಿ ಹೋಗಿ ನಿಂತ.

"ಕಾಫಿ ಮಾಡ್ಕೊಂಡು ಬಾರಯ್ಯ" ಅವನತ್ತ ತಿರುಗದೆಯೇ ಹೇಳಿದ.

ಮನೆಯ ಜ್ಞಾಪಕ ಬಂದಕೂಡಲೆ ವಿಜಯಳ ಮುಖದ ಮೇಲೆ ರಂಗಸ್ವಾಮಿಗಳು ಹಾಗೆಲ್ಲ ಯೋಚಿಸದಿದ್ದರೂ ಭಯದಿಂದ ಆಫೀಸ್‌ವರೆಗೂ ಬಂದರೂ ಹೆಚ್ಚಲ್ಲ. ತಾನು ಹೊರಡು ಮುನ್ನ ಅವರಿಗೆ ವಿಷಯ ಮುಟ್ಟಿಸುವ ವ್ಯವಸ್ಥೆ ಮಾಡಿ ಬರಬೇಕಿತ್ತು. ಆದರೆ ಇಂಥ ಸಂದರ್ಭದ ಕಲ್ಪನೆಯೇ ಇರಲಿಲ್ಲ.

ಕಾಫಿ ಬಂದು ಮೇಜಿನ ಮೇಲೆ ಕೂತರು. ಅದರತ್ತ ಗಮನವೇ ಇಲ್ಲ. ಸಂತೋಷ್ ಕುಡಿದು ಅವಳತ್ತ ತಿರುಗಿದ. ಅವಳು ಬೆಟ್ಟ ತಲೆಯ ಮೇಲೆ ಹೊತ್ತವಳಂತೆ ಕಂಡಳು. ಬರೀ ಕತ್ತನ್ನು ನೋಡಿ ಅವನೆದೆಯಲ್ಲಿ 'ಛುಳ್' ಎಂದಿತು.

"ಸೋ ಸಾರಿ ವಿಜಯ, ಸುಮ್ನೇ ನಿಂಗೆ ತೊಂದರೆ ಕೊಟ್ಟಂಗೆ ಆಯ್ತು. ಆ ಕೆಲವು ಫೈಲ್‌ಗಳನ್ನು ತೀರಾ ನಂಬಿಕೆಯಿಲ್ಲದ ಜನಕ್ಕೆ ಒಪ್ಪಿಸುವುದು ಕಷ್ಟ. ಸ್ಪರ್ಧಾತ್ಮಕ ಜಗತ್ತು ಜನರಿಂದ ಎಂಥ ಘಾತ ಒದಗಿದ್ರೂ ಹೆಚ್ಚಲ್ಲ!"

ಹೆಚ್ಚು ವಿವರಣೆ ಅವಳಿಗೆ ಬೇಕಿರಲಿಲ್ಲ. ತಟ್ಟನೆ ಎದ್ದು ನಿಂತಳು. ಕಾಫಿ ಕುಡಿದು ಕಿಟಕಿಯ ಬಳಿ ಹೋಗಿ ನಿಂತು ಮೆಲ್ಲಗೆ ತೆರೆಯುವ ಪ್ರಯತ್ನ ಮಾಡಿದಳು. ಹಿಂದಕ್ಕೆ ರಭಸದಿಂದ ಬಡಿದ ಅದು ಕುಳಿರ್ಗಾಳಿಯ ಜೊತೆ ಇರಚಲನ್ನು ಎರಚಿತು.

ಸ್ವಲ್ಪ ಬೆಳಕು ಹರಿದ ಮೇಲೇನೇ ಡ್ರೈವರ್ ಬಂದಿದ್ದು. ಅದುವರೆಗೂ ಇಬ್ಬರೂ

ಕೂತೇ ಕಳೆದರು. ಸ್ವಲ್ಪ ಹೊತ್ತು ಮೌನದ ಮಧ್ಯೆ ಆಫೀಸ್‌ಗೆ ಸಂಬಂಧಪಟ್ಟ ವಿಷಯಗಳನ್ನು ಮಾತ್ರ ಮಾತನಾಡಿದ್ದರು.

ಮೇಟಿಗೆ ಇದೊಂದು ವಿಶಿಷ್ಟ ಅನುಭವ. ಅವನ ಸರ್ವೀಸ್‌ನಲ್ಲಿ ಕಂಡಿದ್ದೇ ಬೇರೆ. ದೊಡ್ಡ ಹೆಸರುಗಳನ್ನು ಹೊತ್ತು ರಹಸ್ಯವಾಗಿ ಬರುತ್ತಿದ್ದ ವ್ಯಕ್ತಿಗಳು. ನಡೆಸುತ್ತಿದ್ದ ಕಾರುಬಾರೇ ಬೇರೆ. ಕೆಲವೊಮ್ಮೆ ಅಸಹ್ಯಿಸಿಕೊಳ್ಳುತ್ತಿದ್ದ. ಕಾಮಕ್ಕೆ ಕಣ್ಣಿಲ್ಲವೆನ್ನುವಂತೆ ನಡೆದುಕೊಳ್ಳುತ್ತಿದ್ದರು. ಆದರೆ ಜೋಡಿಗೆ ಕೈ ಮುಗಿಯಬೇಕೆನಿಸಿತು.

"ಬರ್ತೀವಯ್ಯ, ತುಂಬ ಉಪಕಾರ ಮಾಡ್ದೆ" ಸಂತೋಷ್ ನೂರರ ಒಂದು ನೋಟು ಅವನ ಮುಂದೆ ಹಿಡಿದಾಗ ಅವನ ಕಣ್ಣಲ್ಲಿ ನೀರಾಡಿತು. ಎರಡು ಕೈಯೆತ್ತಿ ಮುಗಿದ. "ಉಪಕಾರ ಅಲ್ಲ ಧಣಿ, ನಿಮ್ಮಂಥ ಪುಣ್ಯಾತ್ಮರನ್ನ ನೋಡಿದ ಸುಯೋಗ ನಂದು!" ಕಣ್ಣೊರೆಸಿದಾಗ ಸಂತೋಷ್ ಕಕ್ಕಾಬಿಕ್ಕಿಯಾದ.

ಮೇಟಿ ಒಂದು ಸಣ್ಣ ಪ್ರಪಂಚದ ವ್ಯಕ್ತಿಗಳನ್ನೇ ಅವನ ಮುಂದೆ ತೆರೆದಿಟ್ಟ. ಗೆಳೆಯನಿಗೆ ಬೆನ್ನಿಗೆ ಇರಿಯುವಂಥ ಕುಟಿಲ ವ್ಯಕ್ತಿ. ಕೈಕೆಳಗೆ ಕೆಲಸ ಮಾಡುವ ಹೆಣ್ಣಿನ ಬಗ್ಗೆ ವ್ಯಾಮೋಹಗೊಂಡ ಮನುಷ್ಯ. ಹಣಕ್ಕಾಗಿ ಲಾಲಸೆಯಲ್ಲಿ ಬಿದ್ದು ಹೆಣ್ಣು ಸಭ್ಯ ವ್ಯಕ್ತಿಯ ನೈತಿಕತೆ ಚೂರು ಮಾಡುವುದು.

ಸಂತೋಷ್ ಮುಖ ಮೇಲೆತ್ತಿ ನಗೆ ಹಾರಿಸಿ, ಆ ನೋಟನ್ನ ಅವನ ಕೈಯಲ್ಲಿಟ್ಟು ಭುಜ ತಟ್ಟಿ ಹೊರಗೆ ಬಂದ.

ಅಷ್ಟರ ವೇಳೆಗೆ ಕಾರು ರಿಪೇರಿಯಾಗಿತ್ತು. ಗಫೂರ್ ಭಯವಿಹ್ವಲನಾಗಿ ತಂಪಾದ ಹವಾಮಾನದಲ್ಲೂ ಮುಖದ ಬೆವರನ್ನೊತ್ತುತ್ತಿದ್ದ.

"ಏಯ್ ಗಫೂರ್, ಸದ್ಯಕ್ಕೆ ನೀನು ಬೆವರು ಹರಿಸೋದು ನಿಲ್ಲಿಬಿಡು" ಹಾಸ್ಯದ ಧ್ವನಿಯಲ್ಲಿ ಹೇಳಿದಾಗ ಪೆಚ್ಚಾಗಿ ನಕ್ಕ ಅವನು.

ಕಾರು ಮುಂದಕ್ಕೆ ಹೊರಟಿತು. ಮನೆಯ ಬಳಿ ಇಳಿದ ಸಂತೋಷ್ ವಿಜಯಳನ್ನ ಮನೆ ಮುಟ್ಟಿಸುವಂತೆ ಹೇಳಿದಾಗ, ತಕ್ಷಣ ವಿಜಯ ಬಗ್ಗಿ ಹೇಳಿದಳು.

"ನಾನು ಆಫೀಸ್‌ಗೆ ಹೋಗಿ ಫೈಲ್‌ಗಳನ್ನ ಇರ್ಸಿ ಮನೆಗೆ ಹೋಗ್ತೀನಿ!"

ಸಂತೋಷ್‌ನ ಕಣ್ಣುಗಳಲ್ಲಿ ಮೆಚ್ಚುಗೆ ತುಳುಕಿತು. ಕಾರು ಮುಂದಕ್ಕೆ ಹೊರಟಾಗ ಬಂಗ್ಲೆಯೊಳಕ್ಕೆ ನಡೆದ. ಲೀನಾ ಎದ್ದ ಸುಳಿವಿರಲಿಲ್ಲ. ಎದ್ದು ತಾನೆ ಏನು ಮಾಡಬೇಕಿದೆ? ಆಯಾಸದಿಂದ ಸೋಫಾ ಮೇಲೆ ಮೈಚಲ್ಲಿದ.

ಎದುರಿಗೆ ಬಂದ ಅವಿನಾಶ್ ಅವನ ವ್ಯಕ್ತಿತ್ವಕ್ಕೆ ಡಿಕ್ಕಿ ಹೊಡೆದಂತಾಯಿತು. ಸಂತೋಷ್ ಕಣ್ಣುಗಳು ಕಿರಿದಾದವು.

"ಬಾಂಬೆಗೆ ಹೋಗಲಿಲ್ವಾ?" ಉದ್ವೇಗಗೊಳ್ಳದೆ ಸಹಜವಾಗಿ ಪ್ರಶ್ನಿಸಿದ. ಅವಿನಾಶ್ ಹಿಂದಕ್ಕೆ ಕ್ರಾಫ್ ಹಾರಿಸುತ್ತ ಅಲ್ಲೇ ಕೂತ. "ಕೊನೆ ಗಳಿಗೆಯಲ್ಲಿ ಕ್ಯಾನ್ಸಲ್ ಆಯ್ತು. ನಾನು ನೇರವಾಗಿ ಇಲ್ಲೇ ಬಂದೆ."

ಭಾರವಾದ ಕಣ್ಣುಗಳಿಂದ ಸಂತೋಷ್ ಹಣೆಯುಜ್ಜಿದ.

"ಕಾರು ಅರ್ಧ ದಾರಿಯಲ್ಲಿ ಕೈಕೊಡ್ತು. ಸಾಕಷ್ಟು ಫಜೀತಿ ಅನುಭವಿಸಿದ್ದಾಯ್ತು."

ಅವಿನಾಶ್ ಸೋಫಾ ಬೆನ್ನು ಬಿಟ್ಟು ಮುಂದಕ್ಕೆ ಬಂದ. ಅವನ ಹಣೆಯಲ್ಲಿ ಗೆರೆಗಳು ಮೂಡಿ ಹುಬ್ಬುಗಳು ಬಿಗಿದುಕೊಂಡವು.

"ಮೊದ್ಲು ಮನೆಗೆ ಕಳ್ಸು...." ಗುಡುಗಿದ.

"ಡ್ರೈವರ್ ತುಂಬ ಹಳೇ ಮನುಷ್ಯ. ಇದು ಬರೀ ಅವನ ಗ್ರಹಚಾರ ಇರ್ಬಹ್ದು. ದಿಢೀರ್ ನಿರ್ಧಾರ.... ತುಂಬ ತಪ್ಪು" ಕೈ ಟೈಯನ್ನು ಸಡಲಿಸುವಲ್ಲಿ ನಿರತವಾಯಿತು. ಒದ್ದೆ ಕೈಗೆ ಅಂಟಿತು. ಕೋಣೆಯತ್ತ ನಡೆದ.

ಬಾತ್‌ರೂಂ ಹೊಕ್ಕು ಷವರ್ ಕೆಳಗೆ ನಿಂತ. ಹದವಾದ ಬಿಸಿ ನೀರು ನಿದ್ದೆಯ ಜೊಂಪು ಹತ್ತಿದಂತಾಯಿತು. ಬಂದವನೇ ಉಡುಪು ತೊಟ್ಟು ಮಲಗಿಬಿಟ್ಟ. ಲೀನಾಳ ನಿದ್ದೆಯನ್ನೂ ಹರಿದಿರಲಿಲ್ಲ. ಬ್ಲಾಂಕೆಟನ್ನು ಕತ್ತಿನವರೆಗೂ ಎಳೆದು ಹೊದ್ದಿಸಿದ.

ಮಲಗಿ ಕಣ್ಮುಚ್ಚಿದ. ಮುಜುಗರವೆನಿಸಿತು. ನಿದ್ದೆ ಹಾರಿಹೋದಂತೆ ಆಯಿತು. ಬಲವಂತವಾಗಿ ಮೈನ ಜಡತೆಯನ್ನು ನೀಗಲು ಕಣ್ಮುಚ್ಚಿ ನಿದ್ದೆಮಾಡಲು ಪ್ರಯತ್ನಿಸಿದ.

ಮೊದಲು ಅಸ್ಪಷ್ಟವಾಗಿ ಕನವರಿಸುತ್ತಿದ್ದ ಲೀನಾ ಎಚ್ಚರಗೊಂಡಳು. ಈಗ ಸಂತೋಷ್ ಮಾತು ಬೇಡವೆನಸಿತು. ನಿದ್ದೆಯ ನಟನೆ ಮಾಡಿದ.

"ಸಂತೋಚ್ ಯಾವಾಗ್ಬಂದ್ರಿ?" ಅವಳ ಕೈಬಳಸಿದಾಗ ಕಿತ್ತೆಸೆಯಬೇಕೆನಿಸಿತು. ತುಟಿ ಕಚ್ಚಿದ. ತಕ್ಷಣ ಅವನ ಸಹನೆ ಕರಗಿಹೋಯಿತು. ಮಗ್ಗುಲಾಗಿ ಅವಳನ್ನು ಬಳಸಿ ತುಂಬ ಬಿಚ್ಚುಗೂದಲಲ್ಲಿ ಗೆದ್ದವನನ್ನೊರೆಸಿದ. "ಸುಮ್ನೇ ಮಲಕ್ಕೋಬೇಡು!" ಮಗುವಿಗೆ ಎಚ್ಚರಿಕೆ ನೀಡುವಂತಿತ್ತು.

ಲೀನಾ ಎದ್ದು ಕೂತಳು. ಎಂದಿನ ತುಂಟತನ ಅವಳಲ್ಲಿ ಇಣುಕಲಿಲ್ಲ. ಮುಖ ನಿಸ್ತೇಜವಾಗಿತ್ತು. ಈಗ ಬಲವಂತವಾಗಿ ನಿದ್ದೆ ಮಾಡುವ ಮನಸ್ಸು ಕೂಡ ಅವನಿಗಿರಲಿಲ್ಲ ಎದ್ದು ಕೂತು ಮೈ ಮುರಿದ.

"ಡ್ಯಾಡಿಗೆ ಇಲ್ಲಿಗೆ ಬಂದು ಹೋಗೋಕ್ಕಾಗಿಲ್ಲ. ಮಕ್ಳು, ಮರಿ, ಸಂಬಂಧ ಅಂತಃಕರಣಕ್ಕಿಂತ ಅವ್ರಿಗೆ ತಮ್ಮ ವ್ಯವಹಾರವೇ ಹೆಚ್ಚು!" ಲೀನಾ ಗೊಣಗಿದಾಗ ಅವನ ಮುಖದಲ್ಲಿ ಗಾಂಭೀರ್ಯ ಮೂಡಿತು. ಇದು ನಿಂಗೇನು ಹೊಸದಲ್ಲ.

ಮಂಕಾಗಿ ಕೂತ ಲೀನಾ ಹಿಂದಿನ ದಿನಗಳ ಅಧ್ಯಾಯದ ಒಂದೊಂದೇ ಪುಟಗಳನ್ನು ಮೊಗಚತೊಡಗಿದಳು. ಕಡೆಗೆ ಒಂದು ಗಂಟೆ ತಂದೆ ತಮ್ಮೊಂದಿಗೆ ಕೂತು ಮಾತನಾಡಿದ್ದು ಅವಳ ನೆನಪಿಗೆ ಬರಲಿಲ್ಲ. ಅದು ಒಗ್ಗಿಕೊಂಡ ಜೀವನ.

"ಹೌದು, ಸಂತೋಷ್.... ಇಂಥ ನಿಷ್ಠೂರ, ಆಕ್ಷೇಪಣೆ, ಅಂತಃಕರಣಕ್ಕೆ ಅವ್ರು ಯಾವ ಬೆಲೆನೂ ಕೊಡೋಲ್ಲ!" ಸತ್ಯವನ್ನು ಮನಬಿಚ್ಚಿ ಉಸುರಿದಳು.

ಸಂತೋಷ್‌ಗೆ ಕಹಿ ನುಂಗಿದ ಅನುಭವವಾಯಿತು. ಸದಾ ಟೆನ್ಸನ್‌ನಲ್ಲಿ ಕಿರಿಕಿರಿ ಅನುಭವಿಸುವ ಈ ಜವಾಬ್ದಾರಿಯ ಆಕರ್ಷಣೆ ಅವನನ್ನೇನು ಹಿಡಿದಿಡಲಿಲ್ಲ.

ಎದ್ದು ಫೋನ್‌ನತ್ತ ನಡೆದ. ಇನ್ನ ವಿಜಯ ಆಫೀಸಿನಲ್ಲಿಯೇ ಇದ್ದಳು. ಕೆಲವು

ಪೇಪರ್ಸ್ ಬಗ್ಗೆ ಉಸುರಿದಳು. ಈ ದಿನ ರಜೆ ಬೇಕೆಂದು ತಿಳಿಸಿದಳು. ಹೋಗುವಂತೆ ಹೇಳಿ ಫೋನ್ ಕೆಳಗಿಟ್ಟ.

ಉಡುಪು ಧರಿಸಿ ಆಫೀಸಿಗೆ ಹೊರಟುಬಿಟ್ಟ. ಅರ್ಧ ದಾರಿಗೆ ಹೊರಟವನು ಕಾರನ್ನ ಹಿಂದಿರುಗಿಸಲು ಡ್ರೈವರ್‌ಗೆ ಹೇಳಿದ. ಅವಿನಾಶ್‌ಗೆ ಒಂದು ಮುಖ್ಯವಾದ ವಿಷಯವೊಂದು ಹೇಳುವುದಿತ್ತು.

ಇಳಿದು ಒಳಗೆನಡೆದ. ಲೀನಾ ಬಿಕ್ಕುವಿಕೆಯ ನಡುವೆ ಜೋರಾಗಿ ಮಾತನಾಡುತ್ತಿದ್ದಳು. ಅವನ ಪಾದಗಳು ಮುಂದಕ್ಕೆ ಹೋಗಲಾರವೆಂದು ಮುಷ್ಕರ ಹೂಡಿದವು.

"ಈ ಪ್ರಾಪರ್ಟಿ ನಮ್ಮನಮ್ಮಲ್ಲೇ ಉಳೀಬೇಕು. ಬೇರೆಯವ್ರಿಗೆ ಹಂಚಿಕೆಯಾಗೋದು ನಂಗಿಷ್ಟವಿಲ್ಲ. ಈ ಮದ್ವೆ ಬಗ್ಗೆ ನಿನ್ನ ಅಸಮ್ಮತಿ ತಿಳ್ಸಬೇಕಿತ್ತು." ಅವಿನಾಶ್ ಸ್ವರದಲ್ಲಿ ಚಾಕುವಿನಷ್ಟು ಚೂಪಿತ್ತು.

"ಯೂ ಫೂಲ್... ನನ್ನ ತಲೆ ಯಾಕೆ ತಿಂತಿ?" ಅಸಹನೆಯಿಂದ ಅಬ್ಬರಿಸಿದರು.

ಅವಿನಾಶ್ ಗಹಗಹಿಸಿ ನಕ್ಕ.

"ನಿಂಗೆ ತಲೆ ಇಲ್ವೇ ಇಲ್ಲ. ಸುಮ್ನೇ ಕಾಲೇಜು ದಿನಗಳಲ್ಲಿ ಶಶಿ ಜೊತೆ ತಿರ್ಗಿ ಮೈ ಕೆಡ್ಸಿಕೊಂಡೇ. ಆಗ್ಲಾದ್ರೂ ಹುಷಾರಾದ್ಯ?" ಅದೂ.....ಇಲ್ಲ. ತೀರಾ ಪ್ರಾಣಕ್ಕೆ ಬಂದಾಗ್ಲೇ... ನರ್ಸಿಂಗ್‌ಹೋಂಗೆ ಸೇರ್ಸಿದ್ದು. ಆಗ ಸುಮ್ನೇ ಎಲ್ಲರ ತಲೆಬಿಸಿ ಮಾಡ್ದೇ. ಇಂಥ ಮನೆತನದ ಹೆಣ್ಣಿನ ಗರ್ಭದಿಂದ ಹುಟ್ಟಿದ ಮಗು.... ದಿಕ್ಕಿಲ್ಲದೆ ಅನಾಥಾಲಯದಲ್ಲಿ ಬೆಳೀಬೇಕಾಯ್ತು!" ಚುಚ್ಚಿ ಚುಚ್ಚಿ ನೋಯಿಸಿದಂತಿತ್ತು.

ಸಂತೋಷ್ ಅಪ್ರತಿಭನಾದ. ಕನವರಿಕೆ, ಭಯ, ಲೀನಾಳ ರಹಸ್ಯರೋದನಕ್ಕೆ ಒಂದು ಅರ್ಥ ಸಿಕ್ಕಂತಾಯಿತು. ಆದರೆ ಇಲ್ಲಿ ಅವಿನಾಶ್‌ನ ಪಾತ್ರದ ಪೂರ್ಣ ಪರಿಚಯವಾಗಲಿಲ್ಲ. ತುಟಿ ಕಚ್ಚಿ ಯೋಚಿಸತೊಡಗಿದ.

"ಅದೆಲ್ಲ ಹಾಳಾಯ್ತು. ಹೇಗೋ ಶ್ರೀಮಂತಿಕೆಯ ನೆರಳಿನಲ್ಲಿ ಮುಚ್ಚಿಹೋಯ್ತು. ನಿಂಗೆ ಇನ್ನ ಶಶಿ ಮೇಲಿನ ಮೋಹ, ಆ ಮಗು ಮೇಲಿನ ಅಂತಃಕರಣ ಇನ್ನ ಕಮ್ಮಿ ಆಗಿಲ್ಲ." ಒಂದೊಂದು ಮಾತು ಛಾಟಿಯೇಟಿನಂತೆ ಲೀನಾಲ ಮೈಮೇಲೆ ಬಾಸುಂಡೆಗಳು ಬರುತ್ತಿದ್ದವು. ಸಂತೋಷ್‌ಗೂ ಆ ನೋವಿನ ಅರಿವಾಗಿ ತಡೆದುಕೊಳ್ಳುವುದು ಅಸಾಧ್ಯವೆನಿಸಿತು.

ಈಗ ಚಂದ್ರಕಾಂತ್ ಬುದ್ಧಿಮಟ್ಟನವನು ಅಳೆಯತೊಡಗಿದ. ಕುಶಾಗ್ರಮತಿಗಳಾಗಿ ಕಂಡುಬಂದರು.

"ಕಡೇದಾಗಿ ನಾನು ವಾರ್ನಿಂಗ್ ಕೊಡ್ತಾ ಇದ್ದೀನಿ. ನಮ್ಮಷ್ಟು ವ್ಯವಹಾರ ಚತುರತೆ ಇಲ್ಲಿದಿದ್ರೂ... ಸಂತೋಷ್ ಈಸ್ ಗ್ರೇಟ್... ಅವನನ್ನ ನಮ್ಮವನೆ ಅಂದ್ಕೊಂಡು ತಿಳ್ದುಕೊಳ್ಳೋಣ. ಆದ್ರೆ ಆ ಶಶಿ ನೆರಳು... ಇತ್ತ ತಿರುಗೋ ಅವಕಾಶ ಕೂಡ ನೀನು ಕೊಡಕೂಡ್ದು. ಸಂತೋಷ್ ನೂರರಲ್ಲಿ ಒಬ್ಬ!" ಕಡೆಯಲ್ಲಿ ಅವನ ಸ್ವರದಲ್ಲಿ ಮೆಚ್ಚಿಗೆ ತುಳುಕಿತು.

ಸಂತೋಷ್‌ನ ತಲೆಯಲ್ಲಿ ಅಗ್ನಿಸ್ಫೋಟವಾಗಿತ್ತು. ಕೈಹಿಡಿದ ಲೀನಾಳನ್ನು ಪ್ರೀತಿಯಿಂದ ನಡೆಸಿಕೊಳ್ಳುವ ಎಲ್ಲಾ ಯತ್ನ ಮಾಡಿದ್ದ. ಅದಕ್ಕಾಗಿ ತನ್ನ ಹೃದಯವನ್ನೇ ಕಡೆಗಣಿಸಿದ್ದ. ಈಗ ಸಿಕ್ಕಿದ್ದೇನು? ಇನ್ನು ನಂಬಲು ಅವನ ಮನ ಸಂಶಯಿಸುತ್ತಿತ್ತು.

ಮೈಯಲ್ಲಿ ನಿತ್ರಾಣವೆನಿಸಿ ಸೋಫಾದಲ್ಲಿ ಕುಸಿದು ಕೂತ. ಲೀನಾಳ ಪ್ರೀತಿಯ ಮಾತು, ಸರಳ ನಡೆ ನುಡಿ.... ನಾಟಕೀಯದ ಗುರುತೆನಿಸಿದಾಗ ವೈರಾಗ್ಯದ ಅಂಚಿಗೆ ಮೆಲ್ಲಮೆಲ್ಲನೆ ಜಾರತೊಡಗಿದ. ವರ್ಣಮಯ, ವೈವಿಧ್ಯಮಯದ ಹಿಂದಿನ ಲೋಪ, ದೋಷಗಳನ್ನು ವಿಶ್ಲೇಷಿಸತೊಡಗಿದ.

ಬಿಕ್ಕುವಿಕೆ, ಅವಿನಾಶ್‌ನ ಗದರುವಿಕೆ ನಡೆದೇ ಇತ್ತು. ಅದರ ಮಧ್ಯೆ ಲೀನಾಳ ಹಟದ ಸ್ವರ.... ಕೇಳಿಸುತ್ತಿತ್ತು. ಅದು ಹುಡುಗಾಟದ ಪ್ರಕರಣವೇ ಇರಬಹುದು. ಉಳಿದುಕೊಂಡಿರುವ ವ್ಯಾಮೋಹ ಕೂಡ.... ಮತ್ತೊಂದು ಮುಖವೆನಿಸಿತ್ತು.

ಅವಿನಾಶ್ ತೀರಾ ವ್ಯಾವಹಾರಿಕ ಕಟು ಮನುಷ್ಯನೆನಿಸಿಕೊಂಡರೂ ನೇರವಾಗಿ ಯೋಚಿಸಬಲ್ಲನೆಂದುಕೊಂಡ.

"ಇಲ್ಲಿಗೆ ಒಂದೆರಡು ಸಲ ಶಶಿ ಬಂದ ವಿಚಾರ ಗೊತ್ತಾದ್ಮೇಲೇನೇ.... ಸದ್ಯಕ್ಕೆ ಸ್ಥಳ ಬದಲಾವಣೆಯ ಬಗ್ಗೆ ಒಂದು ನಿರ್ಧಾರಕ್ಕೆ ಬಂದಿದ್ದು. ಆದರೆ ಸಂತೋಷ್‌ಗೆ ಬೇಸರವನ್ನುಂಟು ಮಾಡಲಾಗ್ದೇ ಸುಮ್ಮನಾಗಿದ್ದ. ಈಗ ಹೆಚ್ಚಿನ ತರಬೇತಿಯ ನೆಪದಲ್ಲಿ ಸಂತೋಷ್ ಜೊತೆ ನಿನ್ನ ಅಮೆರಿಕ ಅಥವಾ ಜಪಾನಿಗೆ ಕಳ್ಸೋ ತೀರ್ಮಾನ ಅಂಚಿನಲ್ಲಿದೆ" ಅರ್ಥಬದ್ಧವಾಗಿ ಅವಿನಾಶ್ ಸ್ವರ ಬದಲಿಸಿ ಹೇಳುತ್ತಿದ್ದ.

ಕೂತ ಸಂತೋಷ್ ಒಣಗಿದ ತುಟಿಯ ಮೇಲೆ ನಾಲಿಗೆಯಾಡಿಸಿದ. ಲೀನಾಳ ಹಿಂದಿನ ಎಲ್ಲಾ ಅಪರಾಧಗಳನ್ನು ಕ್ಷಮಿಸಿಬಿಡಬಲ್ಲ. ಈಗಿನ ವ್ಯಾಮೋಹದಿಂದ ಹೇಗೆ ದೂರವಾಗಿರಿಸಬಲ್ಲೆ.

ರೇಗಿ ಹೊರಬಂದ ಅವಿನಾಶ್, ಸಂತೋಷನನ್ನು ನೋಡಿದ ಕೂಡಲೇ ಗಾಬರಿಯಾದ. ನಗುವ ಪ್ರಯತ್ನ ಮಾಡಿದ. ಪಕ್ಕದಲ್ಲಿ ಕೂತು ಭುಜದ ಮೇಲೆ ಕೈ ಹಾಕಿದ.

"ಸಂತೋಷ್...." ಅವನತ್ತ ತಿರುಗಿದ. ಅವಿನಾಶ್‌ನ ಕಣ್ಣುಗಳಲ್ಲಿ ಆತಂಕದ ಜೊತೆ ಪೇಚಾಟವೂ ಇತ್ತು. ದುಡುಕಿ ನಾಲಿಗೆ ಹರಿಯಬಿಟ್ಟ ಎಂಥ ತಪ್ಪು ಕೆಲಸ ಮಾಡಿಬಿಟ್ಟೆ!"

ಕಣ್ಣಲ್ಲಿಯೇ ಸನ್ನೆ ಮಾಡಿ ಅವಿನಾಶ್‌ನ ತೋಳಿಡಿದು ಎಬ್ಬಿಸಿಕೊಂಡು ಹೊರಡುವ ವೇಳೆಗೆ ಲೀನಾ ಹೊರಗೆ ಬಂದಳು. ಕೆಂಪು ಹತ್ತಿದ ಮುಖ ವ್ಯಥೆಯ ಕತೆಯನ್ನು ಹೇಳುವಂತಿತ್ತು. ಮುಖ ಕೆಳಗೆ ಹಾಕಿದಳು.

ಇನ್ನು ಹೊರಡುವ ಅಗತ್ಯವಿಲ್ಲೆಂದು ಸಂತೋಷ್ ಅಲ್ಲಿಯೇ ಕೂತುಬಿಟ್ಟ. ಸಹಾನುಭೂತಿ ಅವನನ್ನು ಬಾಧಿಸಿತು. ಹಡೆದ ಮಗುವಿನ ಮೇಲಿನ ವ್ಯಾಮೋಹ ಕಡಿಮೆಯಾಗಲು ಸಾಧ್ಯವೇ?

"ಲೀನಾ, ಬಾ ಕೂತ್ಕೊ" ಸಂತೋಷ್ ನವಿರಾಗಿ ಹೇಳಿದಾಗ ಅವನತ್ತ ಬೆನ್ನುಹಾಕಿ

ಕೋಣೆಯೊಳಕ್ಕೆ ಹೋಗಿಬಿಟ್ಟಳು. ಬಿಕ್ಕುವ ಸದ್ದು ಹೆಚ್ಚಾದಾಗ ಸಂತೋಷ್ ಅವಿನಾಶ್ ಕಡೆ ತಿರುಗಿದ. "ನಾನು ಲೀನಾನ ಸಮಾಧಾನ ಮಾಡ್ತೀನಿ. ಅವ್ಳ ಭವಿಷ್ಯದ ಬಗ್ಗೆ ಆತಂಕಪಡುವುದು ಬೇಡ" ಮೃದುವಾಗಿ ಕೈಹಿಸುಕಿ ಕೋಣೆಯತ್ತ ಸಂತೋಷ್ ಹೊರಟಾಗ ಅವಿನಾಶ್ ಗರಬಡಿದವನಂತೆ ಕೂತ. ಕಠಿಣ ಮನಸ್ಕನಲ್ಲವೆಂಬ ನಿರ್ಧಾರಕ್ಕೆ ಬಂದ. ಆ ಮೃದು ಮನಸ್ಸಿಗಾದ ಪೆಟ್ಟಿಗಾಗಿ ಸಂಕಟಪಟ್ಟ.

ದಿಂಬಿನಲ್ಲಿ ಮುಖ ಹುದುಗಿಸಿ ಬಿಕ್ಕುತ್ತಿದ್ದ ಲೀನಾನ ನೋಡಿ ಅವನ ಮೈ ಕೋಪದಿಂದ ಕಂಪಿಸಿತು. ಆದರೆ ನಿಮಿಷಗಳಲ್ಲಿ ಕರಗಿಹೋಯಿತು.

ಎಬ್ಬಿಸಿ ಬಳಸಿ ಬೆರಳುಗಳಿಂದ ಕಣ್ಣೀರು ತೊಡೆದು ಸಮಾಧಾನಿಸತೊಡಗಿದ.

"ಲೀನಾ, ಸಮಾಧಾನ ಮಾಡ್ಕೋ, ಜವಾಬ್ದಾರಿ ಇಲ್ದ ವಯಸ್ಸಿನಲ್ಲಿ ಏನೋ ನಡ್ದುಹೋಯಿತು. ಅದಕ್ಕಾಗಿ ಈಗ ಚಿಂತಿಸೋದೇನೊ ಬೇಡ. ಕಾಯ ವಾಚಾ ನಂಗೆ ಧಾರೆಯೆರೆದು ಕೊಟ್ಟಿದ್ದಾರೆ. ಅವಿನಾಶ್‌ಗೇ ಆಗ್ಲಿ. ಸ್ವತಃ ಚಂದ್ರಕಾಂತ್‌ಗೇ ಆಗ್ಲಿ ನೀನು ಹೆದರುವ ಅವಶ್ಯಕತೆ ಇಲ್ಲ!"

ಅವಿನಾಶ್ ಅವನ ಕೆಚ್ಚಿಗೆ ಬೆಚ್ಚಿ ಮನದಲ್ಲಿಯೇ ಶಭಾಷ್‌ಗಿರಿ ಕೊಟ್ಟ.

ಸಂಯಮದಿಂದ ಅವಳನ್ನು ಸಮಾಧಾನಿಸಿ ಸದ್ಯಕ್ಕೆ ಅಳು ನಿಲ್ಲಿಸಿದ. ಅವಳ ಕಣ್ಣಲ್ಲಿ ನೋಟ ನೆಟ್ಟು ಕೇಳಿದ.

"ನಿಂಗೆ ಇನ್ನೂ ಶಶಿ ಮೇಲೆ ಪ್ರೀತಿಯಿದ್ಯಾ?"

ಅವಳ ಕಣ್ಣುಗಳಲ್ಲಿ ಗಲಿಬಿಲಿ ಕಾಣಿಸಿಕೊಂಡಿತು. ಮುಖ ಕೆಳಗೆ ಹಾಕಿದಳು. ಈ ಪ್ರಶ್ನೆಗೆ ಅವಳಲ್ಲಿ ಉತ್ತರವಿಲ್ಲವೆನಿಸಿತು. ಶಶಿ ಅವಳ ಬಾಯ್‌ಫ್ರೆಂಡ್. ಯೌವನದ ಅಮಲಿನಲ್ಲಿ ಸುಖವಿದೆಯೆಂದು ಪರಿಚಯಿಸಿದವನು ಅವನೇ. ಅವನ, ಅವಳ ಸ್ನೇಹವಾದಾಗ ಟೀನೇಜ್‌ನಲ್ಲಿದ್ದರು. ಆಟ, ಪಾಟ, ಉತ್ಸಾಹ ಎಲ್ಲ ರಮ್ಯ ಎನ್ನುವ ದಿನಗಳು. ಅವನು ತರುತ್ತಿದ್ದ ಪುಸ್ತಕ, ಮಾಡುವ ಚೇಷ್ಟೆಗಳು ಎಲ್ಲಾ ಮೋಜಾಗಿ ಕಂಡಿತ್ತು. ಈಗ ಬರೀ ಆಗಾಗ ನೆನಪಾಗಿ ಕಾಡುತ್ತಿತ್ತು. ಆದರೆ ಅಂದಿನ ಪ್ರತಿಯೊಂದು ಜೋಕ್, ಘಟನೆ, ಆಟ ಎಲ್ಲಾ ಇಂದಿಗೂ ಹಚ್ಚಹಸಿರು.

"ಹೇಳು ಲೀನಾ" ತೋಳಿಡಿದು ಅಲುಗಾಡಿಸಿದ. ಬೆರಳುಗಳನ್ನೇ ನೋಡುತ್ತ ಕೂತಳು. ಬೊಗಸೆಯಲ್ಲಿ ಮುಖವನ್ನಿಡಿದು ಕಣ್ಣಲ್ಲಿ ಕಣ್ಣಿಟ್ಟ. "ಪ್ಲೀಸ್ ಹೇಳು, ನೀನು ಈಗ ಯಾರ್ಗೂ ಹೆದ್ರಬೇಕಿಲ್ಲ; ನಿಜ ಹೇಳು."

ಲೀನಾ ಮೆಲ್ಲಗೆ ಉಸುರಿದಳು.

"ನಂಗೆ ಗೊತ್ತಿಲ್ಲ."

ಅವನ ಕೈಗಳು ಸಡಿಲವಾಗಿ ಹಿಂದಕ್ಕೆ ಸರಿದವು. ಕಣ್ಣುಗಳು ಕಿರಿದಾಗಿ ಅರ್ಥವಾಗದ ನೋವೊಂದು ಇಣುಕಿತು. ಭಾರವಾದ ನಿಟ್ಟುಸಿರೊಂದು ದಬ್ಬಿದ.

ಈ ಘಟನೆಯ ನಂತರ ಅವನ ಮನಸ್ಸೇ ಕೆಟ್ಟುಹೋಯಿತು. ಏಕಾಂಗಿಯಾಗಿ ದೂರಹೊರಟು ಹೋಗಬೇಕೆಂಬ ಮನಸ್ಸಾಯಿತು. ತಾನೇ ಒಂದೆರಡು ಸೆಟ್ಟು ಬಟ್ಟೆಗಳನ್ನು

ಸೂಟ್‌ಕೇಸಿಗೆ ಸೇರಿಸಿದ.

ಹೋಗುವ ಮುನ್ನ ವಿಜಯಗೆ ಹೇಳಿದ.

"ವಿಜಯ ಸ್ವಲ್ಪ ಎಲ್ಲಾ ನೋಡ್ಕೊಳ್ಳಿ. ಮಿಕ್ಕಿದ್ದೆಲ್ಲ ಅವಿನಾಶ್‌ಗೆ ಬಿಟ್ಟುಬಿಡಿ."

ಅವಳ ಕಣ್ಣುಗಳಲ್ಲಿ ಗಾಬರಿ ಇಣುಕಿತು. ಭಯದ ನೆರಳೊಂದು ಮನದ ಮೂಲೆಯಲ್ಲಾಡಿತು. ಹೃದಯ ಹಿಂಡಿದಂಥ ಅನುಭವವಾಯಿತು.

ಈಚೆಗೆ ಅವನಲ್ಲಿನ ನಿರುತ್ಸಾಹ, ಬೇಜವಾಬ್ದಾರಿಕೆ ಅವಳಿಗೆ ಅರಿವಾಗಿತ್ತು. ಮಾತನಾಡಲು ಬಂದ ಆಫೀಸರ್‌ಗಳನ್ನೇ ಮುಖ ಮುರಿದು ಕಳುಹಿಸಿಬಿಡುತ್ತಿದ್ದ. ಸಣ್ಣ ಸಣ್ಣದಕ್ಕೂ, ರೇಗಾಡುತ್ತಿದ್ದ. ಗಾಬರಿಯ ಜೊತೆ ಅವಳಿಗೆ ಬದಲಾದ ನಡತೆ ಒಂದು ಸಮಸ್ಯೆಯೂ ಆಯಿತು.

"ಸರ್, ಹೈದರಾಬಾದ್‌ಗೆ ಹೊರಟಿದ್ದೀರಾ?" ಸ್ವಲ್ಪ ಸ್ವತಂತ್ರವಹಿಸಿ ಕಂಪಿಸುವ ಕಂಠದಲ್ಲಿ ಕೇಳಿದಳು.

ಅವನ ತುಟಿಯಂಚಿನಲ್ಲಿ ನೋವಿನ ನಗೆ ಮಿನುಗಿತು. ಅವನ ಮನಸ್ಥಿತಿಯಲ್ಲಿ ಅವನಿಗೆ ಯಾರೂ ಬೇಡವಾಗಿತ್ತು. ಲೀನಾ ಹೃದಯ ಬಿಚ್ಚಿ ತೋಡಿಕೊಂಡಿದ್ದರೇ...ಎಷ್ಟೋ ಚೆನ್ನಾಗಿತ್ತು. ಅವಳು ಮುಖ ಒಣಗಿಸಿಕೊಂಡು ಕೂತಿರುತ್ತಿದ್ದಳೇ ವಿನಃ ಮತ್ತೊಂದು ಮಾತು ಹೇಳಲು ಹೋಗಿರಲಿಲ್ಲ.

"ಗೊತ್ತಿಲ್ಲ" ನಡೆದುಬಿಟ್ಟ.

ಅವಳ ಹೃದಯದ ಮೇಲೆ ಸುತ್ತಿಗೆಯ ಪೆಟ್ಟುಗಳು ಬಿದ್ದ ಅನುಭವವಾಯಿತು. ನಿಂತಲ್ಲಿಯೇ ವಿಜಯ ಶಿಲೆಯಾಗಿದ್ದಳು.

* * *

ಈಚೆಗೆ ತೀರಾ ಮಂಕಾಗಿರುತ್ತಿದ್ದ ವಿಜಯಳನ್ನು ನೋಡಿ ರಂಗಸ್ವಾಮಿ ಮರುಗುತ್ತಿದ್ದರು. ಸಾಲದ ಹೊರೆಗೆ ಜಗ್ಗಿ ಸೊರಗುತ್ತಿದ್ದಳೆಂಬುದೇ ಅವಳ ಅನಿಸಿಕೆ. ಆದರೆ ಅದನ್ನು ಅಷ್ಟಾಗಿ ಹಚ್ಚಿಕೊಂಡಿಲ್ಲದ ಅವಳು ಸಂತೋಷನ ನೆನಪಿನಿಂದ ಸೊರಗತೊಡಗಿದಳು. ಮೊದಲಿನ ಹಾಗೆ ಅವಳಿಗೆ ಕೆಲಸದಲ್ಲೂ ಆಸಕ್ತಿಯಿರಲಿಲ್ಲ. ಅವಳ ಮೋಹಕ ಮುಗುಳ್ನಗು, ಹಸನ್ಮುಖ ಸಂಭಾಷಣೆಯೇ ಮರೆತುಹೋಗಿತ್ತು. ಯಾವುದೋ ಒತ್ತಡಕ್ಕೆ ಮಣಿದಂತೆ ಯಾಂತ್ರಿಕವಾಗಿ ಕೆಲಸ ನಿರ್ವಹಿಸುತ್ತಿದ್ದರೂ ಅದರಲ್ಲಿ ಜೀವಂತಿಕೆ ಇಲ್ಲವೆಂದು ಅವಿನಾಶ್‌ಗೆ ಅರಿವಾದಾಗ ಹುಬ್ಬೇರಿಸಿದ.

ಸಂತೋಷ್ ಯಾವ ಸ್ಥಳದಲ್ಲಿದ್ದಾನೆಂದು ಯಾರಿಗೂ ತಿಳಿದಿರಲಿಲ್ಲ. ಅವನನ್ನು ಹುಡುಕಿಸುವ ಪ್ರಯತ್ನ ನಡೆಯುತ್ತಿದ್ದರೂ ವಿಷಯ ಗೌಪ್ಯವಾಗಿತ್ತು. ದೊಡ್ಡವರ ಮನೆಯ ಸಂಗತಿಗಳೇ ಹಾಗೆ. ಅವರುಗಳು ಎಲ್ಲಕ್ಕಿಂತ ತಮ್ಮ ಪ್ರತಿಷ್ಠೆಯ ಕಡೆ ಗಮನ ಕೊಡುತ್ತಾರೆ.

ಅಂದು ವಿಜಯ ಆಫೀಸಿನಿಂದ ಬರುವ ವೇಳೆಗೆ ಸುಜಯ ಬಂದು ಕೂತಿದ್ದಳು. ಮುಖದಲ್ಲಿ ಹೊಸ ಕಳೆ ತುಂಬಿಕೊಂಡಿತ್ತು. ತುಟಿಯರಳಿಸಿದ ವಿಜಯ ಅಲ್ಲಿಯೆ

ಕೂತಳು.

ಸುಜಯ ಗಾಢವಾಗಿ ತಂಗಿಯ ಕಡೆ ನೋಡಿದಳು. ಅವಳ ಹೊಟ್ಟೆಯಲ್ಲಿ ತೊಳೆಸಿದಂತಾಯಿತು. ಮುಖದ ಗೆಲುವು ಅಳಿಸಿಹೋಯಿತು.

"ವಿಜೀ, ಮೈಯಲ್ಲಿ ಹುಷಾರಿಲ್ವಾ?" ಸುಜಯಳ ಸ್ವರದಲ್ಲಿ ಆತಂಕ ಮಿಡಿದಾಗ ಹಗುರವಾಗಿ ನಕ್ಕುಬಿಟ್ಟಳು. ಆ ನಗೆಯಲ್ಲಿ ಜೀವಂತಿಕೆ ಇಲ್ಲವೆಂದು ಅರಿಯುವುದು ಸುಜಯಳಿಗೆ ಕಷ್ಟವಾಗಲಿಲ್ಲ. "ಸಾರಿ ವಿಜಿ...." ಅವಳ ಎರಡು ಕೈಗಳನ್ನು ಹಿಡಿದುಕೊಂಡಳು.

"ಯಾಕಮ್ಮ, ಸಾರಿ? ಈಗ ಎಷ್ಟು ಗೆಲುವಾಗಿದ್ದಿ ಗೊತ್ತ? ಕೆಲ್ಸ ಜಾಸ್ತಿ. ಅದ್ರ ಒತ್ತಡ ಮುಖದ ಮೇಲೆ ಪರಿಣಾಮ ಬೀರಿರಬೇಕು ಅಷ್ಟೇ" ಅರ್ಥಮಾಡಿಕೊಂಡವಳಂತೆ ವಿಜಯ ನುಡಿದಳು.

ಕಾಫಿಲೋಟಗಳನ್ನು ಹಿಡಿದುಬಂದ ಅನ್ನಪೂರ್ಣಮ್ಮ ಅಲ್ಲಿಯೇ ಕೂತಿದ್ದರು. ಈಚೆಗೆ ವಿನೋದ ಸುಜಯಳಿಗಿಂತ ಚಿಕ್ಕ ಮಗಳು. ಅವರಿಗೆ ಪ್ರಿಯವಾಗಿದ್ದಳು. ಇಷ್ಟು ಹೊರೆ ಹೊತ್ತ ಅವಳ ಬಗ್ಗೆ ಅಪಾರವಾದ ಸಹಾನುಭೂತಿ.

"ನೋಡಿದ್ಯಾ ಸುಜೀ, ಹೇಗಾಗಿದ್ದಾಳೆ? ಅವ್ಳು ಹೊಟ್ಟೆ ತುಂಬ ಊಟ ಮಾಡಿ ಎಷ್ಟೋ ದಿನವಾಯ್ತು! ರಾತ್ರಿ ಕೂಡ ಕಣ್ಣು ತುಂಬ ನಿದ್ದೆ ಮಾಡೋಲ್ಲ. ಯಾವ್ದಾದ್ರೂ ಪುಸ್ತಕ ಹಿಡ್ದು ಕೂಡ್ತಾಳೆ. ಸಾಲ ಇರೋ ಹೊತ್ಕೇ ತಾನೇ ಕೊರಗೋದು. ಈ ಮನೆ ಬೇಡ್ವೇ ಬೇಡ; ಮಾರಿ ಎಲ್ಲಾ ಸಾಲ ತೀರ್ಸಿ.... ಉಳ್ದ ಹಣದಲ್ಲಿ ಅವ್ಳಿಗೊಂದು ಮದ್ವೆ ಮಾಡಿಬಿಡ್ತೀವಿ. ಆಮೇಲೆ ಹೇಗಾದ್ರೂ .... ಆಗ್ಲಿ...." ಅವರ ಗಂಟಲು ಭಾರವಾಯಿತು. ಸೆರಗಿನಿಂದ ಕಣ್ಣೊರೆಸಿಕೊಂಡರು.

ಅವಳು ಹೃದಯದ ನೋವನ್ನು ಯಾರ ಮುಂದೂ ತೋಡಿಕೊಳ್ಳಲಾರಳು. ಅರ್ಥವಾಗುವಂಥದಲ್ಲ, ಮೇಲ್ನೋಟಕ್ಕೆ. ಅದಲ್ಲದೆ ಬೇರೆಯವರ ಸಹಾನುಭೂತಿ ಅವಳಿಗೆ ಅಗತ್ಯವಿಲ್ಲ.

ವಿಜಯ ಜೋರಾಗಿ ನಗುವ ಪ್ರಯತ್ನ ಮಾಡಿ ಸಫಲವಾದಳು.

"ಖಂಡಿತ ನಾನು ಸಾಲದ ಬಗ್ಗೆ ಯೋಚ್ನೇ ಮಾಡ್ತಾ ಇಲ್ಲ. ಅದರ ಅಗತ್ಯವೂ ಇಲ್ಲ. ಆಫೀಸ್‌ನದು ಬಿಟ್ಟು ಮಿಕ್ಕಿದ್ದೆಲ್ಲ ಭಾರ ವಿನೂ ಹೊತ್ಕೊಂಡಿದ್ದಾರೆ. ಮಿಕ್ಕಷ್ಟು ಅವ್ರ ಕೈಯಲ್ಲಿ ಇಡ್ತೀನಿ. ನಂಗೆ ಇನ್ಯಾತರ ಯೋಚ್ನೆ?"

"ಮತ್ತೆ ನೀನು ಸೊರಗೋಕೆ ಕಾರಣ?" ಸುಜಯ ರೇಗಿ ಕೇಳಿದಳು.

ತಪ್ಪಿಸಿಕೊಳ್ಳಲು ಒಂದು ಸರಿಯಾದ ನೆವ ಹುಡುಕಬೇಕು. ಇಲ್ಲದ ಊಹೆ ಕಲ್ಪನೆಗಳಿಂದ ತಲೆ ಕೆಡಿಸಿಕೊಳ್ಳುವುದು ಬೇಡವೆಂಬ ನಿರ್ಧಾರಕ್ಕೆ ಬಂದಳು.

ಸದಾ ಟೆನ್ಶನ್‌ನಲ್ಲಿರಬೇಕಾದ ಕೆಲಸದ ಬಗ್ಗೆ ವಿವರಿಸಿದಳು. ಆ ಗಡಿಬಿಡಿಯಲ್ಲಿ ಮೈ ಮನಸ್ಸು ಪೂರ್ತಿಯಾಗಿ ಬಳಲುತ್ತದೆಯೆಂದು ಒತ್ತಿ ಹೇಳಿದಳು. ಸದ್ಯಕ್ಕೆ ತನ್ನ ಸ್ಥಾನಕ್ಕೆ ಬೇರೆಯವರ ನೇಮಕಾತಿ ಸದ್ಯದಲ್ಲಿ ನಡೆಯಲಿದೆ. ಆಮೇಲೆ ಆರಾಮವಾಗಿ

ಹಿಂದಿನ ಕೆಲಸಕ್ಕೆ ಮರಳಬಹುದು.

ಇದಿಷ್ಟನ್ನು ಅವರು ಸುಲಭವಾಗಿಯೇ ನಂಬಿದರು. ಬೇರೆ ರೀತಿಯಲ್ಲಿ ವಿಜಯಳಲ್ಲಿ ಅನುಮಾನಪಡಲು ಕಾರಣವೇ ಇರಲಿಲ್ಲ.

ಈಗ ಮಾತು ಸುಜಯಳ ಸಂಸಾರದತ್ತ ಹೊರಳಿತು. ಅವಳನ್ನು ಎಲ್ಲರೂ ಪ್ರೀತಿಯಿಂದಲೇ ನೋಡುತ್ತಿದ್ದರು. ಆದರೆ ಇದೆಲ್ಲ ನಾಟಕೀಯವೆಂಬ ಅನುಮಾನ ಅವಳಲ್ಲಿ ಹೊಕ್ಕಿತ್ತು.

ಸಂಬಳದ ದಿನ ದ್ವಾರಕನಾಥ್ ಸ್ವತಃ ಕರೆದೊಯ್ಯಲು ಕಾಲೇಜು ಬಳಿಗೆ ಬಂದಿದ್ದ. ಹರ್ಷ, ಅದರ ಹಿಂದಿನ ಕಾರಣವನ್ನು ಹುಡುಕಲು ಅವಕಾಶ ಕೊಡಲಿಲ್ಲ.

ಅರ್ಧ ದಾರಿಯಲ್ಲಿಯೇ ಲೂನ ನಿಲ್ಲಿಸಿದ. ದೊಡ್ಡ ಕಿರಾಣಿ ಅಂಗಡಿಯತ್ತ ಹೆಜ್ಜೆ ಹಾಕಿದಾಗ ವಿಸ್ಮಯದಿಂದ ಅವನ ಹಿಂದೆ ಹೆಜ್ಜೆ ಹಾಕಿದಳು. ಹತ್ತು ಹೆಜ್ಜೆ ಹೋದವನು ನಿಂತು ಅವಳತ್ತ ಮುಖ ತಿರುಗಿಸಿದ.

"ಇವತ್ತು ಸಂಬ್ಳ ಆಗಿರಬೇಕಲ್ಲ! ಈ ಕಿರಾಣಿ ಅಂಗಡಿಯವ ಅಸಾಧ್ಯ! ಒಂದು ದಿನ ಲೇಟಾದ್ರೆ ಮನೆಯತ್ರನೆ ಬಂದ್ಬಿಡ್ತಾನೆ!"

ಸುಜಯಳ ಉತ್ಸಾಹ ಜರ್‍ರನೆ ಇಳಿದುಹೋಯಿತು. ಸಾಲ ತೀರುವವರೆಗೆ ಸಂಬಳದ ಅರ್ಧ ಭಾಗವಾದರೂ ತಂದೆಯ ಕೈಯಲ್ಲಿಡಬೇಕೆಂದು ನಿರ್ಧಾರ ಮಾಡಿದ್ದಳು.

ಅನುಮಾನಿಸಿದಾಗ ದ್ವಾರಕಾನಾಥ್ ಕಣ್ಣುಗಳಲ್ಲಿ ಅಸಹನೆ ಮಿನುಗಿತು. ಬೇಸರದಿಂದ ಪೂರ್ತಿ ಸಂಬಳದ ಹಣವನ್ನು ಅವನ ಕೈಯಲ್ಲಿಟ್ಟಳು.

ಕಿರಾಣಿ ಅಂಗಡಿಗೆ ಕೊಟ್ಟು ಉಳಿದಿದ್ದನ್ನು ಜೇಬಿಗೆ ಸೇರಿಸಿದ್ದ. ಮರುದಿನ ಹತ್ತರ ಮೂರು ನೋಟು ಅವಳ ಕೈಯಲ್ಲಿಟ್ಟು ಹೇಳಿದ್ದ–

"ನಿನ್ನ ಖರ್ಚಿಗೆ ಇನ್ನು ಹೆಚ್ಗೇ ಕೊಡ್ಲಾರೆ. ನನ್ನ ಪರಿಸ್ಥಿತಿ ನಿಂಗೆ ಗೊತ್ತೇ ಇದೆ!"

ಕೋಪದಿಂದ ಮುಖ ತಿರುಗಿಸಿದ್ದಳು. ದುಡಿದು ಸಂಪಾದಿಸುವ ಕೈಗೆ ಸಂಕೋಲೆ ತೊಡಿಸುವ ಪ್ರಯತ್ನ. ಅವಳ ಕನಸುಗಳೆಲ್ಲ ನುಚ್ಚುನೂರಾಗಿತ್ತು. ಬಯಸಿದ ಜೀವನ ಛಿದ್ರವಾಗಿತ್ತು.

ತಂದೆಯ ಮನೆಯಲ್ಲಿದ್ದ ಸ್ವತಂತ್ರ ಪೂರ್ತಿ ಇಲ್ಲಿ ಮೊಟಕಾಗಿತ್ತು. ದುಡಿಯುವ ಸೊಸೆಗಾಗಿ ವರದಕ್ಷಿಣೆ ಬೇಡವೆಂದಿದ್ದರು. ತಾಳಿಗೆ ಕೊರಳೊಡ್ಡಿದ ತಪ್ಪಿಗೆ ತಿಂಗಳು ತಿಂಗಳು ಋಣ ಸಲ್ಲಿಸಬೇಕು. ನಿಟ್ಟುಸಿರು ದಬ್ಬಿದಳು.

ಇತ್ತ ಮುಖ ಹಾಕುವುದಕ್ಕೂ ನಾಚಿಕೆಯಾಗಿ ಇಂದು ತೀರಾ ಸಂಕೋಚದಿಂದ ಬಂದಿದ್ದಳು.

ಮಾತಿನ ಮಧ್ಯೆ ರಂಗಸ್ವಾಮಿಗಳು ಒಳಗೆಬಂದರು. ಅದೂಇದೂ ಮಾತನಾಡುತ್ತಾ ಕೂತರು. ಸುಜಯ ಸಂಬಳದ ಹಣದ ಸುದ್ದಿಯೇ ಎತ್ತಲಿಲ್ಲ.

"ಇನ್ನು ಸಂಬಳ ಆಗಿಲ್ವೇನು?" ತಾವೇ ಕಷ್ಟದಿಂದ ಕೇಳಿದರು. ಹೊರೆ ಸಾಲಕ್ಕೆ ಪೂರ್ತಿಯಾಗಿ ವಿಜಯಳನ್ನೇ ಹೊಣೆ ಮಾಡಲು ಅವರಿಗಿಷ್ಟವಿರಲಿಲ್ಲ. ಸುಜಯ

ತಲೆ ತಗ್ಗಿಸಿದಳು. ಉಗುರುಗಳಿಗೆ ಹಚ್ಚಿದ ಗೋರಂಟಿಯನ್ನೇ ನೋಡುತ್ತ ಕೂತಳು.

"ಎಷ್ಟೊಂದು ಸಾಲ ಇದೆ. ಮನೆ ಸಾಲಕ್ಕಾದ್ರೂ ನಿನ್ನ ಸಂಬಳದಲ್ಲಿ ಕಟ್ತಾ ಹೋದ್ರೆ.... ಸಾಕು ಉಳಿದಿದ್ದು ನಿನ್ನ ಸಂಸಾರಕ್ಕೆ ಉಪಯೋಗಿಸ್ಕೋ."

ಮೌನವಾಗಿ ಕೇಳುತ್ತ ಕೂತಳು. ತಂದೆಯ ಸ್ವಭಾವ ಪೂರ್ತಿಯಾಗಿಬಲ್ಲವಳು. ವಿಜಯ ಹಠ ಮಾಡದಿದ್ದರೆ ಈ ಮದುವೆಯಾಗುವ ಸಾಧ್ಯತೆಯೇ ಇರುತ್ತಿರಲಿಲ್ಲವೆಂದು ಅವಳಿಗೆ ಗೊತ್ತು.

"ಸಂಬಳ ಆಗಿಲ್ವೇನು?" ಮತ್ತೆ ಸ್ವಲ್ಪ ಅಸಹನೆಯಿಂದಲೇ ಪ್ರಶ್ನಿಸಿದರು.

"ಮೊನ್ನೆನೇ ಆಯ್ತು. ಕಿರಾಣಿ ಅಂಗ್ಡಿಗೆ ಕೊಡ್ಬೇಕೂಂತ ಇಸ್ಕೊಂಡುಬಿಟ್ರು" ಅವಳ ಸಂಕೋಚದಿಂದ ನುಡಿಗಳು ಅವರನ್ನು ರೇಗಿಸಿತು.

ವಿದ್ಯಾವಂತೆ, ವಿಚಾರವಂತೆಯಾದ ಮಗಳಿಂದ ಇಂತಹ ಅಸಹಾಯಕ ನುಡಿಗಳನ್ನು ನಿರೀಕ್ಷಿಸಿರಲಿಲ್ಲ. ಬರೀ ತಪ್ಪು ಮಾಡಿದ ಅಮಾಯಕ ಮಗುವಿನಂತೆ ತೊದಲಿದ್ದಳು.

"ಇಂಥ ಮಾತು ಹೇಳೋಕೆ ನಿಂಗೆ ನಾಚ್ಕೇ ಆಗ್ಬೇಕು. ನೀನೇನು ಸಣ್ಣ ಮಗೂನಾ? ಮಿಠಾಯಿ ಆಸೆ ತೋರ್ಸಿ ಕಾಸು ಕಿತ್ತುಕೊಳ್ಳೋಕೆ. ಜರ್ಬಿನಿಂದ ಕೊಡೋಲ್ಲ ಅನ್ನಬೇಕಿತ್ತು!"

ಸುಜಯ ತಲೆ ಎತ್ತದಾದಳು. ಸ್ವತಂತ್ರ, ಸ್ವಂತಿಕೆ, ವ್ಯಕ್ತಿತ್ವ ಅನ್ನೋ ಪದಕ್ಕೆ ಪೂರ್ತಿಯಾಗಿ ಅರ್ಥ ಸಿಕ್ಕಿದ್ಯಾ? ಸುಜಯ ತಲೆಬಿಸಿಯಾಯಿತು.

"ಅವರ ಇಡೀ ಸಂಸಾರ ಸಾಕೋಕಾ ನಿನ್ನ ನಾವು ಓದ್ಸಿ ಕೆಲಸ್ಕೆ ಸೇರ್ಸಿದ್ದು? ಈಗ ಸಾಲಸೋಲ ಮಾಡ್ಕೊಂಡು ನಾವು ಯಾವ ಹಾಳು ಬಾವಿಗೆ ಬೀಳಬೇಕು! ನಿನ್ಗೆ ಸ್ವಲ್ಪ ಕೂಡ ವಿವೇಚನೆ ಬೇಡ್ವಾ? ನಾವೇನು ನಿನ್ನ ಪೂರ್ತಿ ಹಣ ಕೊಡೊಂತ ಕೇಳೋಲ್ಲ! ಅರ್ಧ ಸಂಬ್ಳ ಇಲ್ಕೊಟ್ಟು... ಮಿಕ್ಕರ್ಧ ನೀವೇ ಉಪಯೋಗ್ಸಿಕೊಳ್ಳಿ."

ಬರೀ ಸಮಯ ಕಳೆಯುತ್ತ ಕೂತಳೇ ವಿನಃ ತನ್ನ ಪ್ರತಿಕ್ರಿಯೆ ವ್ಯಕ್ತಪಡಿಸಲು ಇಚ್ಛಿಸಲಿಲ್ಲ.

ಅಷ್ಟರಲ್ಲಿ ವಿಜಯ ಅವಳ ಸಹಾಯಕ್ಕೆ ಬಂದಳು.

"ಅಣ್ಣ, ನೀವು ತಿಳಿದೋರು. ಅವರ ಸಣ್ಣ ಬುದ್ಧಿ ಚುರುಕು ಚೆನ್ನಾಗಿ ಮುಟ್ಟಿದೆಯಲ್ಲ! ಮೊದ್ಲೇ ಕಿರಿಕಿರಿ ಜನ... ಅವ್ರು ಹಣನ ನಮ್ಗೇ ಕೊಡೋಕೆ ಬಿಡ್ತಾರಾ? ಇದೇನು ಅನಿರೀಕ್ಷಿತವಲ್ಲ. ಈ ಸಾಲಕ್ಕೆ ಅವಳನ್ನು ಹೊಣೆ ಮಾಡ್ಬೇಡಿ. ಹೇಗೋ.... ತೀರುತ್ತೆ."

ರಂಗಸ್ವಾಮಿಗಳು ರೋಷದಿಂದ ಎದ್ದುಹೋದರು. ಅವರ ತಲೆಯಲ್ಲಿ ಭಯಂಕರ ಸಿಡಿತ.

ಸುಜಯ ತಲೆಯ ಮೇಲೆ ಕೈಯೊತ್ತು ಕೂತುಬಿಟ್ಟಳು. ಬಿಗಿದ ಸಂಕೋಲೆಗಳನ್ನು ತುಂಡರಿಸಿ ಹೊರಗೆ ಬರಲು ಸಾಧ್ಯವೇ? ಬೆಚ್ಚನೆಯ ಸುಖ, ಆತ್ಮೀಯ ಒಡನಾಟ, ಪ್ರೀತಿಯನ್ನು ಧಿಕ್ಕರಿಸಲು ಅವಳೇನು ವೈರಾಗ್ಯ ಸ್ವೀಕರಿಸಿದವಳೆ? ವಯಸ್ಸಿಗೆ ಅನುಗುಣವಾಗಿ ಎಲ್ಲಾ ಬೇಕು. ವಿರೋಧ ವ್ಯಕ್ತಪಡಿಸಿ ಗಂಡನ ಪ್ರೀತಿಯನ್ನು ಕಳೆದುಕೊಳ್ಳಲು ಅವಳಿಗಿಷ್ಟವಿಲ್ಲ.

ವಿಜಯಳ ಕೈ ಅವಳ ತೋಳಿನ ಮೇಲೆ ಬಿತ್ತು. ಕತ್ತು ತಿರುಗಿಸಿದಳು. ವಿಜಯ ಕಣ್ಣಲ್ಲಿಯೇ ಸಮಾಧಾನ ಹೇಳಿದಳು.

"ಸುಜೀ, ಅಣ್ಣ ಮುಂಗೋಪದಿಂದ ಏನೋ ಅಂದಿದ್ದಾರೆ. ನೀನು ಅದನ್ನೇನು ಮನಸ್ಸಿಗೆ ಹಚ್ಕೋಬೇಡ. ಇಲ್ಲಿ ಅಂಥ ತಾಪತ್ರಯ ತಾನೇ ಏನಿದೆ? ಅಣ್ಣನ ಪೆನ್ಷನ್ ಮನೆ ಖರ್ಚಿಗಾದ್ರೆ ನನ್ನ ಸಂಬಳ ಸಾಲ ಆಗುತ್ತೆ. ನಿನ್ನ ಹಣ ಯಾಕೆ ಬೇಕು?"

ಇದರಿಂದ ಸುಜಯ ಎಷ್ಟು ಸಮಾಧಾನಗೊಂಡಳೋ ತಿಳಿಯಲಿಲ್ಲ. ಭಾರವಾದ ನಿಟ್ಟುಸಿರನ್ನು ದಬ್ಬಿ ಎದ್ದಳು. ಕೋಣೆಗೆ ಹೋಗಿ ನಾಲ್ಕಾರು ಪುಸ್ತಕಗಳನ್ನು ಆರಿಸಿಕೊಂಡು ಹೊರಟಳು.

ಹೇಳಿ ಹೊರಡಬೇಕೆನ್ನುವ ವಿವೇಚನೆ ಇರಲಿಲ್ಲ. ಚಪ್ಪಲಿ ಮೆಟ್ಟಿ ಸರಸರನೇ ಹಾಕುತ್ತ ಹೊರಟುಬಿಟ್ಟಳು. ಅವಳ ನಡಿಗೆಯಲ್ಲಿಯೇ ದೃಷ್ಟಿಯನ್ನು ಕೇಂದ್ರೀಕರಿಸಿ ವಿಜಯ ನಿಂತಳು. ಮರೆಯಾದಾಗ ಎದೆ ಭಾರವೆನಿಸಿತು.

ಒಳಗೆಬಂದಾಗ ರಂಗಸ್ವಾಮಿಗಳು ಸ್ವರವೇರಿಸಿಯೇ ತಮ್ಮ ಅಸಮಾಧಾನ ಬೆರೆತ ಕೋಪವನ್ನು ಕಕ್ಕುತ್ತಿದ್ದರು. ಮೂಕಿಯಾಗಿ, ಕಿವುಡಿಯಾಗಿ ಕೂತಳು.

ಆಮೇಲೆ ನಾಲ್ಕಾರು ದಿನಗಳಾದರೂ ಸುಜಯ ಇತ್ತ ತಲೆ ಹಾಕಲಿಲ್ಲ. ಅಂದು ಆಫೀಸಿನಿಂದ ನೇರವಾಗಿ ಅವಳ ಮನೆಗೆ ಹೋದಳು ವಿಜಯ.

ಅಕ್ಕಿ ಸೋಸುತ್ತಿದ್ದ ಸ್ವರ್ಣಮ್ಮ ನಗೆಯ ಮುಖವಾಡ ಹೊದ್ದೇ ಸ್ವಾಗತಿಸಿದರು. ಆ ಅಕ್ಕಿಯ ಬದಿಯಲ್ಲಿಯೇ ಒಂದು ಪುಸ್ತಕ ಬಿದ್ದಿತ್ತು. ಬಗ್ಗಿ ಕೈಗೆತ್ತಿಕೊಂಡಳು. ಆಸ್ಕರ್ ವೈಲ್ಡ್‌ನ ಕಾದಂಬರಿ. ಹೊಚ್ಚ ಹೊಸದಾಗಿದ್ದ ಪತ್ರಿ ನಾನಾ ಹಳತಾದ ಕರ್ಮಕಾಂಡವನ್ನು ಮೂಕವಾಗಿ ತೋಡಿಕೊಂಡಿತು. ಅವಳ ಕರುಳು ಕಿತ್ತು ಬಂದಂತಾಯಿತು. ಮೃದುವಾಗಿ ಬೆರಳಾಡಿಸಿದಳು.

ಸುಜಯಳ ನಾದಿನಿ ಕಾಫಿ ತಂದುಕೊಟ್ಟಳು. ಸೊಸೆಯನ್ನು ಹೊಗಳುವಾಗ ಸ್ವರ್ಣಮ್ಮನಿಗೆ ಎರಡು ಬಾಯಿಯಾಯಿತು.

"ನಮ್ಮ ಸುಜಯಗೆ ದೊಡ್ಡವರ್ಮಾತೂಂದ್ರೆ ವೇದವಾಕ್ಯ!" ವಿಜಯಳಿಗೆ ತಲೆ ಚಿಟ್ಟಿಡಿದಂತಾಯಿತು. ಕೂತಲ್ಲಿಯೇ ಚಡಪಡಿಸಿದಳು. "ಇಷ್ಟೊತ್ತಿಗೆ.... ಸುಜಯ ಬರ್ಬೇಕಿತ್ತಲ್ಲ" ಬಾಗಿಲ ಕಡೆ ನೋಡಿದಳು.

"ನಾನೇ ಹೇಳೋದೇ ಮರ್ತೆ.... ಅವ್ರು ಗಂಡ ಹೆಂಡ್ತಿ ಸಿನಿಮಾಗೆ ಹೋಗಿದ್ದಾರೆ" ಸ್ವರ್ಣಮ್ಮ ಹೇಳಿದಾಗ ವಿಜಯಳ ಮುಖ ಸಪ್ಪಗಾಯಿತು. 'ನಾನು ಬಂದಿದ್ದೇ ತಪ್ಪಾಯ್ತು' ಮನದಲ್ಲಿಯೇ ಪೇಚಾಡಿಕೊಂಡಳು.

"ನಾನು.... ಬರ್ತೀನಿ. ಸುಜಯ ಬಂದ್ರೆ ಹೇಳಿ. ಅಮ್ಮ ಬರ್ಲೇ ಇಲ್ಲಾಂತ ಅಂದ್ಕೊತಾ ಇದ್ರು" ಹಿಡಿದ ಪುಸ್ತಕ ಕೈಯಲ್ಲಿ ಹಾಗೆಯೇ ಇತ್ತು.

ಸ್ವರ್ಣಮ್ಮ ಏನಾದರೂ ಹೇಳುವ ಮುನ್ನ ಸುಜಯ ಗಂಡನೊಂದಿಗೆ ಬಂದಳು. ಕಣ್ಣಲ್ಲಿ ಮಿಂಚು, ಕೆನ್ನೆಯಲ್ಲಿ ಕೆಂಪು ಅವಳ ಚೆಲುವು ಹತ್ತರಷ್ಟು ಹೆಚ್ಚಿದೆಯೆನಿಸಿತು.

ವಿಜಯಳ ಮನ ಹಕ್ಕಿಯಾಯಿತು. ಇದೊಂದು ಸಮಾಧಾನದ ಸಂಗತಿ ಅವಳ ಪಾಲಿಗೆ.

"ವಿಜೀ, ಅಂತೂ ಬರೋ ಮನಸ್ಸು ಮಾಡಿದೆಯಲ್ಲ!" ಕಣ್ಣಲ್ಲಿ ಪ್ರೀತಿ ತುಳುಕಾಡಿತು. ದ್ವಾರಕಾನಾಥ್ ಮುಗುಳ್ನಕ್ಕು ಕೋಣೆಯತ್ತ ನಡೆದ. ನಿಂತು ಹಿಂದಿರುಗಿದ ಮತ್ತೆ ಅವಳತ್ತ ನಡೆದುಬಂದು "ವಿಜಯ, ನಾನೇ ಆಫೀಸ್‌ಗೆ ಬಂದು ಮಾತಾಡೋಣಾಂತ ಇದ್ದೆ. ನನ್ನ ಫ್ರೆಂಡ್‌ಗೆ ನಿಮ್ಮ ಆಫೀಸ್‌ನಿಂದ ಇಂಟರ್‌ವ್ಯೂ ಬಂದಿದೆ. ಸರ್ಕಾರದ ಕೆಲ್ಸಕ್ಕೆ ಅವಿಗೆ ಏಜ್‌ಬಾರ್ ಆಯ್ತು. ಅಲ್ಲಿ,ಇಲ್ಲಿ ಬರೀ ಟೆಂಪರರಿ ಕೆಲ್ಸನೇ ಆಯ್ತು. ನಿನ್ಮೇಲೆ ನಂಬಿಕೆ ಇಟ್ಟು ನಾನು ಭರವಸೆ ಕೊಟ್ಟುಬಿಟ್ಟಿದ್ದೀನಿ."

ವಿಜಯಳ ಗಂಟಲು ಒಣಗಿಹೋಯಿತು. ಮಾತಾಡಲು ಕಷ್ಟವಾಯಿತು. ಪದಗಳಿಗಾಗಿ ತಡಕಾಡಿದಳು.

"ಹೌದೆ ವಿಜೀ.... ನನ್ಹತ್ರ ಎರ್ಡು ಮೂರು ಸಲ ಅಂದ್ರು" ಇದನ್ನು ಹೇಳುತ್ತಿರುವುದು ಸುಜಯನಾ ಅಂತ ಅವಳಿಗೆ ಆಶ್ಚರ್ಯವಾಯಿತು. "ಈಗ ಬೇರೆ ಬಂದಿದ್ದಾರೆ. ಅವ್ರು ತುಂಬ ಸ್ಟ್ರಿಕ್ಟ್. ಮಧ್ಯೆ ತಲೆ ತೂರಿಸಿ ಏನಾದ್ರೂ ಹೇಳಿದ್ರೆ ತಪ್ಪಾಗುತ್ತೆ!" ವಿಜಯ ದೃಢವಾಗಿ ಹೇಳಿದಾಗ ಸುಜಯ. ದ್ವಾರಕಾನಾಥ್ ಮುಖಮುಖ ನೋಡಿಕೊಂಡರು. ಅವರುಗಳ ಮುಖದ ಬಣ್ಣವೇ ಬದಲಾಯಿತು. ಇನ್ನು ಕೂಡ ಬೇಕೆನಿಸಲಿಲ್ಲ ಅವಳಿಗೆ.

"ಬರ್ತೀನಿ.... ಆಫೀಸ್‌ನಿಂದ ಹೀಗೆ ಬಂದೆ. ಅಮ್ಮ ಕಾಯ್ತ ಇರ್ತಾಳೆ" ಕಹಿಯನ್ನು ನುಂಗಿದವಳಂತೆ ಹೊರಟುಬಿಟ್ಟಳು. ಸುಜಯ ಗಂಟಲು ಭಾರವಾಯಿತು. ಅವಳನ್ನು ಹಿಡಿದು ನಿಲ್ಲಿಸುವ ಶಕ್ತಿಯನ್ನೇ ಕಳೆದುಕೊಂಡವಳಂತೆ ಪರಿತಪಿಸಿದಳು 'ವಿಜೀ.... ಕ್ಷಮ್ಸು' ಮನ ಚೀರಿತು.

ದಾರಿಯುದ್ದಕ್ಕೂ, ಯೋಚಿಸುತ್ತ ಹೊರಟಳು. ತನ್ನ ಅಸಮಾಧಾನಕ್ಕೆ ಕಾರಣವೇ ಇಲ್ಲವೆಂದುಕೊಂಡು ಸಮಾಧಾನವಾಗಲು ಪ್ರಯತ್ನಿಸಿದಳು.

"ವಿಜಯ...." ನಿಂತು ಗಾಬರಿಯಿಂದ ಕಣ್ಣಗಲಿಸಿದಳು. ಚೂಡಿದಾರ ತೊಟ್ಟ ಸುಂದರ ಲೀನಾ ಅತ್ತಲಿಂದ ಕೈಬೀಸಿದಳು. ಅವಳ ಕಣ್ಣುಗಳು ಕಿರಿದಾದವು. 'ಮತ್ತೆ ಸಂತೋಷ ಬಂದಿರಬಹುದೇ' ಹೃದಯ ಮಧುರವಾಗಿ ಹಾಡಿತು.

ಅತ್ತ ಹೆಜ್ಜೆ ಹಾಕಿದಳು. ಕಾರು ಬ್ಯಾನೆಟ್ ಬಳಿ ನಿಂತ ಲೀನಾಳ ತುಟಿಗಳಿಗೆ ಹಚ್ಚಿದ ಲಿಪ್‌ಸ್ಟಿಕ್ ಹೆಚ್ಚೆನಿಸಿತು.

"ಹೇಗಿದ್ದೀರಿ? ಮನೆ ಕಡೆ ಬರ್ಲೇ ಇಲ್ಲ" ಸ್ವರದಲ್ಲಿ ಮಧುರವಾದ ಆಕ್ಷೇಪಣೆ ಇದ್ದರೂ ಮುಖದಲ್ಲಿನ ಮೊದಲಿನ ಗೆಲುವು ಇಲ್ಲವೆನಿಸಿತು. "ಸ್ವಲ್ಪ ಬಿಜಿ...."

ಡ್ರೈವರ್ ಯಾವುದೋ ಪ್ಯಾಕೆಟ್ ಹೊತ್ತು ತಂದ. ಬಲವಂತದಿಂದ ವಿಜಯಳನ್ನು ಕಾರಿನಲ್ಲಿ ಕೂಡಿಸಿಕೊಂಡು ಹೊರಟಳು.

ಕಾರು ಬಂಗ್ಲೆಯ ಕಡೆ ಹೊರಟಿತು. ಸಂತೋಷ್ ಬಗ್ಗೆ ನಿಖರವಾಗಿ ಏನು ತಿಳಿದಿರಲಿಲ್ಲ. ವಿಚಾರಿಸುವುದು ತಾನೇ ಯಾರಲ್ಲಿ? ಆದರೆ ಯಾವುದೋ ಭಯ ಅವಳನ್ನು ಹಿಂಡಿ ಹಿಪ್ಪೆ ಮಾಡುತ್ತಿತ್ತು.

ಲೀನಾ ದಾರಿಯುದ್ದಕ್ಕೂ ಅವಳೊಂದಿಗೆ ಹರಟಿದಳು. ಮಧ್ಯೆ ಸಂತೋಷನ ಸುದ್ದಿಯೇ ಇಣುಕಲಿಲ್ಲ. ತನ್ನ ಗೆಳತಿಯರ ಬಗ್ಗೆ ತಾಯಿ ತುಂಬ ಹೇಳಿಕೊಂಡಳು.

ಬಂಗ್ಲೆಯ ಮುಂದೆ ಕಾರು ನಿಂತಿತು. ಹಿಂದಿನ ಕಾರಿನಲ್ಲಿ ಬಂದ ಅವಿನಾಶ್ ಅವಸರವಾಗಿ ಇಳಿದು ಒಳಗೆಹೋದ. ವಿಜಯ ಅನುಮಾನಿಸಿದಳು.

ಮೊದಲು ಅವಿನಾಶ್ ಒಂದು ತರಹ ಕಂಡರೂ ಈಚೆಗೆ ಅಂತಹ ವರ್ತನೆಯೇನೂ ಕಂಡಿರಲಿಲ್ಲ. ಅವಳ ಕೆಲಸಗಳಲ್ಲಿ ತಪ್ಪುಗಳನ್ನು ಕಂಡುಹಿಡಿಯಲು ಅವನಿಗೂ ಸಾಧ್ಯವಾಗಿರಲಿಲ್ಲ.

ಲೀನಾ ಅವಳನ್ನು ಕೂಡಿಸಿ ಅಲ್ಲೇ ಕೂತಳು. ಅವಿನಾಶ್, ಸಂತೋಷ್ ಕೋಣೆಯಿಂದ ಒಟ್ಟಿಗೆ ಬಂದಾಗ ವಿಜಯಳ ಜೊತೆ ಲೀನಾಗೂ ಅಚ್ಚರಿಯಾಯಿತು. ಬಾಯಿಂದ ಮಾತುಗಳೇ ಹೊರಡಲಿಲ್ಲ.

ಇಡೀ ಅವಳ ಹೃದಯು ಸಂಕಟ ತೋಡಿಕೊಳ್ಳಲು ಕಣ್ಣುಗಳು ಸಮರ್ಥವಾದವೇನೋ. ಗುರುತಿಸಿದ ಕಣ್ಣುಗಳು ಸಮಾಧಾನ ಹೇಳಲು ಯತ್ನಿಸಿದವು. ಮುಗುಳ್ನಕ್ಕ ಸಂತೋಷ್ ಅವಳ ಮುಂದೇನೆ ಅವಿನಾಶ್ ಜೊತೆ ಸರಿದುಹೋದ.

ಆಮೇಲೆ ಮಾತನಾಡಲು ಮಾತುಗಳಾಗಲಿ, ಉತ್ಸಾಹವಾಗಲಿ ಇಬ್ಬರಿಗೂ ಇಲ್ಲದಿದ್ದರಿಂದ ಬೇಗ ಬೀಳ್ಕೊಂಡು ವಿಜಯ ನಡೆದಳು.

ಮನೆಗೆ ಬಂದಮೇಲೆ ಯಾವುದೋ ಚೈತನ್ಯ ತುಂಬಿಕೊಂಡಂತೆ ಉಲ್ಲಾಸದಿಂದ ಓಡಿಯಾಡಿದಳು. ಎಂದಿಗಿಂತ ಹೆಚ್ಚಾಗಿ ರಾತ್ರಿ ಊಟ ಮಾಡಿದಳು.

ರಾತ್ರಿ ಹತ್ತರ ಹೊತ್ತಿಗೆ ಭೂಷಣ್ ಬಂದ. ಒಂದು ಚಿಪ್ಪು ಏಲಕ್ಕಿ ಬಾಳೆಯಹಣ್ಣು ಬ್ಯಾಸ್ಕೆಟ್‌ನಲ್ಲಿಟ್ಟು, ಟೀಪಾಯಿ ಮೇಲಿಟ್ಟು ಕೂತ.

"ವಿನೂ ಕೊಟ್ಟು.... ಬಾ ಅಂದ್ಲು" ಪೇಪರನ್ನು ಎಳೆದುಕೊಂಡ.

ರಂಗಸ್ವಾಮಿಗಳ ಎದೆ ಭಾರವಾಯಿತು. ಅವನ ಸಭ್ಯ ಉತ್ತಮ ಗುಣಕ್ಕೆ ಯಾವ ವಿದ್ಯೆ ತಾನೇ ಸಮನಾದೀತು?

"ಊಟ ಮಾಡಪ್ಪ..." ಸ್ವರದಲ್ಲಿ ಪ್ರೀತಿ ತುಂಬಿಸಿ ಹೇಳಿದರು. ಭೂಷಣ್ ಕೈಯಲ್ಲಿದ್ದ ಪೇಪರ್ ಕೆಳಗೆ ಇಳಿಯಿತು. "ನಾನು ಊಟ ಮುಗ್ಸಿಕೊಂಡೇ ಬಂದಿದ್ದು. ಅವ್ಳು ಒಬ್ಳೇ... ಮನೆಯಲ್ಲಿ. ಬರ್ತೀನಿ...." ಎದ್ದೇಬಿಟ್ಟ.

ಅವನ ಸ್ವಭಾವವೇ ಹಾಗೆ. ಅಳಿಯನೆಂಬ ಬಿಗುಮಾನವಾಗಲಿ, ತಾನು ಸಹಾಯ ಮಾಡಿದೆನೆಂಬ ಗರ್ವವಾಗಲಿ ಅವನಲ್ಲಿ ಇರಲಿಲ್ಲ.

ಇಲ್ಲಿಗೂ ಅಷ್ಟೇ, ತೀರಾ ಅವಶ್ಯಕತೆ ಸಂದರ್ಭದಲ್ಲಿ ಮಾತ್ರ ಬರುತ್ತಿದ್ದ. ಆಗಲೂ ಹಿತ, ಮಿತವಾಗಿ ನಡೆದುಕೊಳ್ಳುತ್ತಿದ್ದ. ಬಲವಂತಕ್ಕೆ ಮಣಿದು ಇಲ್ಲಿಯೇ ಮಾತ್ರ ಉಳಿದುಕೊಳ್ಳುತ್ತಿರಲಿಲ್ಲ.

ಮಲಗುವ ಮುನ್ನ ವಿಜಯ ತಂದೆಗೆ ಹೇಳಿದಳು.

"ಅಣ್ಣ, ಇಷ್ಟು ದೊಡ್ಡ ಮನೆಯಲ್ಲಿ ನಾವು ಮೂರು ಜನನೇ. ಒಂದು ತರಹ

ಬಿಕೋ ಅನ್ನುತ್ತೆ. ವಿನೂ, ಭೂಷಣ್ ಇಲ್ಲೇ ಇರ್ಲಿ. ಸುಜೀ ಮದ್ವೆಯ ಅರ್ಧ ಸಾಲದ ಹಣ ಅವ್ರ ತಲೆಯ ಮೇಲೆ ಬಿದ್ದಿದೆ. ಸುಮ್ನೇ ಅಲ್ಲೇಕೆ ಬಾಡ್ಗೆ.... ಕೊಡ್ಬೇಕೂ....?"

ರಂಗಸ್ವಾಮಿಗಳಿಗೆ ಸುಜಯಳ ಮದುವೆಯಾದ ಮೇಲೆ ಈ ಆಲೋಚನೆ ಬಂದಿತ್ತು. ಭೂಷಣ್‌ನ ಸ್ವಭಾವ ನೆನೆದು ಹಿಂಜರಿದರು. ವಿನೋದಳ ಮನದ ಕಹಿ ಇನ್ನೂ ಸ್ವಲ್ಪ ಉಳಿದುಕೊಂಡಿದ್ದು. ತಟಕ್ಕನೇ ವ್ಯಂಗ್ಯವಾಗಿ ನುಡಿದು ಬಿಡುತ್ತಿದ್ದಳು.

"ನಂಗೆ ಅವರಿಬ್ರೂ ಬಂದಿದ್ರೆ.... ಸಂತೋಷನೇ! ಆದ್ರೆ ಅವ್ರುಗಳು ಇಲ್ಲಿ ಬಂದು ಉಳ್ಯೋ ವಿಷ್ಯದಲ್ಲಿ ನಂಬಿಕೆ ಇಲ್ಲ" ಛಾವಣಿಯತ್ತ ನೋಡಿದರು. ವಿಜಯಳ ಮುಖ ಗಂಭೀರವಾಯಿತು. 'ನಾನು ಖಂಡಿತ ಒಪ್ಪಿಸಬಲ್ಲೆ' ಎಂದು ಹೇಳಲು ಹಿಂಜರಿದಳು.

"ನಾನು ವಿನೋದಳಿಗೆ ಹೇಳಿ ಒಪ್ಪಿಸ್ತೀನಿ, ನೀವು ಸುಮ್ಮನಿರಿ" ಅನ್ನಪೂರ್ಣಮ್ಮ ದೃಢವಾಗಿ ಹೇಳಿದರು. ವಿಜಯಗೆ ತುಟಿಗಳ ಮೇಲೆ ತೆಳುನಗೆ ಮಿನುಗಿತು.

ಮೌನವಾಗಿ ಹೋಗಿ ಮಲಗಿಬಿಟ್ಟಳು. ಮೇಲ್ಮುಖಕ್ಕೆ ಸಂತೋಷ್ ಗೆಲುವಾಗಿ ಕಂಡಿದ್ದರೂ ಯಾವುದೋ ವೇದನೆ ಅವನನ್ನು ಕುಟುಕುತ್ತಿದೆಯೆಂಬ ಸಂಶಯ ವಿಜಯಳಲ್ಲಿ ಮೂಡಿತ್ತು. ಆದರೆ ಹೊರ ಹಾಕುವಂಥ ಸಾಧಾರಣ ವ್ಯಕ್ತಿಯಲ್ಲ!

ಇಂದು ಹಾಯಾಗಿ ಮಲಗಿ ನಿದ್ರಿಸಿದಳು.

* * *

ಚಂದ್ರಕಾಂತ್ ವಿಷಯವನ್ನು ಗೌಪ್ಯವಾಗಿ ಉಳಿಸಿದ್ದರೂ ಸಂತೋಷ್‌ನ ಹುಡುಕಿಸಲು ಬಹಳ ಪಾಡುಪಟ್ಟಿದ್ದರು. ಅವಿನಾಶ್ ಕೂಡ ನೈಜ ಸಂಗತಿಯನ್ನು ತೀರಾ ಅವರ ಮುಂದೆ ಬಿಚ್ಚಿಟ್ಟಿರಲಿಲ್ಲ. ಇಲ್ಲದಿದ್ದರೆ ಹಂಟರ್ ಕೈಗೆ ತೆಗೆದುಕೊಂಡು ಮಗಳ ಮೈ ಚರ್ಮ ಸುಲಿದುಬಿಡುತ್ತಿದ್ದರು.

ಅವಿನಾಶ್, ಸಂತೋಷ್ ಮನೆಗೆ ಬಂದಾಗ ಲೀನಾ ಟಿ.ವಿ. ನೋಡುತ್ತ ಕೂತಿದ್ದಳು. ಮನಸ್ಸಿನ ನೆಮ್ಮದಿ ಕಾಯ್ದುಕೊಳ್ಳಲು ತಿರುಗಾಡಿ ಬಂದಿದ್ದ. ಅಲ್ಲೆಲ್ಲೆ ಅವನನ್ನು ಹಿಂಬಾಲಿಸಿದ್ದು ವಿಜಯಳ ನೆರಳೇ. ಅವನ ದಿಕ್ಕೆಟ್ಟ ಮನಕ್ಕೆ ಚೇತನವನ್ನು ತುಂಬುತ್ತಿದ್ದುದು ಕೂಡ ಅವಳ ಸ್ವರವೇ. ತೀರಾ ದುಸ್ತರವೆನಿಸಿದಾಗ ಹಿಂತಿರುಗಿ ಬಂದಿದ್ದ.

ಅವಿನಾಶ್, ಸಂತೋಷನನ್ನು ಅಲ್ಲಿಯೇ ಬಿಟ್ಟು ಕೋಣೆಯತ್ತ ಹೋದವನು ಹಿಂದಿರುಗಿ ಬಂದು ಕೂತು ಟಿ.ವಿ. ನೋಡತೊಡಗಿದ. ಇಂಗ್ಲಿಷ್ ಚಿತ್ರ ನೋಟಕ್ಕಷ್ಟೆ ಮನದವರೆಗೂ ಬರಲೇ ಇಲ್ಲ.

ಎದ್ದ ಅವಿನಾಶ್ ಟಿ.ವಿ. ಆಫ್ ಮಾಡಿದ. ವಾರೆಗಣ್ಣಿಂದ ಲೀನಾಳತ್ತ ನೋಡಿದ. ಮುಖ ಸ್ವಲ್ಪ ಬಳಲಿದಂತೆ ಕಂಡಿತು. ಸಂತೋಷ್ ಹೋದ ಮೊದಲೆರಡು ದಿನಗಳು ಕಣ್ಣೀರು ಸುರಿಸಿ ರಂಪ ಮಾಡಿ ಆತ್ಮಹತ್ಯೆ ಮಾಡಿಕೊಳ್ಳುವುದಾಗಿ ಗೋಳಾಡಿದ್ದಳು. ಬಂದ ಹತ್ತುನಿಮಿಷ ಚಂದ್ರಕಾಂತ್ ಗಡುಸಾಗಿಯೇ ಸಮಾಧಾನ ಹೇಳಿದ್ದರು. ವಯಸ್ಸಿಗನುಗುಣವಾಗಿ ನಡೆದುಹೋಗುವ ಕೆಲವು ಅಚಾತುರ್ಯಗಳನ್ನು ಧಾರಾಳವಾಗಿ ಕ್ಷಮಿಸಬಲ್ಲರು. ಆದರೆ ಆ ಕಡೆ ಕತ್ತು ತಿರುಗಿಸಿದರೆ ಸಹಿಸರು.

ಸಂತೋಷ್ ಕೋಣೆಗೆ ಹೋಗಿ ಬಟ್ಟೆ ಬದಲಾಯಿಸಿ ಬಂದಾಗಲೂ ಲೀನಾ ಹಾಗೆಯೇ ಕೂತಿದ್ದಳು. ಬಂದಾಗಿನಿಂದ ಅವರಿಬ್ಬರೂ ಮಾತೇ ಆಡಿರಲಿಲ್ಲ. ಭಾರವಾದ ಉಸಿರು ದಬ್ಬಿದ.

ಮೂವರು ಊಟಕ್ಕೆ ಕೂತಾಗ ಹಾಗೊಂದು ಹೀಗೊಂದು ಮಾತಾಡಿದ್ದು ಅವಿನಾಶ್ ಮಾತ್ರ ಬರೀ ಜಾಮ್ ನೆಕ್ಕುತ್ತ ಕೂತಿದ್ದ ಲೀನಾಳನ್ನು ನೋಡಿ ಅವನಿಗೆ ರೇಗಿತು.

"ನಿಂಗೇನಾಗಿದೆ, ಮಾತಾಡೋಕೆ?"

ಲೀನಾ ಹುಬ್ಬೆತ್ತಿ ಅವಿನಾಶ್‌ನತ್ತ ನೋಡಿದಳು. ಅವನ ಕೆಟ್ಟ ಕೋಪದ ಪರಿಚಯ ಅವಳಿಗಿತ್ತು. ಜಾಮ್ ಅಂಟಿದ್ದ ಬೆರಳು ಸ್ವಚ್ಛಗೊಂಡಿತು.

ಸಂತೋಷ್ ಕಂಡೂಕಾಣದಂತೆ ಕೋಣೆಯತ್ತ ನಡೆದುಬಿಟ್ಟ. ಶಶಿಯನ್ನು ನೋಡುವ ಅವಕಾಶ ಸಿಕ್ಕದಿದ್ದರೂ ಲೀನಾಳ ಮಗುವನ್ನು ಅನಾಥಾಲಯದಲ್ಲಿ ನೋಡಿಬಂದಿದ್ದ. ಮಗು ಬೆಳವಣಿಗೆಯಲ್ಲಿ ಸ್ವಲ್ಪ ಕೊರತೆಯಿದ್ದರೂ ಚೂಟಿಯಾಗಿತ್ತು.

ಹದಿನಾರರ ಅಂಚು ಅಥವಾ ಹದಿನೇಳನೇ ವಯಸ್ಸಿನಲ್ಲಿ ಲೀನಾ ಆ ಮಗುವಿಗೆ ಜನ್ಮ ನೀಡಿರಬಹುದು. ಗರ್ಭಪಾತದ ಔಷಧಿಗಳ ವಿಪರೀತ ಸೇವನೆಯಿಂದ ಮಗುವಿನ ಬೆಳವಣಿಗೆ ತಾಯಿಯ ಹೊಟ್ಟೆಯಲ್ಲಿ ಕುಂಠಿತಗೊಂಡಿತ್ತೆಂದು ಅಲ್ಲಿನ ಮೇಲ್ವಿಚಾರಕರು ಹೇಳಿದರು. ಎಲ್ಲೋ ಸಿಕ್ಕಿದ ಅನಾಥಮಗುವೆಂದೇ ದಾಖಲೆಯ ಪುಸ್ತಕದಲ್ಲಿ ನಮೂದಾಗಿದ್ದರೂ ಆಗಾಗ ಶಶಿ, ಲೀನಾ ಹೋಗಿ ನೋಡಿಬರುತ್ತಿದ್ದ ಪುರಾವೆಗಳಿದ್ದವು.

ಇಷ್ಟು ವಿವರಗಳು ಬರೀ ಕುತೂಹಲಕ್ಕಾಗಿ ಸಂಗ್ರಹಿಸಿರಲಿಲ್ಲ. ಲೀನಾ ಇಷ್ಟಪಟ್ಟರೆ ಮಗುವನ್ನು ಅಲ್ಲಿಂದ ಒಯ್ದು ತರುವುದು ಕೂಡ ಅವನ ನಿಶ್ಚಯವಾಗಿತ್ತು. ಪರಿಸ್ಥಿತಿಯ ಕೈಗೊಂಬೆಯಾದ ಅವಳ ಬಗ್ಗೆ ಸಹಾನುಭೂತಿ ಇತ್ತು. ಆದರೆ ಶಶಿಯ ಬಗ್ಗೆ ಮಾತ್ರ ಯೋಚಿಸಲಾರ.

ಲೀನಾ ಬಂದಾಗ ಅಂಗಾತನಾಗಿ ಮಲಗಿ ಛಾವಣಿಯತ್ತ ನೋಡುತ್ತಿದ್ದ ಸಂತೋಷ್. ಬಂದವಳೇ ಅವನೆದೆಯ ಮೇಲೆ ತಲೆಯಿಟ್ಟು ಬಿಕ್ಕತೊಡಗಿದಳು.

ಬೆರಳುಗಳು ಮಾತ್ರ ಅವಳ ಕೂದಲನ್ನು ನೇವರಿಸತೊಡಗಿತು. ಆದರೆ ತುಟಿಗಳು ತೆರೆದುಕೊಳ್ಳಲು ಸಮರ್ಥವಾಗಲಿಲ್ಲ. ಮನ ನಿರ್ಲಿಪ್ತತೆಯ ಹಾದಿಯಲ್ಲಿ ಹೆಜ್ಜೆಯಿಡ ತೊಡಗಿತು. ಇದು ಭಾರತೀಯರ ಸಮಸ್ಯೆಯೆನಿಸಲಿಲ್ಲ. ಪಾಶ್ಚಾತ್ಯ ಮುಂದುವರಿದ ದೇಶಗಳಲ್ಲಿ ಹೆಣ್ಣು, ಗಂಡುಮಕ್ಕಳು ಸ್ವಚ್ಛಂದವಾಗಿ ಬೆಳೆಯಲು ಯಾವ ಅಡ್ಡಿಆತಂಕಗಳೂ ಇರಲಿಲ್ಲ. ಹದಿನೈದು ಹದಿನಾರರೊಳಗಿನ ಹುಡುಗಿಯರು ತಪ್ಪಿ ತಾಯಂದಿರಾಗುವುದು ಆಶ್ಚರ್ಯಕರವಾದ ವಿಷಯಗಳಲ್ಲ. ಇಂಥ ಸಮಸ್ಯೆಗಳು ಅಲ್ಲಿ ಅಷ್ಟು ಭೀಕರವೆನಿಸದಿದ್ದರೂ ಇಲ್ಲಿ ಮಾತ್ರ ಅದು ದುರಂತ.

ಪೂರ್ತಿ ಅತ್ತು ಅವಳಾಗಿ ಸಮಾಧಾನಗೊಳ್ಳುವವರೆಗೂ ಸಂತೋಷ್ ತುಟಿ ಬಿಚ್ಚಲು ಹೋಗಲಿಲ್ಲ. ಬಿಕ್ಕುವಿಕೆ ತಗ್ಗಿ ಒಂದು ತರಹ 'ಸಿರ್, ಸಿರ್' ಶುರುವಾಗಿ ಅದು ನಿಂತ ಮೇಲೆ ಭಾರವಾದ ನಿಟ್ಟುಸಿರು ದಬ್ಬಿದ.

"ಸಾರಿ ಲೀನಾ, ನಾನು ತಪ್ಪಾಗಿ ನಡ್ದುಕೊಂಡೆನೇನೋ! ನೀನು ಸ್ವಲ್ಪ ಧೈರ್ಯವಾಗಿದ್ರೆ... ನಿನ್ನ ಮುಂದಿನ ಸಮಸ್ಯೆನ ಇಲ್ಲಾಗಿಸ್ಬಹ್ದು!" ಬಾವಿಯಾಳದಿಂದ ಬಂದಂತಿತ್ತು ಅವನ ಸ್ವರ.

ಲೀನಾ ಎದ್ದು ಕೂತು ಅವನನ್ನು ನೋಡತೊಡಗಿದ್ದಳು. ಹತ್ತಾರು ಕುಟುಂಬಗಳ ಕೆಲವು ಹಬ್ಬ, ವಿಮಕ್ಕಳು ಸಲುಗೆಯಿಂದ ಓಡಾಡುತ್ತಿದ್ದುದ್ದು ಅವಳಿಗೇನು ಹೊಸದಲ್ಲ. ಯುವಕರನ್ನು ನೋಡಿದ ತಕ್ಷಣ ನಾಚುವ, ಸಂಕೋಚಿಸುವ ಸ್ವಭಾವ ಅವಳ ಮೈಗೂಡಿಕೊಂಡು ಬಂದಿರಲಿಲ್ಲ.

"ಮುಂದಿನ ಅರಿವಿಲ್ಲದ ವಯಸ್ಸಿನಲ್ಲಿ ನಡ್ದುಹೋದ ಘಟನೆ ನಿನ್ನ ಬಾಧಿಸುತ್ತಿರಬಹ್ದು" ಮುಂದೆ ಸಹಜವಾಗಿ ಮಾತನಾಡುವುದು ಅವನಿಂದಾಗಲಿಲ್ಲ. ಹಣೆಯಲ್ಲಿ ಆಳವಾದ ಗೆರೆಗಳು ಮೂಡಿದವು. ಎದ್ದು ಕೂತ. "ಆ ಮಗು ಬಗ್ಗೆ ನಿಂಗೆ ಪ್ರೀತಿ ಸಹಜ! ಈ ರೀತಿ ಮಾನಸಿಕ ಕ್ಲೇಶಕ್ಕೆ ಗುರಿಯಾಗುವುದನ್ನು ಬಿಟ್ಟು ನೀನೇ ತಂದಿಟ್ಕೊಬಹ್ದು! ಪ್ರೀತಿ, ಪ್ರೇಮದಿಂದ ಕೈಯಾರೆ ಬೆಳ್ಸಬಹ್ದು!" ಎಷ್ಟೇ ಸಹಜವಾಗಿ ಹೇಳಬೇಕೆಂದರೂ ಉದ್ವೇಗದಿಂದ ಅವನ ಕತ್ತಿನ ನರಗಳು ಉಬ್ಬಿಕೊಂಡವು.

ಲೀನಾಳ ತಲೆಯಲ್ಲಿ ಅಗ್ನಿಸ್ಫೋಟವಾಯಿತು. ಕಣ್ಣುಗಳಲ್ಲಿ ಭೀತಿ ಮೂಡಿತು. ಎರಡು ಕೈಯಿಂದ ಮುಖ ಮುಚ್ಚಿಕೊಂಡಳು.

ಚಂದ್ರಕಾಂತ್ ಇದನ್ನು ಸೈರಿಸಬಲ್ಲರೇ? ಕುಟುಂಬದ ಪ್ರತಿಷ್ಠಿತ ಹಿರಿಯರು ಇದನ್ನು ಒಪ್ಪಬಹುದೇ? ಕಡೆಗೆ ಲೀನಾ ಮನ ಕೂಡ ಇದಕ್ಕೆ ಸಮ್ಮತಿಸಲಾರದು!

"ಬೇಡ ಸಂತೋಷ್... ಬೇಡ" ಭಯಭೀತಳಂತೆ ಅರಚಿದಳು.

ಅವನ ಕಣ್ಣುಗಳಲ್ಲಿ ವಿಸ್ಮಯ ಇಣುಕಿತು. ಕೆಳತುಟಿಯನ್ನು ಹಲ್ಲಿನಡಿಯಲ್ಲಿ ಕಚ್ಚಿಹಿಡಿದ. ಅರ್ಥಮಾಡಿಕೊಳ್ಳುವುದು ಕಷ್ಟವೆನಿಸಿತು.

ಅವಳ ಬಿಚ್ಚು ತುಂಬುಗೂದಲಲ್ಲಿ ಬೆರಳಾಡಿಸಿದ. ಆಶ್ವಾಸನೆ ತುಂಬುವಂತೆ ಅವಳ ಕೈ ಹಿಡಿದು ಮೃದುವಾಗಿ ಅಮುಕಿದ. ಅವನತ್ತ ಎಸೆದ ಲೀನಾ ನೋಟ ಅಧೋಗತಿಯಲ್ಲಿ ತೂಗುತ್ತಿತ್ತು.

"ನೀನು ಯಾರ್ಗೂ ಹೆದರೋದ್ಬೇಡ. ಅವಿನಾಶ್, ಚಂದ್ರಕಾಂತ್ ಬಗ್ಗೆನೂ ನಿಂಗೆ ಭಯ ಬೇಡ! ಆ ಮಗು ಮೇಲೆ ನಿಂಗೆ ಪ್ರೀತಿ ಇಲ್ವಾ?" ಈ ಪ್ರಶ್ನೆ ಚಾಟಿಯೇಟಿನಂತೆ ಅವಳ ಮೈಮೇಲೆ ಬಾಸುಂಡೆಗಳನ್ನೆಬ್ಬಿಸಿ ಚುರುಗುಟ್ಟುವಂತೆ ಮಾಡಿತು.

ಬಿರುಗಾಳಿಯ ಮಧ್ಯೆ ಸಿಕ್ಕಿಕೊಂಡವಳಂತೆ ಪರಿತಪಿಸಿದಳು. ಮನ ಡೋಲಾಯಮಾನವಾಗಿ ಹೊಯ್ದಾಡತೊಡಗಿತು.

"ಸಂತೋಷ್, ನನ್ನ ಹಿಂಸೆ ಮಾಡ್ಬೇಡಿ. ನನ್ನ ಪಾಡಿಗೆ ನನ್ನ ಬಿಟ್ಬಿಡಿ." ಸಹನೆ ಕಳೆದುಕೊಂಡವಳಂತೆ ಕೂಗಿಕೊಂಡಾಗ ಸಂತೋಷ್ ದಿಗ್ಭ್ರಮೆಗೊಂಡ. "ಪೂರ್... ಸೆಂಟಿಮೆಂಟಲ್..." ಕೆಲವೊಮ್ಮೆ ಹೆಣ್ಣಿನ ಮನ ಅರ್ಥಮಾಡಿಕೊಳ್ಳಲಾರದಷ್ಟು

ಗೂಢವೆನಿಸಿತು.

ಮಲಗಿ ನಿದ್ರಿಸಲು ಪ್ರಯತ್ನಪಟ್ಟ. ಆಗ ಅವನ ನೆನಪಿನಲ್ಲಿ ಇಣುಕಿದ್ದು ಸೌಮ್ಯ ಮುಖದ ವಿಜಯ ಮಾತ್ರ. ಮೊದಲು ಅವನನ್ನು ಆಕರ್ಷಿಸಿದ್ದು ಮೋಹಕವಾಗಿ ಮಾತನಾಡಿದರೂ ಗಾಂಭೀರ್ಯತೆಯನ್ನು ಕಳೆದುಕೊಳ್ಳುವ ಶೈಲಿ ಅಗಾಧವಾಗಿ ಚಿಂತಿಸುವ ಮನಸ್ಸು. ಸದಾ ಉತ್ಸಾಹ ಚಿಮ್ಮುವ ಮುಖ ತೀರಾ ಆಪ್ಯಾಯಮಾನವಾಯಿತು. ಅಡಿಯಿಟ್ಟವಳು ಹೃದಯದಲ್ಲಿ ಬೆಚ್ಚನೆಯ ಸ್ನೇಹಸ್ಪರ್ಶದಲ್ಲಿ ಅಲುಗಾಡದೆ ಸುಂದರ ಮೂರ್ತಿ ಶಿಲ್ಪದಂತೆ ನಿಂತುಬಿಟ್ಟಳು. ಕಿತ್ತೆಸೆಯುವ ಇವನ ಪರಾಕ್ರಮವಾಗಲಿ, ವ್ಯವಸ್ಥೆಯ ದಂಡವಾಗಲಿ ಅಥವಾ ಲೀನಾಳ ಸವಿಜೇನಿನ ಪ್ರೀತಿಯ ಸ್ಪರ್ಶವಾಗಲಿ ಆ ಪ್ರತಿಮೆಯನ್ನು ಮುಟ್ಟುವುದು ಹಾಗಿರಲಿ ಸಮೀಪಿಸಲು ಕೂಡ ಆಗಲಿಲ್ಲ. ಅವನ ಬದುಕಿಗೆ ಅದೊಂದು ಚಿರಂತನ ಚೇತನ.

ಗುಂಗಿನಿಂದ ಹೊರಳಿ ಪಕ್ಕಕ್ಕೆ ತಿರುಗಿದಾಗ ಲೀನಾ ಹಾಯಾದ ನಿದ್ದೆಯಲ್ಲಿದ್ದಳು. ಹುಬ್ಬೇರಿಸುವಂತಾಯಿತು ಅವನಿಗೆ. ಕಣ್ಮುಚ್ಚಿ ಮಲಗಲು ಪ್ರಯತ್ನಿಸಿದ.

ಬೆಳಿಗ್ಗೆ ಇವನು ಎದ್ದುಬಂದಾಗ ಅವಿನಾಶ್ ಯಾರಲ್ಲಿಯೋ ಫೋನ್ ಹಿಡಿದು ಸಂಭಾಷಿಸುತ್ತಿದ್ದ. ಪದೇಪದೇ ಬದಲಾಗುವ ಅವನ ಮುಖದ ಭಾವಗಳನ್ನು ನಿರುಕಿಸುತ್ತ ಕೂತ.

ಬಂದವನನ್ನು ತಾನಾಗಿ ಪ್ರಶ್ನಿಸಲು ಹೋಗಲಿಲ್ಲ. ಅವಿನಾಶ್ ಮುಖ ಕೂಡ ಕಹಿಯಾಗಿತ್ತು. ಒಳ್ಳೆಯ ಮೂಡಿನಲ್ಲಿಲ್ಲವೆಂದು ಸಂತೋಷ್‌ಗೆ ಅರ್ಥ ಮಾಡಿಕೊಳ್ಳಲು ಕಷ್ಟವಾಗಲಿಲ್ಲ.

"ಸಂತೋಷ್ " ಅವನ ಹಣೆಯಲ್ಲಿ ಗೆರೆಗಳು ಮೂಡಿ ಆಳವಾದವು. ಕಣ್ಣಲ್ಲಿಯೇ ಏನು ಎನ್ನುವಂತೆ ಸಂತೋಷ್ ಪ್ರಶ್ನಿಸಿದಾಗ ಎದ್ದು ಫೋನ್‌ನತ್ತ ನಡೆದ. ಮತ್ತೆ ಹಿಂದಿರುಗಿ ಬಂದ. "ಸ್ವಲ್ಪ ಬಾಂಬೆಗೆ ಹೋಗೋ ಅಗತ್ಯವಿತ್ತು. ಆದ್ರೆ . ಹೋಗೋಲ್ಲ!" ಅವಿನಾಶ್ ಹಣೆಯುಜ್ಜಿದಾಗ ಸಂತೋಷ್ ನೋಟವನ್ನು ಕಿಟಕಿಯಿಂದ ಹೊರಚೆಲ್ಲಿದ. ತಾಗಾಗಿ ಪ್ರಶ್ನಿಸಲು ಹೋಗಲಿಲ್ಲ.

ಕಾರ್ಮಿಕರ ಬಗ್ಗೆ ಕಿಡಿಕಾರಿದ. ಸಂಘಟನೆಯ ಬಗ್ಗೆ ಗೊಣಗಾಡಿದ. ಸಮಾಜವಾದಿ ಚಳವಳಿಯ ಬಗ್ಗೆ ರೋಷ ಕಕ್ಕಿದ ಸಂತೋಷ್ ಮೌನವಾಗಿ ಕೇಳುತ್ತ ಕೂತ.

"ಈ ಟ್ರೇಡ್ ಯೂನಿಯನ್‌ಗಳದ್ದು ದೊಡ್ಡ ತಲೆನೋವು" ಬೇಸರ ಬೆರೆತ ಕಿಡಿಗಳು ಅವಿನಾಶ್‌ನ ಕಣ್ಣುಗಳಲ್ಲಿ ಇಣುಕಿತು.

ಈಗ ಸಂತೋಷ್‌ಗೆ ನೆನಪಾದದ್ದು ಕಾರ್ಲ್‌ಮಾರ್ಕ್ಸ್ ಮತ್ತು ಆತನ ಸಿದ್ಧಾಂತಗಳು. ಎಗೆಲ್ಸ್‌ನ ಜೊತೆಗೂಡಿದ ಅವನ ಹೋರಾಟ ಅಧಿಕಾರಿಶಾಹಿಯ ವಿರುದ್ಧವಿತ್ತು. ದುಡಿಯುವ ವರ್ಗ ತನ್ಮೂಲಕ ಇಡೀ ಸಮಾಜವನ್ನೇ ನೋಡಿಕೊಳ್ಳುವಂತೆ ಮಾಡುವುದೇ ಅವನ ಸಿದ್ಧಾಂತವಾಗಿತ್ತು. ಈ ಮಹತ್ವದ ಚಿಂತಕ ಅತ್ಯಂತ ಕ್ರಿಯಾಶೀಲ ವ್ಯಕ್ತಿಯಾಗಿ ಕಂಡಿದ್ದ.

ನೇರವಾಗಿ ಅವಿನಾಶ್‌ನ ನೋಡಿದ. ಮುರಿದ ಪರಂಪರೆಯ ಎತ್ತಿ ಹಿಡಿಯುವ

ಮಂದಿಯಲ್ಲಿ ಅವನೊಬ್ಬನಾಗಿ ಕಂಡ.

"ಅವಿನಾಶ್, ಸ್ವಲ್ಪ ಬೇರೆ ರೀತಿಯಲ್ಲಿ ಯೋಚ್ಸೋದು ಅಗತ್ಯ." ಸಂತೋಷ್ ಹೇಳಿದಕೂಡಲೇ ಅವಿನಾಶ್ ಚಕಿತನಾದ. ಇಲ್ಲಿ ಚಂದ್ರಕಾಂತ್ ಎಡವಿದ್ದಾರೆನಿಸಿತು. "ನಮಗೆ ನಾನೇ ಸಮಾಧಿ ಕಟ್ಟಿಕೊಂಡಂತೆ, ಅವನ ಚಿಂತನೆಗಳ ಮೇಲೆ ಬಂಡೆ ಎಳೆಯುವ ಪ್ರಯತ್ನ ಮಾಡಿದ."

ಸಂತೋಷ್ ಮೌನವಹಿಸಿದ. ಈ ಅಧಿಕಾರಿದಾಹಿ ಜನರ ಜೊತೆ ಕೈಸೇರಿಸುವುದು ಕಷ್ಟವೆನಿಸಿದರೂ, ಪಲಾಯನವಾದಿಯಾಗಲು ಇಷ್ಟಪಡಲಿಲ್ಲ.

ಲೀನಾಳ ಮಗುವಿನ ನೆನಪಾದಾಗ ಅವನೆದೆ ಭಾರವಾಯಿತು. ಶಶಿ, ಲೀನಾಳ ಬಿಟ್ಟು ಆ ಮಗುವಿನ ಬಗ್ಗೆ ಯೋಚಿಸತೊಡಗಿದ. ತಾಯಿ, ತಂದೆ ಬದುಕಿದ್ದರೂ ದಿಕ್ಕಿಲ್ಲದ ಅನಾಥಮಗು.

ಅವನಿಗೆ ಲೀನಾಳ ಮೇಲೆ ಕೋಪ ಬಂತು. ಹಣೆಯುಜ್ಜಿ ಬಿಸಿಯುಸಿರನ್ನು ಹೊರಗೆ ದಬ್ಬಿದ.

ಕಣ್ಮುಂದಿನ ಚಿತ್ರಗಳನ್ನು ಕರಗಿಸತೊಡಗಿದ. ಎಲ್ಲ ಕರಗಿಸಿದರೂ ವಿಜಯಳ ಪ್ರತಿಮೆ ಪುಟಿದು ಬಂದು ಅವನ ನೊಂದ ಮನಸ್ಸಿಗೆ ಸಾಂತ್ವನ ನೀಡಿದಂತಾಯಿತು.

ಬಿಳಿ ಬಟ್ಟೆಯ ಮೇಲೆ ಹರವಿದ್ದ ಸಂಡಿಗೆಯನ್ನು ವಿಜಯ ಕಾಂಪೌಂಡ್‌ನಲ್ಲಿ ಕೂತು ಬಿಡಿಸುತ್ತಿದ್ದಳು. ತಲೆಗೆ ನೀರು ಹಾಕಿಕೊಂಡಿದ್ದರಿಂದ ಬಿಚ್ಚುಗೂದಲು ಬೆನ್ನು ತುಂಬ ಹರಡಿಕೊಂಡಿತ್ತು. ಸೂರ್ಯ ಮೋಡಗಳ ಮರೆಯಲ್ಲಿ ಕಣ್ಣುಮುಚ್ಚಾಲೆ ಯಾಡುತ್ತಿದ್ದರಿಂದ ಬಿಸಿಲು ತೀಕ್ಷ್ಣವಾಗಿರಲಿಲ್ಲ.

"ಇಂಥ ಬಿಸಿಲಿನಲ್ಲಿ ಸಂಡಿಗೆ ಹರವೋದು!" ಸ್ವರವೇ ಅವಳನ್ನು ಹೆದರಿಸಿತು. ನಿಧಾನವಾಗಿ ತಲೆಯೆತ್ತಿದಳು. ಒಂದು ಖಾಲಿ ಪ್ಲಾಸ್ಟಿಕ್ ವೈರ್‌ನ ಬುಟ್ಟಿ ಹಿಡಿದ ಸ್ವರ್ಣಮ್ಮ ನಿಂತಿದ್ದರು. ಅವಳ ಮುಖದ ಗೆಲುವೇ ಕುಂದಿಹೋಯಿತು. "ಓ... ಅಮ್ಮ ಒಳಗಡೆ ಇದ್ದಾರೆ ನೋಡಿ" ಅವಳ ಕೈಬೆರಳುಗಳು ಸಂಡಿಗೆಯನ್ನು ಪುಡಿ ಮಾಡಿ ತಮ್ಮ ಅಸಹನೆಯನ್ನು ಪ್ರಕಟಿಸುತ್ತಿತ್ತು.

ಸ್ವರ್ಣಮ್ಮ ಅವಳನ್ನು ಸವರಿಕೊಂಡೇ ಒಳಗೆಹೋದರು. ಅವಳ ಮೈಯ ರಕ್ತವೆಲ್ಲ ಕಾಲಿನ ಬುಡದಲ್ಲಿ ಹರಿದುಹೋದ ಅನುಭವವಾಯಿತು. ನಿತ್ರಾಣವೆನಿಸಿತು. ಇನ್ನೇನು ಕಾದಿದೆಯೋ? ಮನ ಭಯದಿಂದ ಕಾತರಿಸಿತು.

ಬೀಗಿತ್ತಿ ಸ್ವರ್ಣಮ್ಮ ಈ ಮನೆಯವರ ಪಾಲಿಗೆ ದುಃಸ್ವಪ್ನವಾಗಿದ್ದರು. ಅವರ ಬೇಡಿಕೆಗಳಿಗೆ ಕೊನೆಯೇ ಇರಲಿಲ್ಲ. ಸೊಸೆಯನ್ನು ಹೊಗಳಿ, ಸದಾ ಉಪಚರಿಸಿ ಬುಟ್ಟಿಗೆ ಹಾಕಿಕೊಂಡಿದ್ದರು. ಒಳ್ಳೆಯ ಮಾತುಗಳಿಂದಲೇ ತಮ್ಮ ಬೇಡಿಕೆಗಳನ್ನು ಅವಳ ಮೂಲಕ ಮಂಜೂರು ಮಾಡಿಸಿ ಇವರ ಮುಂದಿಡುತ್ತಿದ್ದರು. ಅಪ್ಪ, ಅಮ್ಮನ ಸಹನೆಯ ಜೊತೆ ಅವಳ ತಾಳ್ಮೆಯೂ ಸತ್ತುಹೋಗುವ ಸ್ಥಿತಿಯಲ್ಲಿತ್ತು.

ನಿಧಾನವಾಗಿ ಎದ್ದು ಹಿಂದಿನಿಂದ ಬಂದವಳೆ ವರಾಂಡದಲ್ಲಿದ್ದ ಚೇರ್ ಮೇಲೆ ಕೂತು ನಿಟ್ಟುಸಿರು ದಬ್ಬಿದಳು.

"ಹಬ್ಬ ಹತ್ತಿರವಾಯ್ತಲ್ಲ! ಯಾವಾಗ ಕರ್ಕೊಂಡ್ಹೋಗ್ತೀರೋಂತ ವಿಚಾರ್ಸೋಕೆ ಬಂದೆ. ಒಂದೇ ಊರೂಂತ ಸೊಸೆಗೆ ತಾಯಿ ಮನೆ ಯಾಕೆ ದೂರ ಮಾಡ್ಲಿ!" ಸ್ವರ್ಣಮ್ಮನ ಸೋಗು ಅವಳನ್ನು ಕೆರಳಿಸಿತು. ಕೈಬೆರಳುಗಳು ಟೀಪಾಯಿ ಮೇಲಿನ ಪತ್ರಿಕೆಯನ್ನು ಸರಸರನೇ ಗಾಳಿಯಲ್ಲಿ ಮೊಗಚತೊಡಗಿದಳು.

"ವಿಜ್ಜು, ಇಲ್ಬಾಮ್ಮ" ಅನ್ನಪೂರ್ಣಮ್ಮನ ಸ್ವರ ಎಚ್ಚರಿಸಿದಾಗ ಬೇಸರದಿಂದಲೆ ಎದ್ದು ಒಳಗೆಬಂದಳು. ಸ್ವರ್ಣಮ್ಮನವರು ಅಡಿಯಿಂದ ಮುಡಿಯವರೆಗೂ ನೋಡಿದರು. "ಈಚೆಗೆ ನಿಮ್ಮ ವಿಜಯ ತುಂಬ ಬಡವಾದ್ಲು!"

ಅನ್ನಪೂರ್ಣಮ್ಮನ ಒಡಲಲ್ಲಿ ಬೆಂಕಿಹತ್ತಿ ಉರಿದಂತಾಯಿತು. ಕಷ್ಟಪಟ್ಟು ತಡೆದುಕೊಂಡರು.

"ಕೈತುಂಬ ಸಂಬ್ಳ ತರ್ತಾಳೆ. ಸ್ವಲ್ಪ ಅಚ್ಚುಕಟ್ಟಾಗಿ ನೋಡ್ಕೊಳ್ಳಿ!" ಮತ್ತೆ ಆಕೆ ಮೂತಿ ತೂರಿಸಿದಾಗ ವಿಜಯಳಿಗೆ ಕಪಾಳಕ್ಕೆ ಹೊಡೆಯಬೇಕೆನಿಸಿತು.

ಈಗ ಅನ್ನಪೂರ್ಣಮ್ಮನ ಸಹನೆ ಪೂರ್ತಿಯಾಗಿ ಕುಸಿದುಹೋಯಿತು. ಒಡಲ ಬೆಂಕಿ ಹೊರಬರಲು ಹಾತೊರೆಯಿತು.

"ತರೋ ಸಂಬ್ಳವೆಲ್ಲ ನಿಮ್ಮ ಸೊಸೆ ಮದ್ವೆಗೆ ಮಾಡ್ದ ಸಾಲಕ್ಕೆ ಹೋಗ್ತಾ ಇದ್ರೆ ನಾವು ತಾನೇ ಎಲ್ಲಿಂದ ತರೋಣ? ನೀವು ಬೇರೆ ವರದಕ್ಷಿಣೆ ಬೇಡಾಂದ್ರೂ ಅದ್ರ ಎರಡರಷ್ಟು ಖರ್ಚು ಮಾಡ್ಸಿದ್ರಿ. ಈಗ್ಲೂ ನಿಶ್ಚಿಂತೆಯಾಗಿ ಇರೋಹಂಗಿಲ್ಲ!"

ಸ್ವರ್ಣಮ್ಮನ ಮೈಮೇಲೆ ಸುಡೋ ಬಿಸಿನೀರು ಚೆಲ್ಲಿದಂತಾಯಿತು. ಅವಮಾನದಿಂದ ಅವರ ಮುಖ ಬಣ್ಣಗೆಟ್ಟಿತು. ಪಕ್ಕದಲ್ಲಿದ್ದ ವೈರ್‌ಬ್ಯಾಗ್ ಅಷ್ಟು ದೂರಕ್ಕೆ ಹಾರಿತು.

"ಮನೆಗೆ ಬಂದ ಬೀಗಿತ್ತಿಗೆ ಸರ್‍ಯಾದ ಮರ್ಯಾದೆನೇ ಮಾಡಿದ್ರಿ! ನಾವು ಹೆಣ್ಣು ಹೆತ್ತ ಜನವಾದ್ದರಿಂದ ವರದಕ್ಷಿಣೆ ಬೇಡ ಅಂದಿದ್ದು. ನೀವು ಮದ್ವೆಗೆ ಯಾವ ಮಹಾ ಖರ್ಚು ಮಾಡಿದ್ದೀರಾ! ದೊಡ್ಡ ಮಗ್ಳಿಗೆ ಮಾಡಿದ್ದು ಅಷ್ಟರಲ್ಲೇ ಇದೆ. ನಾವೇನೋ ಕರುಣೆಯಿಟ್ಟು ಮಾಡ್ಕೊಂಡಿದ್ದಕ್ಕೆ ಸರ್ಯೋಯ್ತು. ಇಲ್ದಿದ್ರೆ ಆ ಹುಡ್ಗೀಗೆ ಈ ಜನ್ಮದಲ್ಲಿ ಹರಿಶಿನದ ನೀರು ಕಾಣಿಸ್ತಾ ಇರ್ಲಿಲ್ಲ!" ಸೇಡು ತೀರಿಸಿಕೊಂಡಾಗ ಸ್ವರ್ಣಮ್ಮ ಕೂಗಿಯಾಡಿದಾಗ ತಾಯಿ, ಮಗಳು ಬೆಪ್ಪಾದರು.

ಇವರ ಜನ್ಮ ಜಾಲಾಡಿಯೇ ಸ್ವರ್ಣಮ್ಮ ಮನೆಯಿಂದ ಹೊರಗೆ ನಡೆದಿದ್ದು. ಅನ್ನಪೂರ್ಣಮ್ಮ ಜೋರಾಗಿ ಅಳಲು ಶುರು ಮಾಡಿಬಿಟ್ಟರು. ವಿಜಯಳಿಗೆ ಏನು ಮಾಡಬೇಕೆಂದು ತೋರದೆ ಸುಮ್ಮನೆ ಕೂತುಬಿಟ್ಟಳು.

ಈ ಸಾಲದ ಹೊರೆ ಜೊತೆ ಒಮ್ಮೊಮ್ಮೆ ಬೇಸತ್ತಾಗ ತಾಯಿ, ತಂದೆಯಾಡುವ ನೋವಿನ ಮಾತುಗಳು ಅವಳ ಪಾಲಿಗೆ ವ್ಯಂಗ್ಯದ ಇರಿತಗಳಾಗುತ್ತಿತ್ತು.

"ಅವ್ರು ಆಡಿದ್ದು ಕೇಳಿದ್ಯಾ?" ಬಿಕ್ಕುವಿಕೆಯ ನಡುವೆ ಕೇಳಿದಾಗ ವಿಜಯಳ ಮುಖ ಮತ್ತಷ್ಟು ಗಂಭೀರವಾಯಿತು.

"ಸ್ವಲ್ಪ ಗಟ್ಟಿಯಾಗಿ ಕಹಿ ಬೆರೆಸಿ ಹೇಳಿದರು . ಸತ್ಯನ ಅಲ್ಲಗಳೆಯೋಕಾಗೋಲ್ಲ!" ಅಡಿ ತಕ್ಷಣ ನಾಲಿಗೆಯನ್ನು ಕಚ್ಚಿಕೊಂಡಳು.

ತಾಯಿ ನೋಟವನ್ನು ಎದುರಿಸಲಾರದೆ ಎದ್ದು ಹೊರಗೆಹೋದಳು ತಾಯಿ ಆ ರೀತಿ ಮಾತನಾಡಿದ್ದು ತಪ್ಪು. ಪಶ್ಚಾತ್ತಾಪದಿಂದ ಅವಳ ಮನ ದಗ್ಧವಾಗಿ ನಿಸ್ಸಹಾಯಕತೆಯ ಕಣ್ಣೀರನ್ನು ಹೊರಗೆ ದಬ್ಬಿತು.

ವಿನೋದಳ ಮನೆಗೆಹೋಗಿದ್ದ ರಂಗಸ್ವಾಮಿಗಳು ಒಂದು ಸಣ್ಣ ಸ್ಟೀಲ್ ಕ್ಯಾರಿಯರ್ ಹೊತ್ತು ತಂದರು. ನೋಡಿದರೂ ನೋಡದಂತೆ ನಟನೆ ಮಾಡಲು ಹೋಗಿ ವಿಜಯ ಸೋತಳು.

"ವಿಜ್ಜು, ಯಾಕೆ ಒಂದು ತರಹ ಇದ್ದೀ?" ತೀರಾ ಸಮೀಪದಲ್ಲಿ ಸ್ವರ ಕೇಳಿದಾಗ ಗಲಿಬಿಲಿಗೊಂಡಳು. "ಏನಿಲ್ಲ, ಈ ಸಂಡಿಗೆ ಕಾಯ್ತ ಕೂತಿದ್ದೆ. ಸ್ವಲ್ಪ ತಲೆನೋವು ."

ಅವಳ ಮಾತನ್ನು ನಂಬದಿದ್ದರೂ ಮತ್ತೆ ರಂಗಸ್ವಾಮಿಗಳು ಪ್ರಶ್ನಿಸಲು ಹೋಗಲಿಲ್ಲ. ನೇರವಾಗಿ ಒಳಗೆಹೋದರು. ಅನ್ನಪೂರ್ಣಮ್ಮ ಕೂತ ಜಾಗಬಿಟ್ಟು ಅಲ್ಲಾಡಿರಲಿಲ್ಲ. ಕೆಂಪಡರಿದ ಕಣ್ಣುಗಳು, ಅತ್ತದ್ದಕ್ಕೆ ಸಾಕ್ಷಿಯೆನ್ನುವಂತೆ ಧುಮುಗುಟ್ಟುವ ಕೆನ್ನೆಗಳು ಅವರಿಗೆ ಗಾಬರಿಯನ್ನುಟ್ಟಿಸಿದುವು.

ಸೋತವರಂತೆ ಕೂತುಬಿಟ್ಟರು. ನಾಲಿಗೆ ಗಂಟಲಲ್ಲಿನ ಪಸೆ ಆರಿಹೋಯಿತು.

"ಏನಸಮಾಚಾರ?" ಅವರೆದೆಯ ಬಡಿತ ಏರಿತು.

ಸಾಂತ್ವನಗೊಳಿಸಲು ಅವರ ಅಗತ್ಯವಿತ್ತು. ಬಡಬಡನೆ ಬೀಗಿತ್ತಿ ಬಂದ ವಿಷಯ. ಅಂದ ಮಾತುಗಳನ್ನು ಮಾತ್ರ ಹೇಳಿ ಕಣ್ಣೀರು ಮಿಡಿದರು.

ರಂಗಸ್ವಾಮಿಯ ಹಣೆಯಲ್ಲಿನ ಗೆರೆಗಳು ಮತ್ತಷ್ಟು ಆಳವಾದವು. ಕಣ್ಣುಗಳು ನೋವನ್ನು ಮಿಡಿಯಿತು. ಈಚೆಗೆ ಹಿಂದಿನ ಗತ್ತಿರಲಿಲ್ಲ. ಸ್ವಲ್ಪ ಮೆತ್ತಗಾಗಿದ್ದರು.

"ಎಂಥ ಜನ ನೋಡು ." ಅಷ್ಟು ಬಿಟ್ಟು ಮತ್ತೇನು ಹೇಳುವಂತಿರಲಿಲ್ಲ ಅವರ ಸ್ಥಿತಿಯಲ್ಲಿ. ಮತ್ತೆ ಸ್ವಲ್ಪ ಗಟ್ಟಿಯಾಗಿ ಹೇಳಿದರು. "ಎಲ್ಲಾದ್ರೂ ಹಾಳಾಗ್ಲಿ! ಈ ಸಲವೇನಾದ್ರೂ ಬಂದ್ರೆ ಒಂದ್ಲೋಟ ಕಾಫಿ ಕೂಡ ಕೊಡ್ಬೇಡ. ಅವರ ದುಡಿಯೋ ಸೊಸೆ ಹಣಾನೂ ಬೇಡ. ಬರೋದೂ ಬೇಡ. ಹಬ್ಬ, ಉಡುಗೊರೆ ಕರ್ದು ಕಳ್ಸೋದು . ಏನು ನಮ್ಮಿಂದ ಆಗೋಲ್ಲಾಂತ ಹೇಳ್ಬಿಡು. ಹೇಗೋ . ಇದ್ಕೊಳ್ಳಿ ." ಹಣೆಯುಜ್ಜಿದರು.

ಮದುವೆಯಾದ ಮೇಲೆ ಸುಜಯ ಕಡೆಗೆ ಹತ್ತು ರೂಪಾಯಿ ಕೂಡ ತಂದೆಯ ಕೈಯಲ್ಲಿ ಇಟ್ಟಿರಲಿಲ್ಲ. ಬಂದಾಗಲೆಲ್ಲ ಏನಾದರೂ ಒಯ್ಯುತ್ತಿದ್ದಳು. ಉಪ್ಪಿನಕಾಯಿ, ಚಟ್ನಿಪುಡಿ ಅವಳ ಬೇಡಿಕೆಗಳು ಇದ್ದದ್ದೇ, ಬಾಯಿಬಿಟ್ಟು ಅನ್ನಲಾಗದ ಸ್ಥಿತಿ ಅವರದು.

ಒಂದುಸಲ ಮಗಳ ಮುಂದೆ ಮನೆಯ ಕಷ್ಟ ತೋಡಿಕೊಂಡಿದ್ದರು.

"ಸುಜಯ ಸ್ವಲ್ಪ ಅರ್ಥಮಾಡ್ಕೋ. ಮನೆಗೆ ಮಾಡ್ದ ಸಾಲ, ಮದ್ವೆಗೆ ಮಾಡ್ದ ಸಾಲ– ಎಲ್ಲಾ ವಿಜೀ ತಲೇ ಮೇಲೆ ಬಿದ್ದಿದೆ. ಒಂದಷ್ಟು ಸಾಲ ಭೂಷಣ್ ಮೇಲೆ ಹಾಕ್ಕೊಂಡಿದ್ದಕ್ಕೆ ಸರ್‍ಹೋಯ್ತು. ಇಲ್ಲದಿದ್ರೆ . ನಮ್ಮ ಗತಿಯೇನು?"

ಒಂದುಕ್ಷಣ ಗಂಭೀರವಾಗಿ ಕೂತ ಸುಜಯಳ ಮೂಗಿನ ತುದಿ ಕೆಂಪಗಾಗಿತ್ತು. ಅತ್ತೆಯ ಬೆಣ್ಣೆಯ ಮಾತುಗಳು, ಗಂಡನ ಮಿಂಚಿನ ಕಣ್ಣೋಟ ಅವಳ ವಿವೇಕವನ್ನೇ

ತೊಡೆದುಬಿಟ್ಟಿತ್ತು.

ಒಮ್ಮೆಲೆ ಸಿಡಿದೆದ್ದರು.

"ನಾನೇನು ನಿಮ್ಮನ್ನು ಮದ್ವೆ ಮಾಡೂಂತ ಒತ್ತಾಯ ಮಾಡಿದ್ನ? ಸುಮ್ನಿದ್ದು ಬಿಟ್ಟಿದ್ರೆ ನೀವುಗಳು ಆರಾಮಾಗಿರಬಹುದಿತ್ತು! ಈ ಸಂಪತ್ತಿಗೆ ಮದ್ವೆ ಮಾಡಿ ಯಾಕೆ ದೊಡ್ಡವರಾಗ್ಬೇಕಿತ್ತು!"

ತಾವು ಪ್ರೀತಿಯಿಂದ ಸಾಕಿದ ಮಗಳು ಇವಳೇನೋ ? ಎಂದು ಯೋಚಿಸುವಂತಾಗಿತ್ತು ಅವರಿಗೆ. ಆಮೇಲೆ ಮಾತು ಕಮ್ಮಿ ಮಾಡಿದ್ದರು. ಅವಳಿಗೆ ಬೇಕು ಅನ್ನಿಸಿದ್ದೆಲ್ಲ ಒಯ್ಯುತ್ತಿದ್ದಳು.

ಒಮ್ಮೆ ವಿಜಯಳ ಸೀರೆಗಳನ್ನೆಲ್ಲ ಹರಿವಿಕೊಂಡಿದ್ದಳು.

"ವಿಜೀ, ಈ ಸೀರೆಗಳ್ನ ನಾನು ತಗೊಂಡ್ಹೋಗ್ತೀನಿ. ಅವ್ರಿಗೆ ಈ ಕಲರ್‌ಗಳು ಅಂದ್ರೆ ತುಂಬ ಇಷ್ಟ. ನೀನು ಬೇಕಾದ್ರೆ ನನ್ನ ಎರಡು ಸೀರೆಗಳ್ನ ತಂದುಕೋ" ಅಂದಾಗ ವಿಜಯಳ ಕೈಯಲ್ಲಿನ ಕವನಸಂಕಲನ ಜಾರಿತ್ತು. ಕಣ್ಣುಗಳು ಕಿರಿದಾಗಿದ್ದವು. ನೆಟ್ಟಗೆ ಅವಳನ್ನೇ ನೋಡುತ್ತ ಮುಗುಳ್ನಕ್ಕಿದ್ದಳು. "ಯಾರು ಬೇಡಾಂದ್ರು. ಆದ್ರೆ ನಮ್ಮ ಸುಜೀ ಎಷ್ಟು ಬೇಗ ಬದಲಾದ್ಲೂಂತ ಯೋಚಿಸ್ತಾ ಇದ್ದೀನಿ!" ಅಂಗೈಯನ್ನು ಗಲ್ಲಕ್ಕೆ ಒತ್ತಿದಳು.

ಆ ಕ್ಷಣ ಸುಜಯಳಿಗೆ ತಲೆತಗ್ಗಿಸುವಂತಾಯಿತು. ಅವಳು ಪುಸ್ತಕ ಪ್ರೇಮಿ. ಆದರೆ ಈಚೆಗೆ ಒಂದು ಪುಸ್ತಕವಾದರೂ ಕೊಂಡು ಓದಿದ ನೆನಪು ಅವಳಿಗಿರಲಿಲ್ಲ. ಎಲ್ಲಕ್ಕಿಂಥ ದ್ವಾರಕಾನಾಥ್ ಮೆಲುಮಾತು, ಸನಿಹ ಹಿತವಾಗಿತ್ತು.

ಎಲ್ಲಾ ನೆನಪಾದಾಗ ವಿಜಯಳ ತುಟಿಗಳ ಮೇಲೆ ಮುಗುಳ್ನಗು ಇಣುಕಿತು. ನಿಧಾನವಾಗಿ ಒಳಗೆಬಂದಳು. ಕಟ್ಟಿದ್ದ ಒದ್ದೆ ಕೂದಲು ಬಿಚ್ಚಿಕೊಂಡು ಬೆನ್ನಿನ ತುಂಬ ಹರಡಿಕೊಂಡಿತು.

"ವಿನೂ, ಅವ್ಳ ಗಂಡ ಮೂರು ಗಂಟೆ ಹೊತ್ಗೆ ಬರ್ತಾರಂತೆ." ಇವಳತ್ತ ತಿರುಗಿ ರಂಗಸ್ವಾಮಿಗಳು ಹೇಳಿದವರೇ ಸರಿಯಾಗಿ ಕೂತರು.

"ಇನ್ನೇನು ಹೇಳಿದ್ರು, ಬೀಗಿತ್ತಿ?" ರಂಗಸ್ವಾಮಿಗಳ ಸ್ವರದಲ್ಲಿ ಒರಟುತನ ಇಣುಕಿತು. ವಿಜಯ ತಾಯಿಯತ್ತ ನೋಡದಾದಳು.

"ಧಾರಾಳ ಮನಸ್ಸಿನ ಪುಣ್ಯಾತ್ಗಿತ್ತಿ! ಮಗ್ಳನ್ನ ಹಬ್ಬಕ್ಕೆ ಕರ್ಕೊಂಡ್ಹೋಗ್ತೀಂತ ಹೇಳೋಕೆ ಬಂದಿದ್ಲು" ಅನ್ನಪೂರ್ಣಮ್ಮ ಖಾರವಾಗಿ ಹೇಳಿದರು.

"ಇನ್ನೇನು ನಮ್ಗೆ ಕೆಲ್ಸ! ಹಬ್ಬ ಅವ್ರ ಮನೆಯಲ್ಲೆ ಮಾಡ್ಕೊಳ್ಳಿ. ನಮ್ಗೆ ಯಾವ ತಲೆನೋವು ಬೇಡ" ಕಡ್ಡಿ ತುಂಡು ಮಾಡಿದಂತೆ ಹೇಳಿದರು.

ಇದು ಯಾವುದೂ ತನಗೆ ಸಂಬಂಧವಿಲ್ಲವೆನ್ನುವಂತೆ ವಿಜಯ ಹೋಗಿ ಮಲಗಿಬಿಟ್ಟಳು. ಸ್ವಲ್ಪ ಜೊಂಪು ಹತ್ತುವ ವೇಳೆಗೆ ಸುಜಯಳ ಸ್ವರ ಕೇಳಿಸಿತು. ಹಾಗೆಯೇ ಕನಸಿನಲ್ಲಿ ಕೇಳಿದವಳಂತೆ ಕಣ್ಮುಚ್ಚಿ ಮಲಗಲು ಪ್ರಯತ್ನಿಸಿದಳು.

"ಅಂತೂ ನಿಮ್ಗೆ ನಾನು ಸುಖವಾಗಿರೋದು ಇಷ್ಟವಿಲ್ಲ. ನಿಮ್ಮಗಳ ಸ್ವಾರ್ಥಕ್ಕೆ ನಮ್ಮನ್ನು ಯಾಕೆ ಬಲಿ ಮಾಡ್ತೀರಾ?" ತಲೆಯ ಮೇಲೆ ಹೊಡೆದು ಎಚ್ಚರಿಸಿದಂತಾಯಿತು ವಿಜಯಳಿಗೆ. ಗಾಬರಿಯಿಂದ ಎದ್ದು ಕೂತಳು.

ಕಿವಿಗಳು ಚುರುಕಾದವು.

"ಅವ್ರು ಬಂದಿದ್ದು ತಪ್ಪಾ? ನ್ಯಾಯವಾಗಿ ನೀವೇ ಬಂದು ಕೇಳ್ಬೇಕಾಗಿತ್ತು! ಮನೆಗೆ ಬಂದವ್ರನ್ನ ಅವಮಾನ ಮಾಡಿ ಕಳ್ಸೋದಾ? ಪ್ರಪಂಚದಲ್ಲಿ ಯಾರೂ ಮಾಡ್ದ ಸಾಲ ನೀವು ಮಾಡಿದ್ದೀರಾ?" ವ್ಯಂಗ್ಯವಾಗಿ ಹಂಗಿಸಿದಂತಾಯಿತು.

ಮುಂದೆ ನಡೆಯಬಹುದಾದುದನ್ನು ನೆನೆದು ವಿಜಯ ಬೆಚ್ಚಿದಳು, ಬಿಚ್ಚಿದ ಕೂದಲನ್ನು ಮುಡಿ ಕಟ್ಟುತ್ತ ಹೊರಗೆಬಂದಳು. ಸುಜಯಳ ಕಣ್ಣುಗಳಲ್ಲಿದ್ದ ತಿರಸ್ಕಾರ ಕಂಡು ಪೂರ್ತಿ ಕರಗಿ ನೆಲದಲ್ಲಿ ಸೇರಿ ಹೋಗಬೇಕೆನಿಸಿತು.

ಅಷ್ಟೊತ್ತಿಗೆ ರಂಗಸ್ವಾಮಿಗಳ ಸಹನೆ ಕುಸಿಯಿತು. ಮಗಳು ಅನ್ನುವ ಅಂತಃಕರಣವನ್ನು ಮರೆತು ಬಯ್ಯತೊಡಗಿದರು.

"ನಿಮ್ಗೆ ದುಡ್ಡು ಕೊಡೋವಾಗ ಮಗ್ಳ ಅಗತ್ಯ ಇತ್ತು. ಪ್ರೀತಿಯಿಂದ ಉಪಚಾರ ಮಾಡ್ತಾ ಇದ್ರಿ, ಈಗ್ಯಾಕೆ ಬೇಕು?" ಸುಜಯಳ ಕಟುಮಾತು ರಂಗಸ್ವಾಮಿಗಳ ಹೊಟ್ಟೆಯಲ್ಲಿ ಚೂರಿಯಾಡಿಸಿದಂತಾಯಿತು. ತುಟಿಗಳಿಗೆ ಬೀಗಮುದ್ರೆ ಬಿತ್ತು. ಮುಖ ಅವಮಾನ, ನೋವಿನಿಂದ ಚಿಳಿಚಿಕೊಂಡಿತು. ತಲೆತಗ್ಗಿಸಿ ಮುಖಕ್ಕೆ ಕೈಅಡ್ಡ ಹಿಡಿದು ಕೂತುಬಿಟ್ಟರು.

ವಿಜಯಳಿಗೆ ಕೆಡುಕೆನಿಸಿತು. ಅವಳತ್ತ ನೋಡಿದಳು. ಸುಜಯ ಕಣ್ಣಿಂದ ಹರಿದ ಕಂಬನಿಯನ್ನು ಮುಂಗೈಯಿಂದ ತೊಡೆದುಕೊಳ್ಳುತ್ತ ಹೊರಟುಬಿಟ್ಟಳು.

"ಸುಜೀ.... ಸುಜೀ...." ಓಟದ ಹೆಜ್ಜೆಯಲ್ಲಿ ಅವಳನ್ನು ಹಿಡಿದು ನಿಲ್ಲಿಸಿದರು. "ಅಮ್ಮನ ಹಾಗೆಲ್ಲ ಅನ್ನಬಾರ್ದಿತ್ತು! ನಿನ್ನ ಬದಲಾದ ಸ್ವಭಾವಕ್ಕೆ ತಕ್ಷಣ ಅವ್ರು ಹೊಂದಿಕೊಳ್ಳೋದು ಕಷ್ಟ" ಅರ್ಥಗರ್ಭಿತವಾಗಿ ವಿಜಯ ನುಡಿದಾಗ ಸುಜಯ ಬೇರೆಡೆ ಮುಖ ತಿರುಗಿಸಿಕೊಂಡಳು.

"ಸ್ವಲ್ಪ ಸಮಾಧಾನ ಮಾಡ್ಕೋ. ಅಮ್ಮ ಆಮೇಲೆ ಸುಮ್ನೇ ಕಣ್ಣೀರು ಹಾಕ್ತಾಳೆ. ಒಳ್ಗಡೆ ಬಾ" ಸುಜಯ ತಂಗಿಯ ಕೈಯನ್ನು ಮೆಲ್ಲಗೆ ಸರಿಸಿ ಹನಿತುಂಬಿದ ಕಣ್ಣುಗಳಿಂದ ಅವಳನ್ನು ನೋಡಲು ಪ್ರಯತ್ನಿಸಿದಳು. "ಸಾರಿ! ವಿಜೀ" ಅವಳ ಕೈಯನ್ನು ಮೃದುವಾಗಿ ಅಮುಕಿ ಹೋಗಿಬಿಟ್ಟಳು.

ವಿಜಯ ಎಷ್ಟೋ ಹೊತ್ತು ಅಲ್ಲಿಯೇ ಗೊಂಬೆಯಂತೆ ನಿಂತಿದ್ದಳು. ಕಾಲೆಳೆಯುತ್ತ ಹಿಂದಕ್ಕೆ ತಿರುಗಿದವಳನ್ನು ವಿನೋದಳ ಸ್ವರ ಹಿಡಿದು ನಿಲ್ಲಿಸಿತು. ಬತ್ತಿದ ಚೇತನ ಒಮ್ಮೆಲೇ ಪುಟಿಯುವಂತಾಯಿತು.

ಮಾಸದ ನಗುವಿನ ಮುಖದ ಭೂಷಣ್, ಚಿಮ್ಮುವ ಉತ್ಸಾಹದ ವಿನೋದ ಈ ಜೋಡಿಯನ್ನು ಮತ್ತಷ್ಟು ನೋಡಬೇಕೆನಿಸಿತು.

"ವಿಜೀ ಹೊಸಬ್ರನ್ನು ನೋಡಿದ್ಹಂಗೆ ನೋಡ್ತೀಯಲ್ಲ!" ವಿನೋದಳ ಕೈ ಅವಳ ತೋಳಿನ ಮೇಲೆ ಬಿತ್ತು ವಿಜಯ ಕಿರುನಗೆ ನಕ್ಕಳು. "ನೋಡ್ಬೇಕು ಅನ್ನಿಸ್ತು.... ನೋಡ್ದೆ."

ಆ ಮನೆಯ ಮಂಕು ಕೆಲವೇ ಕ್ಷಣದಲ್ಲಿ ತೊಡೆದುಹೋಯಿತು. ಭೂಷಣ್ ಹಿತಮಿತವಾಗಿ ಮಾತನಾಡುತ್ತಿದ್ದ. ತೀರಾ ಸರಳತೆಯ ನಡುವೆಯೂ ತನ್ನ ಗಾಂಭೀರ್ಯತೆ ಕಳೆದುಕೊಳ್ಳುತ್ತಿರಲಿಲ್ಲ.

ವೇಳೆ ಸರಿದದ್ದೇ ಗೊತ್ತಾಗಲಿಲ್ಲ. ಪ್ರದೇಶ ಸಮಾಚಾರದಲ್ಲಿ ಬಾಂಬೆಗೆ ಹೊರಟಿದ್ದ ವಿಮಾನ ಮೇಲಕ್ಕೇರಿದ ಕೆಲವೇ ಕ್ಷಣದಲ್ಲಿ ನೆಲಕ್ಕೆ ಅಪ್ಪಳಿಸಿತು. ದುರಂತಕ್ಕೆ ಕಾರಣಗಳು ತಿಳಿದಿಲ್ಲ. ತಜ್ಞರ ಸಮಿತಿ ಆಗಮಿಸಲಿದೆ. ಸತ್ತವರ ಸಂಖ್ಯೆ ನಿಖರವಾಗಿಲ್ಲ. ಮತ್ತೇನೋ ವಿವರಗಳು....

ಎಲ್ಲರ ಮುಖಗಳು ಮಂಕಾದವು. ಸ್ವರಗಳಲ್ಲಿನ ಉತ್ಸಾಹ ಇಂಗಿಹೋಯಿತು. ಈಚೆಗೆ ನಡೆಯುತ್ತಿರುವ ದುರಂತಗಳ ಬಗ್ಗೆ ಮಾತನಾಡಿದರು.

ಭೂಷಣ್ ಮತ್ತು ವಿನೋದ ಹೊರಡುವ ವೇಳೆಗೆ ಮೋಹಿನಿ ಲಗುಬಗೆಯಿಂದ ಬಂದಳು. ಕಣ್ಣುಗಳಲ್ಲಿ ಆತಂಕ ಬೆರೆತ ವೇದನೆ ಇತ್ತು. ತುಟಿಗಳು ಕಂಪಿಸುತ್ತಿದ್ದವು.

"ರ್‍ರೀ ವಿಜಯ... ವಿಷ್ಯ ಗೊತ್ತಾಯ್ತಾ?" ಸೋತವಳಂತೆ ಸೋಫಾ ಮೇಲೆ ಕುಕ್ಕರಿಸಿದಳು. ಬರುತ್ತಿರುವ ಅಳುವನ್ನು ತಡೆಯುವ ಪ್ರಯತ್ನ ಮಾಡುತ್ತಿದ್ದಳೆಂದು ಅವಳ ಮುಖಭಾವದಿಂದಲೇ ಗೊತ್ತಾಯಿತು. "ಎಂಥ ದುರಂತ."

ಒಂದುಕ್ಷಣ ವಿಜಯಳ ಎದೆಯಬಡಿತ ನಿಂತಂತಾಯಿತು. ಮಿದುಳು ಪೂರ್ತಿ ಸತ್ತಿತ್ತು. ಮೈಯ ಚೇತನವೆಲ್ಲ ಗಾಳಿಯಲ್ಲಿ ತೇಲಿಹೋಯಿತು. ಕಣ್ಣುಗಳನ್ನು ಪೂರ್ತಿ ತೆರೆದಿಡಲು ಪ್ರಯಾಸಪಡುತ್ತಿದ್ದಳು.

"ದುರಂತಕ್ಕೆ ಈಡಾದ ವಿಮಾನದಲ್ಲಿ ಬಾಸ್, ಅವ್ರ ಮಿಸೆಸ್ ಇದ್ರಂತೆ."

ಕಡಿದ ಬಾಳೆಯಮರದಂತೆ ವಿಜಯ ನೆಲಕ್ಕೆ ಉರುಳಿದಳು. ಮಾತುಗಳನ್ನು ಮರೆತವಳಂತೆ ಮೋಹಿನಿ ಬಿಟ್ಟ ಬಾಯಿಬಿಟ್ಟವಳಂತೆ ನಿಂತುಬಿಟ್ಟಳು.

ಭೂಷಣ್ ಎತ್ತೊಯ್ದು ಮಂಚದಲ್ಲಿ ಮಲಗಿಸಿ ಡಾಕ್ಟರಲ್ಲಿ ಓಡಿದ.

ಈಗ ಮೋಹಿನಿಗೆ ತನ್ನ ತಪ್ಪಿನ ಅರಿವಾದರೂ ಅನಿರೀಕ್ಷಿತವಾಗಿತ್ತು. ಈ ಘಟನೆ ಆಮೇಲೆ ಅತಿಶಯವಲ್ಲವೆನಿಸಿತು. ಅಂತರ ಕಡಿಮೆ ಮಾಡಲು ಯತ್ನಿಸುವ ಅವನ ಸರಳ ಗುಣಕ್ಕೆ ಮಾರುಹೋಗಿದ್ದರು. ಅಂಥದ್ದರಲ್ಲಿ ಅವನ ಬಲಗೈನಂತೆ ಕೆಲಸ ಮಾಡುವ ವಿಜಯ ಷಾಕ್‌ಗೆ ಒಳಗಾಗಿದ್ದು ಹೆಚ್ಚೆನಿಸಲಿಲ್ಲ.

ಡಾಕ್ಟರ ನೋಡಿ, "ಮೆಂಟಲ್ ಷಾಕ್" ಎಂದು ಹೆಸರಿಸಿ ಇಂಜೆಕ್ಷನ್ ಚುಚ್ಚಿಹೋದರು.

ಅಲ್ಲಿ ಸಾಲ ಪಡೆದ ವಿಷಯ ಎಲ್ಲರಿಗೂ ಗೊತ್ತು. ಎಲ್ಲರ ಹೃದಯಗಳು ಭಾರವಾದವು.

ಭೂಷಣ್ ವಿನೋದ ಇಲ್ಲಿಯೇ ಉಳಿದರು. ಇಡೀರಾತ್ರಿ ಇಂಜೆಕ್ಷನ್ ಮತ್ತಿನ ಗುಂಗಿನಲ್ಲಿಯೇ ಉಳಿದಳು. ಕಣ್ತೆರೆದಾಗ ಅವಳ ಕಣ್ಣು ಬೆಳಕು ಪೂರ್ತಿ ಮಂಕಾಗಿತ್ತು. ಮಾತಾಡದೆ ಮುಖ ಪಕ್ಕಕ್ಕೆ ತಿರುಗಿಸಿಕೊಂಡಳು.

ಎಲ್ಲರ ಕಣ್ಣುಗಳಲ್ಲಿಯೂ ಗಾಬರಿ ಕಾಣಿಸಿಕೊಂಡಿತ್ತು. ದುರಂತದ ವಿಷ್ಯ ಅರಿಯುವ ಬಗ್ಗೆ ಯಾರಿಗೂ ತೋಚಲಿಲ್ಲ. ಎಷ್ಟೇ ಬಲವಂತಪಡಿಸಿದರೂ ಬಾಯಿ ಬಿಡಲಿಲ್ಲ.

"ಅಯ್ಯೋ.... ಇದೇನು ಗ್ರಹಚಾರ?" ಅನ್ನಪೂರ್ಣಮ್ಮ ಗಾಬರಿಯಿಂದ ಬಿಕ್ಕತೊಡಗಿದಾಗ ಹೇಗೆ ಸಮಾಧಾನಪಡಿಸುವುದೋ.... ರಂಗಸ್ವಾಮಿಗಳು ಕಣ್ಣುಜ್ಜಿದರು.

ಕಣ್ಣುಮುಚ್ಚಿ ಮಲಗಿದ. ವಿಜಯ ಏನನ್ನೂ ಯೋಚಿಸುವ ಸ್ಥಿತಿಯಲ್ಲಿರಲಿಲ್ಲ. ಬೊಬ್ಬಿರಿಯುವ ಹೃದಯವನ್ನು ಸಮಾಧಾನಿಸುವುದು ಅವಳಿಂದಲಂತೂ ಸಾಧ್ಯವಿಲ್ಲ. ಕಿವಿಗಳು ತಮ್ಮ ಕೆಲಸ ನಿಲ್ಸಿ ತಟಸ್ಥಗೊಂಡಿದ್ದವು.

ಮೂರುನಾಲ್ಕು ದಿನ ಕಳೆದರೂ ಅವಳ ಸ್ಥಿತಿಯಲ್ಲಿ ಯಾವ ಮಾರ್ಪಾಟು ಇಲ್ಲ ಮನೆಯವರೆಲ್ಲರ ಧೈರ್ಯ ಕುಸಿಯಿತು.

ನಾಲ್ಕು ದಿನ ನಂತರವೇ ಭೂಷಣ್‌ಗೆ ವಿಷ್ಯ ತಿಳಿದಿದ್ದು. ಈ ದುರಂತ ನಡೆದಾಗ ವಿಮಾನದಲ್ಲಿ ಹೊರಟವಳು ಲೀನಾ ಮತ್ರ. ಅವನ ಮನದಲ್ಲಿ ಆಶಾಕಿರಣ ಗೋಚರಿಸಿದರೂ ಯಾವುದೇ ನಿರ್ಣಯಕ್ಕೆ ಬರದಾದ.

ಆಫೀಸ್‌ಗೆ ಬಂದಾಗ ಫ್ಯಾಕ್ಟರಿ, ಆಫೀಸ್ ಎಲ್ಲಾ ಮಾಮೂಲಿಯಾಗಿ ನಡೆಯುತ್ತಿತ್ತು. ಮಂಕುತನ ಕೂಡ ಕವಿದುಕೊಂಡಿರಲಿಲ್ಲ.

ಛೇಂಬರ್‌ನಲ್ಲಿದ್ದ ಅವಿನಾಶ್‌ಗೆ ಮೆಲುಧ್ವನಿಯಲ್ಲಿ ವಿಜಯಗೆ ಹುಷಾರಿಲ್ಲವೆಂದು ತಿಳಿಸಿದಾಗ ಅವನು ಹುಬ್ಬು ಗಂಟಿಕ್ಕಿ ನೋಡಿದ ಭೂಷಣ್.

"ಓ.ಕೆ. ಸದ್ಯಕ್ಕೆ ಬೇರೆಯವರನ್ನ ಅಪಾಯಿಂಟ್ ಮಾಡ್ಕೋತೀವಿ. ಮುಂದೆ ನೋಡೋಣ" ರಜಾ ಚೀಟಿ ಪಕ್ಕಕ್ಕೆ ಸರಿಸಿ ತನ್ನ ಕೆಲಸದಲ್ಲಿ ಮಗ್ನನಾದ.

ಬಂದ ದಾರಿಗೆ ಸುಂಕವಿಲ್ಲವೆನಿಸಿತು ಭೂಷಣ್‌ಗೆ. ದಯೆ, ದಾಕ್ಷಿಣ್ಯಗಳಿಗೆ ಇಲ್ಲಿ ಬೆಲೆ ಇಲ್ಲವೆನಿಸಿತು. ಇಂಥ ವ್ಯಕ್ತಿಗಾಗಿ ವಿಜಯ ಆಘಾತಗೊಂಡಳೇ?

ಹತ್ತಾರು ದಿನಗಳು ಕಳೆದ ಮೇಲೆ ವಿಜಯ ಅಲ್ಪಸ್ವಲ್ಪ ಚೇತರಿಸಿಕೊಂಡಿದ್ದಾಳೆನಿಸಿತು ಮನೆಯವರಿಗೆ. ಆದರೆ ಮಾತಿಲ್ಲ. ಕೂತಿದ್ದರೇ ಕೂತೇ ಇರುತ್ತಿದ್ದಳು ಮಲಗಿದ್ದರೆ ಏಳುವ ಯೋಚನೆಯನ್ನೆ ಮಾಡುತ್ತಿರಲಿಲ್ಲ. ಊಟ ಯಾರಾದರೂ ಮಾಡಿಸಿದರೇ ಉಂಟು, ಇಲ್ಲದಿದ್ದರೇ ಇಲ್ಲ. ಅವಳಿಗೆ ಊಟ, ನಿದ್ದೆಯ ಅವಶ್ಯಕತೆಗಳ ಅರಿವಿರಲಿಲ್ಲ.

ಭೂಷಣ್, ವಿನೋದ ಇಲ್ಲಿಯೇ ಉಳಿದರು. ಅವಳ ಈ ಆಘಾತಕ್ಕೆ ನಿಜವಾದ ಕಾರಣ ಉಸುರಿದರೆ ಬೇರೆಯವನು ನಗಬಹುದು, ಹಾಸ್ಯ ಮಾಡಬಹುದು.

"ವಿಜ್ಜು, ಇಲ್ಲಿ ನೋಡು" ಬಗ್ಗಿದ ಮುಖವನ್ನು ತೋರು ಬೆರಳಿನಿಂದ ಭೂಷಣ್ ಮೇಲೆತ್ತಿದ. "ಮಾತಾಡು, ನಿಮ್ಮ ಬಾಸ್‌ಗೆ ಏನೂ ಆಗಿಲ್ಲ. ಕಲ್ಲುಗುಂಡು ಇದ್ದಂತೆ ಇದ್ದಾನೆ" ಅವಳ ಕಣ್ಣು ಮುಖದಲ್ಲಿನ ಭಾವಗಳೇನು ಬದಲಾಗಲಿಲ್ಲ. ಭೂಷಣ್

ಕತ್ತಿನ ನರಗಳು ಉಬ್ಬಿ ಎದೆ ಭಾರವಾಯಿತು.

"ನಿಂಗೇನಾಗಿದೆ ಹೇಳು, ವಿಜಯ ಮನೆಯಲ್ಲಿ ಎಲ್ಲಾ ಗಾಬ್ರಿಯಾಗಿದ್ದಾರೆ. ನೋಡು.... ಸುಜಯ ಕೂಡ ಬಂದಿದ್ದಾಳೆ" ಸುಜಯಳತ್ತ ಭೂಷಣ್ ಮುಖ ತಿರುಗಿಸಿದ. ಅವಳ ನೋಟವೇನು ಬದಲಾಗಲಿಲ್ಲ.

ಸುಜಯ ಬಾವಿಗೆ ಕೈಅಡ್ಡ ಇಟ್ಟು ಬಿಕ್ಕಿದಳು. ಅವಳ ಆಘಾತ ಎಲ್ಲರಿಗೂ ಒಗಟಾಯಿತು. ಅವಳು ದುರ್ಬಲ ಮನಸ್ಕಳಲ್ಲವೆಂಬ ನಂಬಿಕೆ ಮನೆಯವರಿಗೆ. ಆಫೀಸ್ ಬಾಸ್, ಫ್ಯಾಕ್ಟರಿ ಕೆಲಸದ ವಿಷಯ ಮನೆಯಲ್ಲಿ ಅತಿಶಯವೆನಿಸುವಂತೆ ಹೇಳುತ್ತಿರಲಿಲ್ಲ. ಸಂತೋಷ್ ಮತ್ತು ಲೀನಾನ ಸುಜಯಳ ಮದುವೆಯಲ್ಲಿ ಮಾತ್ರ ನೋಡಿದ್ದರು. ಅಂದು ಅವರ ಬಗ್ಗೆ ವಿಜಯ ತೋರಿದ ವಿಶ್ವಾಸ ಅಸಹಜವೆನಿಸಲು ಕಾರಣವಿರಲಿಲ್ಲ. ಲೀನಾಳ ಸರಳ ಸ್ವಭಾವದ ಬಗ್ಗೆ ಅನ್ನಪೂರ್ಣಮ್ಮ ಆಗಾಗ ತುಂಬಿದ ಕಂಠದಿಂದ ಹೇಳುತ್ತಿದ್ದರು.

ಭೂಷಣ್ ಈ ಓಡಾಟದಲ್ಲಿ ವೃತ್ತಿಯನ್ನು ಪೂರ್ತಿಯಾಗಿ ನಿರ್ಲಕ್ಷಿಸಿದ್ದರಿಂದ ಕೈ ಕಚ್ಚತೊಡಗಿತು. ಒಂದೆರಡು ದಿನದಲ್ಲಿ ವಿಜಯಳ ರಜ ಮುಂದುವರಿಸಲು ಸಾಧ್ಯವಿಲ್ಲವೆಂದು ನೋಟಿಸ್ ಬಂತು. ಬೇಸರದಿಂದೆತ್ತಿ ಡ್ರಾಯರ್‌ನಲ್ಲಿ ತುರುಕಿದ. ನಿರೀಕ್ಷಿತವೆನಿಸುವಂತೆ ಕೆಲವು ದಿನಗಳಲ್ಲಿ ಡಿಸ್‌ಮಿಸ್ ಆರ್ಡರ್ ಬಂತು.

ಡಾಕ್ಟರ್‌ಗಳ ತಪಾಸಣೆಯ ಪ್ರಕಾರ ದೈಹಿಕವಾಗಿ ಅವಳು ಆರೋಗ್ಯವಾಗಿಯೇ ಇದ್ದಳು.

* * *

ಸುಜಯ ಶಾಲೆಗೆ ಹೊರಟಾಗ ಹಿಂದಿನಿಂದ ಬಂದ ದ್ವಾರಕನಾಥ್ ಕಣ್ಣು ಮಿಟುಕಿಸಿ ಕೆನ್ನೆಯ ಬಳಿ ಪಿಸುಗುಟ್ಟಿದ.

"ಸಂಜೆ ಹಾಗೇ ಬರ್ತೀನಿ. ಯಾವುದಾದ್ರೂ... ಮೂವೀ..." ಮಧ್ಯದಲ್ಲಿಯೇ ತುಂಡರಿಸಿದಳು "ಬೇಡ, ನಂಗೆ ಯಾವುದಕ್ಕೂ ಮನಸ್ಸಿಲ್ಲ. ನಾನು ಹಾಗಿಂದ ಹಾಗೆ ಅಮ್ಮನ ಮನೆಗೆ ಹೋಗ್ತೀನಿ."

ದ್ವಾರಕಾನಾಥ್ ಕಣ್ಣುಗಳಲ್ಲಿ ಬೇಸರ ಮೂಡಿತು. ಇಂದು ಸಂಬಳದ ದಿನ. ಯಾವ ಕಾರಣಕ್ಕೂ ಹಣ ಜಾರಿಹೋಗುವುದು ಅವನಿಗಿಷ್ಟವಿಲ್ಲ. ರಮಿಸಿಯೇ ಅವಳ ಅವಳ ವಿನೋದವನ್ನು ಕರಗಿಸಿಬಿಡುತ್ತಿದ್ದ.

"ನಾನು.... ಬರ್ತೀನಿ...."

ಸುಜಯ ತಟ್ಟನೆ ಹಿಂದಿರುಗಿ ಅವನ ಕಣ್ಣುಗಳನ್ನು ದಿಟ್ಟಿಸಿದಳು. ಸುಲಭವಾಗಿ ಓದಿಕೊಂಡಾಗ ಅವಳ ತುಟಿಗಳ ಮೇಲೆ ವ್ಯಂಗ್ಯನಗು ಮಿನುಗಿತು.

"ಯಾಕೆ ಸುಮ್ನೇ ತೊಂದರೆ! ಸದ್ಯಕ್ಕೆ ವಿಜೀ ಹುಷಾರಾಗೋವರೆಗೂ ನಾನು ಅಲ್ಲೇ ಉಳೀತೀನಿ. ಅಮ್ಮಂಗೆ ಅಷ್ಟೆಲ್ಲ ಮಾಡೋಕ್ಕಾಗೋಲ್ಲ. ವಿನೂ ತಾನೇ ಎಷ್ಟೂಂತ ಮಾಡ್ತಾಳೆ." ದುಗುಡ ತುಂಬಿದ ಅವಳೆದೆ ಭಾರವಾಗಿ ಸ್ವರ ಕಂಪಿಸಿತು.

ಮದುವೆಯಾದ ಮೇಲೆ ಮೊದಲ ಬಾರಿ ಎನ್ನುವಂತೆ ಮನದ ಅಸಮಾಧಾನವನ್ನು ಕೋಪದ ರೂಪದಲ್ಲಿ ಪ್ರಕಟಿಸಿದ.

"ಅಲ್ಲಿರೋ ಜನಾನೇ ಸಾಕು. ನೀನು ಅಲ್ಹೋಗಿ ಮಾಡೋದೇನಿದೆ? ಬೇಕಾದರೆ.... ಎಂದಾದ್ರೂ ಸಾಯಂಕಾಲದ ಹೊತ್ತು ನೋಡ್ಕೊಂಡ್ಬಾ. ಅವ್ರಿಗಂತೂ ದಿಕ್ಕುದೆಸೆಯಿಲ್ದ ಜನ... ಯಾರು ಕೇಳ್ಬೇಕೂ....?"

ಭೂಷಣ್ ಉದ್ದೇಶಿಸಿ ಹೇಳಿದ್ದೆಂದು ಅವಳಿಗೆ ಗೊತ್ತಾಯಿತು. ಆದರೂ ವಾಗ್ವಾದ ಬೆಳೆಸುವ ಮನಸ್ಸು ಅವಳಿಗಿರಲಿಲ್ಲ.

"ನಂಗೆ ಹೊತ್ತಾಯ್ತು" ಪೆನ್ನು, ಕರ್ಚೀಫ್ ಹ್ಯಾಂಡ್‌ಬ್ಯಾಗಿಗೆ ತುರುಕಿದಳು. ಚಿಲ್ಲರೆಗಾಗಿ ತಡಕಾಡಿದಳು. ಎಂಬತ್ತು ಪೈಸೆ ಮಾತ್ರ ಇತ್ತು. ನೋಟ ಮೇಲೆತ್ತಿ ಕೇಳಿದಳು. "ನಂಗೊಂದು ಇಪ್ಪತ್ತು ರೂಪಾಯಿ.... ಕೊಡಿ" ಜಿಪ್ ಎಳೆದು ಸೀರೆಯ ನೆರಿಗೆಗಳನ್ನು ಸರಿಪಡಿಸಿಕೊಂಡಳು.

ದ್ವಾರಕಾನಾಥ್ ಕಣ್ಣುಗಳಲ್ಲಿ ಕೋಪ ಬೆರೆತ ಅಸಹನೆ ಇಣುಕಿತು. ಆದರೆ ಚಾಣಾಕ್ಷ. ದುಡಿಯುವ ಹೆಣ್ಣನ್ನು ಎದುರು ಹಾಕಿಕೊಳ್ಳುವ ಬದಲು ಪ್ರೀತಿಯಿಂದಲೇ ಪಳಗಿಸಿ ಮೆತ್ತಗಾಗಿಸಬೇಕೆನ್ನುವ ತಿಳಿವು ಅವನಲ್ಲಿತ್ತು.

"ನನ್ನ ಹತ್ರ ತಾನೇ ಎಲ್ಲಿದೆ? ಹೇಗೂ ಇವತ್ತು ಸಂಬಳ. ಈ ನಾಲ್ಕರಲ್ಲಿ ಮ್ಯಾನೇಜ್ ಮಾಡ್ಕೋ."

ತೆಗೆದಿಟ್ಟ ಎರಡರ ನೋಟುಗಳನ್ನು ತುಟಿ ಬಿಚ್ಚದೇ ಪರ್ಸ್‌ಗೆ ಸೇರಿಸಿದಳು.

ಸ್ವರ್ಣಮ್ಮ ಬಾಗಿಲಿಗೆ ಬಂದರು. ಎಂದೂ ಅವಳಿಗೆ ಪ್ರಿಯವಾಗುತ್ತಿದ್ದ ಅವರ ಬೆಣ್ಣೆಯಂಥ ಮಾತು, ತುಂಬು ನಗು ಇಂದು ಬೇಸರವೆನಿಸಿತು.

"ಸುಜು, ಸಂಜೆ ಬೇಗ ಬಂದ್ಬಿಡು.... ಒಂದಿಷ್ಟು ದ್ರಾಕ್ಷಿ ಗೋಡಂಬಿ ಮಿಕ್ಕಿದೆ. ಕೇಸರಿಬಾತ್ ಮಾಡ್ತೀನಿ. ಅದ್ರ ಜೊತೆಗೆ ಖಾರ ಏನ್ಮಾಡ್ಲಿ?"

ಸದ್ಯಕ್ಕೆ ತಾನು ಅಲ್ಲಿ ಉಳಿಯುತ್ತೇನೆಂದ ಮಾತು ಅವರ ಕಿವಿಗೆ ಬಿದ್ದಿದೆ ಎಂದು ಅರ್ಥಮಾಡಿಕೊಳ್ಳುವುದು ಅವಳಿಗೆ ಕಷ್ಟವಾಗಲಿಲ್ಲ.

"ಸಂಜೆ ನಾನು ಹಾಗಿಂದ ಹಾಗೇ ಅಮ್ಮನ ಮನೆಗೆ ಹೋಗ್ತೀನಿ. ನಂಗೋಸ್ಕರ ಕಾಯ್ಬೇಡಿ" ನಿರ್ಲಕ್ಷ್ಯದಿಂದ ಹೇಳಿದಂತಿತ್ತು.

ಪರ್ಸ್ ಕೈಗೆತ್ತಿಕೊಂಡು ಅವರನ್ನು ಸವರಿಕೊಂಡೇ ಹೊರಟಳು. ಅವಳ ಕಣ್ಮುಂದಿನ ಪರೆ ಹರಿದಂತಾಗಿತ್ತು. ಅವಳ ಬಲವಂತಕ್ಕೆ ದ್ವಾರಕಾನಾಥ್ ವಿಜಯಳನ್ನು ನೋಡಲು ಬರದಿದ್ದರೂ ದುಃಖವನ್ನೂ ವ್ಯಕ್ತಪಡಿಸಿರಲಿಲ್ಲ.

ಒಂದುದಿನ ಇವಳು ಮನೆಗೆ ಬರುವ ವೇಳೆಗೆ ಅನ್ನುತ್ತಿದ್ದರು–

"ಎಲ್ಲಾದ್ರೂ.... ಸಾಯ್ಲಿ! ನಮ್ಗೇನಾಗ್ಬೇಕಿದೆ? ಇದೇ ಒಂದು ಸಮಯಾಂತ ಆ ಮುದುಕ್ರು ದುಡ್ಡು ಕಾಸು ಕೇಳಿ ಗಂಟು ಮಾಡಿ ಕೊಂಡಾರು. ದ್ವಾರಕ, ಅವ್ಳು ಅಲ್ಲಿಗೆ ಹೋಗದ ಹಾಗೇ ನೋಡ್ಕೋ!"

ಆ ಅಮ್ಮನ ಮಗನ ಪ್ರತಿಕ್ರಿಯೆಗೆ ಕಾಯದೆ ಹೊರಗೆಹೋಗಿದ್ದಳು. ದ್ವಾರಕಾನಾಥ್ ಕಣ್ಣುಗಳು ಕೆಂಪಗಾಗಿದ್ದವು. ಜೀವನವನ್ನು ಅರಿತು ಬದುಕಲು ಕಲಿತ ಜನ. ಬರೀ ಸಾವಿರಗಟ್ಟಲೆ ಬರುವ ವರದಕ್ಷಿಣೆಗೆ ಆಸೆಪಡದೆ ದುಡಿಯುವ ಹೆಣ್ಣಿಗಾಗಿ ಹಂಬಲಿಸಿದ್ದ. ಆ ಹಣ ಬೇರೆ ಕಡೆ ಹೋಗುವುದನ್ನು ಮಾತ್ರ ಅವನು ಸೈರಿಸಲಾರ.

ಸ್ವರ್ಣಮ್ಮ ಮಗನ ಮನಸ್ಸು ಅರಿತವರಂತೆ ನುಡಿದರು.

"ಬರೀ ಕೋಪ ಜಗಳದಿಂದ ಮನಸ್ಸು ಮುರ್ದುಹೋಗುತ್ತೆ. ಸುಮ್ನೆ ಅಷ್ಟಕ್ಕೆಲ್ಲ ಅವಕಾಶ ಕೊಡ್ಬೇಡ. ನಾಲ್ಕು ದಿನ ಬೇಕಾದ್ರೆ ಅಲ್ಲಿದ್ದುಕೊಳ್ಳಿ!"

ದ್ವಾರಕಾನಾಥ್ ಉಗುಳು ನುಂಗಿದ. ಈ ದೊಡ್ಡ ಸಂಸಾರದ ನಿರ್ವಹಣೆ ಅಷ್ಟೇನೂ ಸುಲಭವಲ್ಲ. ತಂದೆ ತನ್ನ ಪೆನ್‌ಷನ್‌ನ ಕಂತು ಹಣವನ್ನು ಹೆಂಡತಿಯ ಕೈಯಲ್ಲಿಟ್ಟು ಆಧ್ಯಾತ್ಮಿಕ ಸಭೆ ಸಮಾರಂಭ ಅಂತ ಓಡಾಡಿಕೊಂಡಿದ್ದಾಗಿನಿಂದ ಪೂರ್ತಿ ಹೊಣೆ ಇವನ ಮೇಲೆ ಬಿದ್ದಿತ್ತು. ತೀರಾ ಶ್ರೀಮಂತರ ಮನೆಯ ಹೆಣ್ಣನ್ನು ಮದುವೆಯಾಗಲು ಹಿಂಜರಿದಿದ್ದ.

"ನಾಲ್ಕು ದಿನ ಅಲ್ಲಿದ್ರೆ ಯಾರು ಬೇಡಾಂತ ಇದ್ರು. ಇವತ್ತು ಸಂಬಳ, ಇಡೀ ಗಂಟು ಅಲ್ಲಿ ಕರ್ಗಿಹೋಗುತ್ತೆ. ಆಮೇಲೆ ನಾನೇನ್ಮಾಡ್ಲಿ?" ಕೈಕೈ ಹಿಸುಕಿಕೊಂಡ.

ಯಾವುದೋ ನಿರ್ಧಾರಕ್ಕೆ ಬಂದವನಂತೆ ಸಮಾಧಾನಗೊಂಡ. ಎಂದಿಗಿಂತ ಹತ್ತು ನಿಮಿಷ ಮೊದಲೇ ಮನೆ ಬಿಟ್ಟ. ಒಂದೆರಡು ಗಂಟೆಗಳು ಬ್ಯಾಂಕ್‌ನಲ್ಲೇ ಕೆಲಸ ಮಾಡಿ ಅರ್ಧ ದಿನ ರಜಾ ಸ್ಯಾಂಕ್ಷನ್ ಮಾಡಿಸಿ ಆಟೋದಲ್ಲಿ ಸುಜಯ ಕೆಲಸ ಮಾಡುತ್ತಿದ್ದ ಕಾಲೇಜಿಗೆ ಬಂದ.

ವಿಷಯ ತಿಳಿದಾಗ ನಿರಾಶೆಯಾಯಿತು. ಸಂಬಳ ಪಡೆದು ರಜ ಹಾಕಿ ಹೊರಟುಬಿಟ್ಟಿದ್ದಳು. ಕೆಳತುಟಿಯನ್ನು ಹಲ್ಲಿನಡಿಯಲ್ಲಿ ಭದ್ರವಾಗಿ ಕಚ್ಚಿ ಹಿಡಿದ.

ಹಿಂದಿನ ತಿಂಗಳು ಸಂಬಳದ ದಿನ ಮೆಲ್ಲಗೆ ಉಸುರಿದ್ದಳು.

"ನಿಮ್ಗೆ ಎಲ್ಲಾ ಗೊತ್ತೇ ಇದೆ. ಸ್ವಲ್ಪ ಮನೆ ಸಾಲದ ಜೊತೆ ಮದ್ವೆ ಸಾಲ ಕೂಡ ವಿಜೀ ತಲೆ ಮೇಲೆ ಬಿದ್ದಿದೆ. ಅಷ್ಟಿಷ್ಟು ನಮ್ಮ ವಿನೂ, ಭೂಷಣ್ ಹೊತ್ತುಕೊಂಡಿರೋದ್ರಿಂದ... ಹೇಗೋ ತಳ್ತಾ ಇದ್ದಾರೆ. ಈ ಸಾಲಗಳು ತೀರೋವರ್ಗಾದ್ರೂ ಅಷ್ಟಿಷ್ಟು ಹಣ ಕೊಡ್ತೀನಿ."

ಅವನ ಮುಖದ ಬಣ್ಣವೇ ಬದಲಾಯಿತು. ಉಕ್ಕಿಬರುವ ಸಿಟ್ಟನ್ನು ಅದುಮಿಡುವಂತೆ ಕಂಡಾಗ ಅವಳ ಕಣ್ಣುಗಳಲ್ಲಿ ವಿಸ್ಮಯ ಇಣುಕಿತು.

"ಮದ್ವೆಯಾಗಿ ಹೊರಬಂದ್ಮೇಲೆ ನೀನು ಅವ್ರ ವಿಷ್ಯಗಳಿಗೆ ತಲೆ ಕೆಡ್ಸಿಕೊಳ್ಳೋದೇನು ಬೇಡ" ಖಡಾಖಂಡಿತವಾಗಿ ನುಡಿದು ಅವಳ ಮೃದು ಹೃದಯಕ್ಕೆ ಪೆಟ್ಟು ಕೊಟ್ಟಾಗ ಅದು ಸ್ವಲ್ಪ ಕಲ್ಲಾಗಿ ಬದಲಾಗುವ ಗುಣಗಳತ್ತ ವಾಲಿತು.

ಸುಜಯ ಶಾಲೆಯಿಂದ ಹೊರಬಿದ್ದವಳೇ ಒಂದು ಡಜನ್ ಮೋಸಂಬಿ, ಸೇಬು ಕೊಂಡು ಆಟೋ ಹತ್ತಿದಳು. ಫುಟ್‌ಫಾತ್ ಮೇಲೆ ಹರವಿದ್ದ ಹಳೇ ಪುಸ್ತಕಗಳನ್ನು

ನೋಡಿ ಆಡೋ ನಿಲ್ಲಿಸಿ ಇಳಿದಳು.

ಕಣ್ಣಾಡಿಸಿ ಒಂದೆರಡು ಎತ್ತಿ ತಿರುವಿ ಮತ್ತೊಂದಕ್ಕೆ ಕೈ ಹಾಕಿ ಪುಟಗಳು ಮೊಗಚಿದಾಗ ಅವಳೆದೆ ನಿಂತಂತಾಯಿತು. ಅವಳ ಲೈಬ್ರರಿಯಲ್ಲಿದ್ದ ಷೇಕ್ಸ್‌ಪಿಯರ್‌ನ ಜಗತ್ ಪ್ರಸಿದ್ಧ ಹ್ಯಾಮ್ಲೆಟ್ ನಾಟಕದ ಪ್ರತಿ. ಸಣ್ಣಗೆ ಕೊರೆದ ಅವಳ ಹೆಸರು ಪ್ರಥಮ ಪುಟದಲ್ಲಿಯೇ ಇತ್ತು. ಅವಳೆದೆಯಲ್ಲಿ ಅಲಗು ಆಡಿದಂತಾಯಿತು. ದುಡ್ಡು ಕೊಟ್ಟುಕೊಂಡು ಆಟೋ ಹತ್ತಿದಳು.

ಮನೆಯ ಬಳಿ ಇಳಿದಾಗ ಇಡೀ ವಾತಾವರಣಕ್ಕೆ ರಾಹು ಬಡಿದಂತಾಗಿತ್ತು. ವಿಜಯಳ ನೆನಪು ಬಂದಾಗ ಕೊರಳುಬ್ಬಿತು. “ಈ ಹುಡ್ಗಿಗೆ ಏನಾಯ್ತು?” ಪರಿತಪಿಸಿದಳು.

ಆ ಪ್ಯಾಕೆಟ್‌ಗಳನ್ನು ಹಿಡಿದು ಒಳಗೆಬಂದಳು. ಕೈಯನ್ನು ದಿಂಬಾಗಿರಿಸಿಕೊಂಡು ಸೋಫಾ ಮೇಲೆ ವಿಜಯ ಮಲಗಿದ್ದಳು. ನೋಟ ಛಾವಣಿಯಲ್ಲಿತ್ತು. ಬಿಚ್ಚುಗೂದಲು ಹರಡಿಕೊಂಡಿತ್ತು.

ಹತ್ತಿರ ಹೋಗಿ ನಿಂತಳು. ಕೈಯಲ್ಲಿದ್ದ ಹಣ್ಣಿನ ಪ್ಯಾಕೆಟ್‌ಗಳು ಟೀಪಾಯಿ ಮೇಲಿಳಿಯಿತು. ಪರ್ಸ್ ಕೈಜಾರಿತು. ಬಗ್ಗಿ ಅವಳ ತುಂಬು ಮುಖವನ್ನು ಬೊಗಸೆಯಲ್ಲಿಡಿದಳು. ಮುಖ ಬಿಳಿಚಿಕೊಂಡಿತ್ತು. ಕಣ್ಣುಗಳಲ್ಲಿ ಅರ್ಥವಾಗದ ನಿರ್ಲಿಪ್ತಭಾವ.

“ವಿಜಯ....” ಈ ಕೂಗಿಗೆ ಅವಳಲ್ಲಿ ಯಾವ ಪ್ರತಿಕ್ರಿಯೆಯೂ ವ್ಯಕ್ತವಾಗಲಿಲ್ಲ. ಸುಜಯಳ ಕಣ್ಣುಗುಡ್ಡೆಗಳು ಕಂಬನಿಯ ಸರೋವರದಲ್ಲಿ ಈಜಾಡಿದವು. “ನಮ್ಮತ್ರ ನಿಂಗೆ ಮಾತಾಡೋಕೆ ಇಷ್ಟವಿಲ್ವಾ?”

ಅವಳ ಎರಡು ಕೈಗಳನ್ನು ಹಿಡಿದುಕೊಂಡು ಬಿಕ್ಕಿದಳು.

ಒಳಗಿನಿಂದ ಬಂದ ಅನ್ನಪೂರ್ಣಮ್ಮ ಸುಮ್ಮನೆ ನಿಂತುಬಿಟ್ಟರು. ಬೆಳಗಿನಿಂದ ಊಟ ಮಾಡಿಸಲು ವಿಶ್ವಪ್ರಯತ್ನ ಮಾಡಿದ್ದರು. ತುತ್ತು ಕೈಗೆ ಎತ್ತಿರಲಿಲ್ಲ.

“ನಮ್ಮ ಅದೃಷ್ಟ ಎಲ್ಲೋ ಕೆಟ್ಟದ್ದು ಅಂತ ಕಾಣಿಸುತ್ತೆ. ಊಟ ಬೇಡ, ತಿಂಡಿ ಬೇಡ, ಮಾತು ಬೇಡಾಂದ್ರೆ.... ಹೇಗೆ?” ಅನ್ನಪೂರ್ಣಮ್ಮ ನಿಟ್ಟುಸಿರಿನೊಂದಿಗೆ ತಮ್ಮ ಮನದ ಅಳಲನ್ನು ತೋಡಿಕೊಂಡರು.

ವಿಜಯ ನಿಧಾನವಾಗಿ ಎದ್ದು ಕೂತಳು. ಎರಡು ದಿನದಿಂದ ಕಂಡುಬಂದ ಚೇತರಿಕೆಯ ಲಕ್ಷಣ ಇದು. ಎಲ್ಲರ ಮನದಲ್ಲೂ ಆಶಾಕಿರಣ ಮಿನುಗಿತ್ತು. ತಮ್ಮ ನಿರ್ಧಾರವನ್ನು ಮುಂದಕ್ಕೆ ದೂಡಿದ್ದರು. ವೈದ್ಯನ ಪ್ರಕಾರ ಅವಳನ್ನು ಮಾನಸಿಕ ತಜ್ಞರಲ್ಲಿ ತೋರಿಸಲು ನಿಶ್ಚಯಿಸಿದ್ದರು.

“ಕ್ರಮೇಣ ಚೇತರ್ಸಿಕೊಳ್ಬಹುದು” ಭೂಷಣ್ ತುಂಬು ವಿಶ್ವಾಸದಿಂದ ನುಡಿದಿದ್ದ.

“ಅಮ್ಮ, ನೀನು ಅನ್ನ ಕಲ್ಸಿಕೊಂಡ್ಬಾ.... ನಾನು ಊಟ ಮಾಡಿಸ್ತೀನಿ” ಕಣ್ಣೀರು ತೊಡೆದುಕೊಂಡು ಸುಜಯ ಹೇಳಿದಳು.

ಬಹಳ ಬಲವಂತದ ನಂತರ ಇವಳ ಮಾತಿಗೆ ಕಿವಿಕೊಟ್ಟಂತೆ ಕಂಡಳು. ಎರಡು

ತುತ್ತು ತಿಂದು ತಟ್ಟೆಯನ್ನು ಪಕ್ಕಕ್ಕೆ ದೂಡಿ ಹೋಗಿ ಮಲಗಿಬಿಟ್ಟಳು. ಎದುರಿನಲ್ಲಿದ್ದ ಕ್ಯಾಲೆಂಡರಿನತ್ತಲೇ ನೋಡತೊಡಗಿದಳು.

ಸುಂದರ ಬೃಂದಾವನ, ಕೊಳಲನ್ನು ಬಾರಿಸುತ್ತ ನಿಂತ ಕೃಷ್ಣ. ಪ್ರೇಮಪೂರ್ಣ ಆರಾಧನಾಭಾವದಿಂದ ನಿಂತ ರಾಧೆ. ಕಣ್ಣುಗಳು ಸೋಲೋವರೆಗೂ ನೋಡಿ ಕಣ್ಮುಚ್ಚಿದಳು.

ಸುಜಯಳನ್ನು ಕರೆದೊಯ್ದು ಅನ್ನಪೂರ್ಣಮ್ಮ ಬಡಿಸಿದರು. ಅವಳಿಗೆ ತುತ್ತು ನುಂಗಲು ಕಷ್ಟವಾದರೂ ಬಲವಂತದಿಂದ ಹೊಟ್ಟೆ ತುಂಬಿಸಿಕೊಂಡಳು.

ಬಂದವಳೇ ಸೋಫಾದ ಮೇಲೆ ಉರುಳಿಕೊಂಡಳು. ಬಲವಂತದಿಂದ ಕಣ್ಮುಚ್ಚಿಕೊಂಡು ನಿದ್ದೆ ಮಾಡಲು ಪ್ರಯತ್ನಿಸಿದಳು.

ಮತ್ತೆ ನಿದ್ದೆ ಬರದೆ ಎದ್ದು ಕೂತಳು. ಆ ದುರಂತದಲ್ಲಿ ಸತ್ತವಳು ಲೀನಾ. ಇವಳು ಇಂಥ ಆಘಾತಕ್ಕೆ ಗುರಿಯಾಗುವಷ್ಟರಮಟ್ಟಿಗೆ ಅವರಲ್ಲಿ ಸ್ನೇಹ ಇತ್ತಾ? ಅವಳೆಂದು ಬಾಯಿಬಿಟ್ಟು ಏನೂ ಹೇಳಿರಲಿಲ್ಲ.

"ಅಮ್ಮ, ಆ ಲೀನಾ ಎಷ್ಟು ಸಲ ನಮ್ಮನೆಗೆ ಬಂದಿದ್ರು?" ಅವಳ ಸ್ವರದಲ್ಲಿ ಸ್ಪಷ್ಟವಾಗಿ ತಿಳಿಯುವ ನಿರ್ಧಾರವಿತ್ತು. ಅನ್ನಪೂರ್ಣಮ್ಮನ ಕಣ್ಣುಗಳು ಕಿರಿದಾಗಿ ಹುಬ್ಬುಗಳು ಸಂಕುಚಿಸಿ ಹಣೆಯಲ್ಲಿನ ಗೆರೆಗಳು ಆಳವಾದವು. "ಒಂದೇ ಸಲ ಅಂತ ಕಾಣುತ್ತೆ. ನಿನ್ನ ಮದ್ವೆಯಲ್ಲಿ ಗಂಡ ಹೆಂಡ್ತಿ ಹೊತೆಯಾಗೇ ಬಂದಿದ್ರಲ್ಲ. ವಿಜೀ ಮಾಡ್ದ ಗೊಂಬೆಗಳಿಗೆ ತುಂಬ ಆಸೆಪಟ್ರು, ಇವ್ಳು ಮಾಡ್ಕೊಂಡು ಹೋಗಿ ಕೊಟ್ಲು."

ಸುಜಯ ಕೈ ಬೆರಳುಗಳು ಟೀಪಾಯಿ ಮೇಲೆ ನೆನಪಿನ ಗೆರೆಗಳನ್ನು ಎಳೆಯತೊಡಗಿದವು. ನೆನಪಿನಂಗಳವನ್ನು ಬಗೆದು ಕೆದಕಿ ನೋಡತೊಡಗಿದಳು."ಏನು ಹೇಳಿಲ್ಲ" ನಿರಾಶೆ ಸುಳಿಯಿತು.

"ಅಮ್ಮ, ಯಾವಾಗ್ಲಾದ್ರೂ ವಿಜಯ ಅವರ ಮನೆಗೆ ಹೋಗ್ತಾ ಇದ್ಲಾ?" ನೋಟವೆತ್ತಿ ಕೇಳಿದರು. ಅನ್ನಪೂರ್ಣಮ್ಮ ಗೊಂದಲದಲ್ಲಿ ಬಿದ್ದರು. ಅವಳ ಕೆಲಸವನ್ನು ಬಲ್ಲ ಅವರು ಹೊತ್ತುಗೊತ್ತಿನ ನಿಖರತೆಯ ಬಗ್ಗೆ ಪ್ರಶ್ನಿಸಲು ಹೋಗುತ್ತಿರಲಿಲ್ಲ. "ಏನೋಪ್ಪ.... ನಂಗಂತೂ ಗೊತ್ತಿಲ್ಲ! ಕೆಲಸದ ನಿಮಿತ್ತ ಹೋಗಿದ್ರೆ ಹೋಗಿರ್ಬಹ್ದು ಅಷ್ಟೆ"

ಇದೆಲ್ಲಕ್ಕೂ ಉತ್ತರ ಹೇಳಬಲ್ಲ ವಿಜಯ ಮೌನ. ಲೀನಾ ಇಲ್ಲ; ಮೋಹಿನಿಗೆ ಏನಾದರೂ ಗೊತ್ತಿರಬಹುದೇ? ಅವಳ ತಲೆ ಚುರುಕಾಗಿ ಕೆಲಸ ಮಾಡಿತು.

"ಅಮ್ಮ, ಮೋಹಿನಿ ಯಾವಾಗ್ಲಾದ್ರೂ ಬಂದಿದ್ಲಾ?" ಅವಳ ಸ್ವರದಲ್ಲಿ ಮಿನುಗಿದ ಉತ್ಸಾಹವನ್ನು ಅನ್ನಪೂರ್ಣಮ್ಮ ಗಮನಿಸಲಿಲ್ಲ. "ಒಂದೆರಡು ಸಲ ಬಂದಿದ್ಲು. ಸುಮ್ನೇ ಕಣ್ಣೀರು ಹಾಕಿದ್ರು, ವಿಜಯ ಹೀಗೆ ಆಗಿದ್ದಕ್ಕೆ ತಾನೇ ಕಾರಣ ಅನ್ನೋ ನೋವು ಅವ್ಳನ್ನ ತಿಂತಾ ಇದೆ!"

ತಕ್ಷಣ ಹೊರಡುವ ಯೋಚನೆ ಮಾಡಿದಳು. ಕಾಲಿಂಗ್‌ಬೆಲ್ ಸದ್ದಾಯಿತು.

ಅವಳು ಏಳುವ ಮುನ್ನವೇ ಅನ್ನಪೂರ್ಣಮ್ಮ ಹೋಗಿ ಬಾಗಿಲು ತೆರೆದರು. ದ್ವಾರಕಾನಾಥ್ ನಿಂತಿದ್ದ. ಹೆಚ್ಚಿನ ವಾಡಿಕೆ ಇರಲಿಲ್ಲ. ಸೆರಗನ್ನು ಮತ್ತಷ್ಟು ಎಳೆದುಹೊದ್ದರು.

"ಬನ್ನಿ.... ಬನ್ನಿ...." ಆತ್ಮೀಯತೆಯಿಂದಲೇ ಸ್ವಾಗತಿಸಿದರು. ಸುಜಯ ತಕ್ಷಣ ಟೀಪಾಯಿ ಮೇಲಿದ್ದ ಹ್ಯಾಂಡ್‌ಬ್ಯಾಗನ್ನು ಸೋಫಾ ಕೆಳಗೆ ಹಾಕಿದಳು.

ತುಟಿಗಳ ಮೇಲೆ ನಗುವನ್ನು ಅರಳಿಸಿ ಎದುರುಗೊಂಡಳು. ಎದೆಯಲ್ಲಿನ ಕೋಪವನ್ನು ಬಚ್ಚಿಟ್ಟು ಹಸನ್ಮುಖತೆಯ ಮುಖವಾಡ ಧರಿಸುವುದು ಅನಿವಾರ್ಯವಾಗಿತ್ತು.

"ವಿಜಯನ ನೋಡ್ಕೊಂಡೋಗೋಣಾಂತ ಬಂದರೆ ತಡವರಿಸದೆ ಹೇಳಿದ. ಅದು ಸುಳ್ಳೆಂದು ಅವಳಿಗೆ ಗೊತ್ತು "ಹೌದಾ...." ಸ್ವರದಲ್ಲಿ ಅಚ್ಚರಿ ಇಣುಕಿತು.

ಅನ್ನಪೂರ್ಣಮ್ಮನ ನಡೆಯಲ್ಲಿ ಸಂಭ್ರಮ ಇಣುಕಿತು. ಭೂಷಣ್ ಅಷ್ಟು ಸಹಾಯ ಮಾಡಿ ಓಡಾಡುತ್ತಿದ್ದರೂ ದ್ವಾರಕಾನಾಥ್ ಮೇಲೇನೇ ಪ್ರೀತಿ ಜಾಸ್ತಿ. ಡಿಗ್ರಿ ಸಂಪಾದನೆ ಜೊತೆ ನಾಲ್ಕು ಅಂಕಿಯ ಮೊತ್ತದ ಸಂಬಳ ಪಡೆಯುವನೆಂಬ ಅಭಿಮಾನ. ಈ ಅಳಿಯನಿಗೆ ಸಿಕ್ಕಿದಷ್ಟು ಆದರೋಪಚಾರ ಭೂಷಣ್‌ಗೆ ಸಿಗಲು ಎಂದೂ ಸಾಧ್ಯವಿಲ್ಲ.

ಸುಜಯ ಗಂಡನ ಜೊತೆ ವಿಜಯಳನ್ನು ನೋಡಲು ಬಂದಾಗ ಅವಳು ಗೋಡೆಯತ್ತ ನೋಡುತ್ತಿದ್ದಳು. ಮುಖದ ನಿರ್ಲಿಪ್ತತೆ, ಮಂಕಾದ ಕಣ್ಣಿನ ಹೊಳಪು ಬಿಟ್ಟರೆ ಅವಳ ಮಾಸಿಕ ಆರೋಗ್ಯ ಕೆಟ್ಟಿದೆಯೆಂದು ಯಾರೂ ಹೇಳುವಂತಿರಲಿಲ್ಲ.

"ವಿಜೀ, ನಿಮ್ಮ ಭಾವ ಬಂದಿದ್ದಾರೆ ನೋಡು" ಅವಳ ನೋಟ ಇತ್ತ ಚಲಿಸಲೇ ಇಲ್ಲ. ದ್ವಾರಕಾನಾಥ್ ಬೇಸರದಿಂದ ಹಣೆಯುಜ್ಜಿದ. "ಸರಿಯಾದವ್ರಿಗೆ ತೋರ್ಸೋದು ಬಿಟ್ಟು ಹೀಗ್ಯಾಕೆ ಕೊಳೆ ಹಾಕ್ತೀರಿ? ಸುಮ್ನೇ ಬೇರೆವ್ರಿಗೆ ಕಿರಿಕಿರಿ ಅಷ್ಟೆ."

ಸುಜಯಳ ಕಣ್ಣುಗಳು ಕಿರಿದಾಗಿ ವಿಸ್ಮಯ ಇಣುಕಿತು. ಕಟ್ಟಿಕೊಂಡವಳನ್ನು ಬಿಟ್ಟು ಈ ಮನೆಯುವರ ಬಗ್ಗೆ ಅವನಿಗೇನೂ ಕಾಳಜಿ ಇಲ್ಲ. ಇದನ್ನ ಅರ್ಥಮಾಡಿಕೊಳ್ಳಲು ಅವಳಿಗೆ ಸ್ವಲ್ಪ ಕಾಲವೇ ಬೇಕಾಯಿತು. ಮುಖ ತಿರುಗಿಸಿ ತನ್ನ ಬೇಸರವನ್ನು ಸ್ಪಷ್ಟವಾಗಿ ವ್ಯಕ್ತಪಡಿಸಿದಳು. ದ್ವಾರಕನಾಥ್ ಹೊರಗೆ ನಡೆದ.

ಅಳಿಯನಿಗಾಗಿ ವಿಶೇಷ ಉಪಾಹಾರ ತಯಾರಿಯಾಯಿತು. ಸುಜಯ ಮಾತ್ರ ಯಾವ ಉತ್ಸಾಹವನ್ನೂ ವ್ಯಕ್ತಪಡಿಸಲಿಲ್ಲ. ಎಲ್ಲಾ ನಡೆದ ಮೇಲೆ ಹೊರಡಲು ಎದ್ದ.

"ಸುಜೀ, ನೀನಿದ್ದು ಇಲ್ಲಿ ಮಾಡೋದೇನಿದೆ?" ಗಂಡನ ಸ್ವರದಲ್ಲಿನ ಅಸಹನೆಯನ್ನು ಗುರ್ತಿಸಿದಳು. "ಬೇಕಾದಷ್ಟಿದೆ. ವಿಜೀ ಬೇಗ ಹುಷಾರಾಗ್ಬೇಕು. ಅಮ್ಮನ ಕೈಯಲ್ಲಿ ಅವಳನ್ನು ನೋಡಿಕೊಳ್ಳೋಕೆ ಆಗೋಲ್ಲ. ವಿನೂ ಎಷ್ಟೂಂತ ಮಾಡಿಯಾಳು!" ದ್ವಾರಕಾನಾಥ್ ಮುಖ ಬಿಗಿದುಕೊಂಡಿತು. ಬಲವಂತದಿಂದ ಪ್ರಯತ್ನಪೂರ್ವಕವಾಗಿ ಸಡಿಲಿಸಿದ.

"ಅಲ್ಲಿ ನೀನಿಲ್ದೇ ನಂಗೆ ಕಷ್ಟವಾಗುತ್ತೆ!" ಪಿಸುಧ್ವನಿಯಲ್ಲಿ ನುಡಿದ. ಕರಗಲು ಹೊರಟ ಹೆಣ್ಣು ಸ್ವಲ್ಪ ದೃಢವಾದಳು "ನಾಲ್ಕು ದಿನ ಸೈರಿಸ್ಕೊಳ್ಳಿ. ವಿಜೀ ಸರ್ಯೋಗವರ್ರೂಗ್ಗ

ನಂಗೆ ಸಮಾಧಾನ ಇಲ್ಲ. ಅಲ್ಲಿದ್ರೂ ನಂಗೆ ಇಲ್ಲಿಯದೇ ಯೋಚ್ನೆ!" ಅಷ್ಟೇ ಮೃದುವಾಗಿ ಹೇಳಿದಳು.

ಪ್ರಯೋಜನವಿಲ್ಲವೆನಿಸಿತು ದ್ವಾರಕಾನಾಥ್‌ಗೆ. ಸಂಬಳದ ಹಣ ಬಿಟ್ಟು ಹೋಗುವಷ್ಟು ಅವನು ಮೂರ್ಖನಲ್ಲ.

"ಆಯ್ತು, ನಿಂಗೆ ಬೇಜಾರು ಮಾಡೋಕೆ ನಂಗಿಷ್ಟವಿಲ್ಲ. ಹಾಗೆ ಕಿರಾಣಿ ಅಂಗ್ಡಿಯವ್ನಿಗೆ ಹಣ ಕೊಟ್ಟು ಹೋಗ್ತೀನಿ" ಅರ್ಥಗರ್ಭಿತ ಮಾತುಗಳಿಗೆ ಮತ್ತಷ್ಟು ಕಲ್ಲಾದಳು. "ಈ ತಿಂಗ್ಳು ಯಾವುದಾದ್ರೂ ಅಡ್ಜಸ್ಟ್ ಮಾಡ್ಕೊಡಿ. ಮುಂದಿನ ತಿಂಗ್ಳು ನೋಡೋಣ. ಈಗ ವಿಜಯ ಸಂಬಳವಿಲ್ದೆ ತುಂಬ ತೊಂದರೆಯಾಗಿದೆ."

ದ್ವಾರಕಾನಾಥ್ ಮೈಯಲ್ಲಿ ದೆವ್ವ ಹೊಕ್ಕಂತಾಯಿತು. ಭುಸುಗುಟ್ಟುತ್ತ ಕಾಲು ಅಪ್ಪಳಿಸಿ ದಾಪುಗಾಲು ಹಾಕುತ್ತಾ ಹೊರಟಾಗ ಸುಜಯ ಏನೂ ನಡೆಯಲೇಇಲ್ಲವೆನ್ನುವಂತೆ ತಣ್ಣಗೆ ಕೂತಳು.

ಯೋಚಿಸುತ್ತಾ ಕೂತವಳು ವಿಜಯಳ ಕೋಣೆಗೆ ಬಂದಳು. ಅವಳಲ್ಲಿ ಯಾವ ಬದಲಾವಣೆಯೂ ಇಲ್ಲ. ನೋಟ ಅತ್ತಿತ್ತ ಚಲಿಸಲಿಲ್ಲ. ಮುರಳಿಗಾನ ಲೋಲನ ಮುಂದೆ ಪ್ರೇಮ ಯಾಚಿಸುವ ಬೃಂದಾವನದಲ್ಲಿನ ಸುಂದರ ಚಿತ್ರ.

ಸುಜಯ ತುಟಿ ಕಚ್ಚಿ ಕೂತರೂ ಯಾವುದೇ ನಿರ್ಧಾರಕ್ಕೆ ಬರಲಾರದಾದಳು.

ತಂಗಿಯ ಬಟ್ಟೆ, ಪುಸ್ತಕ, ಪರ್ಸ್ ಎಲ್ಲ ತಡಕಿ ನೋಡಿದಳು. ಸೂಚನೆ ಕೊಡುವಂಥ ಯಾವ ದಾಖಲೆಗಳು ಸಿಕ್ಕಲಿಲ್ಲ.

ಎದ್ದು ಬಂದು ಅವಳ ಪಕ್ಕದಲ್ಲಿ ಕೂತಳು. ಕೆನ್ನೆಯನ್ನು ಬೆರಳುಗಳಿಂದ ಸವರಿದಳು.

"ವಿಜೀ... ವಿಜಯ...." ಅಂತಃಕರಣದ ಸವಿಜೇನಿನಲ್ಲಿ ಅದ್ದಿದಂತಿತ್ತು ಸುಜಯಳ ಸ್ವರ.

ಪ್ರತಿಕ್ರಿಯೆ ಸೊನ್ನೆ, ಬರೀ ಕತ್ತು, ಕೈಯಲ್ಲಿನ ಎರಡು ಗಾಜಿನ ಬಳೆ ನೋಡಿ ದುಃಖ ಒತ್ತರಿಸಿಕೊಂಡು ಬಂತು. ಇವಳ ಮದುವೆಗಾಗಿ ಅವಳು ಪಟ್ಟ ಪಾಡು. ಕಂಪೆನಿಯಿಂದ ಅವಳು ಪಡೆದ ಬಾಕಿ ಹತ್ತು ಸಾವಿರದ ಬಾಬತ್ತಿಗೆ ಅವಳ ಇಪ್ಪತ್ತೆಂಟು ದಿನಗಳ ಸಂಬಳ ಮತ್ತು ಅವಳಿಗೆ ಬರಬೇಕಾಗಿದ್ದ ಹಣಕ್ಕೆ ವಜಾ ಹಾಕಿಕೊಂಡಿದ್ದನ್ನು ಡಿಸ್‌ಮಿಸ್ ಆರ್ಡರ್‌ನಲ್ಲಿ ತಿಳಿಸಿದ್ದರು.

ಒಳಗೆಬಂದ ಭೂಷಣ್ ಮೌನವಾಗಿ ನಿಂತ. ಹೆಣ್ಣಿನ ಮನ ತುಂಬ ಗಾಢವೆನಿಸಿತು.

"ಹೇಗಿದ್ದಾಳೆ ನಮ್ಹುಡ್ಗಿ?" ಅಲ್ಲಿಯೇ ಕೂತ.

ಸುಜಯ ಅತ್ತ ತಿರುಗಿದಳು. ಅವಳ ಕಣ್ಣುಗಳಲ್ಲಿ ದಟ್ಟವಾದ ನೋವಿನ ಛಾಯೆ ಇತ್ತು.

"ಭಾವ, ನಾವು ಡಾಕ್ಟ್ರು ಹೇಳ್ದ ಪ್ರಕಾರ ನಡ್ಕೊಳ್ಳೋದು ಸರಿ. ತಕ್ಷಣ ಇವ್ಳನ್ನ ಸೈಕಿಯಾಟ್ರಿಸ್ಟ್‌ಗೆ ತೋರ್‍ಸಬೇಕು" ಅವಳ ಮಾತು ಸರಿಯೆನಿಸಿದರೂ ಭೂಷಣ್ ಹಿಂದು ಮುಂದು ನೋಡಿದ.

"ಅತ್ತೆಯವ್ರಿಗೆ ಸ್ವಲ್ಪ ಕೂಡ ಇಷ್ಟವಿಲ್ಲ. ಮಗ್ಳಿಗೆ ಈ ಪಟ್ಟಿ ಹಚ್ಚೋಕೆ ಅವ್ರು ಸಿದ್ಧವಾಗಿಲ್ಲ. ಮಾನಸಿಕ ತಜ್ಞರಲ್ಲಿ ಹೋಗಲು ಹಿಂಜರಿಯುವಂಥ ಜನರು ಯೋಚ್ಸೋ ರೀತಿಯಲ್ಲೇ ಅವ್ರೂ ಯೋಚಿಸ್ತಾರೆ. ಸ್ವಲ್ಪ ಪರ್ವಾಗಿಲ್ಲ ಅನ್ನಿಸುತ್ತೆ. ಕೆಲವು ದಿನಗಳಲ್ಲಿ ಪೂರ್ತಿಯಾಗಿ ಚೇತರಿಸ್ಕೊಳ್ಬಹುದು."

ಸುಜಯ ತಲೆಬಗ್ಗಿಸಿ ನೆಲ ನೋಡುತ್ತ ಕೂತಳು. ಬೆರಳುಗಳಿಂದ ಮುಂದಲೆ ಸವರಿಕೊಂಡು ಮೇಲಕ್ಕೆದ್ದಳು.

"ಮೋಹಿನಿನ ವಿಚಾರ್ಸಿದ್ರೆ ಏನಾದ್ರೂ ತಿಳಿಯುತ್ತೇನೋ... ನೋಡ್ತೀನಿ." ವಾಚ್ ಕಡೆ ನೋಡಿದವಳೇ ಕೂತಳು. ಐದೂವರೆಯ ನಂತರ ಅವಳು ಬರುತ್ತಿದ್ದದ್ದು.

ಭೂಷಣ್, ಸುಜಯ ಮಾತನಾಡುತ್ತಿದ್ದರು. ವಿಜಯ ತನ್ನ ಪಾಡಿಗೆ ತಾನು ಕೂತಿದ್ದಳು. ತಜ್ಞರ ಪ್ರಕಾರ ಅವಳಿಗಾದ ಮಾನಸಿಕ ಆಘಾತ, ಸುಸ್ಥಿತಿಯಲ್ಲಿ ತಮ್ಮ ಕ್ರಿಯೆಗಳಲ್ಲಿ ಮಗ್ನರಾಗಿರುವ ಅವಯವಗಳ ಮೇಲೆ ಮಾನಸಿಕ ದಿಗ್ಬಂಧನವಾಗಿ ತನ್ನ ಹತೋಟಿಯಲ್ಲಿಡುವ ಪ್ರಯತ್ನ.

ರಂಗಸ್ವಾಮಿಗಳು ಒಳಗೆಬಂದವರೇ ನಿಟ್ಟುಸಿರು ದಬ್ಬುತ್ತ ಕೂತರು. ಅಷ್ಟು ಲವಲವಿಕೆಯಾಗಿ ಓಡಾಡುತ್ತಿದ್ದವರು ತೀರಾ ಮುಪ್ಪಾತ್ತಿದಂತೆ ಬಳಲತೊಡಗಿದ್ದರು.

"ಕೆಲವರು ಮಾಟ, ಮಂತ್ರ ಅಂತಾರೆ. ಏನ್ಮಾಡೋದು...." ತಮ್ಮ ನಿಸ್ಸಹಾಯಕತೆ ವ್ಯಕ್ತಪಡಿಸಿದಾಗ ಸುಜಯ ದೃಢವಾಗಿ ತಳ್ಳಿ ಹಾಕಿದಳು. "ಅಂಥದ್ದೇನು ಇಲ್ಲಣ್ಣ. ಸುಮ್ನೇ ಹಿಂಸೆ ಕೊಟ್ಟು ಅವ್ಳನ್ನ ಸೊರಗಿಸೋದೇನು ಬೇಡ."

ಅವಳ ಕಾಲುಗಳು ನೇರವಾಗಿ ನೆಲದಲ್ಲಿ ನಿಂತವು. ಕನ್ನಡಿಯ ಮುಂದೆ ನಿಂತು ಮುಂದಲೆ ಸರಿಮಾಡಿಕೊಂಡು ಒಳಗೆಹೋದವಳು ತಂದೆಯನ್ನು ಕೂಗಿದಳು.

ತನ್ನ ಹ್ಯಾಂಡ್‌ಬ್ಯಾಗ್‌ನಿಂದ ನೋಟುಗಳನ್ನು ತಂದೆಯ ಕೈಯಲ್ಲಿಟ್ಟಳು. ಅವರಿಗೆ ದಿಗ್ಭ್ರಮೆಯಾಯಿತು. ಮದುವೆಯಾದ ಮೇಲೆ ಹತ್ತರ ಒಂದು ನೋಟನ್ನು ಕೊಡುವಷ್ಟು ಧಾರಾಳತನ ತೋರಿಸಿರಲಿಲ್ಲ.

"ಸದ್ಯಕ್ಕೆ ನನ್ನ ಸಂಬಳನ ಇಲ್ಲೇ ಕೊಡೋಕೆ ಹೇಳಿದ್ದಾರೆ. ವಿಜಯ ಮೊದ್ಲು ಹುಷಾರಾಗ್ಲಿ" ಎಂದವಳೇ ಹೊರನಡೆದಳು.

ಇವಳು ಮೋಹಿನಿಯ ಮನೆ ತಲುಪಿದಾಗ ಅವಳಿನ್ನೂ ಬಂದಿರಲಿಲ್ಲ. ಹತ್ತು ನಿಮಿಷ ಕಾದು ಕೂತಳು. ಅವಳ ತಾಯಿ ತಂದೆ ಕೇಳುವ ಪ್ರಶ್ನೆಗಳಿಗೆ ಉತ್ತರಿಸುವ ಸಹನೆ ಕೂಡ ಅವಳಲ್ಲಿರಲಿಲ್ಲ. ಹೀಗೆ ಇವರು ಪ್ರಶ್ನೆಗಳನ್ನು ಕೇಳುತ್ತಿದ್ದರೆ .... ಅವಳ ತಲೆ ಸಿಡಿಯತೊಡಗಿತು.

ಮೋಹಿನಿಯನ್ನು ಕಂಡಾಗ ಸಮಾಧಾನದ ಉಸಿರು ದಬ್ಬಿದಳು.

"ಹೇಗಿದ್ದಾಳೆ ವಿಜಯ?" ಪ್ರಶ್ನೆಗೆ ಉತ್ತರಿಸುವ ಮುನ್ನ ತೋಳಿಡಿದು ಹೊರಗೆ ಎಳೆದೊಯ್ದಳು.

"ಸ್ವಲ್ಪ ಮಾತಾಡ್ಬೇಕು...." ಅವಳಿಗೆ ಮಾತನಾಡುವ ಅವಕಾಶವನ್ನೇ ಕೊಡಲಿಲ್ಲ.

ಮೋಹಿನಿಯ ಕಣ್ಣುಗಳಲ್ಲಿ ಭಯ ಇಣುಕಿತು. "ಹೇಗಿದ್ದಾರೆ ವಿಜಯ?" ಮತ್ತೆ ಕಂಪಿಸುವ ಸ್ವರದಲ್ಲಿ ಅದೇ ಪ್ರಶ್ನೆ.

ಹತ್ತಿರದಲ್ಲಿದ್ದ ದೇವಸ್ಥಾನದತ್ತ ನಡೆದರು. ಅಂತಹ ಜನಸಂದಣಿ ಇರಲಿಲ್ಲ. ಸ್ವಲ್ಪ ಹಿಂಭಾಗದ ಜಗುಲಿಯ ಮೇಲೆ ಕೂತರು. ಮೋಹಿನಿಯ ಕಣ್ಣುಗಳಲ್ಲಿ ಆತಂಕವಿದ್ದರೇ ಸುಜಯ ಮುಖಭಾವದಲ್ಲಿ ಕುತೂಹಲವಿತ್ತು.

"ಹೇಗಿದ್ದಾಳೆ ವಿಜಯ? ನಾನು ಬಂದು ಹೇಳಿದ್ದೇ ತಪ್ಪಾಯ್ತು! ಖಂಡಿತ ನಂಗೆ ಹೀಗಾಗುತ್ತೇಂತ ಗೊತ್ತಿರಲಿಲ್ಲ" ಮೋಹಿನಿಯ ಕಣ್ಣಂಚಿನಲ್ಲಿ ಕಂಬನಿ ಇಣುಕಿಯೇ ಬಿಟ್ಟಿತು. ಸುಜಯ ತುಟಿಕಚ್ಚಿ ಹೊರನೋಡುತ್ತ ಕೂತಳು.

ನಾಲ್ಕಾರು ಜನ ಹೋಗುವವರೆಗೂ ಅವರಿಬ್ಬರ ನಡುವೆ ಮೌನ ಬಿದ್ದುಕೊಂಡಿತ್ತು.

"ಮೋಹಿನಿ, ನಿಮ್ಗೆ ತಿಳ್ದಷ್ಟು ಹೇಳಿ..." ತುಟಿಗಳ ಮಧ್ಯೆ ಸಂಕೋಚದಿಂದ ಅವಳ ಸ್ವರ ಅಡಗಿಹೋಯಿತು. ಪ್ರಶ್ನೆಗಳು ಅವಳಲ್ಲಿಯೇ ಉಳಿದವು. ಹೋಗುವ ಭಯ ಕಾಡಿತು. ಉಗುಳು ನುಂಗಿದಳು. "ನಮ್ಮ ವಿಜಯ ಬಗ್ಗೆ ನಿಮ್ಗೆ ಏನನ್ನಿಸುತ್ತೆ?"

ಮೋಹಿನಿ ಗೊಂದಲದಲ್ಲಿ ಬಿದ್ದಳು. ಆರಕ್ಕೆ ಹತ್ತದ ಮೂರಕ್ಕೆ ಇಳಿಯದ ಅವಳ ಸ್ವಭಾವದ ಬಗ್ಗೆ ಎಲ್ಲರಿಗೂ ಮೆಚ್ಚಿಕೆಯೆ. ತನ್ನ ಸ್ಥಾನವನ್ನು ಅವಳೆಂದೂ ದುರುಪಯೋಗ ಮಾಡಿಕೊಂಡು ಉಳಿದವರೊಡನೆ ಅಧಿಕಾರಯುತವಾಗಿ ವರ್ತಿಸಿರಲಿಲ್ಲ.

"ಏನ್ಹೇಳಿ, ವಿಜಯ ಅಂಥವರು ಅಪರೂಪ. ನಿರರ್ಗಳವಾಗಿ ಹರಿದುಬರುವ ಅವ್ಳ ಆಂಗ್ಲಭಾಷೆಯ ಮಾತಿನ ಧಾಟಿಗೆ ಎಂಥವ್ರೂ ಬೆರಗಾಗುತ್ತಿದ್ರು. ಯಾವ ಬೆಡಗು, ಬಿನ್ನಾಣವಿಲ್ದೇ ತನ್ನ ಬುದ್ಧಿಶಕ್ತಿಯಿಂದ ಆ ಪಿ.ಎ. ಸ್ಥಾನವನ್ನು ಕಾಯ್ದುಕೊಂಡಿದ್ದಳು. ಉಸಿರಾಡೋಕೆ ಪುರಸೊತ್ತು ಇಲ್ದ ದಿನಗಳಲ್ಲೂ ಕೂಡ ಮುಖ ಗಂಟು ಹಾಕುತ್ತಿರಲಿಲ್ಲ. ಅವಳ ಹಾಗೆ ಹಸನ್ಮುಖತೆಯಿಂದ ಇರೋದು ಅಪರೂಪ. ದಸ್ತಗೀರ್ ಸಾಹೇಬರು ಅವ್ರನ್ನ ಟೆಂಪರರಿಯಾಗಿ ಆ ಜಾಗಕ್ಕೆ ತಗೊಂಡಿದ್ರು, ಇಂದಿನವ್ರು ಮುಂದುವರ್ಸಿಕೊಂಡು ಬರೋಕೆ ಅವಳ ಅಪರೂಪದ ಗುಣಗಳೇ ಕಾರಣ."

ಸುಜಯಳ ಕಣ್ಣುಗಳ ಕುತೂಹಲ ಹಿಂಗಿಹೋಯಿತು. ಮೋಹಿನಿಯ ಮಾತುಗಳಿಂದ ಏನೂ ತಿಳಿಯಲಿಕ್ಕೆ ಸಾಧ್ಯವಾಗಲಿಲ್ಲ.

"ನಾನು ಅದ್ನಲ್ಲ ಕೇಳ್ತಾ ಇರೋದು. ಆ ದುರಂತದ ವಿಷ್ಯ ಕೇಳ್ದ ಕೂಡ್ಲೇ ಆಘಾತ ಆಗೋಕೆ ಏನಾದ್ರೂ ಪ್ರಬಲವಾದ ಕಾರಣ ಇರ್ಬೇಕೂಂತ ಅನ್ನಿಸೋಲ್ವಾ!"

ಮೋಹಿನಿ ಉಗುರಿಗೆ ಹಚ್ಚಿದ್ದ ಬಣ್ಣವನ್ನೇ ನೋಡುತ್ತ ಕೂತಳು. ವಿಜಯಳ ವಿಷಯವಾಗಿ ಯಾವ ಗುಸುಗುಸು ಪಿಸಿಪಿಸಿಯೂ ಇರಲಿಲ್ಲ. ಕೆಲಸ ನಿರ್ವಹಿಸುವ ಅಗತ್ಯವಿತ್ತು. ಕೆಲವು ಫೈಲ್‌ಗಳು, ಪತ್ರಗಳು ಅವಳ ಉಸ್ತುವಾರಿಯಲ್ಲಿಯೇ ಇರುತ್ತಿತ್ತು.

ಅವಳಿಗೇನು ಹೊಳೆಯಲಿಲ್ಲ.

"ನಂಗೆ ಇನ್ನೇನು ಗೊತ್ತಿಲ್ಲ!" ಮೋಹಿನಿ ಕಣ್ಣು ಕಿರಿದಾಗಿಸಿ ಮೆದು ಸ್ವರದಲ್ಲಿ

ಹೇಳಿದಾಗ ಸುಜಯ ಎದೆ ಭಾರವಾಯಿತು. "ಸಾರಿ, ತೊಂದರೆ ಕೊಟ್ಟೆ..." ಮೇಲಕ್ಕೆದ್ದಳು.

ಸೋತ ಮುಖವೊತ್ತು ಮೋಹಿನಿಯನ್ನು ಬೀಳ್ಕೊಟ್ಟು ಮನೆಗೆ ಬಂದಳು.

ಸ್ವರ್ಣಮ್ಮನನ್ನು ನೋಡಿದಕೂಡಲೇ ಅವಳ ಮುಖ ಕಹಿಯಾದರೂ ನಗುವ ಪ್ರಯತ್ನ ಮಾಡಿದಳು ಪೆಚ್ಚಾಗಿ.

"ಮನೆಯೆಲ್ಲ ಭಣಗುಡ್ತಾ ಇದೆ. ಅವ್ನು ಮುಖ ಸಪ್ಪಗೆ ಮಾಡ್ಕೊಂಡು ಹೊರ್ಗಡೆ ಹೋದ. ನೆಟ್ಟಗೆ ಇಲ್ಲಿಗೆ ಬಂದೆ" ಈ ಮೃದು ಮಾತುಗಳು ಕೂಡ ಅವಳ ಮೈಮೇಲೆ ಬಿಸಿನೀರು ಎರಚಿದಂತಾಯಿತು. "ನಾನು ಬೆಳಿಗ್ಗೆ ಹೇಳೇ ಇದ್ನಲ್ಲ."

ಪರೋಕ್ಷವಾಗಿ ಅವರ ಬರುವನ್ನು ವಿರೋಧಿಸಿದಂತಾಯಿತು. ಸ್ವರ್ಣಮ್ಮನಿಗೆ ಮುಖದ ಮೇಲೋಡಿಸಿಕೊಂಡ ಅನುಭವವಾಯಿತು. ಆದರೆ ಜಗ್ಗುವ ಅಸಾಮಿಯಲ್ಲ.

"ನೀನು ಹೇಳ್ಬಂದ್ರೂ ನಮ್ಗೆ ಜೀವ ತಡೀಬೇಕಲ್ಲ!"

ನೇರವಾಗಿ ಸುಜಯ ಬಾತ್‌ರೂಂನತ್ತ ನಡೆದುಬಿಟ್ಟಳು. ಯಾವುದೋ ಅಮಲು ಅವಳ ವಿವೇಚನೆಯನ್ನು ಮಬ್ಬಾಗಿಸಿತ್ತು. ಅವಳ ಅತ್ಯಂತ ಪ್ರಿಯವಾದ ಓದುವ ಅಭ್ಯಾಸವನ್ನು ಮರೆತಂತೆ ತೇಲಿಹೋಗಿದ್ದಳು. ಅಲಮಾರುಗಳಲ್ಲಿ ಜೋಡಿಸಿದ್ದ ಪುಸ್ತಕಗಳು ಪೂರ್ತಿ ತೆರೆದಾಗಲೂ ಅತ್ತ ಲಕ್ಷ್ಯ ವಹಿಸಿರಲಿಲ್ಲ. ಆದರೆ ಹಳೇ ಪುಸ್ತಕ ಮಾರುವ ಗ್ರಂಥರಾಶಿಯಲ್ಲಿ ಅವಳ ಸಂಗ್ರಹದ ಕೃತಿ ಕಾಣಿಸಿಕೊಂಡಾಗ ಎದೆಯೊಡೆದಂತಾಗಿತ್ತು.

ಬಾತ್‌ರೂಂನ ಗೋಡೆಗೆ ಕಣ್ಣೀರಿನ ಅಭಿಷೇಕ ಮಾಡಿದಳು. ಗಂಡಿನ ಪ್ರೀತಿಯಲ್ಲಿ ಹೆಣ್ಣಿನ ಸ್ವಂತ ವ್ಯಕ್ತಿತ್ವ ಹೇಗೆ ಪ್ರತಿಭಟನೆ ಇಲ್ಲದೇ ಕರಗಿಹೋಗುತ್ತದೆಯೆನ್ನುವುದಕ್ಕೆ ಇದೊಂದು ನಿದರ್ಶನವೆನಿಸಿತು.

ಮುಖ ತೊಳೆದು ಹೊರಗೆಬಂದಳು. ಸ್ವರ್ಣಮ್ಮ ತಮ್ಮ ಪ್ರವರ ಬಿಚ್ಚಿಕೊಂಡು ಕೂತಿದ್ದರು. ಜಾಣರಲ್ಲಿ ಜಾಣೆ ಆಕೆ. ಮನೆಗೆ ಬಂದವರಿಗೆ ಒಂದು ಲೋಟ ಕಾಫಿ ಕೊಡಬೇಕೆಂದರೂ ಲೆಕ್ಕಾಚಾರ ಹಾಕುತ್ತಿದ್ದರು. ಆದರೆ ಹೋದಕಡೆ ಸಂಕೋಚವಿಲ್ಲದೆ ಎಲ್ಲಾ ಮುಗಿಸಿಕೊಂಡೇ ಬರುತ್ತಿದ್ದರು.

ಅವರು ಹೊರಟಾಗ ಒಂಬತ್ತು ಗಂಟೆಯೇ ಆಗಿತ್ತು. ಆಕೆ ಇಂದು ಹೊರಡುವ ಬಗ್ಗೆ ಸುಜಯಳಿಗೆ ಗ್ಯಾರಂಟಿ ಇರಲಿಲ್ಲ.

ಕಾಂಪೌಂಡ್‌ನಲ್ಲಿದ್ದ ಸೊಸೆಯ ಬಳಿಗೆ ಬಂದವರೇ ಮೃದುವಾಗಿ ಹೇಳಿದರು.

"ನಾಳೇ ಸಂಜೆ ಬೇಕಾದ್ರೆ.... ದ್ವಾರಕನ ಜೊತೆ ಬರೀವಂತೆ–ಈಗ ನನ್ನೊತೆ ಹೊರಡು."

ತಂಗಾಳಿ ಕೂಡ ಅವಳಿಗೆ ಬಿಸಿಯೆನಿಸಿತು. ಆಕೆಯ ಎದುರು ನಿಂತರೇ ತಾನೆಲ್ಲಿ ಕರಗಿಹೋಗುವೆನೋ ಎಂದು ಹೆದರಿದಳು.

"ನಾಳೆ ಮಧ್ಯಾಹ್ನ ಬರ್ತೀನಿ" ಪ್ರಯಾಸದಿಂದಲೇ ಇಷ್ಟು ಹೇಳಿದಳು. ಸ್ವರ್ಣಮ್ಮನಿಗೆ ನಿರಾಶೆಯಾಯಿತು. ಆದರೂ ಸೋಲಲು ಇಷ್ಟಪಡಲಿಲ್ಲ. "ಎಲ್ಲೋ ಮರ್ತೇ ಅಂತ ಕಾಣುತೆ. ಅಂಗ್ಡಿಗೆ ದುಡ್ಡು ಕೊಡ್ಬೇಕು. ಪಾಪಿ ಜನ.... ಒಂದಿನ ತಡವಾಯ್ತೂಂದ್ರೆ

ಮನೆ ಬಾಗ್ಲಿಗೆ ಬಂದುಬಿಡ್ತಾರೆ."

ಸುಜಯಳ ಎದೆ ಹಾರತೊಡಗಿತು. ತನ್ನ ಹ್ಯಾಂಡ್‌ಬ್ಯಾಗ್‌ನಲ್ಲಿದ್ದರೆ ತಂದು ಆಕೆಯ ಕೈಗೆ ಕೊಟ್ಟು ಕೈಮುಗಿದುಬಿಡುತ್ತಿದ್ದಳೇನೋ...

"ನಾನು ಅವ್ರಿಗೆ ಹೇಳಿದ್ದೀನಿ. ಈ ತಿಂಗ್ಳು ಏನಾದ್ರೂ ಮಾಡ್ತಾರೆ."

ಸ್ವರ್ಣಮ್ಮನ ಮೈಉರಿದುಹೋಯಿತು. ಆದರೂ ಕೋಪ ಪ್ರದರ್ಶನ ಮಾಡಲಾರರು.

"ಅಯ್ಯೋ ಕಷ್ಟ ಸುಖಾಂದ್ರೆ ನಂಗೆ ಗೊತ್ತಿಲ್ವಾ! ಬೇಕಾದ್ರೆ ನೂರು ಇಟ್ಕೊಂಡು ಮಿಕ್ಕದ್ದು ಕೊಡು. ನಾನು ಹೇಗೋ ಮಾಡ್ಕೋತೀನಿ!" ಬಿಗುಮಾನದಿಂದ ಹೇಳಿದಾಗ ಅವಳ ಸಹನೆ ಸಿಡಿದುಹೋಯಿತು.

ಅನಾಹುತವಾಗುವ ಮುನ್ನ ವಿನೋದ ಬಂದಿದ್ದರಿಂದ ಕೆಳತುಟಿಯನ್ನು ಸುಜಯ ಕಚ್ಚಿ ಹಿಡಿದಳು.

"ನೀವು ಒಬ್ಬೇ ಹೋಗೋದು ಬೇಡ. ನಮ್ಮವ್ರು ಜೊತೆಗೆ ಬರ್ತಾರೆ."

ಆಕೆ ಮನದಲ್ಲಿಯೇ ವಿನೋದಳಿಗೆ ಶಾಪ ಹಾಕಿದಳು. ಸೊಸೆಯತ್ತ ದುರುಗುಟ್ಟಿಕೊಂಡು ನೋಡುತ್ತಲೇ ಆಟೋ ಹತ್ತಿದರು ಭುಷಣ್ ಜೊತೆ. ಆಟೋ ಬಾಡಿಗೆ ಉಳಿದುಕೊಂಡಿದ್ದೊಂದೇ ಅವರಿಗೆ ಸಮಾಧಾನ.

ದ್ವಾರಕನಾಥ್ ಹೊರಗಡೆಯೇ ನಿಂತಿದ್ದರಿಂದ ಭೂಷಣ್‌ನ ಅರೆಮನಸ್ಸಿನಿಂದಲೇ ಆಹ್ವಾನಿಸಿದ. ಭೂಷಣ್ ಕೂಡ ಮನಃಪೂರ್ತಿಯಾಗಿ ಅವರ ಮನೆಯೊಳಕ್ಕೆ ಹೋಗಲು ಇಷ್ಟಪಡಲಿಲ್ಲ.

ಹಾಲಿನಲ್ಲಿ ಇಬ್ಬರು ಕೂತರು. ತಕ್ಷಣ ಗೋಡೆಯ ಮೇಲಿನ ಫೋಟೋ ನೋಡಿ ಅವನ ಕಣ್ಣುಗಳು ಕಿರಿದಾದವು. ಎದ್ದು ಅತ್ತ ಹೊರಟ.

"ವಿಜಯ, ಬಾಸ್ ಅವ್ರ ಹೆಂಡ್ತಿ. ಹೇಗೋ ಮದ್ವೆಗೆ ಬಂದಿದ್ದರಲ್ಲ. ನೆನಪಾಗ್ಲೀಂತ ಸುಜಯ ಕಟ್ಟು ಹಾಕ್ಸಿ ತೂಗು ಹಾಕಿದ್ದಾಳೆ" ಇವನ ಅನುಮಾನ ದ್ವಾರಕಾನಾಥ್ ಸುಲಭವಾಗಿ ಪರಿಹರಿಸಿದ.

ಹಾಗಾದರೆ.... ತಾನು ಆಫೀಸಿನಲ್ಲಿ ಭೇಟಿ ಮಾಡಿದ ವ್ಯಕ್ತಿ ಬೇರೆ. ಫೋಟೋದಲ್ಲಿನ ವ್ಯಕ್ತಿಯನ್ನು ದಿಟ್ಟಿಸಿದ. ಮುಖದಲ್ಲಿ ಶ್ರೀಮಂತಿಕೆಯ ಬಿಗುಮಾನದ ಬದಲು ಸರಳತೆ ಸ್ಪಷ್ಟವಾಗಿತ್ತು.

"ನಾನು ಆಗ ಇರ್ಲಿಲ್ಲ ನೋಡಿ..." ನಕ್ಕಂತೆ ಮುಖ ಮಾಡಿದ.

ಎರಡೇ ನಿಮಿಷಗಳಲ್ಲಿ ಅಲ್ಲಿಂದ ಹೊರಟ. ಇಡೀರಾತ್ರಿ ಯೋಚಿಸಿ ಒಂದು ನಿರ್ಧಾರಕ್ಕೆ ಬಂದ.

ಬೆಳಿಗ್ಗೆ ಸ್ನಾನ, ತಿಂಡಿ ಮುಗಿಸಿ ಬೇಗ ಸಂತೋಷಕುಮಾರ್ ಬಂಗ್ಲೆಗೆ ಹೊರಟ. ವಾಚ್‌ಮನ್ ಮೊದಲು ಅನುಮಾನಿಸಿದರೂ ಆಮೇಲೆ ಬಿಟ್ಟ.

ಮೆಟ್ಟಿಲು ಹತ್ತಿ ಬಾಗಿಲು ಸಮೀಪಿಸುವ ವೇಳೆಗೆ ಅಲ್ಲಿನ ನಿಶ್ಯಬ್ದತೆ

ಹೊರದಬ್ಬುವಂತಿತ್ತು. ಬಿಳಿ ಸಮವಸ್ತ್ರ ಧರಿಸಿದ ಆಳು ಮೊದಲು ಅನುಮಾನಿಸಿದರೂ ಪಕ್ಕದ ಕೋಣೆಯಲ್ಲಿ ಕೂಡುವಂತೆ ಹೇಳಿದ.

ಅಲ್ಲಿನ ಶ್ರೀಮಂತಿಕೆಗೆ ದಂಗಾದ. ತಾನು ಬಂದು ತಪ್ಪು ಮಾಡಿದೆನೇನೋ ಎಂದು ಯೋಚಿಸತೊಡಗಿದ. ಅರ್ಧಗಂಟೆಯಾದರೂ ಯಾರೂ ಅತ್ತ ಸುಳಿಯಲಿಲ್ಲ.

ಎಷ್ಟೋ ಹೊತ್ತಿನ ಮೇಲೆ ಬಂದು ಇಣುಕಿದ ಆಳು ಆಫೀಸಿಗೆ ಹೋದ ವಿಷಯ ತಿಳಿಸಿದಾಗ ಬಂದ ದಾರಿಗೆ ಸುಂಕವಿಲ್ಲವೆನಿಸಿತು. ಸೋತ ಕಾಲುಗಳನ್ನು ಎಳೆದು ಹಾಕುತ್ತ ಹೊರಗೆ ಬಂದ.

ನಾಲ್ಕಾರು ಬಾರಿ ಅಲೆದಾಡಿದ. ಒಮ್ಮೆ ಎದುರಾದ ಅವಿನಾಶ್ ದುರುಗುಟ್ಟಿಕೊಂಡು ಹೇಳಿದ.

"ಏನ್ರೀ ವಿಷ್ಯ? ಏನಾದ್ರೂ ಕೆಲ್ಸವಿದ್ರೆ ಆಫೀಸ್ ಹತ್ರ ಬನ್ನಿ. ನೇರವಾಗಿ ನಮ್ಮನ್ನು ನೋಡೋ ಅಗತ್ಯವೇನಿದೆ?"

ಪೆಚ್ಚಾಗಿ ತಲೆಯಾಡಿಸಿದ್ದ. ಆ ಬಿಗುಮಾನದ ಮುಖದ ಮುಂದೆ ನಾಲಿಗೆ ಏಳಲಿಲ್ಲ ಮಾತನಾಡಲು.

ಒಂದು ದಿನ ಸಂಜೆ ಬಂದ. ಅವನ ಅದೃಷ್ಟಕ್ಕೆ ಸಂತೋಷ್‌ಕುಮಾರ್ ಹಾಲ್‌ನ ಸೋಫಾ ಮೇಲೆ ಒರಗಿದ್ದ. ಆ ಫೋಟೋ ಮುಖಕ್ಕೂ ಈ ಮುಖಕ್ಕೂ ತಾಳೆನೋಡಿದ. ಬೆಳೆದ ಗಡ್ಡ ಕಣ್ಣುಗಳಲ್ಲಿನ ನಿರ್ಲಿಪ್ತೆ ವ್ಯತ್ಯಾಸವನ್ನು ಸ್ಪಷ್ಟಪಡಿಸಿತು.

"ನಮಸ್ಕಾರ...." ಹುಬ್ಬೆತ್ತಿ ಇವನತ್ತ ನೋಡಿದವನೇ ಕೂಡುವಂತೆ ಸನ್ನೆ ಮಾಡಿದ. ಗಂಟಲು, ನಾಲಿಗೆಯಲ್ಲಿನ ಪಸೆಯೇ ಆರಿಹೋಯಿತು. ಸಂಕೋಚದಿಂದಲೇ ಕೂತ.

ಕಣ್ಣಲ್ಲಿಯೇ ಸಂತೋಷ್ ಪ್ರಶ್ನಿಸಿದಾಗ ಅವನಿಗೆ ಉತ್ತರಿಸಲಾಗಲಿಲ್ಲ. ಇದೇನು ಸಂತೋಷ್‌ಗೆ ಹೊಸದಲ್ಲ. ಕೆಲಸಕ್ಕಾಗಿ ಬರುವ ಜನ, ಬೇರೆ ಪ್ರತಿಷ್ಠಿತ ವ್ಯಕ್ತಿಗಳಿಂದ ಪತ್ರಗಳನ್ನು ಹಿಡಿದು ಬರುವ ವ್ಯಕ್ತಿಗಳಲ್ಲಿನ ಸಂಕೋಚ ಇದೇ ತೆರನಾದದ್ದು.

"ಏನು ವಿಷ್ಯ? ಯಾರು ನೀವು?" ಸಂತೋಷ್ ಸ್ವರದಲ್ಲಿ ಬಿಗುಮಾನವಿಲ್ಲದಿದ್ದರೂ ಬೇಸರವಿತ್ತು.

ಭೂಷಣ್ ನಾಲಿಗೆ ಸಂಪೂರ್ಣವಾಗಿ ಉಡುಗಿಹೋಯಿತು. ತಾನು ವಿಜಯಳ ವಿಷಯ ತಿಳಿಸಿದರೇ ಹಾಸ್ಯ ಮಾಡಬಹುದು, ರೇಗಬಹುದು. ಗೆಟ್‌ಔಟ್ ಅನ್ನಬಹುದು. ಇಷ್ಟಕ್ಕಾಗಿ ಬಂದಿದ್ದು ತಪ್ಪೆನಿಸಿತು.

ತಟ್ಟನೆ ಎದ್ದು ನಿಂತ.

"ಸಾರಿ, ಫಾರ್ ದಿ ಟ್ರಬಲ್..." ಎರಡು ಹೆಜ್ಜೆ ಹೊರಟವನನ್ನು ಸಂತೋಷ್ ಸ್ವರ ಹಿಡಿದು ನಿಲ್ಲಿಸಿತು "ಸ್ವಲ್ಪ ಸುಧಾರಿಸ್ಕೊಂಡು ಬಂದು. ವಿಷ್ಯ ಹೇಳಿ."

ಭೂಷಣ್ ನೇರವಾಗಿ ದಿಟ್ಟಿಸಿದ. ಅವನ ಕಣ್ಣುಗಳಲ್ಲಿನ ಆಶ್ವಾಸನೆ ಇತ್ತು. ಸೋಫಾ ಬೆನ್ನ ಬಿಟ್ಟು ಈಚೆಗೆ ಬಂದ. ಇದು ಕೂಡ ಅವನಿಗೆ ಹೊಸದಲ್ಲ. ನಾನಾ ಸಮಸ್ಯೆಗಳ ಮಧ್ಯೆ ಕಂಗೆಡುವ ಜನ ಎಂತಹ ದೈನ್ಯಾವಸ್ಥೆಗೆ ಇಳಿಯುತ್ತಾರೆಂದು

ಅವನಿಗೆ ಗೊತ್ತು.

ಒಮ್ಮೆ ಎಂ. ಎಸ್‌ಸಿ. ಕಲಿತ ಯುವಕ ಕೆಲಸ ಸಿಕ್ಕದೇ ನಾಲ್ಕು ವರ್ಷ ಅಲೆದಾಡಿ ಒಮ್ಮೆ ಮನಗೆ ಬಂದವನೇ ವ್ಯಕ್ತಿತ್ವ ಕಳೆದುಕೊಂಡವನಂತೆ ಅವನ ಕಾಲು ಹಿಡಿದಿದ್ದ.

"ಸಾರ್, ನೀವು ಯಾವ ಕೆಲಸ ಕೊಟ್ರೂ ಮಾಡ್ತೀನಿ. ಆದರೆ ಕೆಲಸ ಇಲ್ಲಾಂತ ಮಾತ್ರ ಹೇಳ್ಬೇಡಿ. ಈ ಬಡತನ, ಉದ್ಯೋಗ ತಾಳ್ದೇ ನಾನು ಆತ್ಮಹತ್ಯೆ ಮಾಡ್ಕೋಬೇಕಾಗುತ್ತೆ."

ಅಂದೇ ಅವನಿಗೆ ಈ ಜ್ವಲಂತ ಸಮಸ್ಯೆಯ ಪರಿಚಯವಾದದ್ದು. ಅಂದಿನಿಂದ ಯಾವ ವ್ಯಕ್ತಿ ಬಂದರೂ ಸಹಾನುಭೂತಿಯಿಂದ ನೋಡುತ್ತಿದ್ದ.

"ಏನು ನಿಮ್ಮ ಸಮಸ್ಯೆ ಹೇಳಿ?" ಮತ್ತೆ ಸಂತೋಷ್ ಕೇಳಿದರೂ ಭೂಷಣ್ ಹೇಳುವ ಸ್ಥಿತಿಯಲ್ಲಿರಲಿಲ್ಲ. "ನಾನು ನಾಳೆ ಬಂದು ಭೇಟಿ ಮಾಡ್ತೀನಿ. ನಿಮ್ಮ ಅಮೂಲ್ಯ ಸಮಯದಲ್ಲಿ ಐದು ನಿಮಿಷ ನಂಗಾಗಿ ವಿನಿಯೋಗ್ಸಿದಿರಿ." ಅವನ ಸ್ವರದಲ್ಲಿನ ದೈನ್ಯತೆಯನ್ನು ಗುರ್ತಿಸಿದ ಸಂತೋಷ್ ತುಟಿಯಂಚಿನಲ್ಲಿ ನೋವಿನ ನಗೆ ಅರಳಿತು.

"ಓ.ಕೆ. ಹಾಗೇ ಮಾಡಿ."

ಭೂಷಣ್ ಹೊರಗೆ ಬಂದು ನಿಟ್ಟುಸಿರು ದಬ್ಬಿದ. ತಾನು ಇಷ್ಟು ನರ್ವಸ್ ಆಗಿದ್ದಕ್ಕೆ ಕಾರಣವೇನು? ಯೋಚಿಸುತ್ತಲೇ ನಡೆದ.

ಸಂತೋಷ್ ಎದ್ದು ಕೋಣೆಯತ್ತ ನಡೆದ. ಟಿ.ವಿ.ಯ ಮೇಲಿದ್ದ ಲೀನಾಳ ಭಾವಚಿತ್ರ ನಕ್ಕಂತಾಯಿತು. ಕೈಯಲ್ಲಿ ಎತ್ತಿಕೊಂಡು ಮೃದುವಾಗಿ ಬೆರಳಾಡಿಸಿದ.

ಲೀನಾ ಹೊರಟಿದ್ದು, ವಿಮಾನದಲ್ಲಿದ್ದುದ್ದು ಆ ದುರಂತದ ನಂತರವೇ ಅವನಿಗೆ ತಿಳಿದಿದ್ದು. ಜೊತೆಯಲ್ಲಿ ಪ್ರಯಾಣಿಸುತ್ತಿದ್ದ ಶಶಿಯ ಹೆಸರು ಮುಚ್ಚಿಹಾಕಿದರೂ ಅವನಿಗೆ ತಿಳಿಯದೆ ಹೋಗಲಿಲ್ಲ.

ಎಷ್ಟೋ ರೀತಿಯಲ್ಲಿ ಧೈರ್ಯ ಹೇಳಿ ಅವಳ ಮನಸ್ಸನ್ನು ಅರಿಯಲು ಪ್ರಯತ್ನಿಸಿದ್ದ. ಮತ್ತೆ ಆ ಘಟನೆ ಮರುಕಳಿಸಿದಂತೆ ಅವಳನ್ನು ನೋಡಿಕೊಳ್ಳಲು ನಿಶ್ಚಯಿಸಿದ್ದ.

ಒಮ್ಮೆ ರಮಿಸುವ ಧ್ವನಿಯಲ್ಲಿ ಹೇಳಿದ್ದ.

"ನಿನ್ನಲ್ಲಿ ಶಶಿ ಬಗ್ಗೆ ಪ್ರೀತಿ, ಮೋಹ ಉಳಿದಿದ್ದರೇ ಸಂಕೋಚ ಬೇಡ. ಈ ಬದುಕು ಯಾರ್ಗೂ ಪ್ರಿಯವಲ್ಲ; ನಾನೆಲ್ಲ ವ್ಯವಸ್ಥೆ ಮಾಡ್ತೀನಿ."

ತಬ್ಬಿ ಬಿಕ್ಕಳಿಸಿದ್ದಳು ಅಷ್ಟೆ.

ಆಮೇಲೆ ನಾಲ್ಕೇ ದಿನದಲ್ಲಿ ದುರಂತ ನಡೆದುಹೋಗಿತ್ತು. ಮಾನಸಿಕ ಕ್ಲೇಶದ ಜೊತೆ ಒಂದು ತೆರನಾದ ನಿರ್ಲಿಪ್ತತೆಗೆ ಒಳಗಾಗಿದ್ದ. ಈ ಬದುಕು ಪ್ರಿಯವೆನಿಸಲಿಲ್ಲ.

ಆದರೆ ಚಂದ್ರಕಾಂತ್ ಅವನನ್ನು ಬಿಡಿಸಲು ಸಿದ್ಧವಿರಲಿಲ್ಲ. ಹೈದರಾಬಾದ್‌ನಲ್ಲಿದ್ದ ಅವನನ್ನು ಬಹಳ ಪ್ರಯಾಸಪಟ್ಟೇ ಅಲ್ಲಿಗೆ ಕರೆತಂದಿದ್ದರು. ಸಂಕೋಲೆಯ ನಡುವೆ ಬಂಧಿತನಂತೆ ಜೀವನ ಸಾಗಿಸುತ್ತಿದ್ದ.

ಆದರೆ ಇಲ್ಲಿ ಅವನಿಗೆ ಅಪ್ಪಳಿಸಿದ್ದು ಭಯಂಕರ ಸಿಡಿಲೇ. ವಿಜಯಳ ಸ್ಥಾನಕ್ಕೆ ಅವಿನಾಶ್‌ನ ದೂರದ ಸಂಬಂಧಿ–ಅಂದರೆ ಚಂದ್ರಕಾಂತ್ ರಕ್ತಸಂಬಂಧಿಗಳಿಗೆ ಸೇರಿದ ಯುವಕನೊಬ್ಬ ನೇಮಕವಾಗಿದ್ದ.

"ಈ ಲೇಡಿಸ್‌ನ ತಗೊಳ್ಳೋದು ಸ್ವಲ್ಪ ತಲೆನೋವಿನ ಕೆಲ್ಸವೇ. ಆದ್ರೆ, ನಮ್ಮ ತಲೆಕೆಟ್ಟ ಪರಿಸರದಲ್ಲಿ ಅಂತಹವರು ಇದ್ದರೇನೇ ಆಗಾಗ ಕಳ್ದುಹೋಗೋ ಚೇತನ ತುಂಬಿಕೊಡೋದು. ಸದ್ಯಕ್ಕೆ ಬೇರೆಯವ್ರು... ಬದ್ಲು ನಮ್ಮವ್ರೇ ಇರಲೀಂತ. ಆ ಹುಡ್ಗಿಗೆ ಮದ್ವೆ ಆಗಿರಬೇಕು. ಬರೋದು ನಿಲ್ಲಿಸಿದ್ಳು. ಡಿಸ್‌ಮಿಸ್ ಮಾಡಿ ವ್ಯವಹಾರ ಸೆಟ್ಲ್ ಮಾಡ್ದೇ" ಅವಿನಾಶ್ ತೀರಾ ಸಾಮಾನ್ಯ ವಿಷಯ ಹೇಳುವಂತೆ ನುಡಿದಿದ್ದ. ಮನ ಛಿದ್ರಗೊಂಡಿದ್ದರೂ ಹೃದಯ ಸುಭದ್ರವಾಗಿತ್ತು. ಅದರ ಮೇಲೆ ಬಂಡೆ ಎಳೆದಂತಾಯಿತು. ಭೀಕರವಾಗಿ ರೋದಿಸುವ ಹೃದಯವನ್ನು ಸಾಂತ್ವನಗೊಳಿಸುವ ಹೆಣ್ಣು ದೂರ ಹೋಗಿದ್ದಳು.

ಫೋಟೋವನ್ನು ಅಲ್ಲಿಟ್ಟು ಬಂದು ಮಲಗಿದ. ಉತ್ಸಾಹ, ಉಲ್ಲಾಸವಿಲ್ಲದ ಬದುಕು ಅವನದಾಗಿತ್ತು. ಹೃದಯದ ಭೀಕರ ರೋದನಕ್ಕೆ ಅವನು ಕಿವುಡಾಗಿದ್ದ.

ಬೇರೆ ಹೆಣ್ಣಿನ ಕೈಹಿಡಿದರೂ ಹೃದಯ ಅವನ ಮಾತಿಗೆ ಕಿವಿಗೊಟ್ಟಿರಲಿಲ್ಲ. ಬಯಕೆಗಳು ಕೆರಳಿ ಕನಸು ಕಾಣದಿದ್ದರೂ ಅವಳ ತಂಪಿನ ಕಣ್ನೋಟ, ಮೃದು ಸ್ವರ, ಸನಿಹದ ತೃಪ್ತಿ ಉಲ್ಲಸದಿಂದ ಬದುಕುವಂತೆ ಮಾಡಿತ್ತು. ವಿಜಯ ಅವನ ಜೀವನದ ಕಾದಂಬರಿಯ ಶೀರ್ಷಿಕೆಯ ಸ್ಥಾನದಲ್ಲಿ ವಿರಾಜಮಾನಗೊಂಡಿತ್ತು.

ನಾಲ್ಕು ದಿನದ ನಂತರವೇ ಭೂಷಣ್ ಅವನನ್ನು ಭೇಟಿ ಮಾಡಲು ಬಂದಿದ್ದು. ಅಂದು ಆಡಿಟ್ ರೀಪೋರ್ಟ್ ಬಂದಿದ್ದರಿಂದ ಅಕೌಂಟ್ ಸೆಕ್ಷನ್‌ನವರನ್ನೆಲ್ಲ ಕರೆದು ಛೀಮಾರಿ ಹಾಕಿದ. ಸ್ಟೋರ್‌ನಲ್ಲೆಲ್ಲ ಅಡ್ಡಾಡಿ ಬಂದು ಸ್ವಲ್ಪ ಸೋತಂತೇ ಕಂಡರೂ ಭೂಷಣ್‌ನ ಹಿಂದಕ್ಕೆ ಕಳುಹಿಸಲು ಅವನಿಗೆ ಮನಸ್ಸಾಗಲಿಲ್ಲ.

ಆರಾಮಾಗಿ ಬಂದು ಸೋಫಾ ಮೇಲೆ ಅಡ್ಡಾಡಿದ. ಈ ದಿನ ಸಾಕಷ್ಟು ಮಾನಸಿಕ ಸಿದ್ಧತೆ ಮಾಡಿಕೊಂಡೇ ಭೂಷಣ್ ಬಂದಿದ್ದರಿಂದ ಅಂದಿನ ಸಂಕೋಚ, ಅರೆಮನದ ಭಾವ ಮುಖದ ಮೇಲಿರಲಿಲ್ಲ.

"ವ್ಹಾಟ್ ಮಿಸ್ಟರ್? ಪರ್ವಾಗಿಲ್ವ. ಈ ದಿನ ಮಾತಾಡೋ ಸ್ಥಿತಿಯಲ್ಲಿದ್ದೀರಾ!" ನಗೆ ಹಾರಿಸಿ ಛಾವಣಿಯತ್ತ ನೋಟ ಎಸೆದು ಕೆಳಗಿಳಿಸಿದ ಸಂತೋಷ್.

ತಕ್ಷಣ ಭೂಷಣ್‌ನ ಮಾನಸಿಕ ಸ್ಥಿತಿ ಕುಸಿಯಿತು. ಆಡಬೇಕೆಂದ ಮಾತುಗಳೆಲ್ಲ ಮರೆತಂತಾಯಿತು. ತಲೆ ಕೆಳಗಾಕಿದ. ಅವನಿಂದ ಆರ್ಥಿಕ ಸಹಾಯವನ್ನೋ, ಕೆಲಸವನ್ನೋ ಅಪೇಕ್ಷಿಸಿ ಬಂದಿದ್ದರೆ ಇಷ್ಟೊಂದು ಹಿಂಜರಿಯಬೇಕಾದ್ದಿಲ್ಲ.

ಸುಮ್ಮನೆ ಎದೆಯ ಮೇಲೆ ಕೈಕಟ್ಟಿ ಸಂತೋಷ್ ಅವನನ್ನೇ ನೋಡುತ್ತಾ ಕೂತ. ಅವನ ಮನ ಇತ್ತೀಚೆಗೆ ಮೃದುವಾಗಿತ್ತು. ತಟ್ಟನೆ ಬಿಸಿಗೆ ಸೋಕಿದ ಬೆಣ್ಣೆಯಂತೆ ಕರಗಿಬಿಡುತ್ತಿದ್ದ. ಸದಾ ಅವಿನಾಶ್ ಎಚ್ಚರಿಸುತ್ತಲೇ ಇದ್ದ.

"ನಾವಿಷ್ಟು ಮೃದು ಮನಸ್ಸಿನ ಜನ ಆಗ್ಲೇಬಾರ್ದು. ಕಷ್ಟ, ಸಂಕಟ, ಬಡತನ

ಎಲ್ಲಾ ಇದ್ದಿದ್ದೇ. ಇದ್ನ ಮನಸ್ಸಿಗೆ ಹಾಕ್ಕೋಳ್ಳೇಬಾರ್ದು. ಮ್ಯಾನೇಜ್‌ಮೆಂಟ್‌ಗೆ ಬರೀ ಬಿಜಿನೆಸ್ ಮೈಂಡ್ ಮಾತ್ರ ಇರ್ಬೇಕು."

ಅಂಥ ಸಂದರ್ಭದಲ್ಲಿ ಮೆದುನಗೆ ಅರಳಿಸುತ್ತಿದ್ದ. ಮತ್ತೇನಾದರೂ ಹೇಳುವ ಮುನ್ನ ಅವಿನಾಶ್ ಜಾಗ ಖಾಲಿ ಮಾಡುತ್ತಿದ್ದ. ಚಂದ್ರಕಾಂತ್ ಸಾಕಷ್ಟು ಎಚ್ಚರಿಕೆ ನೀಡಿದ್ದರು. ಲೀನಾ ದುರಂತದಲ್ಲಿ ಮಡಿದ ಮೇಲೆ ಅವರಿಗೆ ಸಂತೋಷ್ ಮೇಲೆ ಪ್ರೀತಿ, ಅಕ್ಕರೆ ಜಾಸ್ತಿಯಾಯಿತಲ್ಲದೆ ಅವನ ಭವಿಷ್ಯದ ಬಗ್ಗೆ ಸಾಕಷ್ಟು ಕಾಳಜಿ ವಹಿಸಿದ್ದರು. ಇಲ್ಲದಿದ್ದರೆ ಅವನು ಇಲ್ಲಿ ಉಳಿಯುವುದು ಸಾಧ್ಯವಿರಲಿಲ್ಲ.

ಸಮವಸ್ತ್ರದ ವ್ಯಕ್ತಿ ಟೀ ತಂದಿಟ್ಟು ಹೋದ. ಒಂದು ಕಪ್ಪನ್ನು ತಾನು ತೆಗೆದುಕೊಂಡ ಸಂತೋಷ್ ತೆಗೆದುಕೊಳ್ಳುವಂತೆ ಸನ್ನೆ ಮಾಡಿದ.

ಕುಡಿದ ಕಪ್ ಕೆಳಗಿಳಿಯಿತು.

"ನಿಮ್ಮ ಹೆಸರು..." ಸಂತೋಷ್ ಕಣ್ಣುಗಳು, ಕಿರಿ ಹುಬ್ಬುಗಳು ಸಂಕುಚಿಸಿದವು. ಭೂಷಣ್ ಸ್ವಲ್ಪ ಚೇತರಿಸಿಕೊಂಡ. "ಭೂಷಣ್ ಅಂತ ಜಾಬ್ ಟೈಪಿಸ್ಟ್.... ಆಗಿದ್ದೀನಿ."

ಯಾವುದಾದರೂ ಟೈಪಿಸ್ಟ್ ಹುದ್ದೆ ಖಾಲಿ ಇದೆಯೇ ಎನ್ನುವತ್ತ ಅವನ ತಲೆ ಕೆಲಸ ಮಾಡತೊಡಗಿತು. "ಬೇಕೂಂದ್ರೆ ಒಂದು ಹುದ್ದೆಯನ್ನು ಕ್ರಿಯೇಟ್ ಮಾಡಿಕೊಡಬಹುದು!" ಎಂದುಕೊಂಡ.

"ಮಿಸ್ಟರ್ ಭೂಷಣ್, ಯಾಕೆ ಇಂಥ ಸಂಕೋಚ? ನಡುವಿನ ಅಂತರ ನಿಮ್ಮ ಬಾಯನ್ನು ಕಟ್ಟಿರಬಹುದು. ನನ್ನ ನಿಮ್ಮ ರಕ್ತದ ಬಣ್ಣ ಒಂದೇ. ಉಸಿರಾಡೋ ಗಾಳಿ ಕೂಡ ಬೇರೆಯಲ್ಲ. ಸ್ವಲ್ಪ ವ್ಯತ್ಯಾಸವಿದ್ರೂ ನಾವು ಅನ್ನಕ್ಕಿಂತ ಬೇರೇನು ತಿನ್ನೋಕ್ಕಾಗೋಲ್ಲ. ಈಗ ಅಂತರ ನಿಮ್ಗೆ ಗೋಚರವಾಗಿರಬಹುದಲ್ಲ. ಈಗ ಮಾತಾಡಿ...." ತೋರು ಬೆರಳೆತ್ತಿ ಮಡಚಿದ.

ಭೂಷಣ್ ಧೈರ್ಯ ತಂದುಕೊಂಡ.

"ನಾನು ನಿಮ್ಮ ಪಿ.ಎ. ಆಗಿದ್ದ ವಿಜಯ ಭಾವ..." ಸಂತೋಷ್ ಸೋಫಾ ಬೆನ್ನು ಬಿಟ್ಟು ಸ್ವಲ್ಪ ಮುಂದಕ್ಕೆ ಬಂದ. ತಲೆಯಲ್ಲಿ ಆಸ್ಫೋಟ, ಎದೆಯಲ್ಲಿ ಬಿರುಗಾಳಿ – ಶಾಂತ ಸ್ಥಿತಿಗೆ ಬರಲು ಬಹಳ ಹೋರಾಟ ಮಾಡಿದ. ಹಾಗಾ....?"

ಭೂಷಣ್ ಮುಖದ ಭಾವನೆಗಳನ್ನೇ ಅಲೋಕಿಸತೊಡಗಿದ. ನೋವು, ಗಾಬರಿ, ಕಾತರ ಮುಖದ ಮೇಲೆ ಇಣುಕಿ ಮರೆಯಾಗುತ್ತಿತ್ತು.

ಆ ಆಘಾತದ ನಂತರ ಅವಳ ಸ್ಥಿತಿ, ಬದಲಾಗದ ಮನೋಸ್ಥಿತಿ ಎಲ್ಲಾ ನಿಧಾನವಾಗಿ ವಿವರಿಸಿದ.

"ಸದ್ಯದ ಸ್ಥಿತಿಯಲ್ಲಿ ಅವ್ಳನ್ನ ಮನೋವೈದ್ಯರಿಂದ ಚಿಕಿತ್ಸಿಸುವುದು ಬಿಟ್ಟು ನಮ್ಗೆ ಬೇರೆ ದಾರಿ ಕಾಣ್ತಾ ಇಲ್ಲ. ಮಾತು, ನಗು, ಅಳು ಎಂಥದ್ದೂ ಇಲ್ಲ. ಅವ್ಳ ತಾಯಿ ಮಗ್ಳುನ ಮನೋರೋಗಿಯ ಸ್ಥಾನದಲ್ಲಿಟ್ಟು ನೋಡೋಕೆ ಸಿದ್ಧವಿಲ್ಲ. ಅವ್ಳಿಗೆ ಯಾಕೆ ಹೀಗಾಯ್ತು ಅನ್ನೋಕೆ ಕಾರಣನೇ ಸಿಕ್ತಾ ಇಲ್ಲ."

ಸಂತೋಷ್ ತನ್ನ ದೌರ್ಬಲ್ಯತೆ, ಮನಸ್ಸು, ಹೃದಯನ ಒಂದು ಹಿಡಿಯಲ್ಲಿಟ್ಟುಕೊಂಡು ಕೂತು ಕೇಳುತ್ತಿದ್ದ.

"ದಯವಿಟ್ಟು ಕ್ಷಮ್ಸಿ, ನಿಮ್ಮ ಸಮಯನ ನಾನು ವ್ಯರ್ಥ ಮಾಡಿರಬಹ್ದು. ಒಮ್ಮೆ ನಿಮ್ಮನ್ನ ಭೇಟಿ ಮಾಡಿ ಹೇಳ್ಬೇಕೂಂತ ಅನ್ನಿಸ್ತು" ಭೂಷಣ್ ಎದ್ದು ನಿಂತ.

ಯಾವ ಕ್ಷಣದಲ್ಲಿಯಾದರೂ ತನ್ನ ಹೃದಯ ಒಡೆದು ಚೂರಾಗಬಹ್ದು ಎನ್ನಿಸಿತು, ಸಂತೋಷ್‌ಗೆ. ನಿಧಾನವಾಗಿ ಎದ್ದವನೆ ತೂರಾಡುತ್ತ ಕೋಣೆಯೊಳಕ್ಕೆ ಹೋಗಿಬಿಟ್ಟ.

ಭೂಷಣ್‌ಗೆ ವಿಸ್ಮಯವಾಯಿತು. ಎರಡು ರೀತಿಯಲ್ಲಿ ವಿಶ್ಲೇಷಿಸಿ ಅವನ ಮನಸ್ಸಿನ ಸ್ಥಿತಿಯನ್ನು ಅರ್ಥಮಾಡಿಕೊಳ್ಳಲು ಪ್ರಯತ್ನಿಸಿ ಸೋತ.

ಬಂದ ಅವಿನಾಶ್ ಅವನತ್ತ ನೋಡಿದರೂ ನೋಡದವನಂತೆ ಹೋಗಿಬಿಟ್ಟ, ಭೂಷಣ್ ಎದ್ದು ಹೊರಬಂದ.

ಕೋಣೆಗೆ ಹೋದ ಅವಿನಾಶ್ ಗರಬಡಿದವನಂತೆ ನಿಂತುಬಿಟ್ಟ. ಸಂತೋಷ್‌ಗೆ ಅವುಡುಗಳು ಬಿಗಿದುಕೊಂಡು ಕೊರಳಿನ ನರಗಳು ಉಬ್ಬಿತ್ತು. ಕಣ್ಣುಗಳು ಕಠೋರ, ನಿಸ್ಸಹಾಯಕ ಭಾವಗಳ ಮಿಶ್ರಣ, ಉದ್ವೇಗ ಪ್ರೀತಿ, ನೋವು, ನಲಿವನ್ನು ಒತ್ತಿ ಹಿಡಿಯುತ್ತಿದ್ದಂತೆ ಕಂಡ.

ಅವಿನಾಶ್ ಮುಖ ಮೃದುವಾಯಿತು. ಮುಖದಲ್ಲಿ ಮಾರ್ದವತೆ ಚಿಮ್ಮಿ ಕಣ್ಣುಗಳು ಮಿನುಗಿದವು.

ಮೆಲ್ಲಗೆ ಹೋಗಿ ಅವನ ಭುಜದ ಮೇಲೆ ಕೈಯಿಟ್ಟ. ಸಂತೋಷ್ ಕತ್ತು ಇವನತ್ತ ತಿರುಗಿಸಿದ. ಅಂತಹ ಮೃದುತ್ವವನ್ನು ಎಂದೂ ಅವನ ಮುಖದಲ್ಲಿ ಕಂಡಿರಲಿಲ್ಲ. 'ನಾನು ಅರ್ಥಮಾಡಿಕೊಳ್ಳಬಲ್ಲೆ' ಎಂದು ಕಣ್ಣುಗಳು ಹೇಳುವಂತಿತ್ತು. ಮೆಲ್ಲಗೆ ಭುಜವನ್ನು ಅಮುಕಿದ.

"ಯೂ ಆರ್ ಲಕ್ಕಿ. ಇಂಥ ಹೆಣ್ಣು ಎಲ್ಲ ಗಂಡಿಗೂ ಅಗತ್ಯ. ಆದರೆ ಎಲ್ರೂ ಅದೃಷ್ಟವಂತರಾಗೋಕೆ ಸಾಧ್ಯವಿಲ್ಲ. ಬರೀ ಈ ಯಾಂತ್ರಿಕ ಜೀವನ, ಹಣ, ಪ್ರತಿಷ್ಠೆಗಳ ಹೆಣಗಾಟದ ಬದುಕಿಗೆ ಚೇತನ ನೀಡುವಂಥ ವ್ಯಕ್ತಿ ಖಂಡಿತ ಅವಶ್ಯಕ. ಅದ್ಕೇ ಯಾರೂ ಬೆಲೆ ಕಟ್ಟೋಕಾಗಲ್ಲ. ಬರೀ ದುರಂತ ಕೇಳೀ ಅಂತಹ ಆಘಾತಕ್ಕೆ ಗುರಿಯಾದ ಆ ಹೆಣ್ಣಿನ ಹೃದಯದ ಪ್ರೀತಿ.... ಎಷ್ಟು ಅಮೂಲ್ಯ" ವ್ಯವಹಾರ ನುರಿತ ಗಂಡು ಭಾವುಕನಂತೆ ನುಡಿದಾಗ ಸಂತೋಷ್‌ಗೆ ತಬ್ಬಿಬ್ಬಾಯಿತು.

ಅವಿನಾಶ್ ಬೇರೆಯೇ ಆಗಿಬಿಟ್ಟ, ತೀರಾ ಮೃದುವಾಗಿ ಸಂತೋಷ್, ಮನದ ನೋವು ಅರಿಯಲು ಪ್ರಯತ್ನಪಟ್ಟ, ಬೆನ್ನು ತಟ್ಟಿದ.

"ಬರೀ ಜೊತೆಜೊತೆಯಾಗಿ ತಿರ್‍ಗಿ, ಕುಣಿದು, ಕುಡಿದು ಹಾರೋಡೋದೇ ನಿಜ್ವಾದ ಪ್ರೇಮ ಅಂದುಕೊಳ್ಳೋದು ಮೂರ್ಖತನ. ಒಬ್ಬರಿಂದೊಬ್ಬರು ಏನೂ ಪಡೆಯದೆ ಬದುಕಿದ್ರೂ ಅವ್ರ ಹೃದಯದ ಪ್ರೀತಿ ಜೀವಂತವಾಗಿರುತ್ತೆ."

ಯಾವುದೋ ಮೋಡಿಗೆ ಒಳಗಾದವನಂತೆ ಸಂತೋಷ್ ಅವನ ಮಾತುಗಳನ್ನು

ಕೇಳುತ್ತ ಕುಳಿತ.

ತೋಳಿಡಿದು ಎಬ್ಬಿಸಿದ. ಆಫೀಸಿಗೆ ಫೋನ್ ಮಾಡಿ ಏನೋ ಚೀಟಿಯ ಮೇಲೆ ಗುರುತು ಹಾಕಿಕೊಂಡ ಅವಿನಾಶ್, ಸಂತೋಷ್‌ನೊಡನೆ ಹೊರಗೆ ಬಂದ.

ಬಂದು ಸೆಲ್ಯೂಟ್ ಹೊಡೆದು ನಿಂತ. ಡ್ರೈವರ್‌ಗೆ ಕಣ್ಣುಸನ್ನೆಯಿಂದಲೇ ಬೇಡವೆಂದ.

ಕಾರು ಮುಂದಕ್ಕೆ ಹೊರಟಾಗ ಅವಿನಾಶ್‌ಗೆ ಎಡಗೈ ಬೆರಳುಗಳು ಕ್ರಾಪ್‌ನ ಮುಂಗೂದಲನ್ನು ಹಿಂದಕೆ ತಳ್ಳಿದವು.

"ನಮ್ಮ ಲೀನಾ, ಶಶಿದು ಪ್ರೇಮ ಅಂತೀಯಾ! ಖಂಡಿತ ಅಲ್ಲ. ಒಂದುರೀತಿ ಚೆಲ್ಲಾಟ! ಅವ್ಳು ಯಾರನ್ನೂ ಪ್ರೀತಿಸ್ಲಿಲ್ಲ. ಬಹುಶಃ ಅವ್ಳಿಗೆ ಪ್ರೀತಿ, ಪ್ರೇಮದ ಬಗ್ಗೆ ಗೊತ್ತೂ ಇರ್ಲಿಲ್ಲ" ಅವಿನಾಶ್ ಕಾರು ನಡೆಸುತ್ತಲೇ ಹೇಳಿದ. ನೋಟ ರೋಡಿನಲ್ಲಿತ್ತು.

ವಿಜಯ ಮನೆಯ ಮುಂದೆ ಬಂದು ಕಾರು ನಿಂತಾಗ ಪೂರ್ತಿ ಕತ್ತಲಾಗಿತ್ತು . ಅವಿನಾಶ್, ಸಂತೋಷ್‌ನ ಕೈ ಹಿಡಿದು ಮೃದುವಾಗಿ ಅಮುಕಿದ.

ಇಬ್ಬರು ಇಳಿದುಬಂದರು. ಕಾಂಪೌಂಡಿನಲ್ಲಿ ಅಡ್ಡಾಡುತ್ತಿದ್ದ ರಂಗಸ್ವಾಮಿಗಳು ಸಂಭ್ರಮ, ಗಾಬರಿಯಿಂದ ಮಾತನಾಡಲಾರದ ಸ್ಥಿತಿ ತಲುಪಿದರು.

ಹಿಂದಿನಿಂದ ಬಂದ ಸುಜಯು ಅದೇ ಸ್ಥಿತಿ ತಲುಪಿದರೂ ತಕ್ಷಣ ಚೇತರಿಸಿಕೊಂಡಳು. ಉಗುಳು ನುಂಗಿದಳು.

"ಬನ್ನಿ...." ಮುಂದಿನ ಪದಕ್ಕಾಗಿ ತಡಕಾಡತೊಡಗಿದಳು "ವಿಜಯ ಹೇಗಿದ್ದಾರೆ?" ಅವಿನಾಶ್‌ನ ಸ್ವರದಲ್ಲಿ ದೃಢತೆ ಇತ್ತು.

ಇಬ್ಬರನ್ನು ಕರೆತಂದ ಸುಜಯ ಹಾಲ್‌ನಲ್ಲಿದ್ದ ಸೋಫಾ ಮೇಲೆ ಕೂಡಿಸಿದಳು. ಯಾಕೆ ಬಂದಿರಬಹುದು? ಅವಳ ತಲೆ ಬಿಸಿಯಾಯಿತು.

"ನಾವು ವಿಜಯನ ನೋಡ್ಬೇಕು."

ಸುಜಯಳ ಗಂಟಲು ಉಬ್ಬಿತು. ತೀರಾ ಕಷ್ಟದಿಂದ ಹೇಳಿದಳು.

"ಅವ್ರು ಸರ್‍ಯಾಗಿಲ್ಲ! ಬಹುಶಃ ನಿಮ್ಮನ್ನು ಕೂಡ ಗುರ್ತಿಸಲಾರಳು."

ಸಂತೋಷ್‌ನ ಹೃದಯ ಒಡೆದು ಚೂರುಚೂರಾಗಿ ಪ್ರತಿಯೊಂದು ಚೂರು ವಿಜಯಳಿಗಾಗಿ ರೋದಿಸಿದಂತಾಯಿತು.

ಬಂದುನಿಂತಿದ್ದ ಅನ್ನಪೂರ್ಣಮ್ಮ ಎರಡೇ ವಾಕ್ಯದಲ್ಲಿ ವಿವರಿಸಿ ಅತ್ತೇಬಿಟ್ಟರು.

"ಅಷ್ಟು ಲವಲವಿಕೆಯಾಗಿದ್ದ ಹುಡ್ಗೀಗೆ ಏನಾಯ್ತೋ ಮಾತಿಲ್ಲ, ಅಳು ಇಲ್ಲ, ನಗು ಇಲ್ಲ. ಇಂಥ ಹುಡ್ಗೀನ ಹುಚ್ಚಾಸ್ಪತ್ರೆಗೆ ಸೇರಿಸ್ಬೇಕೂಂತಾರೆ! ಆಮೇಲೆ ಯಾರು ಮದ್ವೆ ಮಾಡ್ಕೋತಾರೆ! ಕೆಲ್ಸಾ ತಾನೆ ಸಿಕ್ಕುತ್ತಾ?" ಅವರ ವಿವೇಕ ಎಲ್ಲಿ ಹಾರಿಹೋಗಿತ್ತೋ, ರಂಗಸ್ವಾಮಿಗಳು ಕಣ್ಣಿನಲ್ಲಿಯೇ ಗದರಿಕೊಂಡರು.

ಸುಜಯಳಿಗೆ ಕತ್ತು ಹಿಸುಕಿಕೊಂಡಂತಾಯಿತು. ತಾಯಿಯ ಬಗ್ಗೆ ಬೇಸರವಾದರೂ ಅವರ ಹೃದಯದ ನೋವನ್ನು ನೆನಸಿ ಮೆತ್ತಗಾದಳು.

"ನಮ್ಮ ವಿಜಯ ಹೀಗಾದ್ಮೇಲೆ ಅವ್ರಿಗೆ ತಲೆ ಕೆಟ್ಟಂತಾಗಿದೆ. ಏನೇನೋ ಮಾತಾಡ್ಬಿಟ್ರು!"

"ಪರ್ವಾಗಿಲ್ಲ, ಬಿಡಿ" ಅವಿನಾಶ್ ಹೇಳಿದ.

ಕೋಣೆಗೆ ಸುಜಯಳ ಹಿಂದೆ ಹೋದರು. ನಿಂತಲ್ಲಿಯೇ ಕಲ್ಲಾದರು. ವಿಜಯ ಮಂಡಿಗಳ ಮೇಲೆ ಗದ್ದವೂರಿ ಕೂತಿದ್ದಳು. ಅನಾರೋಗ್ಯದ ಸ್ಪಷ್ಟ ಚಿಹ್ನೆಗಳಾವುದು ಕಾಣದಿದ್ದರೂ ಮುಖದಲ್ಲಿ ಮೊದಲಿನ ಗೆಲುವಿರಲಿಲ್ಲ. ಕಣ್ಣುಗಳ ಹೊಳಪು ತಗ್ಗಿ ಮಬ್ಬಾಗಿ ಕಾಣುತ್ತಿದ್ದವು.

ಸುಜಯ ಬೆರಳಿನಿಂದ ಅವಳ ಗದ್ದ ಹಿಡಿದೆತ್ತಿ ಭಾರವಾದ ಸ್ವರದಲ್ಲಿ ನುಡಿದಳು.

"ಯಾರು ಬಂದಿದ್ದಾರೆ ನೋಡು."

ವಿಜಯಳ ನೋಟ, ಅವಳ ಮುಖದಲ್ಲಿ ಯಾವ ಬದಲಾವಣೆಯೂ ಕಾಣಲಿಲ್ಲ. ಕೆನ್ನೆಯ ಮೇಲೆ ಬೆರಳಾಡಿಸಿದಳು. ಅವಳ ಗದ್ದ ಹಿಡಿದು ಇವರತ್ತ ಮುಖವನ್ನು ತಿರುಗಿಸಿದಳು.

"ನಿಮ್ಮ ಬಾಸ್...." ತಡವರಿಸಿದಳು.

ಅವಿನಾಶ್‌ನ ಕಲ್ಲೆದೆ ಎಂದುಕೊಳ್ಳುವ ಮನ ಕೂಡ ಕರಗಿ ನೀರಾಯಿತು. ಬರೀ ಹಣ, ಅಂತಸ್ತು, ಪ್ರತಿಷ್ಠೆಯ ಕಣವಾಗಿತ್ತು ಅವನ ಜೀವನ ದಿನಗಳು. ಈ ವಿಚಿತ್ರ ಸನ್ನಿವೇಶಕ್ಕೆ ಪೂರ್ತಿ ಕರಗಿಹೋದ. ತುಟಿ ತೆರೆಯಲು ಅವನಿಗೂ ಕಷ್ಟವಾಯಿತು.

ಸಂತೋಷ್ ಸನಿಹದಲ್ಲಿದ್ದ ಸ್ಟೂಲ್ ಮೇಲೆ ಕುಸಿದಂತೆ ಕೂತ. ಚೇತರಿಸಿಕೊಳ್ಳಲು ನಿಮಿಷಗಳು ಬೇಕಾಯಿತು. ಅವಿನಾಶ್ ಮಾತನಾಡಿಸುವಂತೆ ಕಣ್ಣು ಸನ್ನೆ ಮಾಡಿದ.

"ವಿಜಯ.... ಇಲ್ನೋಡಿ" ಸ್ವರದ ದಿಕ್ಕಿಗೆ ಅವಳ ಮುಖ ಹೊರಳಲಿಲ್ಲ. "ವಿಜಯ.... ವಿಜಯ...." ಸ್ವರಗಳನ್ನು ಗುರ್ತಿಸಬೇಕೆನ್ನುವ ಶಕ್ತಿಯನ್ನೇ ಇಲ್ಲವಾಗಿಸಿಕೊಂಡಿದ್ದಳು. ಒಂದುಕ್ಷಣ ನಿರಾಶೆಯಿಂದ ಅವನ ಮನ ಹೊಯ್ದಾಡಿತು.

ಇಬ್ಬರು ಕೊಠಡಿಯಿಂದ ಹೊರಗೆಬಂದಾಗ ಮುಖದಲ್ಲಿ ನಿರಾಶೆ ಹೊಯ್ದಾಡುತ್ತಿದ್ದರು ಎಂತಹುದೋ ಅರ್ಥವಾಗದ ಮಿಂಚು ಕಣ್ಣುಗಳಲ್ಲಿತ್ತು.

ವಿನೋದ ಕಾಫಿ ತಂದಿಡುವ ವೇಳೆಗೆ ಭೂಷಣ್ ಬಂದ. ಕಣ್ಣುಗಳಲ್ಲಿ ಗಾಬರಿ ಬೆರೆತ ವಿಸ್ಮಯ ಪ್ರಕಟವಾದರೂ ಮನದಲ್ಲಿ ಅವರುಗಳ ಬಗ್ಗೆ ಗೌರವಾಭಿಮಾನ ಮೂಡಿತು.

ಹೇಳಿಸಿಕೊಳ್ಳದೇ ಕಾಫಿ ಕುಡಿದು ಕಪ್‌ಗಳನ್ನು ಕೆಳಗಿಟ್ಟ ಅವರು ಮೇಲಕ್ಕೆದ್ದರು. ಅವಿನಾಶ್ ಕಣ್ಣಲ್ಲಿಯೇ ಭೂಷಣ್‌ನ ಬರುವಂತೆ ಸನ್ನೆ ಮಾಡಿ ಹೊರಗೆ ನಡೆದ.

ಭಾರವಾದ ಕಾಲುಗಳನ್ನು ಸಂತೋಷ್ ಎಳೆದಿಟ್ಟ, ಅವನ ಹೃದಯ ಕಿತ್ತು ಬಾಯಿಗೆ ಬಂದಂತಾಗಿತ್ತು. ಅವನೆದೆಯ ಅನುರಾಗಕ್ಕೆ ಭಾಷೆ, ಸ್ವರದ ಅಗತ್ಯವಿರಲಿಲ್ಲ.

"ಸ್ವಲ್ಪ ಮಾತಾಡ್ಬೇಕು" ಕಣ್ಣಲ್ಲಿಯೆ ಅವಿನಾಶ್ ಸೂಚನೆ ಕೊಟ್ಟಾಗ ಭೂಷಣ್ ಕಾರು ಹತ್ತಿ ಕೂತ. ಒಂದುಕ್ಷಣ ಮನ ಹಿಂಜರಿಯಿತು. "ನಾನು ಯಾವ್ದೇ ಆರ್ಥಿಕ

ಸಹಾಯ ನಿಮ್ಮಿಂದ ಪಡ್ಯೋ ಪ್ರಯತ್ನ ಮಾಡ್ಲಿಲ್ಲ. ಆ ಆಘಾತದ ಹಿಂದಿನ ಅಪ್ಪ ಮನದ ಸ್ಪಷ್ಟೀಕರಣದ ಬಗ್ಗೆ ಮಾತ್ರ ತಿಳ್ಯೋ ಉದ್ದೇಶ ನನ್ನದಾಗಿತ್ತು" ಇಲ್ಲಿ ಸ್ವಾಭಿಮಾನ ಹೆಡೆಯಾಡಿದಾಗ ಅವಿನಾಶ್ ತಲೆ ಕುಣಿಸಿದ. "ನಾವು ಕೂಡ ಅದೇ ಉದ್ದೇಶದಿಂದ ಬಂದಿದ್ದು."

ಕಾರು ಗಕ್ಕನೇ ಬ್ರೇಕ್ ಬಿದ್ದು ನಿಂತು ಮುಂದಕ್ಕೆ ಹಾರಿತು.

ಮತ್ತೆ ಬಂಗ್ಲೇ ತಲುಪುವವರೆಗೂ ಯಾರೂ ತುಟಿಯೆರಡು ಮಾಡಲಿಲ್ಲ. ಸಂತೋಷ್ ಒಂದು ಬಗೆಯಲ್ಲಿ ಯೋಚಿಸುತ್ತಿದ್ದರೆ ಅವಿನಾಶ್ ಮತ್ತೊಂದು ಬಗೆಯಲ್ಲಿ ತಲೆಬಿಸಿ ಮಾಡಿಕೊಳ್ಳುತ್ತಿದ್ದ . ಇದು ಹಣ ವ್ಯವಹಾರ ಸಂಬಂಧದ ವಿಷಯವಲ್ಲ. ಹೇಗಾದರೂ ತೀರ್ಮಾನ ಮಾಡಿಬಿಡಲು.

ಅವಿನಾಶ್ ಕಾರನ್ನು ನಿಲ್ಲಿಸಿ ಒಳನಡೆದ. ಸಂತೋಷ್ ಹಿಂದಿನಿಂದ ಹೊರಟವನೇ ಕೋಣೆಯ ಕಡೆ ಹೋಗಿಬಿಟ್ಟ, ಆಸೆ ನಿರಾಸೆಗಳ ಮಧ್ಯೆ ಅವನ ಮನ ಹೊಯ್ದಾಡುತ್ತಿತ್ತು.

ಸಿಟ್ಟಿಂಗ್ ರೂಂನಲ್ಲಿ ಕೂತ ಅವಿನಾಶ್ ಎರಡು ಸಿಗರೇಟುಗಳ ನಡುವೆ ಸ್ಪಷ್ಟೀಕರಣ ನೀಡಿದ. ಇಲ್ಲಿ ಮೇಲುಗೈಯಾಗಿ ತನ್ನದೇ ತೀರ್ಮಾನ ಮಂಡಿಸದೆ ಭೂಷಣ್‌ನ ಪ್ರತಿಕ್ರಿಯೆಗಾಗಿ ಕಾದ.

ಹೀಗೇನಾದರೂ ನಡೆದಿರಬಹುದೆಂಬ ಸಾಮಾನ್ಯ ಊಹೆಯಿದ್ದರೂ ದೃಢಪಡಿಸಲು ಯಾವ ಆಧಾರಗಳೂ ಭೂಷಣ್‌ಗೆ ಸಿಕ್ಕಿರಲಿಲ್ಲ. ಈಗೇನು ಮಾಡುವುದು?

"ಮಿಸ್ಟರ್ ಭೂಷಣ್, ಈಗೇನು ಹೇಳ್ತೀರಾ?" ಸ್ವರದಲ್ಲಿ ಮಾಮೂಲಿನ ಬಿಗುಮಾನ ಹೊರಳಿತು.

"ಏನೂ ಗೊತ್ತಾಗ್ತಾ ಇಲ್ಲ!" ಭೂಷಣ್ ಚಡಪಡಿಸಿದ.

ಕೂತಿದ್ದ ಅವಿನಾಶ್ ಎದ್ದು ಅಡ್ಡಾಡಿದ. ಚಾಣಾಕ್ಷನಾದರೂ ಅಡ್ಡದಾರಿ ಹಿಡಿಯದೆ ನೇರವಾಗಿ ಮಾತನಾಡುವ ಶಕ್ತಿ ಅವನಲ್ಲಿತ್ತು. ನೋಟ ಮೇಲೆತ್ತಿ ತುಟಿ ಕಚ್ಚಿದ.

"ಮಿಸ್ಟರ್ ಭೂಷಣ್, ಹೇಗೂ ವಿಷ್ಯ ನಿಮ್ಗೇ ಗೊತ್ತಿದೆ. ಯಾವ್ದೇ ದಾಖಲೆಗಳು ಒದಗ್ಸಬೇಕಾದ ಅಗತ್ಯವಿಲ್ಲ. ನಿಶ್ಚಿಂತೆಯಿಂದ ವಿಜಯನ ಸಂತೋಷ್‌ಗೆ ಒಪ್ಪಿಸಿಬಿಡಿ."

ಎತ್ತಿ ಒಗೆದಂತಾಯಿತು ಭೂಷಣ್‌ಗೆ. ತಟ್ಟನೆ ಎದ್ದು ನಿಂತ. ಕಣ್ಣುಗಳು ಅನುಮಾನವನ್ನು ಹೊರಹಾಕಲು ಹಿಂಜರಿಯಲಿಲ್ಲ.

"ಎಕ್ಸ್‌ಕ್ಯೂಸ್ ಮಿ... ಸಾರ್!" ದೃಢವಾಗಿ ಹೇಳಿದ.

ಮೊದಲು ಕೋಪದಿಂದ ಬಿಗಿದ ಅವಿನಾಶ್ ಮುಖ ಕೆಂಪಾದರೂ ಎರಡೇ ಕ್ಷಣದಲ್ಲಿ ಸಡಿಲವಾಯಿತು. ಸಂಯಮ, ಸಮಾಧಾನಗಳು ಅಗತ್ಯವೆನಿಸಿತು.

ಬಂದು ಅವನ ಭುಜದ ಮೇಲೆ ಕೈಹಾಕಿದ "ಯಾಕೇಂತ ಕೇಳ್ಬಹ್ದಾ?" ಭೂಷಣ್ ಒಣಗಿದ ತುಟಿಯ ಮೇಲೆ ನಾಲಿಗೆಯನ್ನಾಡಿಸಿದ. "ಇದು ಯಾರೂ ಒಪ್ಪೋಂಥ ಮಾತಲ್ಲ! ಮತ್ತೆ ನೀವು ಇಂತ ಪ್ರಸ್ತಾಪ ಮಾಡ್ದೆ ಇರೋದೇ ಒಳ್ಳೇದು."

ಭೂಷಣ್ ಹೆಗಲ ಮೇಲಿದ್ದ ಅವನ ಕೈಜಾರಿತು. ಅವಿನಾಶ್ ಜೋರಾಗಿ ನಕ್ಕ.

ವ್ಯವಸ್ಥೆಯ ಭದ್ರಬುನಾದಿಯ ಬಗ್ಗೆ ಯೋಚಿಸಿದಷ್ಟೂ ಆಳವೆನಿಸಿತು.

"ನೀವು ವರಾನ್ವೇಷಣೆ ಮಾಡೋವಾಗ ಬರೀ ಡಿಗ್ರಿ, ಅವ್ನ ಸಂಬಳ ಅವ್ರ ಮನೆತನದ ಬಗ್ಗೆ ಮಾತ್ರ ವಿಚಾರಿಸ್ತೀರಿ. ಆದ್ರೆ ಎರ್ಡು ಜೀವಗಳು...." ಮಧ್ಯದಲ್ಲಿಯೇ ಭೂಷಣ್ ತುಂಡರಿಸಿದ. "ಬರೀ ಈ ಮಾತುಗಳಿಂದ ಪ್ರಯೋಜನವಿಲ್ಲ. ತುಂಬಾ ಥ್ಯಾಂಕ್ಸ್...." ಇವನತ್ತ ಬೆನ್ನುಹಾಕಿ ನಡೆದೇಬಿಟ್ಟಾಗ ಅವಿನಾಶ್ ಹೋಗಿ ಕೈಜಗ್ಗಿ ನಿಲ್ಲಿಸಿದ.

"ಬನ್ನಿ. ಹಾಗೆಲ್ಲ ಹೋಗಿಬಿಡೋದು ಸುಲಭವಲ್ಲ" ಎರಡು ಭುಜದ ಮೇಲೆ ಕೈ ಹಾಕಿ ಕೂಡಿಸಿದ.

ಒಂದು ಗಂಟೆಯ ಮಾತುಕತೆಯ ನಂತರವೇ ಅವನನ್ನು ಒಪ್ಪಿಸಲು ಅವಿನಾಶ್ ಸಮರ್ಥನಾದದ್ದು.

"ಸದ್ಯಕ್ಕೆ ವಿಜಯನ ಪ್ರೈವೇಟ್ ಮೆಂಟಲ್ ಇನ್‌ಸ್ಟಿಟ್ಯೂಟ್‌ನಲ್ಲಿ ಬಿಡ್ತೀನೀಂತ ಹೇಳಿ ಪೂರ್ಣ ಗುಣವಾಗುವವರೆಗೂ ಬೇರೆಯವ್ರು ನೋಡೋ ಅವಕಾಶವಿಲ್ಲಾನ್ನಿ. ಏನೇನೋ ಪೂಸಿ ಹೊಡ್ದು ಒಪ್ಪಿಸಿ ಸಂತೋಷ್ ಸನ್ನಿಹದಲ್ಲಿ ವಿಜಯ ಸರ್‍ಯೋಗ್ತಾಳೆ. ಬೆರೆತ ಹೃದಯಗಳಿಗೆ ಮದ್ವೆ ಅನ್ನೋ ಸಂಕೋಲೆಯ ಅಗತ್ಯವಿಲ್ಲಿದ್ರೂ... ಅದು ನಿಮ್ಮಗಳ ಇಷ್ಟಕ್ಕೆ ಬಿಟ್ಟಿದ್ದು. ಸಮಾಜದ ಬಗ್ಗೇನು ಯೋಚ್ಸಬೇಕು."

ಭೂಷಣ್ ಅರೆಮನಸ್ಸಿನಿಂದಲೇ ತಲೆಯಾಡಿಸಿದ. ಮನೆಗೆ ಬಂದ. ಮಲಗಿದ್ದ ಸುಜಯ, ವಿನೋದನ ಎಬ್ಬಿಸಿಕೊಂಡು ಹೊರಗೆ ಕರೆತಂದು ಮೆಲುಧ್ವನಿಯಲ್ಲಿ ವಿಷಯವನ್ನು ತಿಳಿಸಿದ. ಮೊದಲು ತಲೆಯಾಡಿಸಿ ಬಿಟ್ಟರೂ ಆಮೇಲೆ ಒಪ್ಪಿಸುವಲ್ಲಿ ಯಶಸ್ವಿಯಾದ.

ಮರುದಿನ ಮೂವರು ಸೇರಿ ಅನ್ನಪೂರ್ಣಮ್ಮ, ರಂಗಸ್ವಾಮಿಗಳನ್ನು ಒಪ್ಪಿಸುವ ವೇಳೆಗೆ ಸಾಕುಸಾಕಾದರು.

"ಫಾರಿನ್‌ನಲ್ಲಿ ಓದಿಬಂದ ಡಾಕ್ಟ್ರು ವಿಜಯನ ಘಾಸಿಗೊಳಿಸದೆಯೇ ಸರಿ ಮಾಡ್ತಾರೆ. ಸಧ್ಯಕ್ಕೆ ಅಕ್ಕಪಕ್ಕದವ್ರತ್ರ ಹೇಳೋದ್ಬೇಡ. ಸದ್ಯಕ್ಕೆ ನಾವು ನೋಡೋದ್ಬೇಡ. ವಾರದಲ್ಲೇ ಗುಣಪಡಿಸ್ತೀನೀಂತ ಅವ್ರು ಬೆಟ್ ಕಟ್ಟಿದ್ದಾರೆ."

ಕಡಗೆ ಅವರುಗಳು ಭಾಗಿಸಿ, ಗುಣಿಸಿ ಅರೆ ಮನಸ್ಸಿನಿಂದಲೇ ಒಪ್ಪಿಕೊಂಡರು.

ಕಾರಿನಲ್ಲಿ ವಿಜಯಳನ್ನು ಒಯ್ದಾಗ ಸುಜಯ, ವಿನೋದ ಬಿಕ್ಕಿಬಿಕ್ಕಿ ಅತ್ತರು. ತಾವು ಮೋಸ ಹೋದೆವೇನೋ ಎಂದು ಆತಂಕಪಟ್ಟುಕೊಂಡು ಹಲುಬಿದರು.

ಹಿಂದಕ್ಕೆ ಬಂದ ಭೂಷಣ್ ಜೊತೆಯಲ್ಲಿ ಸುಜಯಳನ್ನು ಕರೆದೊಯ್ದ. ಈ ಏರ್ಪಾಟಿಗೆ ಅವಿನಾಶ್ ಒಪ್ಪಿಕೊಂಡಿದ್ದ.

ವಿಶಾಲವಾದ ಶ್ರೀಮಂತಿಕೆ ಆಸನಗಳಿಂದ ತುಂಬಿದ ಕೋಣೆ ಇವರ ಬಿಡದಿಯಾಯಿತು. ಸುಜಯ ಭಯವಂತೂ ಏನೇನೂ ಕರಗಲಿಲ್ಲ. ಆದರೆ ದಿನಗಳು ಉರುಳತೊಡಗಿದವು.

* * *

ಯೋಚಿಸುತ್ತ ಕೂತ ಸಂತೋಷ್‌ನ ಭುಜದ ಮೇಲೆ ಅವಿನಾಶ್ ಕೈಬಿತ್ತು.

"ಯಾಕೆ ಯೋಚ್ನೆ? ವಿಜಯನ ಗುಣಪಡಿಸೋದು ನಿನ್ನಿಂದ ಮಾತ್ರ ಸಾಧ್ಯ. ಅಂದ್ರೆ ನನ್ನ ಅಭಿಪ್ರಾಯ ಪ್ರಕಾರ.... ಡೋಂಟ್.... ವರೀ."

ಕೈಹಿಡಿದೇ ಕರೆದೊಯ್ದ.

ಸಂಜೆ ಸಂತೋಷ್ ಬಂದಾಗ ಸುಜಯ ಕೈಯಲ್ಲಿ ಒಂದು ಇಂಗ್ಲಿಷ್ ನಾವೆಲ್ ಹಿಡಿದವಳು ಸಂತೋಷದಿಂದ ಎದ್ದು ನಿಂತಳು.

"ಪರ್ವಾಗಿಲ್ಲ ಕೂತ್ಕೊಳ್ಳಿ, ವಿಜಯ ಹೇಗಿದ್ದಾಳೆ?" ಈ ಪ್ರಶ್ನೆಗೆ ಅವಳಲ್ಲಿ ಉತ್ತರವಿಲ್ಲ. ಉಗುಳು ನುಂಗಿ ತಲೆ ಕೆಳಗೆ ಹಾಕಿದಳು. "ನಾನು ನೋಡ್ತೀನಿ" ಅತ್ತ ಹೊರಟಾಗ ಅವಳು ಕಿಟಕಿಯ ಬಳಿ ನಿಂತು ಕಣ್ಣೀರು ಸುರಿಸಿದಳು. ಇಂಥದೊಂದು ಸಂದಿಗ್ಧ ಸ್ಥಿತಿಯಲ್ಲಿ ಸಿಲುಕಬೇಕಾಗಬಹುದೆಂಬುದು ಅವಳ ಕಲ್ಪನೆಗೂ ಮೀರಿದ್ದು.

ಕಿಟಕಿಯ ಬಳಿ ನಿಂತ ವಿಜಯ ಹೊರಗೆ ನೋಡುತ್ತಿದ್ದಳು. ಅಂತಹುದಕ್ಕೆ ಸಮಯದ ಪರಿವೆಯೇ ಇರುತ್ತಿರಲಿಲ್ಲ. ನೋಡುತ್ತಿದ್ದರೆ ನೋಟ ಬದಲಿಸುತ್ತಿರಲಿಲ್ಲ. ಯಾರ ಸ್ವರವನ್ನೂ ಅವಳ ಮನ ಗ್ರಹಿಸುತ್ತಿರಲಿಲ್ಲ.

"ವಿಜಯ.... ಇಲ್ಲಿ ನೋಡು" ಭುಜವಿಡಿದು ತನ್ನತ್ತ ತಿರುಗಿಸಿಕೊಂಡ.

ಅವಳ ಕಣ್ಣೋಟದಲ್ಲಿ ತನ್ನ ನೋಟ ನೆಡಲು ಪ್ರಯತ್ನಿಸಿ ಸೋತ. ಪ್ರೀತಿಯಿಂದ ಮುಂದಲೆ ಸವರಿದ. "ಈ ಕಡೆ.... ನೋಡು" ಯಾವುದೇ ಪ್ರಯೋಜನವಾಗಲಿಲ್ಲ.

ಕಿಟಕಿಯ ಬಳಿ ಹೋಗಿ ನಿಂತ. ಸಣ್ಣನೆ ಹನಿಯುತ್ತಿದ್ದ ಮಳೆಯ ಬಿಂದುಗಳು ಧಾರೆಯಾಯಿತು. ಅವನ ತಲೆ ಚುರುಕಿನಿಂದ ಕೆಲಸ ಮಾಡಿತು. ಹೃದಯದ ಮೂಲಕ ಪ್ರೇಮವೊಂದು ಬಿಟ್ಟರೆ ಅವರಿಬ್ಬ ಮಧ್ಯೆ ಏನೂ ಇರಲಿಲ್ಲ. ಯಾವುದೇ ಘಟನೆಗಳು ಕೂಡ ಪೂರಕವಾಗಿರಲಿಲ್ಲ. ನೆನಪು ಒಂದು ಕಡೆ ದಟ್ಟವಾಯಿತು.

ಸುರಿಯುವ ಧಾರೆಯನ್ನೇ ನೋಡುತ್ತ ನಿಂತವನು ವಿಜಯಳ ಕೈಹಿಡಿದು ಹೊರಗೆ ಕರೆದೊಯ್ದ. ಸುಜಯಳ ಗಾಬರಿಗೆ ಕಣ್ಣಲ್ಲಿಯೇ ಸಮಾಧಾನ ಹೇಳಿದ.

ಕಾರು ಮುಂದಕ್ಕೆ ಹೊರಟಾಗ ಸುಜಯ ನಿಂತಲ್ಲಿಯೇ ಶಿಲೆಯಾದಳು. ಯಾವುದೋ ನಿರ್ಧಾರಕ್ಕೆ ಬಂದವನಂತೆ ಕಾರು ನಡೆಸುತ್ತಿದ್ದ. ಕತ್ತಲು ಪೂರ್ತಿ ಮುಸುಕಿಧಾರಿ ಮಬ್ಬಾಯಿತು.

ಹೆಡ್ ಆಫೀಸ್‌ನತ್ತ ಓಡುತ್ತಿದ್ದ ಕಾರು ಕಗ್ಗತ್ತಲಿನಲ್ಲಿ ಒಂದೆಡೆ ನಿಂತಿತು. ಸುರಿಯುವ ವೇಳೆಯಲ್ಲಿ ತಲೆ ಹೊರಗಿಡುವುದು ಕಷ್ಟವೆನಿಸಿದರೂ ನಿರ್ಧಾರ ಅಚಲವಾಗಿತ್ತು.

ಕೈಹಿಡಿದು ಅವಳನ್ನು ಇಳಿಸಿದ. ಇಲ್ಲಿ ಕರುಣೆ, ಸಹಾನುಭೂತಿಯನ್ನು ತುಳಿದು ಪ್ರೇಮ ಮೇಲುಗೈ ಪಡೆದಿತ್ತು. ನಡೆಸಿಕೊಂಡುಹೊರಟ. ಕತ್ತಲೆಯ ತಾಣ ಎಡವಿಕೊಂಡು ಬೀಳುತ್ತಿದ್ದಳು.

ಅದೇ ಹಳೆಯ ಗೆಸ್ಟ್‌ಹೌಸ್ ಪರಿಚಯ ಹಿಡಿದು ಲಗುಬಗನೆ ಬಂದ. ಅಂದಿನದೇ

ಕೋಣೆ ಬೇಕೆಂದ.

ಕೋಣೆಗೆ ಬಂದವನೆ ವಿಜಯಳತ್ತ ನೋಟವರಿಸಿದ. ಅವಳ ದೇಹ ಛಳಿಯಿಂದ ಕಂಪಿಸುತ್ತಿತ್ತು. ಅವನೆದೆ ಕರಗಿ ನೀರಾಗಿ ಕಾಲಿನ ಬುಡದಲ್ಲಿ ಸುರಿದುಹೋಯಿತು.

"ವಿಜಯ, ತಲೆ ಒರೆಸ್ಕೋ" ನೀಡಿದ ಟವಲಿಗೆ ಕೈ ಚಾಚಿದ್ದಾಗ ವಿಸ್ಮಿತನಾಗಿ ನಿಂತ.

ಆಮೇಲೆ ಇದೇನು ದೊಡ್ಡ ಬದಲಾವಣೆಯೆನಿಸಲಿಲ್ಲ. ಈ ವಿಚಿತ್ರ ನಡತೆ ಮನೋವಿಜ್ಞಾನಿಗೆ ಒಂದು ಅಭ್ಯಾಸದ ವಿಷಯವಾಗುತ್ತಿತ್ತೇನೋ!

ಒಮ್ಮೆ ತಾನೇ ಸ್ನಾನ ಮಾಡುತ್ತಿದ್ದಳು. ಕೆಲವೊಮ್ಮೆ ಬೇರೆಯವರ ಮಾತಿಗೆ ಯಾವ ಪ್ರತಿಕ್ರಿಯೆ ಭಾವವನ್ನು ವ್ಯಕ್ತಪಡಿಸದಿದ್ದರೂ ಹೇಳಿದಂತೆ ಕೇಳುವವಳ ಹಾಗೆ ಕಾಣಿಸುತ್ತಿದ್ದಳು.

ಅವಳ ಮುಖದ ಪ್ರತಿಕ್ರಿಯೆಯನ್ನೇ ಗಮನಿಸುತ್ತ ಕೂತ. ತಂದಿಟ್ಟ ಕಾಫಿಯನ್ನು ಕುಡಿದಳು. ಚಳಿ ಕಾಯಿಸಲು ಬೆಂಕಿಯುರಿಸಿ ಹೋದ.

ಬೆಂಕಿಯನ್ನೇ ನೋಡುತ್ತ ಕೂತಿದ್ದ ಅವಳನ್ನೆ ನೋಡುತ್ತ ಕೂತ. ಕೆನ್ನೆಗಳು ಉಬ್ಬಿ ಮೊದಲಿನ ಸ್ಥಿತಿಗೆ ಬಂತು. ತುಟಿಗಳು ಮೃದುವಾಗಿ ಅಲುಗಾಡಿದವು. ನೋಟ ಇತ್ತ ತಿರುಗಿತು. ಅವಳ ರೆಪ್ಪೆಗಳು ನಿಶ್ಚಲವಾಗಿ ನಿಂತವು. ನಿಮಿಷಗಳು ಜಾರಲಾರಂಭಿಸಿದವು. ಕಣ್ಣಲ್ಲಿನ ಭಾವ ಬದಲಾಗುವ ಸೂಚನೆ ಕಾಣಿಸಿತು.

"ವಿಜಯ..." ತಟ್ಟನೇ ಬೆಚ್ಚಿಬಿದ್ದಳು. ಕಣ್ಣುಗಳಲ್ಲಿ ಗಲಿಬಿಲಿ ಇಣುಕಿತು. ಕ್ಷಣಮುಚ್ಚಿ ತೆರೆದಳು. "ವಿಜಯ...." ಸ್ವರ ಮಿದುಳಿಗೆ ತಲುಪಿ ಅದರ ಸೂಚನೆ ಮನಕ್ಕೆ ಸಿಕ್ಕಿದಂತಾಯಿತು. ಮತ್ತಷ್ಟು ಕಣ್ಣರಳಿಸಿದಳು. ಕತ್ತಿನ ನರಗಳು ಉಬ್ಬಿದವು. ತುಂಬಿದ ಕಣ್ಣಾಲಿಯಲ್ಲಿ ಅವನ ಬಿಂಬ ಮಂಕಾಯಿತು.

ಎರಡು ಕೈಯಿಂದ ಮುಖ ಮುಚ್ಚಿಕೊಂಡು ಬಿಕ್ಕತೊಡಗಿದಳು. ಸಂತೋಷದಿಂದ ಹಾರಾಡುವಂತಾಯಿತು ಅವನಿಗೆ. ತೀರಾ ಸಮೀಪಕ್ಕೆ ಹೋಗಿ ನಿಂತು ಹೃದಯಕ್ಕೆ ಕೇಳುವಂತೆ ಅವಳ ಕೆನ್ನೆಯ ಬಳಿ ಪಿಸುಗುಟ್ಟಿದ.

"ವಿಜಯ..."

ಮೆಲ್ಲಗೆ ಕೈಗಳು ಹಿಂದಕ್ಕೆ ಸರಿದವು. ಮುಖ ಮೇಲೆತ್ತಿ ಅವನತ್ತ ನೋಡಿದಳು. ಭುಜವಿಡಿದು ಮೇಲೆತ್ತಿ ತನ್ನೆದೆಗೆ ಒರಗಿಸಿಕೊಂಡ. ಕಣ್ಣೀರಿನಿಂದ ಅವನೆದೆ ತೊಯ್ದು ಹೋಗುತ್ತಿದ್ದರೂ ಆ ಸಂತೋಷವನ್ನು ತಡೆದುಕೊಳ್ಳಲು ಬಹಳ ಪ್ರಯಾಸಪಡುತ್ತಿದ್ದ. ಕೈ ಬೆರಳುಗಳು ಅವಳ ಕೂದಲನ್ನ ನವಿರಾಗಿ ಸರುತ್ತಿದ್ದವು. ಅವನ ಹೃದಯದ ಪ್ರೀತಿಯ ಕರೆಗೆ ಮಾತ್ರ ಮಾರ್ದನಿಸುವ ಶಕ್ತಿ ಅವಳಿಗಿತ್ತೇನೋ!

* * *